AF797440

കാവേരി എന്റെ രക്തം

kaveri ente rektham
novel
•
niranjana
•
orginal title
swami aparam para
•
translated
payyannoor kunhiraman
•
first chintha edition
july 2012
•
typesetting
megha
•
published
chintha publishers, thiruvananthapuram
•
printed
anaswara offset pvt ltd
•
cover
black mole
•
price
rupees two hundred and forty only

വിതരണം

ദേശാഭിമാനി ബുക്ക് ഹൗസ്
H O തിരുവനന്തപുരം–695 035
www.chinthapublishers.com
chinthapublishers@gmail.com

ബ്രാഞ്ചുകൾ

ഹെഡ്ഡാഫീസ് കുന്നുകുഴി • ഓവർബ്രിഡ്ജ് തിരുവനന്തപുരം • കെ എസ് ആർ ടി സി ബസ് സ്റ്റേഷൻ ആലപ്പുഴ • കെ എസ് ആർ ടി സി ബസ് സ്റ്റേഷൻ എറണാകുളം • മച്ചിങ്ങൽ ലെയ്ൻ തൃശൂർ • ഐ ജി റോഡ് കോഴിക്കോട് • കെ എസ് ആർ ടി സി ബസ് സ്റ്റേഷൻ കോഴിക്കോട് • എൻ ജി ഒ യൂണിയൻ ബിൽഡിങ് കണ്ണൂർ • സെൻട്രൽ ബസ് ടെർമിനൽ കോംപ്ലക്സ് താവക്കര കണ്ണൂർ

CO - 1777 / 2957

കാവേരി എന്റെ രക്തം
കന്നട നോവൽ

നിരഞ്ജന

പരിഭാഷ
പയ്യന്നൂർ കുഞ്ഞിരാമൻ

ചിന്ത പബ്ലിഷേഴ്സ്
തിരുവനന്തപുരം-695 035
വില : ₹240

നിരഞ്ജന (1924–1992)

'കയ്യൂരിന്റെ കാഥികൻ' എന്ന പേരിലറിയപ്പെടുന്ന നിരഞ്ജന തെക്കൻ കർണാടകത്തിലെ കുളുകുന്ത എന്ന ഗ്രാമത്തിൽ ജനിച്ചു. ശിവറായ എന്നായിരുന്നു ശരിയായ പേര്. പഠനകാലത്ത് വിദ്യാർഥി ഫെഡറേഷന്റെ സജീവ പ്രവർത്തകനായിരുന്നു. കയ്യൂർ സമരം നടക്കുന്ന കാലത്ത് അദ്ദേഹം നീലേശ്വരത്ത് വിദ്യാർഥിയായിരുന്നു. മംഗലാപുരം കോടതിയിൽ വിചാരണ നടക്കുമ്പോൾ കയ്യൂർ പ്രതികളെ കാണാനും വിചാരണ കേൾക്കാനും നിരഞ്ജന ചെന്നിരുന്നു. 1943 ൽ കമ്യൂണിസ്റ്റ് പാർട്ടി അംഗമായി. 1947 ൽ കമ്യൂണിസ്റ്റ് പാർട്ടിയുടെ മുഖപത്രം *ജനശക്തി* ആരംഭിച്ചു. പ്രസ് വർക്കേഴ്സ് യൂണിയൻ, പുരോഗമന കലാസാഹിത്യസംഘം, ഇന്ത്യൻ പീപ്പിൾസ് തിയേറ്റർ മംഗലാപുരം ശാഖ എന്നിവയുടെ സെക്രട്ടറിയായിരുന്നു. ഒളിവുജീവിതവും ജയിൽവാസവും അനുഭവിച്ചിട്ടുണ്ട്.

25 നോവലുകളും 12 കഥാസമാഹാരങ്ങളും പ്രസിദ്ധീകരിച്ചിട്ടുണ്ട്. കയ്യൂർ സംഭവത്തെ ആസ്പദമാക്കി രചിച്ച *ചിരസ്മരണകൾ* മലയാളത്തിൽ ഏറെ വായിക്കപ്പെട്ട കൃതിയാണ്. *മോചനം, രക്തം, മിന്നൽ, മൃത്യുഞ്ജയൻ, റംഗമ്മയുടെ വാടകപ്പറമ്പ്, ബനശങ്കരി* എന്നിവയാണ് മലയാളത്തിലേക്ക് മൊഴിമാറ്റം ചെയ്ത മറ്റ് കൃതികൾ.

ഭാര്യ : പ്രശസ്ത നോവലിസ്റ്റ് അനുപമ നിരഞ്ജന
മകൾ : തേജസ്വിനി
സീമന്തിനി (അകാലത്തിൽ അന്തരിച്ചു)

പയ്യന്നൂർ കുഞ്ഞിരാമൻ

പരിഭാഷകൻ, ബാലസാഹിത്യകാരൻ, ലേഖകൻ എന്നീ നിലകളിൽ അറിയപ്പെടുന്നു. തളിപ്പറമ്പ് മൂത്തേടത്ത് ഹൈസ്കൂളിൽ മലയാളം അധ്യാപകനായിരുന്നു. 2001 ൽ വിരമിച്ചു. ഇപ്പോൾ ബാലസംഘം സംസ്ഥാന അക്കാദമിക് കമ്മിറ്റിയംഗവും പുരോഗമനകലാസാഹിത്യ സംഘം സംസ്ഥാന കമ്മിറ്റിയംഗവുമാണ്.

ഭാര്യ : സത്യഭാമ എ കെ
വിലാസം : രാമനാത്ത് വീട്
ചാലക്കോട് പി ഒ
പയ്യന്നൂർ
ഫോൺ : 9447209774

1

കുടകിന്റെ തലസ്ഥാനമായ മടിക്കേരി നഗരം നിദ്രയിൽ ലയിച്ചിരിക്കയാണ്. ആ സുഖനിദ്രയെ ഭഞ്ജിക്കാനെന്നവണ്ണം ഏതോ കുടിയന്റെ ശകാരവർഷം ഉയർന്നുകേൾക്കാം.

ശാലിവാഹന ശകവർഷം ആയിരത്തെഴുന്നൂറ്റി നാൽപ്പത്തി രണ്ടാമാണ്ടാണത്. വിക്രമസംവത്സരം.

ലിംഗരാജന്റെ മരണശേഷം പുത്രനായ ചിക്‌വീരരാജ അധികാരമേറ്റെടുത്തിട്ട് മൂന്നുമാസം കഴിഞ്ഞിരിക്കുന്നു. പട്ടാഭിഷേകത്തിന്റെ ആർഭാടങ്ങളിൽനിന്ന് സാധാരണ നിലയിലേക്ക് രാജ്യം തിരിച്ചെത്തിയിട്ടേയുള്ളൂ.

നാലു ദിവസംമുമ്പ് നായാട്ടിന് പോയിരുന്ന രാജാവ് ആ സന്ധ്യക്കാണ് തിരിച്ചെത്തിയത്. യുദ്ധം ജയിച്ചെത്തിയ ഘോഷത്തോടെ, പ്രജകളുടെ മിഴികൾക്ക് ആനന്ദാമൃതം ചൊരിഞ്ഞുകൊണ്ട് രാജാവും സംഘവും കോട്ടയ്ക്കുള്ളിൽ കടന്നു. യുവാവായ ചിക്‌വീരരാജന്റെ തോക്കിനിരയായ നാല് പെരുമ്പുലികൾ നായാട്ടു ഭടന്മാരുടെ കൈകളിലെ മുളമേലിരുന്ന് ജനങ്ങളെ നോക്കുന്നതുപോലെ കാണപ്പെട്ടു. ജനങ്ങളുടെ കരഘോഷങ്ങൾക്കിടയിലൂടെ അശ്വാരൂഢനായ രാജാവ് അരമനയ്ക്കുള്ളിൽ കടന്നു.

അസാമാന്യ വെടിക്കാരനായ ചെട്ടി, കർത്തു സഹോദരന്മാർ, വലംകൈയായ പുട്ടബസവ, നാട്ടുപ്രമാണികൾ തുടങ്ങിയവരെല്ലാം രാജാവിനെ അനുഗമിച്ചിരുന്നു.

നായാട്ടുസംഘത്തോട് വിടപറഞ്ഞ രാജാവ് തന്റെ സാമീപ്യം കൊതിച്ചിരിക്കുന്ന റാണിയുടെ അരികത്തെത്തി. അൽപ്പസമയത്തെ കുശലാന്വേഷണങ്ങൾക്കുശേഷം സ്നാനഗൃഹത്തിൽ ചെന്ന് എണ്ണതേച്ചുകുളിച്ച് അയാൾ ഭോജനശാലയിൽ പ്രവേശിച്ചു.

ആ രാത്രി റാണിയുടെ അന്തപ്പുരത്തിൽ പതിവിലുംനേരത്തെ വിളക്കണഞ്ഞു.

പട്ടണം പൂർണനിദ്രയിലാണെങ്കിലും കോട്ടയ്ക്കുള്ളിലെ തടവുമുറിയിൽ മങ്ങിയ ഒരു വിളക്ക് കത്തിക്കൊണ്ടിരുന്നു. സിംഹാസനത്തിലിരുന്ന ഉടനെ രാജാവ് പിടിച്ചുകൊണ്ടുവന്ന രണ്ട് മനുഷ്യമൃഗങ്ങൾ അവിടെ ഒരു മുറിയിൽ അന്ത്യനിമിഷങ്ങളെണ്ണിക്കൊണ്ടിരുന്നു.... ഒരു മാസമായിട്ട് അവർക്ക് അന്നാഹാരംപോലും നൽകിയിട്ടില്ല.

"ഇന്നുതൊട്ട് വെള്ളംപോലും കൊടുക്കരുത്......." നായാട്ടിന് പുറപ്പെടുമ്പോൾ പുട്ടബസവ പ്രത്യേകം കൽപ്പിച്ചിരുന്നു.

രാത്രികാവൽക്കാർ കാരാഗൃഹത്തിലെത്തിച്ചേർന്നു.....

"എന്തായി.....?" ജയിലധികാരി അന്വേഷിച്ചു.

"ഒന്നും ആയില്ല. ശ്വാസം വലിക്കുന്നത്രെ....."

അർധരാത്രി. ആ ജയിലധികാരി അൽപ്പം വിശ്രമിക്കുന്നതിന് വട്ടം കൂട്ടുകയായിരുന്നു. ഒരു കാവൽഭടൻ ഓടിക്കിതച്ചെത്തി.....

"ഒരാളുടെ ശ്വാസം നിലച്ചിരിക്കുന്നു.....! മറ്റവൻ കൈയും കാലും ഇട്ടടിക്കുന്നു......!"

ജയിലധികാരി വിശ്രമം വേണ്ടെന്നുവച്ചു. അടുത്ത നടപടികളെക്കുറിച്ച് അയാൾ ചിന്തിച്ചു. എങ്കിലും നേരിൽക്കണ്ട് സംശയം തീർക്കുന്നതാണ് നല്ലതെന്ന് അയാൾക്കുതോന്നി. അതിനുശേഷം സന്നിധിയിൽ വിവരമെത്തിച്ചാൽമതി.

അയാൾ കാവൽക്കാരനെ പിന്തുടർന്നു.

തടവുമുറിയുടെ വാതിൽക്കൽനിന്ന് അയാളെത്തിനോക്കി.

ഒരു ദേഹം അനങ്ങുന്നില്ല. മറ്റേ ശരീരം ചലിക്കുന്നുണ്ട്..... അതിന്റെ ദൃഷ്ടി മുകളിലേക്കാണ്.....

കാവൽഭവൻ വിളക്ക് നീട്ടിക്കാണിച്ചു. ആ മുഖത്ത് പ്രകാശം പരന്നു. അതൊന്നും ആ ജീവിയറിഞ്ഞില്ലെന്ന് തോന്നുന്നു..... ആ തൊണ്ടയിൽനിന്ന് ഞരക്കം പുറപ്പെട്ടുകൊണ്ടിരിക്കയാണ്......

"വെ.....ള്......ളം....." അസ്പഷ്ടമായി ആ ചുണ്ടിൽനിന്നുതിർന്നു വീണു.

കാവൽക്കാർ മുഖത്തോടുമുഖം നോക്കിനിന്നു. ജയിലധികാരി ദീർഘമായി നിശ്വസിച്ചു.

പെട്ടെന്ന് ആ ശരീരം പിടയാൻ തുടങ്ങി! വില്ലുപോലെ അത് മേലോട്ടുയർന്നു.....! ഒരുനിമിഷം....! അത് ചലനമറ്റ് താഴേക്ക് പതിച്ചു....! തല ഒരുവശത്തേക്ക് ചരിഞ്ഞു....

അവന്റെ കഥയും കഴിഞ്ഞു.....!

കാവൽഭടൻ വാതിൽ തുറന്നു. അധികാരി അകത്തേക്ക് കാലെടുത്തുവച്ചു. ദുർഗന്ധം സഹിക്കാനാകാതെ അയാൾ മൂക്കുപൊത്തി.

നേരത്തെ മരണപ്പെട്ടവന്റെ ശരീരം അയാളനക്കിനോക്കി. നാഡിപരിശോധിച്ചു...... സന്ധ്യക്കുമുമ്പ് മരിച്ചിരിക്കണം.....

ജയിലധികാരി പുറത്തുകടന്ന് ദീർഘനിശ്വാസം വിട്ടു.....

വാതിലുകൾ വീണ്ടും ഭദ്രമായടഞ്ഞു......

വാർത്ത ഉടനെ സന്നിധാനത്തിലെത്തിക്കണം. ഈ അർധരാത്രി വിളിച്ചുണർത്തുന്നതെങ്ങനെ? ബസവനെ കണ്ടാൽ കാര്യം നടക്കും. ആലോചനയിൽനിന്ന് നിവൃത്തനായ ആ ജയിൽമേധാവി ഒന്നുകൂടി മുറിയിലേക്കെത്തിനോക്കി. മരിച്ച മനുഷ്യരാണെങ്കിലും..... സൂക്ഷ്മത കുറയരുത്..... ജീവിച്ചിരുന്നതിനേക്കാൾ അപകടകരമാണ് ഈ മൃതദേഹങ്ങൾ....

"ജാഗ്രത.....! തലപോകുന്ന കാര്യമാണ്.....!" നേരിയ വിറയലോടെ അയാൾ പറഞ്ഞു.

അയാൾ വേഗത്തിൽ തിരിഞ്ഞുനടന്നു.

പുട്ടബസവന്റെ മുറിക്കുവെളിയിൽ അയാൾ സംശയിച്ചുനിന്നു. ബസവ ഗാഢനിദ്രയിലാണ്. കാര്യക്കാരൻ അയ്യണ്ണനെ വിളിക്കുന്നതാണ് നല്ലത്.

"അയ്യണ്ണാ..... ഓ...... അയ്യണ്ണാ....."

ഒരിക്കൽക്കൂടി തലവൻ വിളിച്ചപ്പോൾ അയ്യണ്ണ ഉണർന്നു. ശബ്ദം കേട്ട് ബസവനും എഴുന്നേറ്റു.

"ആരാ അത്....?" അയ്യണ്ണ ചോദിച്ചു.

"എന്താ കാര്യം.....?" ബസവ വാതിൽതുറന്ന് പുറത്തിറങ്ങി.

"വീരപ്പാജിയും നഞ്ജുണ്ടപ്പനും..... കഴിഞ്ഞിരിക്കുന്നു....." ജയിൽ മേധാവി അറിയിച്ചു.

"എന്ത്....? എന്ത്.....?" ബസവനും അയ്യണ്ണനും ഒപ്പം ചോദിച്ചുപോയി.

ഉറക്കം ഓടിപ്പോയി. രണ്ടുപേരും ജാഗരൂകരായി.

"രാത്രിയിൽ വിളിച്ചുണർത്തിയതിന് മാപ്പാക്കണം. സന്നിധിയിൽ ഈ വാർത്ത.....?"

"വേണ്ട....." ബസവ പറഞ്ഞു: "ഇത്തരം നിസ്സാര കാര്യങ്ങൾക്കൊന്നും മഹാരാജാവിനെ ബുദ്ധിമുട്ടിക്കേണ്ട. ശവങ്ങൾ കാട്ടിലെറിഞ്ഞാൽ മതി. വല്ല നരിയോ കുറുക്കനോ തിന്നു തീർത്തുകൊള്ളും."

പദ്ധതി നടപ്പാക്കേണ്ട രീതി ബസവ വിവരിച്ചു.

"അയ്യണ്ണ, നിങ്ങളിതിന് നേതൃത്വം വഹിക്കണം."

"ആകട്ടെ...."

"കൂട്ടിന് ആരെയെങ്കിലും വിളിച്ചോളൂ."

"ഉം....."

വസ്ത്രം മാറി, തലയിൽ വുള്ളൻതൊപ്പിയിട്ട്, വാൾ ഉറയിൽ തിരുകി, പാദരക്ഷയണിഞ്ഞ് അയ്യണ്ണ തയാറായി.

"വെളുക്കുന്നതിനുമുമ്പ് കാര്യം തീർക്കണം. മറ്റാരും അറിയരുത്." – ബസാവ നിർദേശിച്ചു.

പുട്ടബസവനെ വണങ്ങിയശേഷം ജയിലധികാരി നടന്നു. അയ്യണ്ണ അയാളെ പിന്തുടർന്നു.

"ശങ്കരപ്പന്റെ വീടറിയോ.....?" അയ്യണ്ണ ചോദിച്ചു.

"അറിയാം......"

"ഒരാളെ അയച്ച് അയാളെ വരുത്തണം...."

"ഓ...."

"മൃതദേഹങ്ങൾ കോട്ടയുടെ രഹസ്യമാർഗത്തിലൂടെ പുറത്തുകൊണ്ടുവരണം. ഞാൻ കുതിരയെ അഴിക്കട്ടെ...."

"ശരി....."

അൽപ്പസമയത്തിനുള്ളിൽ കുതിരകളും യാത്രക്കാരും തയാറായി. കാവൽഭടന്മാർ മൃതദേഹങ്ങൾ രഹസ്യമാർഗത്തിലൂടെ പുറത്തേക്കു കൊണ്ടുവന്നു.

കൃഷ്ണപക്ഷത്തിലെ ചന്ദ്രബിംബം മേഘപാളികൾക്കിടയിൽ മറഞ്ഞു.

അയ്യണ്ണനും ശങ്കരപ്പനും കയറിയ കുതിരകൾ മിന്നൽവേഗത്തിൽ കാട് ലക്ഷ്യമാക്കി പാഞ്ഞുപോയി.

ജയിലധികാരി ആശ്വാസത്തോടെ നെടുവീർപ്പിട്ട് തന്റെ കൂടാരത്തിലേക്ക് നടന്നു.

കാടിനുള്ളിലേക്കുള്ള യാത്ര സങ്കീർണമായിത്തീർന്നു. രണ്ടുപേരും താഴത്തിറങ്ങി വാളുകൊണ്ട് വഴി വെട്ടിത്തെളിയിച്ചു. ഏകദേശം കാടുമധ്യത്തിലെത്തിയെന്ന് തോന്നിയപ്പോൾ അവർ നിന്നു.

"മതി..... അല്ലേ..... ശങ്കരപ്പാ....?"

"ഉം....."

തന്റെ കുതിരപ്പുറത്തുള്ള മൃതദേഹം താഴത്തിട്ടുകൊണ്ട് അയ്യണ്ണ പറഞ്ഞു......

"ഇവൻ നഞ്ജുണ്ടപ്പനാണ്...... ഇളയവൻ....."

ശങ്കരപ്പ ശബ്ദമില്ലാതെ ചിരിച്ചു. അയ്യണ്ണ ആ മൃതദേഹം വലിച്ചിഴച്ച് കുറേ ദൂരത്ത് കൊണ്ടുചെന്നിട്ടു.

ശങ്കരപ്പ തന്റെ കുതിരപ്പുറത്തുനിന്നും വളരെ പതുക്കെയാണ് മൃതദേഹം താഴത്തിറക്കിയത്. അതുകണ്ട് അയ്യണ്ണ ചോദിച്ചു:

"ജീവിച്ചിരുന്നപ്പോഴുണ്ടാകാത്ത ദയ ഇപ്പോൾ തോന്നുന്നുണ്ടോ?"

ശങ്കരപ്പ ഉത്തരം പറഞ്ഞില്ല. അയാൾ ആ മൃതദേഹം കൈയിലെടുത്ത് അൽപ്പദൂരം മുന്നോട്ടുനടന്ന് മെല്ലെ താഴത്തുവച്ചു.

"പോകാം....."

"പോകാം....."

രണ്ടുപേരും കുതിരപ്പുറത്തുകയറി. അയ്യണ്ണനെയും ശങ്കരപ്പനെയും വഹിച്ച ആ കുതിരകൾ മടിക്കേരിക്കഭിമുഖമായി പാഞ്ഞുപോയി.

"മഹാരാജാവിന്റെ മാർഗത്തിലുള്ള ആ രണ്ട് മുള്ളും പറിച്ചെറിയപ്പെട്ടു. ഇനി ഒന്നും ഭയപ്പെടാനില്ല......" അയ്യണ്ണ പറഞ്ഞു.

"എല്ലാം ഈശ്വരേച്ഛയല്ലേ..... കാര്യക്കാരെ.....?" ശങ്കരപ്പ വിധിയെ കൂട്ടുപിടിച്ചു.

"ഇനി മഹാരാജാവിന്റെ സഹോദരിയും അളിയനും തടസമായി

നിന്നേക്കാനിടയുണ്ട്.....! എങ്കിലും അവരെ നിവാരണം ചെയ്യുക എളുപ്പ മാണെന്ന് കരുതിക്കൊള്ളൂ....."

"ഉം......"

ഒരേ ഉയരത്തിലുള്ള കുതിരപ്പുറത്താണ് സഞ്ചരിക്കുന്നതെങ്കിലും അതുകൊണ്ടെന്തുഫലം.....? കാര്യക്കാരൻ കാര്യക്കാരനാണ്....... ചാവടി ക്കാരൻ കേവലം ചാവടിക്കാരനും....! അവർ തമ്മിൽ സ്നേഹിക്കുന്ന തിനും ബന്ധപ്പെടുന്നതിനും ഒരതിരുണ്ട്. കൂടാതെ ശങ്കരപ്പന് ഇത്തരം രാജ്യകാര്യങ്ങളോട് വിമുഖതയുമാണ്.

"അതാ...... ശുക്രനുദിച്ചു. ഞാൻ രഹസ്യവഴിയിലൂടെ കോട്ടയ്ക്കു ള്ളിൽ കടക്കുകയാണ്. നിങ്ങൾ വീട്ടിലേക്കു ചെന്നോളൂ....."

ശങ്കരപ്പ മൂളി, അവരുടെ കുതിരകൾ ഭിന്നമാർഗം പിടിച്ചു.

കുതിര വീട് ലക്ഷ്യമാക്കി ഓടുന്നുണ്ടെങ്കിലും താൻ കുരുടനാ ണെന്ന് ശങ്കരപ്പന് തോന്നി. മുന്നിൽ നീണ്ട തമസാണ്. എവിടെയെല്ലാമോ മുട്ടുകയും തട്ടുകയും ചെയ്യുന്നു.... ഒന്നും വ്യക്തമാകുന്നില്ല..... തലച്ചോറ് നീറുന്നതുപോലെ.....

ഓടിക്കൊണ്ടിരുന്ന കുതിരയുടെ മുന്നിൽ പെട്ടെന്ന് ഒരു കുടിയൻ തുള്ളി വീണു.....

"നിക്ക്..... നിക്ക്...... അ...... അ....... ആരാത്.....?"

ശങ്കരപ്പ കുതിരയെ നിർത്തി.

"ഞാനാണ്. ചാവടിക്കാരൻ ശങ്കരപ്പ..... നിങ്ങളാരാ.....?"

"ഞാനോ.....? എന്നെ അറിയില്ലേ......? ഞാനാണ് കുടക് രാജാവ് ചിക്..... വീ..... രരാ......ജാ മനസിലായോ?"

ശങ്കരപ്പന് രോഗം മനസിലായി. കുതിരയെ മുന്നോട്ട് തള്ളി കാലു യർത്തി ഒരു ചവിട്ടു വെച്ചുകൊടുത്തു.

കുടിയൻ കമിഴ്ന്നടിച്ചുവീണു. വീണ ദിക്കിൽനിന്ന് എഴുന്നേൽക്കാ നാകാതെ അയാൾ വിളിച്ചുപറഞ്ഞു......

"പോയോ..... സിംഹാസനം..... പോയോ..... നമ്മുടെ കൽപ്പന ആരും നടപ്പാക്കാനില്ലേ......? അയ്യോ...... അയ്യോ......"

2

"**എ**ല്ലാം വിധിയുടെ വിളയാട്ടമാണ്......" ശങ്കരപ്പ സ്വയം പറഞ്ഞു.

ശങ്കരപ്പയുടെ പിതാവ് ശിവബസപ്പയുടെ കാലംതൊട്ട് തന്നെ ആ കുടുംബം രാജസേവയിൽ മുഴുകിയിരുന്നു.

പന്ത്രണ്ട് വർഷം മുമ്പുള്ള ഒരു കഥ...... വലിയ വീരരാജയുടെ ഭര ണകാലം. ദീർഘകാലം ക്ഷേമത്തോടെ നാട് ഭരിച്ചിരുന്ന അയാളുടെ അന്ത്യനാളുകൾ കുടകിനും അയാൾക്കു തന്നെയും ദുരിതപൂർണമായി രുന്നു. സ്വപത്നി പെട്ടെന്നു മരണപ്പെട്ടതോടെ രാജാവിന് മതിഭ്രമം പിടി പെട്ടു..... അയാൾക്ക് പുത്രസന്താനം ഉണ്ടായിരുന്നില്ല. തനിക്കുശേഷം

തന്റെ മകൾ രാജ്യം ഭരിക്കണമെന്ന് അയാളാഗ്രഹിച്ചു. എന്നാൽ ആ ശ്രമം വിഫലപ്പെടുത്താൻ രാജാവിന്റെ ചില ബന്ധുക്കളും പ്രജകളും ഒരുങ്ങിപ്പുറപ്പെട്ടു. തനിക്കു ചുറ്റും ഗൂഢാലോചനകൾ നടക്കുന്നതായി രാജാവ് സംശയിച്ചു. മരണം ഏതു നിമിഷത്തിലും തന്നെ പിടികൂടിയേക്കുമെന്ന് അയാൾ ഭയന്നു. തന്റെ നില ഭദ്രമാക്കുന്നതിനെപ്പറ്റി അയാൾ ചിന്തിച്ചുതുടങ്ങി. മാനസികത്തകർച്ചയുടെ അത്തരമൊരു നിമിഷത്തിൽ സ്വന്തം സഹോദരന്മാരായ അപ്പാജിയെയും ലിംഗരാജനെയും വധിക്കാൻ അയാളുത്തരവിട്ടു.

രാജകിങ്കരൻ അപ്പങ്കളത്തേക്കും ഹാലേരിയിലേക്കും പുറപ്പെട്ടു.

എന്നാൽ നിമിഷങ്ങൾക്കുള്ളിൽ തന്നെ രാജാവിന് സ്വബോധം കൈവന്നു. തന്റെ പ്രവൃത്തിയുടെ ഭയങ്കരത അയാളെ കിടിലംകൊള്ളിച്ചു. വധശിക്ഷ നിർത്തലാക്കിക്കൊണ്ടുള്ള ഉത്തരവുമായി ദൂതനെ ഉടനെ അപ്പങ്കളത്തേക്കും ഹാലേരിയിലേക്കും അയച്ചു. ദൂതൻ അപ്പങ്കളത്തെത്തുന്നതിനു മുമ്പുതന്നെ അപ്പാജി വധിക്കപ്പെട്ടിരുന്നു. ഹാലേരിയിലെത്തിയവർക്ക് ലിംഗരാജനെ രക്ഷിക്കാൻ കഴിഞ്ഞു. ആ ദൂതരുടെ തലവൻ ശിവബസപ്പയായിരുന്നു.....

ഇന്ന്.....

രാജപുത്രരിലൊരാളെ രക്ഷിക്കാനുള്ള സൗഭാഗ്യം ശിവബസപ്പന്റെ മകന് ലഭിച്ചിരിക്കയാണ്.

അപ്പാജി വധിക്കപ്പെട്ടപ്പോൾ ആ കുടുംബത്തിന്റെ ചുമതലകൂടി ലിംഗരാജ ഏറ്റെടുത്തു. ജ്യേഷ്ഠന്റെ അനുവാദമില്ലാതെതന്നെ അയാൾ അപ്പങ്കളത്തേക്ക് താമസം മാറ്റി.

ആ ലിംഗരാജന്റെ പുത്രനായ ചിക്‌വീരരാജൻ ചെയ്തതോ.....? അധികാരം ഏറ്റെടുത്ത ഉടൻതന്നെ..... ഒന്നിച്ചു കളിച്ചുവളർന്ന.... സ്വന്തം വലിയച്ഛന്റെ സന്താനങ്ങളെ.... തടവിലാക്കണമെന്നോ.... വധിക്കുമെന്നോ വല്ലവരും ഊഹിച്ചിരുന്നോ.....?

അരമനരഹസ്യം ഇങ്ങനെയൊക്കെയാണെന്ന് ശങ്കരപ്പ കേട്ടിരുന്നു.

ഒരാൾക്ക് സിംഹാസനം ലഭിക്കണമെങ്കിൽ നാലുപേരുടെ തലകൾ കൊഴിഞ്ഞുവീഴണം.....! രാജാവ് ക്രൂരനും ദുഷ്ടനുമാണെന്ന് ഇതിനർഥമില്ല...... ഇതെല്ലാം ഭരണതന്ത്രമാണ്.... അധികാരം അരക്കിട്ടുറപ്പിക്കാൻ ഇങ്ങനെ ചില നടപടികൾ വേണ്ടിവരും.....

വീട്ടിനുമുന്നിലെ ആൽമരത്തിനു കീഴിൽ ശങ്കരപ്പ നിന്നു.

ശങ്കരപ്പന്റെ മുത്തച്ഛൻ നട്ടുവളർത്തിയതാണ് ആ ആൽമരം. നൂറ് നൂറ് സംഭവങ്ങൾക്ക് അത് സാക്ഷ്യം വഹിച്ചിരിക്കുന്നു......

തന്റെ പിതാവായിരുന്നെങ്കിൽ ഇപ്പോഴെന്തായിരിക്കും ചെയ്യുകയെന്ന് ശങ്കരപ്പ ആലോചിച്ചുനോക്കി.....

"ജീവിച്ചിരുന്നപ്പോഴുണ്ടാകാത്ത ദയ മരിച്ചപ്പോൾ തോന്നുന്നുണ്ടോ....." എന്ന് അയ്യണ്ണ പരിഹാസമായി ചോദിച്ചപ്പോൾ തനിക്കുത്തരം മുട്ടിപ്പോയിരുന്നു..... എന്തുകൊണ്ട്.....? തന്റെ കുതിരപ്പുറത്തു കയറ്റിയ

ശരീരത്തിന് ചൂടുണ്ടായിരുന്നെന്ന് അയ്യണ്ണനോട് പറയാൻ ഭാവിച്ചതാണ്..... ശബ്ദം തൊണ്ടയിൽ കുടുങ്ങിപ്പോയതെങ്ങനെ.....? പറഞ്ഞിരുന്നെങ്കിൽ എന്തായിരിക്കും സംഭവിക്കുക......? രാജപുത്രന്റെ കഴുത്ത് ഞെരിച്ച് കഥയവസാനിപ്പിക്കുമായിരുന്നു.....

ജീവകാരുണ്യം ശങ്കരപ്പയുടെ ഹൃദയത്തിൽ ഇരച്ചുകയറി.....

ഉടനെ കാട്ടിലെത്തണം...... ഇല്ലെങ്കിൽ വീരപ്പാജി മരണപ്പെട്ടേക്കും.... അങ്ങനെ സംഭവിച്ചാൽ താനായിരിക്കും അതിനുത്തരവാദി.... അയാളെ രക്ഷിക്കുന്നത് ദേശദ്രോഹമാകും.... എങ്കിലും..... വീരപ്പാജി അന്യനല്ലല്ലോ? രാജകുമാരനല്ലേ......? അരമനയിലെ ഉപ്പുതിന്ന് വളർന്ന താൻ കൃതഘ്നത കാട്ടിയാലോ.....?

ചിക്‌വീരരാജനു പകരം വീരപ്പാജി രാജാവാകണമെന്നാണോ മനസ്സ് മന്ത്രിക്കുന്നത്.....? ഛെ.... ഛെ..... ഒരിക്കലുമില്ല...... ആ ചിന്ത ഒരു രാജദ്രോഹിക്കുള്ളതാണ്.... താൻ രാജദ്രോഹിയല്ല.... രാജഭക്തനാണ്. മനുഷ്യസഹജമായ കാരുണ്യമാണ് തന്നിലുണർന്നിരിക്കുന്നത്. ധർമത്തിന് അടിസ്ഥാനം ദയയാണല്ലോ......? നഞ്ചരാജ പട്ടണത്തിലെ സ്വാമികൾ അങ്ങനെ പറഞ്ഞതായി ഓർക്കുന്നു.....

തന്റെ അന്തഃകരണം കുതിരയ്ക്ക് മനസിലായോ....? ചലിക്കാതെ നിൽക്കുന്നത് കണ്ടില്ലേ..... പാവം.....!

ശങ്കരപ്പന്റെ തലച്ചോറിൽ കാറ്റും കോളുമുണ്ടായി. ഇടിയൊച്ചകേട്ട് അയാൾ ഞെട്ടിവിറച്ചു. കാറ്റിൽ അയാളുടെ ധൈര്യം പറന്നുപോയി...... രക്ഷപ്പെടാനാകാതെ അയാൾ ആൽമരത്തിലേക്ക് കണ്ണോടിച്ചു.... അവിടെ..... പിതാവ് പ്രത്യക്ഷനായതായി ശങ്കരപ്പന് തോന്നി.....

"അച്ഛാ..... ഞാനെന്താണ് ചെയ്യേണ്ടത്..... എന്താണ് ചെയ്യേണ്ടത്?"

അച്ഛൻ കൈനീട്ടി അനുഗ്രഹിക്കുകയാണ്......

പെട്ടെന്ന് കാറ്റും കോളും നിലച്ചു. തണുത്ത അന്തരീക്ഷത്തിൽ ആ ഹൃദയം നിശ്വസിച്ചു. ഹൃദയഭാരം ചുരുങ്ങിയതോടെ രക്തസഞ്ചാരം ദ്രുതഗതിയിലായി.

കിഴക്കെ ചക്രവാളം പ്രഭാതത്തിന്റെ ആഗമനം അറിയിച്ചു. ആലിലകൾ മർമര ധ്വനികളുയർത്തി സ്വാഗതം പറഞ്ഞു.

നിശ്ചലമായി നീണ്ടുകിടക്കുന്ന പാത.

പിന്നെ താമസിച്ചില്ല.

ശങ്കരപ്പ കടിഞ്ഞാൺ വലിച്ചു. കാൽമടമ്പ് പുറത്ത് കുത്തി അയാൾ കൽപ്പന നൽകി. ഏതോ ലക്ഷ്യത്തിലേക്ക് ആ കുതിര കുതിച്ചുപാഞ്ഞു.

കുതിരപ്പുറത്തിരിക്കുന്ന ശങ്കരപ്പന്റെ ചിന്ത പലവഴിക്കും പാഞ്ഞുനടന്നു.

നാളെ..... ഒരുപക്ഷേ, സഭ വിളിച്ചുകൂട്ടി തനിക്ക് സമ്മാനങ്ങൾ നൽകിയേക്കും! അല്ലെങ്കിൽ മറ്റുവല്ല ഉദ്യോഗത്തിലും നിയമിച്ചേക്കും.... അതിനുമുമ്പ്..... അതിനുമുമ്പ്...... ഇത് സാധിക്കണം. ദൈവാനുഗ്രഹമുണ്ടാകുന്ന ഈ ജോലി ചെയ്തുതീർക്കണം.

“എല്ലാം മുകളിലുള്ളവന്റെ കളിയാണ്.....” ശങ്കരപ്പ കടിഞ്ഞാൺ നീട്ടിപ്പിടിച്ചു.

3

കാട്ടിലെത്തിയ ശങ്കരപ്പ അമ്പരന്നുപോയി. വീരപ്പാജിയുടെ ശരീരമെവിടെ.....? നഞ്ജുണ്ടപ്പന്റേത് അവിടെത്തന്നെയുണ്ട്.

വിപത്ത് സംഭവിച്ചുവോ....? ശങ്കരപ്പന് പശ്ചാത്താപം തോന്നി. ആലോചിച്ചുനിന്ന് സമയം കളയരുതായിരുന്നു. കുറ്റബോധം അയാളെ അസ്വസ്ഥനാക്കി.

വല്ല കാട്ടുമൃഗവും ആ ശരീരം കടിച്ചുകൊണ്ടുപോയിരിക്കണം. ആ നിഗമനം ആത്മരക്ഷയെക്കുറിച്ച് ചിന്തിക്കാൻ പ്രേരണനൽകി. നരിയോ പുള്ളിപ്പുലിയോ ആകണം. തന്നെയും കുതിരയെയും അത് ലക്ഷ്യമിടുന്നുണ്ടാകണം.

ശങ്കരപ്പ വാൾ ഊരി കൈയിൽപ്പിടിച്ചു.

ഉടനെ രക്ഷപ്പെടുന്നതാണ് ഉചിതം....

അന്തഃകരണം വിസമ്മതിച്ചു...

ഇതുവരെ വന്ന സ്ഥിതിക്ക്..... ആ ശരീരത്തിന് എന്തു സംഭവിച്ചെന്നുകൂടി അറിഞ്ഞിട്ട് പോയാൽ പോരേ.....?

നിമിഷങ്ങൾ യുഗങ്ങളാകുന്നു.

പുലിയുടെ ഒച്ചയൊന്നും കേൾക്കുന്നില്ലല്ലൊ....?

പെട്ടെന്ന് ഒരു ഞരക്കം അയാളുടെ ചെവിയിൽ വന്നുവീണു.

ഒറ്റക്കുതിപ്പിന് അയാൾ ശബ്ദംകേട്ട സ്ഥലത്തെത്തി. അവിടെ വീരപ്പാജി അവശനിലയിൽ കിടന്നിരുന്നു. ആ തൊണ്ടയിൽനിന്നാണ് ഞരക്കം പുറപ്പെട്ടത്. നരഭോജിയുടെ ലക്ഷണംപോലുമെങ്ങുമില്ല.

വാൾ ഉറയിൽ തിരുകി അയാൾ കുനിഞ്ഞിരുന്നു. ശ്വാസഗതി നിലച്ചിട്ടില്ല. കൺപോളകൾ, ജീവസറ്റവയാണെങ്കിലും അൽപ്പം വിടർന്നിട്ടുണ്ട്.

ബോധം വന്നതിനുശേഷം വീരപ്പാജി ഇഴഞ്ഞു നീങ്ങാൻ ശ്രമിച്ചിരിക്കണമെന്ന് ശങ്കരപ്പ ഊഹിച്ചു.

കൂടുതലാലോചിക്കാതെ അയാൾ വീരപ്പാജിയെയെടുത്ത് കുതിരപ്പുറത്ത് കിടത്തി.

നഞ്ജുണ്ടപ്പന്റെ മൃതദേഹത്തിലേക്ക് ശങ്കരപ്പ ദൃഷ്ടിപായിച്ചു. അത് മറവ് ചെയ്ത് പോയാൽ പോരെ.....? ഉത്തരം ഉടനെ കിട്ടി. പോര.... സമയം കഴിയുന്തോറും ആപത്ത് കൂടിവരികയാണ്. മരിച്ചവർ ഇനി തിരിച്ചുവരില്ല..... ജീവിച്ചിരിക്കുന്നവനെങ്കിലും വല്ലതും ചെയ്യുന്നതാണ് ഉത്തമം.....

ശങ്കരപ്പന്റെ മനോഗതം ശരിവയ്ക്കുന്നതുപോലെ കുതിര ചിനച്ചു.

കുതിച്ചുപായുന്ന കുതിരപ്പുറത്തിരുന്ന് ശങ്കരപ്പ ഭാവിനടപടികൾ ആസൂത്രണം ചെയ്തു. മടിക്കേരിയിലേക്ക് പോകുന്നതിനുപകരം അയാൾ കുതിരയെ ഹൊസങ്ങളിയിലേക്ക് നയിച്ചു.

ഹൊസഗളിയിലെ മല്ലപ്പണ്ണ ശങ്കരപ്പന്റെ ഒരു ബന്ധുവാണ്. രാജസേവയ്ക്ക് പകരമായി ലഭിച്ച നിലത്ത് കൃഷിചെയ്തുകൊണ്ട് അയാൾ ജീവിക്കുകയാണ്. രാജാവാവശ്യപ്പെടുമ്പോഴെല്ലാം ആയുധധാരിയായി അയാൾ സൈന്യാധിപന്റെ മുന്നിൽ ഹാജരാകും. മറ്റവസരങ്ങളിൽ ഗ്രാമത്തിൽതന്നെ കഴിയുകയാണ് പതിവ്.

ഇപ്പോൾ ശങ്കരപ്പന് അയാളുടെ സഹായമാണ് വേണ്ടത്.

രണ്ടുനാഴിക പുലരാനുള്ളപ്പോഴേക്കും അയാൾ ഹൊസഗളിയിലെത്തിച്ചേർന്നു.

വയലേലകളിൽ കാലികളുടെ മണികിലുക്കം കേൾക്കാമായിരുന്നു. മല്ലപ്പണ്ണന്റെ ഭാര്യ ഈശ്വരപ്രാർഥന നടത്തുകയായിരുന്നു.

“മല്ലപ്പണ്ണാ.... മല്ലപ്പണ്ണാ.....” ശങ്കരപ്പ വിളിച്ചു.

ഈശ്വരപ്രാർഥന നിലച്ചു.

“ആരത്.....” അകത്തുനിന്ന് ചോദ്യമുയർന്നു.

“ഞാനാണ്. ശങ്കരപ്പ....”

“ഇതാ വര്ന്ന്....”

ഭർത്താവിനെ ഉണർത്തിയശേഷം അക്കമ്മ വാതിൽതുറന്നു.

“അകത്തേക്ക് വാ. ഇതെന്താ ഈ രാവിലെ....? കാല് കഴുകാൻ വെള്ളം കൊണ്ടുവരട്ടെ.....”

“വേണ്ട. മല്ലപ്പണ്ണനെഴുന്നേറ്റില്ലേ.....? ഒരത്യാവശ്യകാര്യമാണ്....”

അക്കമ്മയുടെ കണ്ണുകൾ മുറ്റത്തുനിൽക്കുന്ന കുതിരപ്പുറത്തേക്ക് പാഞ്ഞുചെന്നു. അതിന്റെ പുറത്തുള്ള ഭാരം കണ്ടപ്പോൾ അവരുടെ പുരികം ചുളിഞ്ഞു. മുഖത്ത് ഭാവപ്പകർച്ചയുണ്ടായി. ഇതിനിടയിൽ മല്ലപ്പണ്ണ പുറത്തിറങ്ങി.

“വാ ശങ്കരപ്പാ.... എന്താ വിശേഷം....”

ശങ്കരപ്പ മല്ലപ്പണ്ണനെ മുറ്റത്തേക്ക് കൂട്ടിക്കൊണ്ടുപോയി, പതുങ്ങിയ ശബ്ദത്തിൽ കാര്യം ധരിപ്പിച്ചു. മല്ലപ്പണ്ണന്റെ മുഖം വിളറിയതോ അയാൾ അധീരനായതോ ഒന്നും ശങ്കരപ്പ ശ്രദ്ധിച്ചില്ല. അതൊന്നും ശ്രദ്ധിക്കാനുള്ള സമയമായിരുന്നില്ല അപ്പോൾ.

“നിങ്ങളെമാത്രം വിശ്വസിച്ചാണ് ഇങ്ങോട്ട് വന്നത്....”

“ഉം.... പിടിക്ക്. അകത്തെടുത്ത് കിടത്താം.....” പ്രയാസപ്പെട്ട് മല്ലപ്പണ്ണ പറഞ്ഞു.

രണ്ടുപേരും ചേർന്ന് വീരപ്പാജിയെ അകത്തു കൊണ്ടുപോയി കിടത്തി, ബോധം തെളിഞ്ഞിരുന്നില്ല. മരിച്ചുപോയോ എന്നുപോലും ശങ്കരപ്പ ഭയന്നു.

“എന്റെ പ്രവൃത്തിക്ക് ഫലമില്ലാതായോ.....?”

“ക്ഷമിക്ക്.... വിഷമിക്കാതെ..... നമുക്ക് നോക്കാമല്ലോ.....” മല്ലപ്പണ്ണ ഭാര്യയുടെ നേർക്ക് തിരിഞ്ഞു പറഞ്ഞു: “കുറച്ച് വെള്ളം കൊണ്ടുവാ....”

മുഖത്ത് വെള്ളം വീണപ്പോൾ വീരപ്പാജി കണ്ണുതുറന്നു.

“ഈശ്വരൻ അനുഗ്രഹിച്ചു.....” ശങ്കരപ്പ ദീർഘശ്വാസം വിട്ടു.

മല്ലപ്പണ്ണന്റെ പത്നി ഉപ്പിട്ട നാരങ്ങവെള്ളം കൊണ്ടുവന്നു. ആദ്യത്തെ കവിൾ ഇറങ്ങാൻ വളരെ പ്രയാസപ്പെട്ടു. മൂന്നു നാലു കവിൾ അകത്തായപ്പോൾ വീരപ്പാജി മതിയെന്ന അർഥത്തിൽ തലയിളക്കി.

"കൂടുതൽ കൊടുക്കണ്ട.... ഛർദിക്കും......" മല്ലപ്പണ്ണ ഗ്ലാസ് ഭാര്യയുടെ കൈയിൽ കൊടുത്തു.

"ഇനി പേടിക്കാനില്ല..... അല്ലേ.....?"

"ഉം...."

"ഇയാളാരാ...." അക്കമ്മ ജിജ്ഞാസുവായി.

"അതൊക്കെ പിന്നെ പറയാം....." മല്ലപ്പണ്ണ എഴുന്നേറ്റ് പുറത്തിറങ്ങി.

അക്കമ്മ കൂടുതലൊന്നും ചോദിച്ചില്ല.

"എന്നാൽ ഞാനിറങ്ങട്ടെ....."

"നല്ലപോലെ വെളുക്കുന്നതിനുമുമ്പേ സ്ഥലം വിടുന്നതാണ് യുക്തി."

"ശരിയാണ്."

"എങ്കിലും നല്ലൊരു കുടുക്കിലാണ് എന്നെ പിടിച്ചിട്ടിരിക്കുന്നത്....." ഹൃദയഭാരം ഇറക്കിവയ്ക്കാനെന്നവണ്ണം മല്ലപ്പണ്ണ പറഞ്ഞു: "തലപോകുന്ന പണിയാണ്......"

"ഞാൻ മറ്റെന്ത് ചെയ്യാനാ.....? പറയൂ...."

"ഇയാൾ നേരെയാവണമെങ്കിൽ ഇനിയും ആറേഴ് ദിവസമെടുക്കും. നിങ്ങൾ ഇനി വരില്ലേ.....?"

"ഞാനെന്തിന് വരണം.... എന്റെ കടമ കഴിഞ്ഞില്ലേ.....?"

"ശരിയാണ്. നിങ്ങളുടെ കടമ കഴിഞ്ഞു. ഇനി എന്റെ കടമയാണ്. ഒരാഴ്ചക്കാലം ഇയാളെ ശുശ്രൂഷിക്കണം. ആകട്ടെ ചെയ്തോളാം. പിന്നെയോ......?"

"അത് ഞാനും ചിന്തിക്കായ്കയല്ല....."

"ഇയാൾ സാധാരണക്കാരനല്ലല്ലോ.... രാജപുത്രനല്ലേ....."

"നിങ്ങളുടെ അഭിപ്രായമെന്താ....?"

"നടക്കാനായാൽ ഉടനെ പറഞ്ഞുവിടുക......"

"അതേ.... അങ്ങനെതന്നെയാവട്ടെ...."

"മറ്റൊരു ചെവി ഇക്കാര്യമറിയരുത്....."

"അത് പ്രത്യേകം പറയണോ.....?"

"എന്നാൽ പുറപ്പെട്ടോ...."

തന്റെ ബന്ധുവിനോട് നന്ദിപ്രകാശിപ്പിക്കാൻ വാക്കുകളില്ലാതെ ശങ്കരപ്പ വിഷമിച്ചു. തൊണ്ട ഇടറുകയാണ്. ശബ്ദം പൊങ്ങുന്നില്ല......

കുതിരപ്പുറത്തു കയറിയ ശങ്കരപ്പനോട് മല്ലപ്പണ്ണ ഒരു കാര്യംകൂടി പറഞ്ഞു:

"നിങ്ങൾ ഇന്ന് ഹൊസഗ്ളിയിൽ വന്നിട്ടില്ല. മറന്നുപോകരുത്...."

"ഉം....."

കുതിര കണ്ണിൽനിന്നു മറയുന്നതുവരെ അയാൾ മുറ്റത്ത് നിന്നു.

"മറ്റാരും ഇതറിയരുത്....." അയാൾ ഭാര്യയെ താക്കീതു ചെയ്തു.

"ഉം....."

"ഇയാൾ രാജകുമാരനാണ്....."

"ഞാനപ്പോഴേ ഊഹിച്ചിരുന്നു."

"മഹാരാജാവിന്റെ വലിയച്ഛന്റെ മകൻ....."

"നമ്മുടെ കുട്ടികളോടെന്താ പറയുക.....?"

"മൈസൂരിലുള്ള അമ്മാവനാണെന്ന് പറയണം. സുഖമില്ലാതെ വന്നിരിക്കയാണെന്നും ആരും ബുദ്ധിമുട്ടിക്കരുതെന്നും നിർദേശിക്കണം...."

"ഉം...."

"കഴിയുന്നതും സുഖപ്പെട്ടാലുടനെ പറഞ്ഞുവിടണം...."

"വേഗത്തിൽ സുഖപ്പെട്ടാൽ മതിയായിരുന്നു....."

"എന്തായാലും ഒരാഴ്ച.... അതിൽകൂടുതലില്ല..... അതുവരെ സൂക്ഷിക്കണം......"

4

മഹാറാണി, കൊട്ടാരവാതിൽ തുറന്നു. സർദാർമാരും പ്രഭുക്കളും വന്നുകൊണ്ടിരിക്കയാണ്. "എന്തൊരു ബഹളം....." കുളികഴിഞ്ഞ് സൂര്യശോഭയേറ്റു നിന്നിരുന്ന റാണിയെ ദാസി അറിയിച്ചു.

യുവസുന്ദരിയായ ആ കുടക് റാണിയുടെ ചുണ്ടിൽ മൃദുമന്ദസ്മേരം വിടർന്നു. രാജകുടുംബത്തിൽ ജനിക്കാതെയാണ് ഗൗരമ്മ കുടക് റാണിയായത്. ലിംഗരാജ മകന് യോജിച്ച ഒരു പെണ്ണിനെ കുടകത്തികളിൽ നിന്ന് തെരഞ്ഞെടുക്കുകയാണുണ്ടായത്.

"ഇന്ന് ദർബാർ നടക്കുന്നുണ്ട്. നായാട്ട് കഴിഞ്ഞെത്തുമ്പോഴേക്കും എത്തിച്ചേരണമെന്ന് എല്ലാവരെയും അറിയിച്ചിട്ടുണ്ട്" റാണി പറഞ്ഞു.

"അതെയോ.....?"

സൂര്യകിരണങ്ങൾ നൃത്തംവച്ചുകൊണ്ടിരുന്ന റാണിയുടെ കപോലങ്ങളിൽ ദാസിയുടെ മിഴികൾ തങ്ങിനിന്നു. നായാട്ടു കഴിഞ്ഞെത്തിയ മഹാരാജാവിന്റെകൂടെ രാത്രി കഴിച്ചുകൂട്ടിയ റാണി കൂടുതൽ സന്തോഷവതിയായിരിക്കുന്നതായി ദാസിക്കു തോന്നി. അടുത്തനിമിഷത്തിൽ ത്തന്നെ ദാസി തന്നത്താൻ ശപിച്ചു. ഓ.... താനെന്തൊക്കെയാണ് ചിന്തിക്കുന്നത്. നാണമില്ലേ ഇതൊക്കെ ആലോചിക്കാൻ.... രതീദേവിയെപ്പോലുള്ള.... സ്ത്രീവാടികയിലെ അപൂർവ കുസുമമായ റാണിയെ താൻ കണ്ണുവയ്ക്കുകയാണോ.....? കണ്ണുകൊള്ളാതിരിക്കാൻ അവൾ കൈവിരൽ തലയിലമർത്തി കെട്ടൊടിച്ചു.

"നീയെന്താ ചെയ്യുന്നത്.....?"

"ഒന്നുമില്ല മഹാറാണീ. ആ ജട ഞാൻ തീർത്തുതരട്ടെ?"

"വേണ്ട. നീ ചെന്ന് അദ്ദേഹം തയാറായോ എന്ന് നോക്കിവാ....."

"ആം..... മഹാറാണി....."

റാണി മാളികപ്പുറത്തെ കിളിവാതിലിനടുത്ത് വന്നുനിന്നു. അവിടെ നിന്ന് നോക്കിയാൽ കുടക് മുഴുവൻ കാണാമായിരുന്നു. വീടുകൾ തിങ്ങി നിൽക്കുന്ന മടിക്കേരി പട്ടണം. മുകൾപ്പരപ്പ് മാത്രമേ ദൃഷ്ടീഭവിക്കുന്നുള്ളൂ. ചുറ്റും പച്ചപിടിച്ചുറങ്ങുന്ന മലനിരകൾ. അതിനപ്പുറത്ത് നീലമല. ആകാശത്ത് കെട്ടിത്തൂക്കിയ മഞ്ഞുപുടവ കാറ്റിലാടിക്കളിക്കുന്നു. പടർന്നുകിടക്കുന്ന ഫലസമൃദ്ധിനിറഞ്ഞ ഈ നാടിന്..... ഈ കുടകിന്.... റാണിയാണ് താൻ.

ദർബാർഹാളിന് മുന്നിൽ തിരക്ക് കൂടിക്കൂടിവന്നു. ചിലർ പല്ലക്കിലാണ് വന്നിറങ്ങുന്നത്. മറ്റുചിലർ കുതിരപ്പുറത്തും.....

'രാജ്യസ്നേഹികളായ നാട്ടുപ്രഭുക്കളാണിവർ. ഇവരുടെ പിന്തുണയുള്ളതുകൊണ്ടാണ് രാജ്യലക്ഷ്മി അഭംഗുരം നിലകൊള്ളുന്നത്....' ഗൗരമ്മ സ്വയം പറഞ്ഞു.

കൊമ്പുവിളിയുയർന്നു. പെരുമ്പറ മുഴങ്ങി.

ഗൗരമ്മയുടെ ദൃഷ്ടി ആ ഭാഗത്തേക്ക് ഓടിച്ചെന്നു.

കൊട്ടാരജോലിക്കാരും പടയാളികളും ചേർന്ന് വേട്ടപ്പുലികളെ ആനയിക്കുകയാണ്. കൗതുകത്തോടെ റാണി ആ കാഴ്ച നോക്കിനിന്നു. കഴിഞ്ഞ രാത്രി തന്റെ തോളത്ത് മുഖമമർത്തിക്കൊണ്ട് ആ പുലികളെ കൊന്ന കഥ മഹാരാജാവ് വിവരിച്ചിരുന്നു.

ലജ്ജയും സങ്കോചവും റാണിയുടെ മുഖത്ത് നിഴലിച്ചു.

അടുത്ത ക്ഷണത്തിൽത്തന്നെ ആ ഹൃദയം അഭിമാനംകൊണ്ട് വീർപ്പുമുട്ടി.

കൊട്ടാരവാതിലിന്റെ ഇരുഭാഗത്തുമായി ആ പുലികളെ നിർത്തിവച്ചു.

"ദ്വാരപാലകന്മാരാണ്....." ജനങ്ങൾ ഉച്ചത്തിൽ വിളിച്ചുപറയുന്നത് റാണിയും കേട്ടു. പൊട്ടിച്ചിരിക്കാതിരിക്കാൻ റാണിക്ക് കഴിഞ്ഞില്ല.

"കുടക് സിംഹാസനാധീശൻ.... ചിക്‌വീരരാജ അവർകൾ ജയിക്കട്ടെ....." പ്രജകൾ വിളിച്ചുപറഞ്ഞു.

തനിക്കും അതേറ്റുവിളിക്കണമെന്ന് റാണിക്ക് തോന്നി. പക്ഷേ, താനേറ്റുവിളിച്ചാൽ ജനങ്ങളെന്ത് വിചാരിക്കും....? ചിരിച്ചുകളിക്കാൻ താൻ ഭ്രാന്തിയൊന്നുമല്ലല്ലോ.....? താൻ റാണിയല്ലേ....? മഹാരാജാവിന് ലഭിക്കുന്ന ബഹുമതികൾക്ക് താനും അർഹയാണല്ലോ.....?

ദാസി കടന്നുവന്നു.

"എന്താ....?"

"തിരുമനസ്സ് അന്വേഷിക്കുന്നു....."

"ഇതാ.... വരുന്നു."

തലകുടഞ്ഞു കെട്ടിയശേഷം റാണി ദാസിയെ അനുഗമിച്ചു.

ഓടിപ്പോകണമെന്ന് റാണിക്ക് തോന്നി. പക്ഷേ, മഹാരാജാവിന്റെ നിർദേശം അവളെ തടഞ്ഞു. "ഭവതി റാണിയാണെന്നകാര്യം ഒരിക്കലും മറക്കരുത്."

കുടകിലെ നാട്ടിൻപുറത്ത് ഓടിച്ചാടി നടന്നിരുന്ന ഗൗരമ്മയ്ക്ക് വാക്കിലും നോക്കിലും പ്രൗഢി കൈവരുത്താൻ എളുപ്പത്തിൽ സാധിച്ചു. എന്നാൽ പുള്ളിമാനിന്റെ ആ തുള്ളിച്ചാട്ടമുണ്ടല്ലോ അതുപേക്ഷിച്ച് മന്ദഗാമിയാവുക സുകരമായിരുന്നില്ല......

രാജാവിന് സ്വന്തമായുള്ള മുറി. അവിടെ പരിചാരകന്മാരുടെ ബഹളമില്ല.

"വരൂ....."

ഗൗരമ്മ മന്ദം മന്ദം കടന്നുചെന്നു.

രാജാവ് പത്നിയെ ചേർത്തുപിടിച്ചു...... റാണിയുടെ മിഴികളിൽ ലജ്ജ തളിരിട്ടു. ആ കവിളിണകളിൽ നുണക്കുഴികൾ വിരിഞ്ഞു.

പതിദേവന്റെ ശിരസിലൂടെ അവളുടെ ദൃഷ്ടി ഊർന്നിറങ്ങി.

ചീകിമിനുക്കിയ തലമുടി. വജ്രവൈഡൂര്യങ്ങളാൽ തിളങ്ങുന്ന സ്വർണ കിരീടം. തിളങ്ങുന്ന കണ്ണുകൾ. കവിളുകളിൽ മുത്തമിടുന്ന കർണാഭരണം..... കാറ്റിലിളകുന്ന മഞ്ഞ നിലയങ്കി..... കാൽത്തുടകളിൽ മുറുകിക്കിടക്കുന്ന വെള്ളശരായി.... സ്വർണ്ണ അരപ്പട്ട..... വജ്രപ്പിടിയുള്ള കഠാരി.... രജപുത്താനയിലെ ചെരിപ്പുകുത്തികൾ നിർമിച്ച പാദരക്ഷ.....

"ഭവതി സന്തോഷവതിയായിരിക്കുന്നില്ലേ.....?"

ഭർത്താവിന്റെ പിടിയിൽനിന്ന് കുതറിമാറിക്കൊണ്ട് റാണി മൊഴിഞ്ഞു:

"അവിടുത്തെ സന്തോഷമാണ്.... ഈയുള്ളവളുടെയും സന്തോഷം....... രാജസഭയ്ക്കു എഴുന്നള്ളാൻ കാലമായി....."

"ശരി.... ഭവതിയുടെ ആജ്ഞയ്ക്കായി നാം കാത്തിരിക്കയായിരുന്നു....."

"ഇങ്ങനെയൊക്കെ നാടകീയമായി പറഞ്ഞാൽ ഞാൻ നാണിച്ചുപോകും......."

"ആ നാണം നമ്മെ പുളകം കൊള്ളിക്കുകയാണ്....."

റാണി ഉത്തരം പറയാതെ തലകുനിച്ചുനിന്നു.

"ഒരു കാര്യംകൂടി അറിയിക്കാനുണ്ട്....." രാജാവ് പറഞ്ഞു.

"ഉത്തരവായാലും...."

"നമ്മുടെ ബന്ധുക്കൾ കഴിഞ്ഞരാത്രി മരണപ്പെട്ടിരിക്കുന്നു....."

"ങ്ഹേ....!" റാണി ഞെട്ടലോടെ മുഖമുയർത്തി.

"ദുഃഖമുണ്ടായോ.....? നമ്മെ ആനന്ദിപ്പിക്കുന്ന ഒരു വാർത്തയല്ലേ ഇത്....? ഇനി നമ്മുടെ രാജമാർഗം നിഷ്കണ്ടകമാണ്....."

"ഇവിടെ തടവറയിൽ ഇട്ടിരുന്നവരല്ലേ....?"

"അതേ..... അവർതന്നെ..... നമ്മുടെ വലിയച്ഛന്റെ മക്കൾ..... അവർ വസൂരി പിടിച്ചാണ് മരണപ്പെട്ടത്...."

"വസൂരിപിടിച്ചോ....?"

"അതേ.....! നമ്മുടെ ശത്രുക്കളെല്ലാം വസൂരി പിടിപെട്ടാണ് മരിക്കുക....." തെല്ല് പരുഷസ്വരത്തിൽ രാജാവ് പറഞ്ഞു.

റാണിയെ ആ സ്വരം ഭയപ്പെടുത്തി.

"പാവം.... രാജമ്മാജി..... ഇത്ര ചെറുപ്പത്തിൽത്തന്നെ വിധവയായ ല്ലോ....."

"രാജമ്മാജിയോ.....? ഓ.... വീരപ്പാജിയുടെ പത്നിയല്ലേ......? എട്ടും പൊട്ടും തിരിയാത്തവൾ..... എട്ടുവർഷം പ്രായമായ കൊച്ചുകുഞ്ഞ്...... ഭർത്താവിന്റെ ശരീരം സ്പർശിക്കാൻകൂടി യോഗമായിട്ടുണ്ടാവില്ല...."

"രാജമ്മാജിയെയും അമ്മയെയും ഇവിടെ പാർപ്പിച്ചുകൂടെ....?"

ചിക് വീരരാജന്റെ പുരികം ചുളിഞ്ഞു. അസഹ്യത ആ മുഖത്ത് പ്രകടമായി.

"ഇവിടെ വേണ്ട. നമ്മുടെ സഹോദരിയോടൊന്നിച്ച് അപ്പങ്കളത്തു കഴിയട്ടെ. പ്രായമെത്തിയാൽ വല്ലവരും കെട്ടിക്കൊണ്ടുപോകും....."

"ഛെ....! ഛെ!....." റാണി അതൃപ്തി പ്രകടിപ്പിച്ചു. "ഭർത്താവ് നഷ്ട പ്പെട്ട ഒരു സ്ത്രീയോടുള്ള മനോഭാവമാണോ ഇത്....."

ചിക്‌വീരരാജ പൊട്ടിച്ചിരിച്ചു. ഇരിപ്പിടത്തിൽനിന്നെഴുന്നേറ്റ് മൂന്നു നാലടി നടന്നശേഷം അയാൾ തിരിഞ്ഞുനിന്നു.

"മഹാറാണിയുടെ കാര്യത്തിൽ നമുക്ക് സങ്കടമുണ്ട്...."

ഗൗരമ്മ മുഖമുയർത്തി. ഭർത്താവിന്റെ മുഖത്ത് വേദനയുടെ നിഴൽ പോലുമില്ല..... പകരം പരിഹാസവും..... സംതൃപ്തിയും നിറഞ്ഞുനിൽക്കു ന്നു..... റാണിക്ക് അത്ഭുതം തോന്നി.

"എന്താ അങ്ങനെ കൽപ്പിച്ചത്....?"

"നമുക്ക് ഒരു സന്തതിയുണ്ടാകുന്നതിനെക്കുറിച്ച് ഭവതി കാര്യമായി ചിന്തിക്കുന്നില്ല..... അതാണ് നമ്മെ സങ്കടപ്പെടുത്തുന്നത്....." കുസൃതി ച്ചിരിയോടെ രാജാവ് പറഞ്ഞു.

റാണി നാണിച്ചുപോയി. ആ കവിൾത്തടം തുടുത്തു. അതുകണ്ട് രാജാവ് സന്തുഷ്ടിയടഞ്ഞു.

ചുളിഞ്ഞ പുരികം നേരെയാക്കി ഉറച്ച കാൽവെപ്പോടെ രാജാവ് പുറ ത്തേക്കു നീങ്ങി.

പുറത്ത് ദിവാന്മാർ രാജാവിനെ കാത്തിരിക്കയായിരുന്നു.

5

ദിവാന്മാരായ ലക്ഷ്മീനാരായണനും അപ്പാരണ്ട ബോപ്പണ്ണനും എഴുന്നേറ്റുനിന്ന് രാജാവിനെ വണങ്ങി.

"കാത്തിരുന്ന് മുഷിഞ്ഞോ....?"

"ഇല്ല...... ഇല്ല......" ലക്ഷ്മീനാരായണ പറഞ്ഞു:

"മഹാരാജാവിന്റെ ദർശനത്തിനായി ദർബാർ തിടുക്കപ്പെട്ടിരിക്കയാ ണ്....." ബോപ്പണ്ണ അറിയിച്ചു.

"പോകാം....."

ദിവാന്മാർ നീങ്ങാതെ മുഖത്തോടുമുഖം നോക്കിനിന്നു....

"എന്താ.....?"

ബോപ്പണ്ണ ലക്ഷ്മീനാരായണിനോട് ആംഗ്യം കാണിച്ചു.....

"അപ്പാജിയുടെ മക്കളെക്കുറിച്ച് ജനങ്ങൾ കുശുകുശുക്കാൻ തുടങ്ങിയിരിക്കുന്നു......"

"ഇത് അരമനയുമായി ബന്ധപ്പെട്ട കാര്യമല്ലേ....?" രാജാവ് ചോദിച്ചു.

"എങ്കിലും ജനങ്ങൾക്ക് സംശയമുണ്ടെന്ന് തോന്നുന്നു....."

"എന്ത് സംശയം.....? അവർ തടവിലായിരുന്നു. തടവിൽ വെച്ചുതന്നെ അവർക്ക് വസൂരി പിടിപെട്ടു..... അതിൽനിന്ന് രക്ഷപ്പെടാൻ ആർക്കു കഴിയും....? ഈശ്വര നിശ്ചയം അതായിരിക്കണം......"

ദിവാന്മാരുടെ മുഖത്ത് വിസ്മയം തുടിച്ചുനിന്നു.

"തിരുമനസുകൊണ്ട് തന്നെ ഈ വാർത്ത സഭയെ അറിയിക്കാൻ ദയവുണ്ടാകണം....." ബോപ്പണ്ണ പറഞ്ഞു.

"ശരി.....! ആകട്ടെ.... ഇനി പോകാമല്ലോ....."

ദർബാർഹാളിലേക്ക് കടക്കുന്നതിനുമുമ്പേ പരിചാരകന്മാർ ചാമരവുമായെത്തി. സ്തുതിപാഠകന്മാർ രാജാവിന്റെ തിരുനാമങ്ങളെ വാഴ്ത്തി.

"ശ്രീമദ്..... രാജാധിരാജ.... രാജപരമേശ്വര.... രാജഗംഭീര..... കുടക് സിംഹാസനാധീശ.... ശ്രീ.... ശ്രീ... ചിക്‌വീരരാജ അവർകൾ എഴുന്നള്ളുന്നു...."

കൊമ്പുവിളി മുഴങ്ങി.

അലങ്കരിച്ച സിംഹാസനത്തിൽ രാജാവ് ഉപവിഷ്ഠനായി. സദസ്സ് കരഘോഷം മുഴക്കി. ജയജയാരവത്താൽ അന്തരീക്ഷം മുഖരിതമായി. രാജസ്തുതിപരമായ മംഗളശ്ലോകങ്ങൾ സഭയെ പുളകമണിയിച്ചു.

"നമസ്തുംഗ ശിരശ്ചുംബി ചന്ദ്രചാമര ചാരവെ.....!
ത്രൈലോക്യ നഗരാരംഭ മൂലസ്തംഭായ ശംഭവെ....."

ചിക്‌വീരരാജ ചുറ്റും കണ്ണോടിച്ചു. ഇടതുഭാഗത്തെ നിരതുടങ്ങുന്നത് ദിവാനദ്ദയ്യരിൽനിന്നാണ്. ലിംഗരാജന്റെ കാലത്ത് മന്ത്രിയായിരുന്ന ചെപ്പുഡീര പൊന്നപ്പ അയാൾക്കു പിന്നിലുണ്ട്. ലിംഗരാജന്റെ കാലശേഷം മന്ത്രിപദത്തിൽ തുടരാൻ അയാൾ വിസമ്മതിക്കുകയാണുണ്ടായത്. ബോപ്പു ദിവാനായ ബോപ്പണ്ണന്റെ അരികിലായി പുട്ട ബസവനുണ്ട്. പിന്നെ അബ്ബാസ് അലി. വൈശ്യമുഖ്യന്മാർ.... വലതുവശത്തെ നിര കുടക് സൈന്യാധിപരിൽനിന്ന് തുടങ്ങുന്നു.... സർവസൈന്യാധിപരായ നാലുപേരും അടുത്തടുത്തായി ആസനസ്ഥരായിരിക്കുന്നു.... സ്വർണം പതിപ്പിച്ച കടുംചുവപ്പു നിറത്തിലുള്ള കൊമ്പിന്റെ തൊപ്പി അവരുടെ ഗാംഭീര്യം വർധിപ്പിക്കുന്നു..... വീര്യം വിളിച്ചോതുന്ന പോർച്ചട്ടയും കവചവും ശരീരത്തിൽ മുറുകിക്കിടക്കുന്നു. അരയിൽകെട്ടിയ ചുവന്ന പട്ടയിൽനിന്ന് തൂങ്ങിനിൽക്കുന്ന വെള്ളികൊണ്ടുള്ള വാളുറ. സേനാനായകന്മാർക്കപ്പുറത്ത് പടയാളികൾ. തുടർന്ന് കുടകർ, ശൈവർ, കൊട്ടാരസേവകരായ ഗൗഡർ, മുസൽമാന്മാർ, ജമീന്ദാർമാർ, നാട്ടുമുഖ്യസ്ഥന്മാർ, തക്കന്മാർ, അകത്തു പ്രവേശിക്കാനാകാത്ത സാധാരണ ജനങ്ങൾ ദർബാർഹാളിന് പുറത്ത് തിക്കിത്തിരക്കുന്നു....

എല്ലാ മിഴികളും രാജാവിൽ കേന്ദ്രീകരിച്ചു.

ഏതോ പ്രധാനപ്പെട്ട കാര്യം അറിയിക്കാനാണ് രാജസഭ വിളിച്ചുകൂട്ടിയിരിക്കുന്നതെന്ന് ചിലർ ഊഹിച്ചു. രാജ്യത്തിലെ പ്രഭുക്കളുമായും ദിവാന്മാരുമായും സമ്പർക്കം പുലർത്താനായിരിക്കുമെന്ന് മറ്റുചിലർ അനുമാനിച്ചു.

ലിംഗരാജന്റെ പ്രതാപവും കാര്യക്ഷമതയും അനുഭവിച്ചറിഞ്ഞ പ്രജകൾ ആ സദ്ഫലങ്ങൾതന്നെ അദ്ദേഹത്തിന്റെ പുത്രനിൽനിന്നും പ്രതീക്ഷിക്കുന്നുണ്ട്.

ചിക്‌വീരരാജ ബോപ്പണ്ണനെ അരികിൽ വിളിച്ച് എന്തോ നിർദേശിച്ചു. ബോപ്പണ്ണ തലയാട്ടിക്കൊണ്ട് സ്വസ്ഥാനത്ത് വന്നുനിന്നു. രാജാവിനെയും സദസ്യരെയും അയാൾ തൊഴുതുവണങ്ങി. മധ്യവയസ്കനായിട്ടും ബോപ്പണ്ണന്റെ ഭവ്യമായ ശീലത്തിന് യാതൊരു മാറ്റവും വന്നിട്ടില്ല.

ജനങ്ങളിൽ കുശുകുശുക്കലുയർന്നു. നിശ്ശബ്ദത പാലിക്കാൻ കാവൽക്കാർ കൈയുയർത്തി ആംഗ്യം കാണിച്ചു.

പെട്ടെന്ന് നെല്ലിച്ചപ്പു വീണാൽക്കൂടി കേൾക്കുന്നവിധം സദസ്സ് നിശ്ശബ്ദമായി.

“കുടകിലെ ആരാധ്യരേ, മഹാരാജാവിന്റെ നിയോഗപ്രകാരമാണ് ഞാനിവിടെ നിൽക്കുന്നത്......” ബോപ്പണ്ണ രാജാവിനെയും സദസിനെയും മാറിമാറി ശ്രദ്ധിച്ചശേഷം തുടർന്നു “എടനാട്, ഗഡിനാട്, നാൽനാട്, ബൈംഗുനാട്, ബെപ്പുനാട് തുടങ്ങി മുപ്പത്തഞ്ചു നാടുകളിലെ തക്കന്മാരും ഇവിടെ സന്നിഹിതരായിട്ടുണ്ട്. നമ്മുടെ സേനാപതികൾ, കാര്യക്കാരന്മാർ, വർത്തകപ്രമുഖർ മുതലായവരും ഈ സദസിനെ അലങ്കരിക്കുന്നുണ്ട്. ഇതിനാൽ തിരുമനസ്സ് അത്യന്തം സന്തുഷ്ടനായിരിക്കുന്നു. ഈയുള്ളവനും സന്തോഷമുണ്ട്. ലിംഗരാജ അവർകളുടെ തിരോധാനത്തോടെ കുടക്‌രാജ്യം കപ്പിത്താനില്ലാത്ത കപ്പൽപോലെയായിത്തീരുമെന്ന് കണക്കുകൂട്ടിയവരുണ്ട്. എന്നാൽ ആ കണക്കുകൂട്ടലുകളെല്ലാം കാറ്റിൽ പറത്തിക്കൊണ്ടാണ് അദ്ദേഹത്തിന്റെ തിരുസന്താനം സിംഹാസനത്തിൽ ഇരുന്നത്. പ്രജകളുടെ ഭയാശങ്കകളെല്ലാമകറ്റി സമാധാനപരമായ ഒരന്തരീക്ഷം കൈവരുത്താൻ മഹാരാജാവിന് കഴിഞ്ഞിട്ടുണ്ട്. പട്ടാഭിഷേകവേളയിൽ കർത്തവ്യം നിറവേറ്റുമെന്ന് നാമേവരും പ്രതിജ്ഞയെടുത്തവരാണ്. ആ രാജഭക്തിയും ദേശസ്നേഹവും മേലിലും നാം പ്രദർശിപ്പിക്കുമെന്നതിൽ സംശയമില്ല. ഇനിയും വല്ലതും പറയാനുണ്ടെന്ന് തോന്നുന്നില്ല. അങ്ങനെ വല്ലതുമുണ്ടെങ്കിൽ തിരുമനസുതന്നെ കൽപ്പിച്ചരുളണമെന്ന് അപേക്ഷിക്കുകയാണ്.”

സദസ്സ് കൈയടിച്ചു.

“കുടക് സിംഹാസനാധീശൻ ചിക്‌വീരരാജ ജയിക്കട്ടെ.....” ജനങ്ങൾ ഏറ്റുവിളിച്ചു.

തന്റെ ഊഴംവന്നുവെന്ന് ചിക്‌വീരരാജന് ബോധ്യമായി. പറയേണ്ടുന്ന കാര്യങ്ങളെക്കുറിച്ച് കുറേനേരമായി രാജാവ് ചിന്തിക്കുകയായി

രുന്നു. പലതവണ മനസിൽ പറഞ്ഞുനോക്കുകയും ചെയ്തു. പക്ഷേ, ഇപ്പോൾ. ഈ സദസിലിരിക്കുമ്പോൾ, ജനങ്ങളുടെ കരഘോഷങ്ങൾ മുഴങ്ങുമ്പോൾ, എല്ലാ ചിന്തകളും ഒഴുകിപ്പോകുന്നു. ഒഴുകുന്ന ചിന്തകളെ കടിഞ്ഞാണിടാനാകാതെ രാജാവ് വിഷമിച്ചു.

സഭ നിശ്ശബ്ദമാണ്. സഹസ്രദൃഷ്ടികളും രാജാവിന്റെ ചുണ്ടിൽ തങ്ങിനിൽക്കുകയാണ്.

രാജാവിൽനിന്ന് ഒരു നെടുവീർപ്പുയർന്നു. കൈകൾ ദുർബലങ്ങളാകാതിരിക്കാൻ സിംഹാസനത്തിൽ അമർത്തിവച്ചു.

പുകഞ്ഞുകൊണ്ടിരുന്ന തലച്ചോറ് പെട്ടെന്ന് ആറിത്തണുത്തു. സ്വന്തം പിതാവ് സഭാവാസികളോട് സംസാരിക്കുന്ന രംഗം രാജാവിന്റെ സ്മൃതിപഥത്തിൽ ഓടിയെത്തി. പിതാവിന്റെ ഓരോ വാക്കും. മകന്റെ ചുണ്ടിലൂടെ വാർന്നൊഴുകി.

"നമ്മുടെ..... മക്കളേ...... ഛെ......! നാമെന്താണ് പറഞ്ഞത്? നമ്മുടെ മക്കളേ എന്നോ? നാം ചെറിയവനാണല്ലോ....? സഭയിലിരിക്കുന്ന പലരും നമ്മുടെ മുത്തച്ഛനാകാൻ പ്രായമുള്ളവരാണ്..... അപ്പോൾ.....

കുടകിലെ പ്രജാപ്രമുഖരേ....."

തലച്ചോറിൽ ഉരുണ്ടുകൂടിയ പദങ്ങൾ മൗനത്തിന്റെ കെട്ടുകളുടച്ചുകൊണ്ട് പുറത്തേക്കുവീണു.

"സ്വർഗസ്ഥനായ നമ്മുടെ പിതാവിന്റെ സ്ഥാനത്തിരുന്നുകൊണ്ടാണ് നാം സംസാരിക്കുന്നത്....."

സദസ്സ് ചെവികൂർപ്പിച്ചു.

"മരണ ശയ്യയിൽക്കിടന്ന് പിതാവ് നമ്മോട് പറഞ്ഞിരുന്നു.... മകനേ, സിംഹത്തിന്റെ ഉദരത്തിലാണ് നീ പിറന്നത്. സിംഹമായിത്തന്നെ ജീവിക്കണം. ശൗര്യവീര പരാക്രമങ്ങളിൽ നാം പറങ്കികളേക്കാൾ ഒട്ടും പിന്നിലല്ലെന്ന് കാട്ടിക്കൊടുത്തിട്ടുണ്ട്. ആ പാരമ്പര്യം ശിഥിലമാകാതെ സൂക്ഷിക്കണം.....!"

നീണ്ട കരഘോഷം......

"നാമിതെല്ലാം ഈ സന്ദർഭത്തിൽ പ്രസ്താവിക്കുന്നതിന് ഒരു പ്രത്യേക ഉദ്ദേശ്യമുണ്ട്. പിതാവിന്റെ മഹത്തായ ആ പാരമ്പര്യം മുറുകെ പിടിക്കാനാണ് നാമും ഇച്ഛിക്കുന്നത്. പട്ടാഭിഷേകം വേളയിൽ ബ്രിട്ടീഷ് പ്രതിനിധി സദസിലിരിക്കുന്നത് ഏവരും കണ്ടിരിക്കും. നമ്മുടെ പിതാവിന്റെ ഭൂനിയമവ്യവസ്ഥയും നിങ്ങളെല്ലാം ഓർക്കുന്നുണ്ടായിരിക്കും. ലിംഗരാജ പദ്ധതിയെന്ന് പ്രഖ്യാതമായ ആ പരിപാടിതന്നെ പിന്തുടരാനാണ് നാമാഗ്രഹിക്കുന്നത്. നാട്ടിൽ ക്ഷാമവും പട്ടിണിയും നാശവും സംഭവിക്കുമ്പോൾ നമ്മുടെ പൂർവികർ ചെയ്തതുപോലെ നാമും പരിഹാരങ്ങൾ ചെയ്തുകൊടുക്കുന്നതാണ്. മതപരമായും ധാർമികമായും യാതൊരു ച്യുതിയും നാം വരുത്താനുദ്ദേശിക്കുന്നില്ല......"

സദസിന്റെ മുഖത്ത് ആശ്വാസം..... നീണ്ടുനിന്ന കരഘോഷം....

"നമ്മുടെ നാടിന്റെ ശാന്തിയും സമാധാനവും തക്കരുടെ കൈകളിൽ ഭദ്രമാണ്....."

തക്കന്മാർ തലകുനിച്ച് നിർവൃതിയടയുന്നു.

“രാജ്യം പടയാളികളുടെ കരങ്ങളിൽ സുരക്ഷിതമാണ്.....”

സേനാനായകന്മാർ തലവണങ്ങുന്നു.

“നമ്മുടെ അതിർത്തി സുരക്ഷിതമാക്കാൻവേണ്ട സർവ ഏർപ്പാടുകളും നാം ചെയ്തു. കുടക് നാട് പൂട്ടിവെച്ച ഒരു പെട്ടിപോലെയായിത്തീരണം. പുറമെനിന്ന് ആർക്കും നമ്മെ ആക്രമിക്കാനുള്ള പഴുതുണ്ടാകരുത്. വല്ല ശത്രുവും ആയുധമേന്തിവരികയാണെങ്കിൽ ധീരതയോടെ നേരിടാനും നാം തയാറാണ്......”

“ചിക്‌വീരരാജ ജയിക്കട്ടെ. ചിക്‌വീരരാജ ജയിക്കട്ടെ......”

“കുടകിൽ ഒരു പഴഞ്ചൊല്ലുണ്ട്....! ആണുങ്ങൾ പടവെട്ടി മരിച്ചുവീഴണം.....”

“വാഹ്.... വാഹ്.....”

“രണക്ഷേത്രത്തിൽ മരണമടയുന്നത് പുരുഷന്മാർക്ക് ചേർന്നതാണ്.....”

മരണത്തെക്കുറിച്ച് പ്രസ്താവിച്ച ഈ സന്ദർഭത്തിൽത്തന്നെ അത് വെളിപ്പെടുത്തിയാലോ....? ശബ്ദത്തിൽ വേദന നിഴലിക്കണം......

“പ്രിയ പ്രജകളേ, ഈ സന്ദർഭത്തിൽ ദുഃഖകരമായ മറ്റൊരു സംഗതി കൂടി സഭയെ അറിയിക്കേണ്ടിവന്നിരിക്കുന്നു. നമ്മുടെ സംപൂജ്യരായ വലിയച്ഛന്റെ മക്കൾ രണ്ടുപേരും വസൂരിപിടിപെട്ട് മരിച്ചുപോയിരിക്കുന്നു.”

“ഹാ.....” പ്രജകൾ ഒന്നിച്ച് ആർത്തനാദം പുറപ്പെടുവിച്ചു.

ഈ സദസിൽ ബന്ധുക്കളുണ്ടാകും. കൂടുതൽ അവരെ ചിന്തിക്കാനനുവദിക്കരുത്. അവരുടെ ശ്രദ്ധ പിടിച്ചുപറ്റണം..... സ്വരമുയർത്തണം....

“ഈ സങ്കടം നമുക്കും അസഹ്യമാണ്. എങ്കിലും വിധിയെ വെല്ലാൻ കഴിയില്ലല്ലൊ....? ചെറുപ്പത്തിൽതന്നെ അച്ഛനുമമ്മയും നമുക്ക് നഷ്ടപ്പെട്ടു. വലിയൊരു ഭാരം നമ്മുടെ ചുമലിലേൽപ്പിച്ചാണ് അവർ ഇഹലോകവാസം വെടിഞ്ഞത്. എന്നാൽ സേവനോത്സുകരായ നമ്മുടെ പ്രജകളുടെ സ്നേഹവും വിശ്വാസവും നമ്മുടെ ഭാരം ലഘൂകരിച്ചിരിക്കുന്നു. അവസാനമായി ഒരു കാര്യംകൂടി..... നിർഭയരായി നിങ്ങൾ ജീവിതം നയിക്കുക..... സിംഹത്തിന്റെ ഉദരത്തിൽ പിറന്ന നാം സിംഹപരാക്രമത്തോടെ ഏവരെയും സംരക്ഷിച്ചുകൊണ്ടിരിക്കും.....”

ദീർഘനേരത്തെ ഹസ്തതാഡനം.

തീർന്നെന്നു തോന്നുന്നു.

ചിക്‌വീരരാജ സ്വയം കൃതാർഥനായി. സിംഹാസനത്തിലമർന്നിരുന്ന കൈകൾ അയഞ്ഞു. വെഞ്ചാമരങ്ങൾ നൽകുന്ന കാറ്റ് ആവോളം ശ്വസിച്ചു.....

രാജാവിന്റെ ഓരോ ചലനവും വാക്കും ശ്രദ്ധിച്ചുകൊണ്ടിരുന്ന ബോപ്പണ്ണ അതിശയിച്ചുപോയി. ഒരു കലാപത്തിനുതന്നെ ഹേതുവാകുമായിരുന്ന വീരപ്പാജിയുടെയും നഞ്ജുണ്ടപ്പന്റെയും പ്രശ്നം എത്ര അനായാസമായാണ് കൈകാര്യം ചെയ്തത്.....? ഇംഗ്ലീഷുകാരിൽ സംശയം

പ്രകടിപ്പിച്ചത് ശരിയായില്ല. യൗവനത്തിന്റെ തിമർപ്പിലാണിയാൾ. യൗവനത്തിന് കണ്ണില്ലല്ലോ....! ഇയാൾ സാധാരണക്കാരനല്ല..... തീർച്ച.

കരഘോഷം നിലച്ചുവന്നു.

അനന്തര നടപടികളെക്കുറിച്ച് ബോപ്പണ്ണ ബോധവാനായി. ലക്ഷ്മീനാരായണന്റെ കാതിൽ അയാൾ മന്ത്രിച്ചു.....

"തക്കരും നാട്ടുപ്രഭുക്കളും മഹാരാജാവിന്റെ ആതിഥ്യം സ്വീകരിച്ച് രണ്ടുദിവസം കൊട്ടാരത്തിൽ കഴിയട്ടേയെന്ന് പറയിച്ചാലോ....? സഭ തീർന്നെന്നാണ് തോന്നുന്നത്. വെയിലിന് ചൂട് കൂടിവരികയുമാണ്....."

"ശരി.... ഉടനെ രാജാവിനോട് പറയൂ....."

ബോപ്പണ്ണ സിംഹാസനത്തിനടുത്തെത്തി കാര്യം ഉണർത്തിക്കാൻ തുനിഞ്ഞു. അതിനു മുമ്പുതന്നെ മഹാരാജാവ് പറഞ്ഞു:

"ഇനി എഴുന്നേൽക്കാം..... അല്ലേ....? ഈ സഭയിൽ സംബന്ധിച്ചവർ രണ്ടുദിവസം നമ്മുടെ ആതിഥ്യം സ്വീകരിച്ച് കൊട്ടാരത്തിൽ കഴിച്ച് കൂട്ടി പോയാൽമതി...."

ബോപ്പണ്ണന്റെ നെറ്റി ചുളിഞ്ഞു. ആ കൽപ്പന ന്യായോചിതമായിരുന്നിട്ടും അയാൾക്കതിഷ്ടപ്പെട്ടില്ല. തന്റെ നിർദേശപ്രകാരമാണ് രാജാവിങ്ങനെ പ്രസ്താവിച്ചിരുന്നതെങ്കിൽ പ്രജകളുടെ സ്നേഹം സമ്പാദിക്കാമായിരുന്നു. ആ അവസരം നഷ്ടപ്പെട്ടതിൽ അയാളുടെ ഹൃദയം ജ്വലിച്ചു. എങ്കിലും അത് പുറത്തുകാട്ടാതെ അയാൾ സമ്മതംമൂളി.

കൊമ്പുവിളിയുയർന്നു.

രാജാവ് എഴുന്നേറ്റുനിന്നു. സദസും എഴുന്നേറ്റു.

കുനിയുന്ന ശിരസുകളും കൂപ്പുന്ന കൈകളും രാജാവിനെ സംതൃപ്തനാക്കി. ശീർഷമിളക്കിക്കൊണ്ട് പ്രത്യഭിവന്ദനം ചെയ്ത മഹാരാജാവ് പരിചാരകന്മാരുടെ അകമ്പടിയോടെ സഭയിൽനിന്ന് വിരമിച്ചു.

ദിവാനദ്വയ്യർക്ക് കൊട്ടാരത്തിൽ തങ്ങാൻ നിവൃത്തിയില്ലായിരുന്നു. തിരികെ പോകാനുള്ള അനുവാദത്തിനായി അയാൾ രാജാവിന്റെ പിന്നാലെ ചെന്നു.

രാജാവ് അനുമതി നൽകി.

പല്ലക്കിനടുത്തേക്ക് നടന്ന ബോപ്പണ്ണ തന്റെ സഹപ്രവർത്തകനോട് പറഞ്ഞു:

"ഇയാൾ കൂട്ടിലിട്ട തത്തയല്ല..... വാക്കുകൾ പഠിപ്പിക്കേണ്ട ആവശ്യമില്ല...."

"തത്തയോ....?" ലക്ഷ്മീനാരായണ വിസ്മിതനായി തുടർന്നു, "അല്ല.... കഴുകനാണ്..... ആകാശത്തിൽ സ്വതന്ത്രമായി അലഞ്ഞുനടക്കുന്ന കഴുകൻ."

6

ആ സന്ധ്യക്ക് കൊട്ടാരത്തിലെത്തുവാനുള്ള കൽപ്പനയുമായി ശങ്കരപ്പന്റെ വീട്ടിൽ ദൂതന്മാരെത്തി.

മല്ലപ്പണ്ണനോട് യാത്രപറഞ്ഞ ശങ്കരപ്പ മടിക്കേരിയിലെത്തിയപ്പോൾ രണ്ടുനാഴിക പുലർന്നിരുന്നു. ആരുടെ കണ്ണിലുംപെടാതെ ഊടുവഴിയിലൂടെയാണ് അയാൾ വീട്ടിലെത്തിയത്.

രാത്രി ആരോ വന്ന് ഭർത്താവിനെ വിളിച്ചുകൊണ്ടുപോയതിനു ശേഷം ശരണമ്മ കുറേനേരം കാത്തിരുന്നു. ഇടയ്ക്കിടെ പുറത്ത് കാൽപ്പെരുമാറ്റംകേട്ട് തിടുക്കത്തിലെഴുന്നേറ്റ് വാതിൽ തുറക്കും. എന്നാൽ അത് വെറും തോന്നലായിരുന്നു. അദ്ദേഹം ഇനി ഇന്ന് വരുമെന്ന് തോന്നുന്നില്ല! – ശരണമ്മ മനസിൽ പറഞ്ഞു. പുലർന്നിട്ടേ വരവുണ്ടാകൂ. ഇങ്ങനെ ഉറക്കമൊഴിച്ചിരിക്കുന്നതെന്തിന്?

ശരണമ്മ മക്കളെപ്പറ്റിപ്പിടിച്ച് കിടന്നുറങ്ങി.

രാത്രിയുറക്കം നഷ്ടപ്പെട്ടെങ്കിലും കാലത്തുതന്നെ അവർ എഴുന്നേറ്റു.

ഭർത്താവ് ഉടനെ എത്തിച്ചേരും. കുളിക്കാൻ വെള്ളം ചൂടാക്കി. അരിമാവ് കലക്കി പലഹാരങ്ങളുണ്ടാക്കി.

നേരം വെളുത്തിട്ടും കുടുംബനാഥനെ കാണാത്തപ്പോൾ ശരണമ്മയ്ക്ക് പരിഭ്രമമായി.

"അച്ഛനേടപ്പോയമ്മേ.....?" – മക്കളന്വേഷിച്ചു.

"അച്ഛനിപ്പം വരും.... മക്കള് പല്ല്തേക്ക്."

സൂര്യബിംബം നെറ്റിക്കുമീതെയെത്തിയപ്പോൾ ശരണമ്മയുടെ പരിഭ്രമം ഭയത്തിൽ കലാശിച്ചു.

എന്നാൽ ആ ഭയം കൂടുതൽ നീണ്ടുനിന്നില്ല. അതിനുമുമ്പേ ശങ്കരപ്പ വന്നുചേർന്നു.

കുതിരയെ കെട്ടിയശേഷം പുല്ലും വെള്ളവും കൊടുത്തു. ആദ്യമായി പരിചയിക്കേണ്ടത് ആ ജീവിത സഖാവിനെയാണ്.

ഭർത്താവ് കുളിച്ചുകൊണ്ടിരിക്കെ ശരണമ്മ ചോദിച്ചു:

"ദൂരെയാണോ പോയത്.....?"

"ഉം..."

"അത്യാവശ്യ കാര്യമായിരുന്നോ....?"

"ഉം...."

ഭർത്താവ് മൂളാൻ തുടങ്ങിയാൽ അതിന്റെ അർഥം ശരണമ്മയ്ക്ക് നന്നായറിയാം. രഹസ്യകാര്യമാണ്. വിവരിച്ചുപറയാൻ ഇഷ്ടപ്പെടുന്നില്ല. അതു മനസിലായാൽ പിന്നീടൊന്നും ശരണമ്മ ചോദിക്കില്ല. ഇന്ന് അവരുടെ മനസ്സ് പിടിച്ചിട്ടും നിൽക്കുന്നില്ല. ഏതോ ആശങ്ക അവരെ പിടികൂടിയിരുന്നു. ആ ചോദ്യം അടക്കിനിർത്താൻ ശരണമ്മയ്ക്ക് കഴിഞ്ഞില്ല.

"വല്ല അപകടവും ഉണ്ടായോ....?"

"അതൊന്നുമുണ്ടായില്ല.....!" ഒരുനിമിഷം മൗനംപാലിച്ചശേഷം അയാൾ ചോദിച്ചു...... "എന്നെയന്വേഷിച്ച് ആരെങ്കിലും വന്നിരുന്നോ....?"

"ഇല്ല."

വാഴയിലയിൽ ഭർത്താവിന് പലഹാരങ്ങൾ വിളമ്പിക്കൊടുത്തു. പ്രാതൽകഴിച്ച് തീർന്നപ്പോൾ ഉറങ്ങണമെന്ന് തോന്നി.

"ഇന്ന് ദർബാറുണ്ട്....." ഭാര്യ ഓർമിപ്പിച്ചില്ലായിരുന്നെങ്കിൽ അയാൾ ഉറക്കത്തിൽ ലയിച്ചുകഴിയുമായിരുന്നു.

ശങ്കരപ്പന് വിസ്മയം തോന്നി. ദർബാർ കാര്യംകൂടി താൻ മറന്നാലോ.....? രാത്രിയിലെ സംഭവഗതികൾ മൂടൽമഞ്ഞുപോലെ തലയ്ക്കുള്ളിൽ നിറഞ്ഞുനിൽക്കുന്നതുകൊണ്ടാകാം ഈ മറവി......

ശങ്കരപ്പന്റെ മക്കൾ പെരുമ്പുലികളെ കാണാൻ രാവിലെതന്നെ കൊട്ടാരത്തിലേക്ക് പോയിരിക്കയാണ്.

കൊട്ടാരചിന്ത ശങ്കരപ്പന്റെ ഉറക്കവും ക്ഷീണവും തുടച്ചുമാറ്റി. തലയ്ക്കുള്ളിലെ മൂടൽമഞ്ഞ് നീങ്ങിപ്പോയി. വസ്ത്രംമാറി ഉടനെ കൊട്ടാരത്തിലേക്ക് പുറപ്പെട്ടു.

ലിംഗരാജാ അവർകളുടെ പട്ടാഭിഷേകസമയത്ത് ശങ്കരപ്പ കുട്ടിയായിരുന്നു. അന്ന് അച്ഛന്റെ ചുമലിലിരുന്നാണ് ചടങ്ങുകൾ കണ്ടത്. വർഷങ്ങൾ കൊഴിഞ്ഞുവീണപ്പോൾ അച്ഛന്റെ സ്ഥാനം ശങ്കരപ്പ സ്വീകരിച്ചു. ചിക്‌വീരരാജന്റെ പട്ടാഭിഷേകം കാണാൻ ചെന്നപ്പോൾ അയാളുടെ മുതുകിൽ മൂത്തപുത്രനുണ്ടായിരുന്നു.

കൊട്ടാരത്തിൽ നടക്കുന്ന ആഘോഷങ്ങളിൽ ശങ്കരപ്പന് വലിയ ഉത്സാഹമാണ്. ജനങ്ങളോടൊപ്പം അയാളും ആടുകയും പാടുകയും ചെയ്യും. ജനങ്ങൾ കൈയടിക്കുമ്പോൾ അയാളും കൈയടിക്കും. ജനങ്ങൾ ജയ് വിളിക്കുമ്പോൾ അയാളും ജയ് വിളിക്കും. അത്തരം നിമിഷങ്ങളിൽ അവാച്യമായ ആനന്ദാനുഭൂതികൾ അയാളനുഭവിച്ചിരുന്നു. കൊമ്പുവിളി ഉയരുമ്പോൾതന്നെ അയാളുടെ രോമങ്ങൾ എഴുന്നുനിൽക്കും.

ജനങ്ങളുടെ അഭിവാദനം സ്വീകരിച്ചുകൊണ്ട് സിംഹാസനത്തിലിരുന്ന മഹാരാജാവിന്റെ ആ ഗാംഭീര്യവും പ്രൗഢിയും ശങ്കരപ്പനെ മുഗ്ദ്ധനാക്കിത്തീർത്തു. ബോപ്പണ്ണ സംസാരിച്ചപ്പോഴും മഹാരാജാവ് സംസാരിച്ചപ്പോഴും അയാൾ സ്വയം മറന്ന് തലയാട്ടി. മറ്റുള്ളവരോടൊപ്പം അയാളും വാഹ്..... വാഹ് വിളിച്ചു. വസൂരിപിടിപെട്ട് അപ്പാജിയുടെ മക്കൾ മരിച്ചുപോയെന്ന് പ്രസ്താവിച്ചപ്പോഴും ജനസാമാന്യത്തോടൊപ്പം അയാളും മിഴി തുടച്ചു. രാജാവിന്റെ ആവേശംനിറഞ്ഞ വാക്കുകൾ അയാളുടെ ഞരമ്പുകളിൽ ചുടുരക്തം പകർന്നു. കൊമ്പുവിളിയോടെ സഭ അവസാനിപ്പിച്ചപ്പോൾ ശങ്കരപ്പ ആനന്ദത്തിലാറാടുകയായിരുന്നു.

ദർബാർ കഴിഞ്ഞു, ജനങ്ങൾ കൈവഴികളായി പിരിഞ്ഞു.

"അച്ഛനൊത്ത മകൻ....!" പ്രജകൾ തമ്മിൽ പറഞ്ഞു.

"മഹാരാജാവ് സിംഹക്കുട്ടിതന്നെ..... സിംഹക്കുട്ടി....."

ശങ്കരപ്പന്റെ ഹൃദയവും ആ അഭിപ്രായത്തെ ശരിവെച്ചു.

വീട്ടിലെത്താറായപ്പോഴാണ് ഉന്മാദലഹരിയിൽനിന്ന് ശങ്കരപ്പ മോചിതനായത്. അതോടെ പൂർവസ്മൃതികളുടെ ഇഴകൾ കൂടിച്ചേർന്നു.

വീട്ടിലെത്തിയപ്പോഴേക്കും ശാരീരികമായും മാനസികമായും അയാൾ അവശനായിത്തീർന്നിരുന്നു.

"വലിയച്ഛന്റെ മക്കൾ വസൂരിപിടിപെട്ട് മരിച്ചുപോയി......" രാജാവിന്റെ വാക്കുകൾ ഈച്ചയെപ്പോലെ അയാൾക്കു ചുറ്റും മൂളിപ്പറന്നു.

മക്കളുടെ ആനന്ദത്തിന് അതിരുണ്ടായിരുന്നില്ല. കൊട്ടാരവാതിൽക്കലുള്ള പെരുമ്പുലികളെ അവർ മതിവരുവോളം നോക്കിനിന്നു. പുലികളെക്കുറിച്ച് എത്ര വിവരിച്ചിട്ടും അവർക്ക് തൃപ്തിവന്നില്ല.

ഊണുകഴിഞ്ഞ് വിശ്രമിക്കാൻ കിടന്ന ശങ്കരപ്പനെ നിദ്രാദേവി അനുഗ്രഹിച്ചു.

ഉറക്കത്തിൽ അയാൾ ഹൊസളി സ്വപ്നം കണ്ടു....! "ഹൊസഒളിയിൽ നീ വന്നിട്ടില്ല മനസിലായോ.....!" മല്ലപ്പണ്ണ പറയുകയാണ്. ഉം.... ഉം.... എന്ന് മൂളിക്കൊണ്ട് ശങ്കരപ്പ കുതിരയുടെ കടിഞ്ഞാൺ വലിക്കുന്നു.... കുതിര നിലംതൊടാതെ കുതിക്കുകയാണ്.... വെളുക്കുന്നതിനു മുമ്പ് വീട് പൂകണമെന്നാണ് ആഗ്രഹിച്ചിരുന്നത്..... പക്ഷേ..... പക്ഷേ....

ശങ്കരപ്പ ഞെട്ടിയുണർന്നു. പടിഞ്ഞാറൻ സൂര്യന്റെ പൊൻകിരണങ്ങൾ ജനലിൽക്കൂടി കടന്നുവന്നുകൊണ്ടിരുന്നു....

ശരണമ്മ പുറത്ത് ആരോടോ സംസാരിക്കുന്നത് അയാൾ കേട്ടു.

"അദ്ദേഹം ഉറങ്ങുകയാണ്....."

"ഞാൻ കൊട്ടാരത്തിൽനിന്നാണ്, അത്യാവശ്യകാര്യമാണ്. വിളിച്ചുണർത്ത്....."

ശങ്കരപ്പ പുറത്തേക്കുവന്നു.

"ആരാ..... കടന്നിരിക്ക്....."

"ഞാനാണ്. കൊട്ടാരം വാല്യക്കാരൻ. സന്ധ്യക്കുമുമ്പേ കൊട്ടാരത്തിലെത്തിച്ചേരണമെന്ന് മഹാരാജാവ് കൽപ്പിച്ചിരിക്കുന്നു. അയ്യണ്ണനാണ് എന്നെ പറഞ്ഞയച്ചത്....."

"ഉം..... ഉം.... വരുന്നു...." - ശങ്കരപ്പ പറഞ്ഞു.

7

കാൽനടയായി കൊട്ടാരത്തിലെത്തിയ ശങ്കരപ്പ പുട്ടബസവന്റെ കണ്ണിൽപ്പെട്ടു.

മഹാരാജാവിന്റെ അംഗരക്ഷകനാണ് ബസവ. അനാഥനായിരുന്നെങ്കിലും രാജകുമാരന്റെ ഉറ്റതോഴനെന്നനിലയിൽ പ്രാഭവത്തോടെ കഴിയുകയാണ്. അയാളുടെ കൂർമബുദ്ധിയെ ജനങ്ങൾ പ്രശംസിക്കാറുണ്ട്.

"നീയാര്.....?" അധികാരസ്വരത്തിൽ ബസവ ചോദിച്ചു.

"ചാവടിക്കാരൻ.... ശങ്കരപ്പ....."

"എന്താ കാര്യം...."

"അയ്യണ്ണ വരാൻ പറഞ്ഞിരുന്നു...."

"ഓ..... നീയോ..... ഉം..... ഇവിടെ നിൽക്ക്..... അയ്യണ്ണ വന്നിട്ട് അകത്തേക്ക് കടന്നാൽ മതി......" ബസവന്റെ മുഖഭാവം പെട്ടെന്ന് മാറി. ചുണ്ടിൽ ഒരു നേരിയ പുഞ്ചിരി മിന്നിമറഞ്ഞു.

ബസവ കൊട്ടാരത്തിനുള്ളിലേക്ക് പോകുന്നത് നോക്കിക്കൊണ്ട് ശങ്കരപ്പ നിന്നു. അയാളുടെ ഹൃദയത്തിൽ ആശങ്ക ഉടലെടുത്തു. തന്നെ പ്പറ്റി അയ്യണ്ണന് വല്ലസംശയവും ഉണ്ടായോ.....? അയാളുടെ മെയ്നിറയെ കണ്ണും ചെവിയുമാണ്. എങ്കിലും ബസവന്റെ മുഖത്ത് തെളിഞ്ഞ പുഞ്ചിരി അൽപ്പം ആശ്വാസം നൽകുന്നുണ്ട്.

ഒന്നുകിൽ കൈവള.....! അല്ലെങ്കിൽ കാൽച്ചങ്ങല.... ഇതിലേതെങ്കിലും ഒന്നായിരിക്കും തന്നെ കാത്തിരിക്കുന്നത്.

സ്വർണവള കിട്ടിയതിൽ സന്തോഷിക്കുകയാണോ....? അല്ലേ..... അല്ല....! ചങ്ങല വീണതിൽ ദുഃഖിക്കുകയുമല്ല.....

"ശങ്കരപ്പാ..... വാ..... കടന്നുവാ....." അയ്യണ്ണ വാതിൽക്കൽ പ്രത്യക്ഷപ്പെട്ടു.

അയ്യണ്ണന്റെ നിഴൽപറ്റി ശങ്കരപ്പ കൊട്ടാരോദ്യാനത്തിലെ ലതാമണ്ഡപത്തിനരികിലെത്തി.

ചിക്‌വീരരാജ അവിടെ ഒരു വിശ്രമപീഠത്തിലിരിക്കയായിരുന്നു. അൽപ്പദൂരത്തുള്ള മറ്റുരണ്ട് പീഠങ്ങളിൽ ബസവനും അബ്ബാസ് അലിയും ആസനസ്ഥരായിട്ടുണ്ട്.

അയ്യണ്ണ ലതാമണ്ഡപത്തിന്റെ വാതിൽകടന്ന് മൂന്നുനാലടി മുന്നോട്ടുനീങ്ങി. ശങ്കരപ്പ കൈകൂപ്പിക്കൊണ്ട് ദൂരെ നിന്നതേയുള്ളൂ. മഹാരാജാവിന്റെ സന്നിധാനത്തിലെത്തിയ താൻ പുണ്യവാനായിത്തീർന്നെന്ന് അയാൾക്ക് തോന്നി.

"വിളിച്ചുകൊണ്ട് വന്നോ അയ്യണ്ണാ....." രാജാവ് ചോദിച്ചു.

"ആം.... മഹാരാജാ....."

"ഇങ്ങ് വാ....." ശങ്കരപ്പനെ ഉദ്ദേശിച്ച് രാജാവ് പറഞ്ഞു.

ശങ്കരപ്പ അടിമുടി വിറച്ചു. നെറ്റിയിൽ വിയർപ്പുകണങ്ങൾ പൊടിഞ്ഞു. അയാളുടെ പാദങ്ങൾ നിലത്ത് ഒട്ടിപ്പിടിച്ചു.

"വാപ്പാ ഉള്ളിലേക്ക്...... മഹാരാജാവാണ് വിളിക്കുന്നത്...." ബസവ പറഞ്ഞു. പ്രയാസപ്പെട്ട് കാലുകൾ വലിച്ചെടുത്ത് അയാൾ മുന്നോട്ടു നീങ്ങി.....

മഹാരാജാവിനെ താണുവണങ്ങിയശേഷം ഒരരികിലേക്ക് മാറി നിന്നു....

"നീ വിശ്വസ്തനാണെന്നറിയുന്നതിൽ സന്തോഷമുണ്ട്....." രാജാവ് പറഞ്ഞു.

കഴുത്തിലെ പച്ചക്കല്ല് പതിച്ച സ്വർണമാല ഊരിയെടുത്ത് ശങ്കരപ്പന് നീട്ടിക്കൊണ്ട് രാജാവ് കൽപ്പിച്ചു:

"ഉം.... വാങ്ങിക്കൊള്ളൂ....."

ശങ്കരപ്പ അമ്പരന്ന് നിന്നുപോയി.

"മഹാരാജാവ് സമ്മാനം തരികയാണ്..... വാങ്ങൂ....." അബ്ബാസ് അലി പറഞ്ഞു.

ഇരുകൈകളും മുന്നോട്ടുനീട്ടി രാജസമ്മാനം സ്വീകരിച്ച്, ഒരിക്കൽക്കൂടി താണുവണങ്ങി.

"ഇന്നുതൊട്ട് നിന്നെ കൊട്ടാരം സേവകനായി നിയമിച്ചിരിക്കുന്നു. രാജ്യത്തോടും രാജാവിനോടും കൂറുള്ളവനായിരിക്കണം. മനസിലായോ....?" രാജാവ് കൽപ്പിച്ചു.

"മനസിലായി മഹാരാജാവേ....."

അടുത്ത നിർദേശം പുട്ടബസവന്റെ വകയായിരുന്നു:

"നിന്റെ സ്വാമി ഭക്തികണ്ട് സന്തോഷിച്ചിട്ടാണ് മഹാരാജാവ് സമ്മാനം തന്നത്. അത് മറക്കരുത്. കൊട്ടാരത്തിലെ ഉപ്പാണ് നീ തിന്നുന്നത്. നന്ദികേട് കാണിച്ചാൽ ഫലമെന്താണെന്നറിയാമല്ലോ.....? ഇന്നലെ രാത്രി നടന്ന സംഭവം മറ്റാരും അറിയരുത്. ആരോടെങ്കിലും പറഞ്ഞാലുണ്ടല്ലോ......"

എന്തൊരു സംസാരം.....? തന്റെ പ്രിയപ്പെട്ട രാജാവിനുവേണ്ടി ആരായാലും ഇങ്ങനെയൊക്കെ സംസാരിക്കണോ......? തന്റെ രാജഭക്തിയിൽ ഇവർക്ക് ആശങ്കയെന്തിന്....?

ഭയം കൊണ്ടല്ല, അപമാനംകൊണ്ട് ശങ്കരപ്പന്റെ മുഖം കറുത്തു.

ഗദ്ഗദ സ്വരത്തിൽ അയാൾ പറഞ്ഞു:

"നന്ദികേട് കാണിച്ചാൽ എന്റെ തോലുരിച്ച് ചെരിപ്പാക്കുന്നതിനും വിരോധമില്ല."

"ചെരിപ്പോലും..... ചെരിപ്പ്." – അബ്ബാസ് അലി പരുഷസ്വരത്തിൽ ഭയപ്പെടുത്തി..... "നിന്റെ തല ഉരുണ്ട് വീഴാതെ സൂക്ഷിച്ചാൽ നന്ന്."

ചിക്‌വീരരാജ പതുക്കെ ഒന്ന് ചിരിച്ചു.... ശങ്കരപ്പനെ അടിമുടി ശ്രദ്ധിച്ചശേഷം അയാൾ പറഞ്ഞു:

"നമ്മുടെ വിശ്വസ്ത സേവകരെക്കുറിച്ച് ഇത്തരം ക്രൂര പരാമർശങ്ങൾ ആവശ്യമില്ല അല്ലേ ശങ്കരപ്പാ...? ഇനി നിനക്ക് പോകാം. അയ്യണ്ണാ, ശങ്കരപ്പന് താംബൂലോപചാരവും ഭക്ഷണത്തിനുവേണ്ട സർവസാമഗ്രികളും കൊടുപ്പിക്കാനേർപ്പാട് ചെയ്യ്."

രാജാവിന്റെ സ്നേഹമസൃണമായ വാക്കുകൾ ശങ്കരപ്പന്റെ ഹൃദയം ആർദ്രമാക്കി. ആ മിഴികളിൽ ആനന്ദാശ്രുക്കൾ നിറഞ്ഞുനിന്നു. രാജാവിനെ സാഷ്ടാംഗം പ്രണമിച്ചശേഷം അയാൾ അയ്യണ്ണനെ പിന്തുടർന്നു.

കൊട്ടാരത്തിൽനിന്ന് ലഭിച്ച ഭാണ്ഡവുമായി ശങ്കരപ്പ വീട്ടിലേക്ക് നടന്നു.

കാലുകൾക്ക് ബലം വർധിച്ചതായി അയാൾക്കനുഭവപ്പെട്ടു. പക്ഷിയെപ്പോലെ പറക്കാനും ഇനി വിരോധമില്ല.

എങ്കിലും ബസവ പറഞ്ഞ ഒരു കാര്യം ആ ഹൃദയത്തിൽ മുഴങ്ങിക്കൊണ്ടേയിരുന്നു.... "ഇന്നലെ രാത്രി നടന്ന സംഭവം മറ്റാരും അറിയരുത്.... ഉം....." ശങ്കരപ്പ അത് ആവർത്തിച്ചു. ഒടുവിൽ അയാൾ തന്നത്താൻ

ചോദിച്ചു..... "ഇന്നലെ രാത്രിയിലെ സംഭവം ആരോടെങ്കിലും പറഞ്ഞിരുന്നോ....?"

പരിഹാസദ്യോതകമായ ഒരു ചിരി ആ മുഖത്ത് തെളിഞ്ഞുനിന്നു.

8

ചിക്വീരരാജ മടിക്കേരിയിൽ തന്റെ വലിയച്ഛന്റെ മക്കളുടെ ദാരുണ മരണത്തിൽ ദുഃഖം പ്രകടിപ്പിച്ചുകൊണ്ടിരുന്നപ്പോൾ, ഹൊസഗളിയിൽ മല്ലപ്പണ്ണന്റെ വീട്ടിൽ വീരപ്പാജി സുഖംപ്രാപിക്കുകയായിരുന്നു.

കുട്ടികൾ രാവിലെതന്നെ ആടുമാടുകളെയും തെളിച്ച് മേയ്ക്കാനിറങ്ങും.

തോട്ടത്തിൽ ജോലിക്കെത്തിയവർക്കുവേണ്ട നിർദേശങ്ങൾ നൽകി നേരത്തെതന്നെ മല്ലപ്പണ്ണ വീട്ടിലെത്തി. ചോദിച്ചവരോട് സുഖമില്ലെന്ന് പറഞ്ഞ് ഒഴിഞ്ഞുമാറി.

അക്കമ്മ മാതൃവാത്സല്യത്തോടെ വീരപ്പാജിയെ പരിചരിച്ചു.

"വൈദ്യരെ കാണിക്കൊന്നും വേണ്ടേ....?" അക്കമ്മ ചോദിച്ചു. രണ്ടാമത്തെ തവണയാണ് അവരങ്ങനെ ചോദിക്കുന്നത്.

"വേണ്ടെന്ന് ഒരിക്കൽ പറഞ്ഞില്ലേ.....? ആഹാരം കഴിക്കാത്തതുകൊണ്ടാണ് ക്ഷീണിച്ചത്. രണ്ടുമൂന്നുദിവസംകൊണ്ട് എല്ലാം നേരെയാകും....."

അക്കമ്മയെ ആ മറുപടി തൃപ്തയാക്കിയില്ല. അവരുടെ സങ്കടം വീണ്ടും സംസാരിപ്പിച്ചു.

"നിങ്ങൾക്ക് ഭയമാണ്. അതാണ് വൈദ്യരെ വിളിക്കാത്തത്....."

"മതി.... മതി..... ഞാനും മനുഷ്യൻതന്നെയാണ്, മരമല്ല. എന്താ വേണ്ടതെന്നുവെച്ചാൽ എനിക്കും അറിയാം......" മല്ലപ്പണ്ണന് വികാരങ്ങളെ അടക്കിനിർത്താനായില്ല.

"ഞാനറിവില്ലാതെ എന്തോ പറഞ്ഞുപോയി..... ഒന്നും സാരാക്കണ്ട. രാജ്യകാര്യങ്ങൾ പെണ്ണുങ്ങൾക്കറിയില്ലല്ലോ....? നിങ്ങൾക്ക് ശരിയെന്ന് തോന്നുന്നത് ചെയ്താൽമതി...." അക്കമ്മ തന്റെ തെറ്റ് പൊറുക്കാനെന്ന വണ്ണം പറഞ്ഞു. തന്റെ വാക്ക് ഏറിപ്പോയെന്ന് അവർക്കുതന്നെ തോന്നി.

"അയാൾക്ക് ബോധംവന്നാൽ പറയണം. അൽപ്പം കഞ്ഞികുടിപ്പിക്കാൻ നോക്കാം."

"ഉം...."

നാരങ്ങനീര് കുടിച്ച് ഉറങ്ങിപ്പോയ വീരപ്പാജി നാല് നാഴിക കഴിഞ്ഞപ്പോൾ വീണ്ടും ഉണർന്നു. അക്കമ്മ ഭർത്താവിനെ വിളിച്ചു:

"കഞ്ഞികൊണ്ടുവരട്ടെ...."

ക്ഷീണിച്ച വീരപ്പാജിയുടെ ദൃഷ്ടികൾ അക്കമ്മയുടെ മുഖത്ത് തങ്ങിനിന്നു.

ഒരുനിമിഷം ആ കൺപോളകൾ അടഞ്ഞുകിടന്നു. സംസാരിക്കാനുള്ളശേഷി ആ നാവിനില്ലായിരുന്നു. ഉണങ്ങിവരണ്ട ചുണ്ടുകൾ എന്തിനോവേണ്ടി ചലിച്ചു.

അക്കമ്മയും ഭർത്താവും ചേർന്ന് വീരപ്പാജിയെ കഞ്ഞിവെള്ളം കുടിപ്പിച്ചു.

രണ്ടു കവിൾ അകത്തായെന്നേയുള്ളൂ. ഇനി വേണ്ടെന്ന് തലയാട്ടി.

വീണ്ടും ആ മിഴികളടഞ്ഞു.

സന്ധ്യക്ക് ഉറക്കമുണർന്നപ്പോൾ ക്ഷീണത്തിന് അൽപ്പം കുറവുണ്ടായതുപോലെ തോന്നി.

മല്ലപ്പണ്ണനെയും അക്കമ്മയെയും അയാൾ മാറിമാറി നോക്കി. ക്രമേണ ആ നെറ്റിത്തടത്തിൽ ചുളിവുകൾ വീണു. ആ മിഴികൾ ആരെയോ തിരയുന്നതുപോലെ തോന്നി.

"വെള്ളം....." സ്പഷ്ടമായ സ്വരം.

കാച്ചിത്തണുപ്പിച്ച് വച്ചിരുന്ന വെള്ളം അക്കമ്മ കുടിപ്പിച്ചു.

വെള്ളം തൊണ്ടയിലിറങ്ങിയപ്പോൾ ഗുറ്.... ഗുറ്.... ശബ്ദമുണ്ടായി. ഭാര്യയും ഭർത്താവും പരിഭ്രമിക്കാതിരുന്നില്ല. എന്നാൽ ആ വായ തുറക്കപ്പെട്ടു. ക്ഷീണമായ സ്വരം പൊങ്ങിവന്നു.

"നഞ്ജുണ്ടപ്പനെവിടെ....?"

"അയാളിവിടില്ല..... നിങ്ങൾ സമാധാനമായി വിശ്രമിക്കണം....."

"ഇത് തടവുമുറിയല്ലേ....?"

"അല്ല. വേണ്ടപ്പെട്ടവരുടെ വീടാണ്....."

കാലത്തിന്റെ മറവിൽ പതുങ്ങിയിരിക്കുന്ന സംഭവങ്ങൾ ഓരോന്നായി ചികഞ്ഞെടുക്കാൻ അയാൾ യത്നിച്ചു. എല്ലാം കുഴഞ്ഞുമറിഞ്ഞിരിക്കുന്നു. ഒന്നിനും രൂപമില്ല. അവ്യക്തതയുടെ മൂടൽമഞ്ഞ് കൂടിക്കിടക്കുന്നു.

ആലോചന ശരീരത്തെ തളർത്തി. ആ തളർച്ച നിദ്രയിലേക്ക് വഴി തെളിയിച്ചു.

സൂര്യനസ്തമിച്ചു. ജനങ്ങൾ കുടികളിലേക്ക് മടങ്ങിയെത്തി. ആടുമാടുകൾ ആലകളിൽക്കിടന്ന് അയവിറക്കി.

കുട്ടികൾ ഊണ് കഴിച്ച് കിടന്നുറങ്ങി.

മല്ലപ്പണ്ണനും അക്കമ്മയും ചേർന്ന് ആ രാത്രി പങ്കിട്ടു. ഓരോരുത്തരായി അവർ വീരപ്പാജിക്ക് കാവലിരുന്നു.

വീരപ്പാജി ഗാഢനിദ്രയിലായിരുന്നു. പുലരാൻ ഒരു നാഴികയുള്ളപ്പോഴാണ് അയാളുണർന്നത്. വിളക്കിനരികിൽ ഉറക്കംതൂങ്ങിയിരിക്കുന്ന മല്ലപ്പണ്ണനെകണ്ട് അയാൾ ചോദിച്ചു:

"എത്രാമത്തെ യാമമാണ്.....?"

"കോഴി കൂവിക്കഴിഞ്ഞു...."

"നഞ്ജുണ്ടപ്പനില്ല.... അല്ലേ....?"

"ഇല്ല. എന്തെങ്കിലും ആവശ്യമുണ്ടോ....?"

"ഒന്നുമില്ല."

മല്ലപ്പണ്ണന് ധൈര്യം വന്നു. ഇനി പേടിക്കാനില്ല. ഒരു പകൽകൊണ്ട് ഇയാൾ നേരെയാകും.

പക്ഷികളുടെ കളകളാരവം ശ്രവിച്ചുകൊണ്ട് വീരപ്പാജി കിടന്നു. ഇടയ്ക്കിടെ കോഴികൾ കൂവുന്നുണ്ട്. പശുക്കിടാങ്ങൾ അമ്മയെ വിളിക്കുകയാണ്. ദൂരെ വയലിൽനിന്ന് കാലികളുടെ മണികിലുക്കത്തോടൊപ്പം കർഷകന്റെ ഒച്ചയും ഉയർന്നുകേൾക്കാം.

പുറത്തിറങ്ങി ശൗചാദികർമങ്ങൾ ചെയ്യണമെന്ന് വീരപ്പാജി നിശ്ചയിച്ചു.

"എഴുന്നേൽക്കരുത്....." മല്ലപ്പണ്ണ വിസമ്മതിച്ചു.

അക്കമ്മ ഒരു മൺപാത്രം കൊണ്ടുവന്നു. രണ്ടുപേരും പുറത്തുകടന്ന് വാതിലടച്ചു.

വീരപ്പാജിക്ക് സങ്കോചം തോന്നി.

അക്കമ്മ മൺപാത്രമെടുത്തു കൊണ്ടുപോയി.

വീരപ്പാജി നെടുതായി നിശ്വസിച്ചു.

"ഈശ്വരന് കരുണയില്ല. മരണം പ്രതീക്ഷിച്ചിരുന്നതായിരുന്നു.... എന്നിട്ടിപ്പോൾ ജീവൻ ബാക്കിയായി....."

"ഇങ്ങനെയൊന്നും പറയരുത്...." മല്ലപ്പണ്ണ പറഞ്ഞു.

"നഞ്ജുണ്ടപ്പനേതായാലും ശിവപാദം പൂകിയില്ലേ.....?"

"എല്ലാം അവന്റെ ഇച്ഛയല്ലേ....? നമ്മുടെ കൈയിൽ എന്തുണ്ട്?"

"നിങ്ങൾ..... നിങ്ങളാരാണ്.....?"

"നിങ്ങളെന്നു വിളിക്കരുത്..... ഞാൻ മല്ലപ്പ. കുടകിലുള്ളവൻ....." മല്ലപ്പണ്ണ തുടർന്നു: "യജമാനൻ സമാധാനമായിരിക്കണം....."

"ഉം യജമാനനോ....? എവിടത്തെ യജമാനൻ....? ഏതോ ജന്മത്തിലെ പാപമാണ് ഞാനനുഭവിച്ച് തീർക്കുന്നത്...."

വീരപ്പാജിയുടെ മിഴികൾ നനഞ്ഞു. കവിളുകളിൽ ചാലുകളുണ്ടായി.

മല്ലപ്പണ്ണ ഉത്തരീയംകൊണ്ട് കണ്ണീരൊപ്പിക്കൊടുത്തു.

"യജമാനൻ കരയരുത്. ആയുസിന് കേടാവും....." മല്ലപ്പണ്ണന്റെ ശബ്ദം ഇടറി.

വീരപ്പാജി കരച്ചിൽ നിർത്തി. എന്നാൽ ഭക്ഷണം കഴിച്ചില്ല.

അൽപ്പം എന്തെങ്കിലും വയറ്റിൽചെല്ലാതെ..... ശരീരത്തിന് ത്രാണിയുണ്ടാകുന്നതെങ്ങനെ....?

മല്ലപ്പണ്ണനും അക്കമ്മയും പലതവണ നിർബന്ധിച്ചു.

"എനിക്കുവേണ്ട..... എനിക്കുടനെ മരിക്കണം....." ഒരേ ശാഠ്യം.

ദമ്പതികൾ പരിഭ്രാന്തരായിത്തീർന്നു. നല്ലൊരാപത്താണ് തലയിൽ വീണിരിക്കുന്നത്. രാജ്യദ്രോഹമായേക്കും. എന്താണൊരു പോംവഴി.

"എങ്കിൽ ഞങ്ങളും ഒന്നും കഴിക്കില്ല....." അക്കമ്മ തറപ്പിച്ചു പറഞ്ഞു.

"അതേ..... ഞങ്ങളും നിങ്ങളോടൊപ്പം മരിക്കും...." മല്ലപ്പണ്ണ കൂട്ടിച്ചേർത്തു.

ചുമരുചാരി കാൽമുട്ടിൽ താടിയൂന്നിയിരിക്കുന്ന ദമ്പതികളെ വീരപ്പാജി ശ്രദ്ധിച്ചു.

ഇവരെ ദുഃഖിപ്പിക്കാൻ എനിക്കെന്തധികാരം....? അയാൾ നിർബന്ധം ഉപേക്ഷിച്ചു.

ഊണുകഴിഞ്ഞ് വിശ്രമിക്കാൻ കിടന്നപ്പോൾ താൻ ജീവിക്കാനിട യായ സാഹചര്യത്തെപ്പറ്റി വീരപ്പാജി ചോദിച്ചു....

"രണ്ടുപേരും മരണപ്പെട്ടെന്നാണ് ജയിലധികാരികൾ കരുതിയത്...."

"നഞ്ജുണ്ടപ്പ മരിക്കുമ്പോൾ എനിക്ക് ബോധമുണ്ടായിരിക്കയില്ല...."

"അതേ....."

"പിന്നീട്....."

"മൃതദേഹങ്ങൾ കാട്ടിൽകൊണ്ടിട്ടു....."

"നിങ്ങളും അതിന് സഹായിച്ചിരിക്കണം....."

"ഇല്ല. എന്റെ ഒരു ബന്ധുവുണ്ടായിരുന്നു. ശങ്കരപ്പ. അയാളാണ് കൊണ്ടുവന്നാക്കിയത്...."

കാട്ടുമൃഗങ്ങൾക്കിരയാകാനും യോഗമുണ്ടായില്ല. പാപിയായ തന്റെ ആയുസ്സ് തീർന്നില്ലെന്നോ....?

തലപോകുന്ന കാര്യമായിട്ടുകൂടി ഇവർ തന്നെ രക്ഷിക്കാൻ മിന ക്കെട്ടല്ലോ.....?

ആലോചന ഉറക്കത്തിൽ പരിണമിച്ചു.

9

"**അ**ഹ..... ഹ! ശിവനേ..... നിനക്കൽപ്പം കരുണയില്ലല്ലൊ.....
അഹ.... ഹ....! ശിവനേ നിനക്കൽപ്പം കൃപയുമില്ലല്ലൊ.....
ഇഹലോക ദുഃഖിതനായെന്തിനു നീയുയിരേകി....?"

ഞരക്കംപോലെ തികട്ടിത്തികട്ടിവരുന്ന പദങ്ങൾ.....

ഉറക്കത്തിന്റെ മൂടുപടം നീക്കുകയായിരുന്ന മല്ലപ്പണ്ണ, ഭാര്യ ഈശ്വര ജപം നടത്തുകയാണെന്നാണ് കരുതിയത്. എഴുന്നേറ്റിരുന്നപ്പോഴാണ് വീരപ്പാജിയുടെ സ്വരമാണെന്ന് ബോധ്യമായത്. പെട്ടെന്ന് ശബ്ദം നിലച്ചു.

"ഉറക്കം ഞെട്ടിയോ മല്ലപ്പണ്ണാ.....?"

"ഉം....."

തലയിണ ചുമരിൽ ചേർത്തുവച്ച് ചാർന്നിരിക്കയായിരുന്ന വീരപ്പാജി യെകണ്ട് അയാൾ ഓർമിപ്പിച്ചു:

"രണ്ടുദിവസംകൂടി ദേഹമനക്കരുത്..... പ്രാണൻ പാകമാവില്ല...."

"ഉം.... പാകമായി മല്ലപ്പണ്ണാ.... പാകമായി. മൂപ്പെത്തുന്നതിനുമുമ്പേ പാകപ്പെട്ടിരിക്കുന്നു.... എന്നിട്ടും കൊഴിഞ്ഞുവീഴുന്നില്ല...."

"അയ്യോ....! ഇങ്ങനെയൊന്നും പറയരുത്. യജമാനൻ സന്തോഷ ത്തോടെ ഇരിക്കണം. ഒന്നുകൊണ്ടും സങ്കടപ്പെടരുത്....."

"സന്തോഷം.....! എന്ത് സന്തോഷം.....? ഭൂമിക്ക് മീതെയുള്ള എന്റെ കളിയെല്ലാം അവസാനിച്ചില്ലേ....?"

"........"

"ആദ്യത്തെ കോഴി കൂവിയപ്പോഴേ ഉറക്കമുണർന്നു. പിന്നീടുറക്കം വന്നില്ല. തലയിണ ചേർത്തുവച്ച് കുറേനേരം ചാർന്നിരുന്നു. അപ്പോൾ ചെറുപ്പത്തിൽ മുത്തച്ഛൻ പാടിത്തന്ന വരികൾ ഓർമവന്നു. ഈശ്വരനാമം ജപിക്കുന്നതുകൊണ്ട് ജീവിതവിഷമങ്ങൾ ലഘൂകരിക്കും മല്ലപ്പണ്ണ....."

"എന്തോ..... എനിക്കൊന്നും അറിയില്ല. ഞാൻ പാമരനാണ്...."

"അറിവുള്ളവരെന്ന് പറഞ്ഞാലാരാ മല്ലപ്പണ്ണ....? നിറകുടം തുളുമ്പാറില്ലല്ലോ.....? അറിവുള്ളവർകൂടി അറിവില്ലാത്തവരായി നടിച്ചാലോ.....? മഹേശ്വരന്റെ മഹത്വം മുഴുവൻ മനസിലാക്കിയ മനുഷ്യനുണ്ടോ.....?"

മല്ലപ്പണ്ണ എഴുന്നേറ്റുനിന്നു. ആലോചനയ്ക്കിട നൽകുന്നതിനുമുമ്പേ അയാൾ വീരപ്പാജിയുടെ പാദങ്ങളിൽ സാഷ്ടാംഗം നമസ്കരിച്ചു.

"എന്താ.... ഇത് മല്ലപ്പണ്ണാ..... എന്താ ഇത്....."

"ഞാൻ സേവകൻ..... നിങ്ങൾ യജമാനൻ....! യജമാനന്റെ കാലു തൊട്ട് നമസ്കരിക്കേണ്ടത് സേവകന്റെ ധർമമാണ്....."

"യജമാനൻ..... സേവകൻ.... വീണ്ടും അതേ ഉപയോഗം..... നാം രണ്ടുപേരും മുകളിലുള്ളവന്റെ സേവകരാണ്. അവന്റെ പാദത്തിലാണ് നമിക്കേണ്ടത്..."

രാജകുമാരന്റെ വാക്കുകൾ അക്കമ്മയെ ആശ്ചര്യപ്പെടുത്തി. എന്തൊരറിവ്.....

"വെള്ളം ചൂടായി. കുളിക്കണ്ടേ....." അക്കമ്മ ചോദിച്ചു.

"കുളിമുറിവരെ നടന്ന് പോകാം. ഒന്ന് കൈപിടിക്ക് മല്ലപ്പണ്ണാ...."

"വേണ്ട, യജമാനനെ ഞാൻ എടുത്തുകൊണ്ടുപോകും....."

"എടുക്കുകയൊന്നും വേണ്ട, കൈപിടിച്ചാൽ മതി...."

കുളിമുറിയിലേക്ക് നടക്കാൻ മല്ലപ്പണ്ണ മാത്രമല്ല അക്കമ്മയും സഹായിക്കേണ്ടിവന്നു. ചൂടുവെള്ളം ശരീരത്തിൽ വീണപ്പോൾ വേദനയ്ക്കൽപ്പം ശമനമുണ്ടായതുപോലെ തോന്നി.

"അമ്മേ..... എന്നെ രക്ഷിക്കാൻ വേണ്ടിയാണ് അമ്മ ജനിച്ചത്. ഭൂമിക്കുപോലും ഭാരമായിത്തീർന്നവൻ അമ്മയ്ക്ക് ഭാരമായി തോന്നുന്നില്ലല്ലോ....?"

അക്കമ്മയുടെ കണ്ഠം ഗദ്ഗദമായി. ആ മിഴികൾ നനഞ്ഞു. വീരപ്പാജിയുടെ മുന്നിൽ നിൽക്കാനാകാതെ അവർ അടുക്കളയിലേക്ക് നടന്നു.

അന്നും മല്ലപ്പണ്ണ തോട്ടത്തിൽ ചെന്നു. മല്ലപ്പണ്ണന്റെ വീട്ടിൽ ബന്ധു വന്നിട്ടുണ്ടെന്ന വാർത്ത എങ്ങനെയോ നാട്ടിൽ പരന്നു. ഒന്നു രണ്ടുപേർ മല്ലപ്പണ്ണനോട് ചോദിക്കയും ചെയ്തു.

"ആരാ വന്നത്.....?"

"മൈസൂരിലുള്ള അകന്ന ബന്ധുവാണ്....."

"ശരീരസുഖമില്ലെന്ന് കേട്ടല്ലോ....."

"അതേ. പനിയാണ്....."

"വൈദ്യരെ കാണിച്ച് മരുന്നുകൊടുത്തോ....?"

"പനിക്കെല്ലാം വൈദ്യരെ കാണിക്കുന്നതെന്തിന്....? അഞ്ചാറുദിവസംകൊണ്ട് ഭേദമാവും....."

സന്ധ്യക്ക് വീരപ്പാജി വീണ്ടും പ്രാർഥനയിൽ മുഴുകി.

"അങ്ങുമിങ്ങും നീങ്ങാനാകാത്ത മുടന്തനാക്കെന്നെ....
ചുറ്റിത്തിരിഞ്ഞ് നോക്കാനാകാത്ത കുരുടനാക്കെന്നെ.....
മറ്റൊന്നും കേൾക്കാനാകാത്ത ബധിരനാക്കെന്നെ...."

അക്കമ്മ വിളക്കുകൊളുത്തി, ഭയഭക്തികളോടെ മുറിയിൽ കൊണ്ടുവച്ചു.

"വിളക്ക് കൊളുത്തിയതുകൊണ്ട് മനസിലെ ഇരുട്ട് നീങ്ങുമോ..... തായേ....?" വീരപ്പാജി ചോദിച്ചു.

"സന്ധ്യാസമയമല്ലേ....."

"ശരിയാണ്....."

"രുചിക്കെന്തെങ്കിലും ഉണ്ടാക്കണോ.....?"

"എനിക്കൊന്നും വേണ്ട....."

വേണ്ടെന്ന് പറഞ്ഞിട്ടെന്താ.....? കുട്ടികൾ പെറുക്കിക്കൊണ്ടുവന്ന കണ്ണിമാങ്ങയുണ്ട്. അത് മുറിച്ച് ഉപ്പിലിട്ടുവെച്ചു.

മല്ലപ്പണ്ണ കൈകാൽ കഴുകി അകത്തുകടന്നു.

"യജമാനൻ എഴുന്നേറ്റിരിക്കാണോ....?"

"ഉം.... ഈ ജീവിക്ക് എപ്പോഴും ആലോചനയാണ്. മരിച്ചു ജീവിച്ചു. ഇനിയോ.....? നൂറുതവണ ആ ചോദ്യം സ്വയം ചോദിച്ചു. ഉത്തരം ലഭിക്കുന്നില്ല....."

"ദേഹം സുഖപ്പെടട്ടെ. അതിനുശേഷം ചിന്തിച്ചാൽമതി."

"ഇനിയും രണ്ടുമൂന്നു ദിവസം. പിന്നീട് ഞാൻ പോയേക്കാം.... പക്ഷേ, പോകേണ്ടതെങ്ങോട്ടാണെന്നുമാത്രം അറിയുന്നില്ല....."

"ഈ നാടുവിട്ട് മറ്റെവിടേക്കെങ്കിലും പോകുന്നതാണ് നല്ലത്....." മല്ലപ്പണ്ണ തന്റെ മനസിലുള്ളത് തുറന്നു പറഞ്ഞു.

"ഇവിടെ കഴിഞ്ഞാൽ ജീവനപകടത്തിലാവും..... അല്ലേ....? മരഞ്ചാടിയെപ്പോലെ.... കൊമ്പിൽനിന്ന് കൊമ്പിലേക്ക് ചാടിപ്പോകണം...."

"മൈസൂർഭാഗത്തേക്ക് പോകുന്നതാണ് സുരക്ഷിതം...."

"ഉം.... ഏതായാലും ഒന്നുരണ്ട് ദിവസംകൂടിയുണ്ടല്ലൊ.....? മഹേശ്വരൻ തോന്നിക്കുന്നതുപോലെ ചെയ്യാം....."

"അതേ..... യജമാനരെ...."

ഭർത്താവ് പുറത്തു കടന്നപ്പോൾ അക്കമ്മ ആരോടെന്നില്ലാതെ പറഞ്ഞു:

"രാജകുമാരന് ശിവഭ്രാന്താണ്..... ശിവഭ്രാന്ത്....."

അതേയെന്ന അർഥത്തിൽ മല്ലപ്പണ്ണ തലയാട്ടി.

10

വീരപ്പാജി ഹൊസഗളിയിലെത്തിയിട്ട് ആറുദിവസം കഴിഞ്ഞു.

രാജസഭയിൽ പങ്കെടുക്കാനെത്തിയ പുലിക്കോട്ടയിലെ ഒരു തക്കൻ മടക്കയാത്രയിൽ ഹൊസഗളിയിലെത്തിച്ചേർന്നു. നാട്ടുമുഖ്യസ്ഥനായ

ബെളയണ്ട മരുണ്ണന്റെ വീട്ടിൽ അയാളൽപ്പസമയം വിശ്രമിച്ചു. കുശല പ്രശ്നങ്ങൾക്കിടയിൽ ദർബാറിൽ നടന്ന ഓരോ കാര്യവും അയാൾ വിശദീകരിച്ചു.

തക്കൻ പുലികോട്ടയിലേക്ക് യാത്രയായപ്പോൾ അയാൾ പറഞ്ഞ കാര്യങ്ങൾ ഹൊസളളിയിലെ അന്തരീക്ഷത്തിൽ വ്യാപിച്ചു.

മല്ലപ്പണ്ണനും അതുകേട്ടു.....

"ദർബാർ കെങ്കേമമായി നടന്നത്രെ! ഇപ്പോഴത്തെ രാജാവിന്റെ സാമർഥ്യം കൊണ്ടാണത്രെ അങ്ങനെ നടന്നത്. തക്കന്മാരെല്ലാം രാജാവിനെ പുകഴ്ത്തുകയാണ്...." മല്ലപ്പണ്ണ പറഞ്ഞു.

വീരപ്പാജിയുടെ കൈകാലുകൾ തരിച്ചു. എങ്കിലും അടുത്തക്ഷണത്തിൽത്തന്നെ അയാൾ ശാന്തനായി.

"ചിക്‌വീരരാജ സമർഥൻതന്നെയാണ്." ഉലാത്തുന്നതിനിടയിൽ വീരപ്പാജി പറഞ്ഞു. "രാജകുടുംബത്തിൽ അയാളെപ്പോലെ കഴിവുള്ളവൻ വേറെയില്ല. ഇത് സത്യമാണ് മല്ലപ്പണ്ണാ....."

മല്ലപ്പണ്ണന്റെ മുഖം വിളറി. വീരപ്പാജി രാജാവിനെ നിന്ദിക്കുമെന്ന് അയാൾ കരുതിയിരുന്നില്ല. പക്ഷേ.... ഈ പുകഴ്ത്തൽ.... അതസഹ്യമാണ്.

"സഭയിൽ യജമാനനെപ്പറ്റിയും പ്രസ്താവമുണ്ടായത്രെ...."

"എന്തു പ്രസ്താവം....?"

"വസൂരി ബാധിച്ച് നിങ്ങൾ രണ്ടുപേരും മരണപ്പെട്ടുപോയെന്ന് രാജാവ് ദുഃഖത്തോടെ പറഞ്ഞത്രെ....."

വീരപ്പാജിയുടെ ചുണ്ടിൽ ഒരു ചിരി പൊടിച്ചുവന്നു. മല്ലപ്പണ്ണന് ആ ചിരിയുടെ അർഥം മനസിലായില്ല.

"രാജാവ് പ്രസ്താവിച്ചതാണ് സത്യം....! അപ്പാജി രാജാവിന്റെ മക്കളായ വീരപ്പാജിയും നഞ്ജുണ്ടപ്പനും മരിച്ചുപോയി മല്ലപ്പണ്ണാ....!"

"എന്തൊക്കെയാണീ പറയുന്നത്....?" വീരപ്പാജിയുടെ മാനസിക നില ഗ്രഹിക്കാനാകാതെ മല്ലപ്പണ്ണ വിഷമിച്ചു.

"ഞാൻ പറഞ്ഞത് സത്യമല്ലേ മല്ലപ്പണ്ണാ....? ഇത് എന്റെ പുനർജന്മമാണ്. അന്നുരാത്രി കാട്ടിലെത്തിയതോടെ ആദ്യജന്മം കഴിഞ്ഞു. പ്രഭാതത്തിൽ ഈ വീട്ടിലെത്തിയതോടെ പുതിയ ജന്മം ആരംഭിച്ചിരിക്കയാണ്..."

മല്ലപ്പണ്ണ മിണ്ടാതിരുന്നു. അയാളുടെ മനസിനെ മഥിക്കുന്ന മറ്റൊരു കാര്യമുണ്ട്. അതെങ്ങനെ പറയുമെന്നറിയാതെ വിഷമിച്ചിരിക്കയായിരുന്നു.

"എന്താ മല്ലപ്പണ്ണാ ഒരാലോചന....?"

"ഏ.... ഒന്നുമില്ല..." സങ്കോചത്തോടെയാണെങ്കിലും മല്ലപ്പണ്ണ പറഞ്ഞു. "വീട്ടിൽ ബന്ധു വന്നവിവരം നാട്ടുകാരെല്ലാം അറിഞ്ഞിരിക്കുന്നു. സുഖക്കേടിന്റെ കാര്യം എല്ലാവരും അന്വേഷിക്കുന്നു. രോഗം ഭേദമായെങ്കിൽ അവർക്ക് ബന്ധുവിനെ കാണണമത്രെ. ചിലർ നാളെ വരാനും മതി. ബന്ധുവിന്റെ പേരിൽ അവർക്ക് വിരുന്ന് നൽകണമത്രെ..."

വീരപ്പാജി തെല്ലുനേരം മൗനം ഭജിച്ചിരുന്നു....

"ശരിയാണ്. നാട്ടുകാരുടെ സംശയം ന്യായമാണ്. നാളെ പ്രഭാതത്തിനുമുമ്പ് ഞാൻ പുറപ്പെട്ടുകഴിഞ്ഞിരിക്കും...."

"യജമാനന്റെ ഇഷ്ടം.... ഭയംകൊണ്ടാണ് ഞാനിങ്ങനെ പറഞ്ഞതെന്ന് ധരിക്കരുത്...."

"ഇല്ല മല്ലപ്പണ്ണാ..... ആ വിചാരം എനിക്കില്ല...."

"എവിടേക്ക് പുറപ്പെടാനാണുദ്ദേശിക്കുന്നത്....?"

"നഞ്ചരാജ പട്ടണത്തിൽ ശിവാചാര്യ സ്വാമികളുണ്ടെന്ന് കേട്ടിരുന്നു.... ആദ്യമായി ആ പാദങ്ങളെ ശരണം പ്രാപിക്കണം....."

"വളരെ സൂക്ഷിച്ചുവേണം പോകാൻ. മറ്റുള്ളവരറിഞ്ഞാൽ ആപത്താണെന്ന് പ്രത്യേകം ഓർമിപ്പിക്കേണ്ടല്ലോ.....?"

"ആരാ.... ഈ..... മറ്റുള്ളവർ....?"

"അത് തുറന്ന് പറയണോ...?"

"വേണ്ട, എനിക്കറിയാം. ഞാനെപ്പോഴും ജാഗ്രതയോടെ തന്നെ കഴിഞ്ഞോളാം....."

രാജകുമാരൻ നാളെ കാലത്ത് പോകുന്ന വിവരം അക്കമ്മയറിഞ്ഞു. അവർ അസ്വസ്ഥയായി. അന്ന് ശങ്കരപ്പ ഇയാളെ കൊണ്ടുവന്നാക്കിയപ്പോൾ ഉടനെ പറഞ്ഞയക്കാനുള്ള വെമ്പലായിരുന്നു. എന്നാൽ..... ഇന്ന്.... പോകേണ്ട..... പോകേണ്ട..... എന്ന് പറയാൻ മനസ്സ് നിർബന്ധിക്കുന്നു.

"ഒരു കാര്യം ചെയ്യ്. നഞ്ചരാജപട്ടണംവരെ നിങ്ങളും കൂടെച്ചെല്ലണം....." അക്കമ്മ നിർദേശിച്ചു.

"ശരിയാണ്. ഇയാളെ ഒരു ദിക്കിലെത്തിക്കേണ്ടത് നമ്മുടെ കടമയാണ്. എന്നാൽ ഇയാളനുവദിക്കുമോ എന്തോ.....?"

"നിങ്ങൾ കൂടെച്ചെല്ലുന്നത് പുറപ്പെടാൻ സമയത്തേ ഇയാളറിയാവൂ...."

"ഉം..... ഇതെല്ലാം തലപോകുന്ന പണിയാണ്....."

"ആണുങ്ങൾക്കല്ലേ ഇത്തരം കാര്യങ്ങൾ ചെയ്യാനാകൂ...."

മല്ലപ്പണ്ണ പത്നിയെ സൂക്ഷിച്ചുനോക്കി.

"ഉം.... എന്താ നോക്കുന്നത്?"

"ഞാൻ ഒരെളുപ്പവഴി ആലോചിക്കുകയായിരുന്നു. വേഗം തന്നെ നഞ്ചരാജ പട്ടണത്തിലെത്തിച്ചേരും."

"ഏതാ.... വഴി....?"

"വാ.... പറയാം....."

11

അത്താഴം കഴിച്ചുകിടന്ന അക്കമ്മയ്ക്ക് ഉറക്കം വന്നില്ല. അർധരാത്രിയിൽ ഒരിക്കൽ കണ്ണുചിമ്മിയെന്നേയുള്ളൂ. കോഴികൂവുന്നതിനു മുമ്പേ ഉണർന്നെഴുന്നേറ്റു.

വിളക്കുമായി മുറിയിലെത്തിയപ്പോൾ വീരപ്പാജി നാമം ജപിക്കുകയായിരുന്നു.

“ഞാൻ നേരത്തെ ഉണർന്നമ്മേ. പറഞ്ഞിട്ടു പോകാമെന്ന് കരുതിയാണ് കാത്തിരുന്നത്. മല്ലപ്പണ്ണനുണർന്നില്ലേ....?”

അക്കമ്മ തിടുക്കത്തിൽ ഭർത്താവിനെ വിളിച്ചുണർത്തി.

“ഓ... നേരം ഒരുപാടായോ.....?” മല്ലപ്പണ്ണ ചാടിയെണീറ്റു.

“വേഗത്തിൽ......” അക്കമ്മ ധൃതികൂട്ടി.

വീരപ്പാജിയും മല്ലപ്പണ്ണനും പ്രഭാതകൃത്യങ്ങൾ കഴിച്ചു.

അടുക്കളയിൽ കഞ്ഞി തയാറായി......

“അമ്മേ.... ഈ ദേഹത്തിൽ ജീവനുള്ളതുവരെ ഈ കൈകൊണ്ട് വിളമ്പിത്തന്ന കഞ്ഞിയുടെ രുചി മറക്കില്ല.....”

വീരപ്പാജി കഞ്ഞികുടിക്കുന്നത് മാതൃവാത്സല്യത്തോടെ അക്കമ്മ നോക്കിനിന്നു. രാജകുമാരനായി കൊട്ടാരത്തിൽ ഓടിച്ചാടി നടക്കേണ്ട ഇയാൾക്ക് ഇങ്ങനെയൊരു ദുർഗതി വന്നല്ലോ? മരണത്തിന്റെ കൈയിൽ നിന്ന് മുജ്ജന്മസുകൃതംകൊണ്ടാണ് ഇയാൾ രക്ഷപ്പെട്ടത്. ഇനി എന്തൊക്കെയാണോ സംഭവിക്കാൻ പോകുന്നത്....?

വീരപ്പാജിയുടെ കൃതജ്ഞതാപ്രകടനം അക്കമ്മയെ ചിന്തയിൽ നിന്നുണർത്തി. താനെന്താണ് പ്രതിവാക്ക് പറയേണ്ടത്....? ആ മിഴികൾ നിറഞ്ഞൊഴുകി.

വീരപ്പാജി മല്ലപ്പണ്ണന്റെ കിടന്നുറങ്ങുന്ന മക്കളെ നോക്കിക്കൊണ്ട് ഒരുനിമിഷം നിന്നു.

“ദൈവം ഇവർക്ക് നല്ലത് വരുത്തട്ടെ.....”

മല്ലപ്പണ്ണന്റെ ഹൃദയമിടിപ്പ് വർധിച്ചു. താൻ പറയേണ്ട വാക്കുകൾ അടക്കിവയ്ക്കാൻ അയാൾ പണിപ്പെട്ടു.

“ഞാൻ പുറപ്പെടട്ടെ......”

“യജമാനരെ.... ഞാൻ പറയുന്നതുപോലെ ചെയ്യണം. ആദ്യമായി ഈ വേഷം മാറണം. ഒരു കർഷകന്റെ വേഷം ധരിക്കണം. ഈ ധോത്തി ഉടുത്ത് കമ്പിളി പുതച്ചോളൂ. ഈ വടി കൈയിൽ പിടിക്കുകയും ചെയ്തോ..... ഈ വേഷ്ടി ഞാൻതന്നെ തലയിൽ കെട്ടിത്തരാം. വഴിയിൽ ആരു ചോദിച്ചാലും ഒന്നും പറയണ്ട.....”

വീരപ്പാജിക്ക് ചിരിവന്നു.

“ഞാൻ പൊട്ടനാണെന്ന് അവർ ധരിച്ചാലോ....?”

“പൊട്ടനല്ല. പെണ്ണ് കാണാൻ പോകുന്ന വരൻ. ഭയങ്കര നാണമാണ്. ഉത്തരമെന്തായാലും കൂടെയുള്ള ഈ മച്ചുനിയൻ കൊടുത്തോളും....”

“എന്താ നിങ്ങളും കൂടെ പോരുന്നോ....?”

“ഈ ഒരപേക്ഷമാത്രം യജമാനൻ തള്ളിക്കളയരുത്. നഞ്ചരാജപട്ടണംവരെ ഞാനും വരാം. യജമാനനെ സ്വാമികളുടെ കൈയിലേൽപ്പിച്ചിട്ട് ഞാൻ മടങ്ങിക്കൊള്ളാം.....” മല്ലപ്പണ്ണ മുട്ടുകുത്തി പ്രാർഥിച്ചു.

“അതേ.... യജമാനരെ.....” അക്കമ്മ കൂട്ടിച്ചേർത്തു.

“ഛെ....! ഛെ.....! ഇതെന്താ മല്ലപ്പണ്ണാ കാട്ടുന്നത്....? എഴുന്നേൽക്ക്..... നിങ്ങളുടെ പാദംതൊട്ട് വന്ദിക്കാൻ ഞാനൊരുങ്ങുകയായിരുന്നു. നിങ്ങൾ പറഞ്ഞത് ഞാൻ സമ്മതിച്ചിരിക്കുന്നു....”

ഉത്സാഹത്തോടെ മല്ലപ്പണ്ണ ചാടിയെഴുന്നേറ്റു. അൽപ്പസമയംകൊണ്ട് രണ്ടുപേരും തയാറായി.

വീരപ്പാജി അക്കമ്മയുടെ പാദം തൊട്ടു വണങ്ങി.

“അയ്യോ.... യജമാനരെ.....” അക്കമ്മ പിന്നോട്ട് നീങ്ങിയെങ്കിലും വീരപ്പാജി ആ പാദങ്ങളിൽ നമസ്കരിക്കുകതന്നെ ചെയ്തു.

“അമ്മേ.... ഞാൻ പോയിവരട്ടെ.....” ഗദ്ഗദത്തോടെ വീരപ്പാജി യാത്ര ചോദിച്ചു.

“നഞ്ചരാജപട്ടണത്തിലെത്താൻ രണ്ടുമൂന്നുദിവസം പിടിക്കും. ഏതായാലും അടുത്തയാഴ്ച ഇതേദിവസമാകുമ്പോഴേക്ക് ഞാനെത്തിച്ചേരും...” മല്ലപ്പണ്ണ പത്നിയെ സമാധാനിപ്പിച്ചു.

ഭക്ഷണപ്പൊതി, മടക്കിയ കമ്പിളി, പൊതിഞ്ഞുവെച്ച കഠാരി.... ഇത്രയുംകൊണ്ട് മല്ലപ്പണ്ണ മുന്നിൽനടന്നു.... വീരപ്പാജി അയാളെ പിന്തുടർന്നു.

12

കുന്നിൻചെരിവിലുള്ള ആ ഗ്രാമത്തില രാജദൂതരെത്തുമ്പോൾ മധ്യാഹ്നമായിരുന്നു.

ആയുധധാരിയായ ഒരശ്വാരൂഢൻ, നാല് പടയാളികൾ, രണ്ട് പല്ലക്ക്, എട്ട് അമാലന്മാർ – അവരെ കണ്ട് പലരും എത്തിനോക്കി! ചിലർ ഭയത്തോടെ ഓടിപ്പോയി....!

ഗ്രാമത്തലവനായ പൊന്നയ്യ അവരെ സ്വീകരിച്ചു.

“എന്താ.... വിശേഷം....?” അയാൾ ചോദിച്ചു.

“ഗംഗമ്മയ്ക്കുള്ള രാജനിർദേശവും കൊണ്ടാണ് വന്നിരിക്കുന്നത്....” കുതിരപ്പുറത്തുനിന്നിറങ്ങിക്കൊണ്ട് തലവൻ അറിയിച്ചു.

പല്ലക്ക് കണ്ടപ്പോഴേ.... അവരുടെ ഉദ്ദേശ്യം പൊന്നയ്യ ഊഹിച്ചെടുത്തിരുന്നു.

“നടക്ക്..... ആ വളവിലാണ് അവരുടെ വീട്....”

പൊന്നയ്യനെ രാജദൂതർ അനുഗമിച്ചു.

“മടിക്കേരിയിലെല്ലാവർക്കും സുഖംതന്നെയല്ലേ....?”

ദൂതരുടെ തലവൻ കൂടുതൽ സംസാരിക്കുന്ന പ്രകൃതക്കാരനായിരുന്നില്ല. ഗൗരവം വിടാതെ അയാൾ പറഞ്ഞു:

“സുഖം തന്നെ.....”

പല്ലക്കുമായി ദൂതന്മാർ വരുന്നതു കണ്ടപ്പോൾ ഗംഗമ്മ പരിഭ്രാന്തയായിത്തീർന്നു. എങ്കിലും ഉള്ളിലെ സങ്കടം പുറത്തുകാട്ടാതെ അവർ ധൈര്യം നടിച്ചു.

സാമ്പത്തികഭദ്രതയുള്ള ഒരു കുടുംബത്തിലാണ് ഗംഗമ്മ ജനിച്ചത്. അവർ അമ്മയായത് പ്രായംകൂടിയതിനുശേഷമാണ്. അതും നാലേനാല്

മാസം. പ്രസവിച്ച മൂന്ന് ആൺമക്കളും പല്ല് മുളയ്ക്കുന്നതിനുമുമ്പേ മരണപ്പെട്ടു. നാലാമതാണ് ഒരു പെണ്ണ് പിറന്നത്. അതും അൽപ്പായുസായിരിക്കുമെന്ന് വിചാരിച്ചതായിരുന്നു. എന്നാൽ ഭാഗ്യത്തിന് രക്ഷപ്പെട്ടു. എന്നാൽ പിതൃയോഗം അവൾക്കുണ്ടായിരുന്നില്ല. ഗംഗമ്മ മകളെ പ്രാണനുതുല്യം വളർത്തിക്കൊണ്ടുവന്നു....

മകളെ വളർത്തുന്നതോടൊപ്പംതന്നെ പാടങ്ങളും പറമ്പുകളും നോക്കി നടത്തുക വിഷമകരമായിരുന്നു.... അതുകൊണ്ട് സ്വസഹോദരനെ ആ ഭാരമേൽപ്പിച്ചു. സഹോദരന്റെ കുട്ടികൾ ഗംഗമ്മയുടെ മകൾ ശാന്തമ്മയ്ക്ക് കൂട്ടായിത്തീർന്നു.

ശാന്തമ്മയ്ക്ക് എട്ട് വയസായപ്പോഴാണ് അത് നടന്നത്.....

അപ്പാജി രാജാവിന്റെ മൂത്തമകനായ വീരപ്പാജിക്ക് പെണ്ണന്വേഷിച്ചുകൊണ്ട് ചിലർ ആ ഗ്രാമത്തിൽ വന്നു. ശാന്തമ്മയെ അവർക്കിഷ്ടമായി. എന്നാൽ മകളെ രാജകൊട്ടാരത്തിലേക്കയക്കുന്ന കാര്യത്തിൽ ഗംഗമ്മ വിസമ്മതിച്ചു.

വിവരം കുടക്‌രാജാവിന്റെ ചെവിയിലെത്തി. ശാന്തമ്മയെ രാജകുടുംബത്തിലെ മരുമകളായി സ്വീകരിച്ചുകൊണ്ടുള്ള കൽപ്പന പുറപ്പെട്ടു. അതിന്റെ മുമ്പിൽ ഗംഗമ്മ ചൂളിപ്പോയി.

അപ്പങ്കളത്തേക്ക് ശാന്തമ്മയെ കൂട്ടിക്കൊണ്ടുചെന്ന് വിവാഹം നടത്തിച്ചു. ശാന്തമ്മയ്ക്ക് എല്ലാം സ്വപ്നത്തിലെന്നതുപോലെയാണനുഭവപ്പെട്ടത്. കൂട്ടുകാരന് അവളെക്കാൾ പത്തോ പന്ത്രണ്ടോ വയസ്സ് കൂടുതൽ കാണും.

ഋതുമതിയാകുന്നതുവരെ പെണ്ണ് സ്വന്തം വീട്ടിൽതന്നെ കഴിയണമല്ലോ? രാജമ്മാജി എന്ന പുതിയ പേര് സ്വീകരിച്ച് ശാന്തമ്മ അമ്മയോടൊപ്പം വീട്ടിൽ തിരിച്ചെത്തി.

ലിംഗരാജ അനാരോഗ്യംകാരണം വിവാഹത്തിൽ സംബന്ധിച്ചിരുന്നില്ല. പിന്നീട് കുറഞ്ഞകാലം മാത്രമേ അയാൾ ജീവിച്ചിരുന്നുള്ളൂ.

സിംഹാസനത്തിനുവേണ്ടി രാജകുമാരന്മാർ നടത്തുന്ന പിടിവലികൾ ഗംഗമ്മയും മനസിലാക്കിയിരുന്നു. ഇനിയെന്തായിരിക്കും നടക്കുകയെന്ന് അവർ ഭയപ്പെട്ടു.

എന്നാൽ.... ഞെട്ടിക്കുന്ന ആ വാർത്ത താമസിയാതെ വന്നെത്തി.

സിംഹസാനത്തിലിരുന്ന ചിക്‌വീരരാജ വലിയച്ഛന്റെ മക്കളായ വീരപ്പാജിയെയും നഞ്ജുണ്ടപ്പനെയും തടവിലാക്കിയിരിക്കുന്നു....!

“മകളുടെ തലയിലെഴുത്ത് ഇങ്ങനെയായല്ലോ. എന്ത് ചെയ്യാൻ.... മുജ്ജന്മ കടം തീർക്കാനായല്ലോ....” ഗംഗമ്മ വായിട്ട് നിലവിളിച്ചു. ഇതൊന്നും മനസിലാകാത്ത മകൾ എന്നുമുള്ളതുപോലെ കളികളിൽ മുഴുകി.

പിന്നീടുണ്ടായത് ഒരേയൊരു ഭയമാണ്. ചിക്‌വീരരാജ ധീരനാണെന്ന് കേട്ടിരുന്നു. ക്രൂരനുംകൂടിയാണെങ്കിലോ.....? മകളെ മടിക്കേരിയിലേക്ക് പിടിച്ചുകൊണ്ട് പോകാൻമതി.... നിർബന്ധപൂർവം സഹപത്നിയാക്കാനും ഇടയുണ്ട്. അത്തരമൊരു ദുർദിനം വരാതിരിക്കാൻ ഗംഗമ്മ ഈശ്വരനോട് പ്രാർഥിക്കുകയായിരുന്നു.

ദൈവം തന്നെ കൈവെടിഞ്ഞതുപോലെ ഗംഗമ്മയ്ക്ക് തോന്നി. പല്ലക്ക് രണ്ടെണ്ണമുണ്ട്. ഒന്ന് ശാന്തമ്മയ്ക്കാകണം. മറ്റേതോ....? വേറെ വല്ല പെൺകുട്ടിയെയും പിടിക്കാനുണ്ടോ. എന്തോ.....?

"രാജസന്നിധിയിൽനിന്ന് കൽപ്പന വന്നിരിക്കുന്നു....." പൊന്നയ്യ പറഞ്ഞു.

മനസിലെ പാരവശ്യം മാറ്റിവച്ചുകൊണ്ട് ഗംഗമ്മ എല്ലാവരെയും ഇരിക്കാൻ ക്ഷണിച്ചു.

അശ്വാരൂഢൻ നൽകിയ കടലാസ് കൈയിൽ പിടിച്ചുകൊണ്ട് ഗംഗമ്മ പറഞ്ഞു:

"എനിക്ക് വായനയറിഞ്ഞുകൂടാ..... ഇതിലെന്താണെന്ന് ഒന്നു പറഞ്ഞുതരൂ...."

പൊന്നയ്യ ആ കടലാസ് വാങ്ങി നിവർത്തി വായിച്ചു.

"മാതൃശ്രീ.... ഗംഗമ്മയവർകൾക്ക്, സന്നിധാനത്തിൽ നിന്നുള്ള അറിയിപ്പെന്തെന്നാൽ..... ഈ കൽപ്പന കിട്ടിയ ഉടൻ രാജമ്മാജിയെയുംകൊണ്ട് നിങ്ങൾ അപ്പങ്കളത്തേക്ക് പുറപ്പെടണം. അവിടെ നിങ്ങളുടെ താമസത്തിനുള്ള എല്ലാ ഏർപ്പാടുകളും ചെയ്തിട്ടുണ്ട്. പല്ലക്ക് കൊടുത്തയക്കുന്നു...."

കത്തിന്റെ അടിയിൽ രാജമുദ്ര പതിപ്പിച്ചിരുന്നു.

"അപ്പോൾ മടിക്കേരിയിലേക്കല്ല....?" അൽപ്പം ആശ്വാസത്തോടെ ഗംഗമ്മ ചോദിച്ചു.

"അല്ല.... അപ്പങ്കളത്തേക്കാണ്....."

ഇതൊരു പുതിയ നീക്കമാണെന്ന് ഗംഗമ്മയ്ക്കു തോന്നി.

തന്നെ മാതൃശ്രീ, എന്ന് രാജാവ് സംബോധന ചെയ്തിരിക്കുന്നു. അപ്പങ്കളത്തേക്കാണ് കൽപ്പന. ഒരുപക്ഷേ, തന്റെ മരുമകൻ അവിടെയുണ്ടാകണം. അയാളെ തടവിൽനിന്ന് മോചിപ്പിച്ചിരിക്കണം. ബന്ധുക്കൾ തമ്മിൽ യോജിപ്പിലെത്തിച്ചേർന്നെന്ന് തോന്നുന്നു.

"എപ്പോഴാണ് പുറപ്പെടേണ്ടത്.....?"

"ഇന്ന് രാത്രിതന്നെ...."

"ഇവരെല്ലാം നടന്നുവന്നവരല്ലെ. അൽപ്പം വിശ്രമം വേണ്ടേ?"

"അപ്പങ്കളത്ത് നിങ്ങളെ എത്തിച്ചതിനുശേഷമേ വിശ്രമമുള്ളൂ...."

"അങ്ങനെയോ.....? നല്ലത്. ജോത്സ്യരെവിളിച്ച് മുഹൂർത്തം നോക്കട്ടെ....."

"മുഹൂർത്തമെല്ലാം നോക്കിക്കോ. പക്ഷേ പുറപ്പെടുന്നത് ഇന്ന് രാത്രിയാണ്. അതിൽ മാറ്റമില്ല....."

ഇയാളിത്ര തിടുക്കപ്പെടുന്നതെന്തിന്.....? മരുമകന് വല്ല വിഷമവും സംഭവിച്ചിട്ടുണ്ടോ.....? ഇയാളെന്താ ഒന്നും വിവരിച്ച് പറയാത്തത്.....?

"ശരി... രാജകൽപ്പനതന്നെ നടക്കട്ടെ. നിങ്ങളെല്ലാം ഊണ് കഴിക്ക്....." ഗംഗമ്മ ഗാംഭീര്യം വിടാതെ പറഞ്ഞു.

"എന്നാൽ ഞാനിറങ്ങട്ടെ....." പൊന്നയ്യ തന്റെ ജോലി കഴിഞ്ഞ സമാധാനത്തോടെ വീട്ടിലേക്ക് നടന്നു.

ഗംഗമ്മ സഹോദരനെ അകത്തുവിളിച്ച് സ്വകാര്യമായി പറഞ്ഞു:

"മരുമകൻ അപ്പങ്കളത്തുണ്ടോ. അതോ തടവിൽ തന്നെയാണോ എന്ന് ഒന്നറിയാൻ നോക്ക്. ഏതെങ്കിലും ദൂതനോട് രഹസ്യമായി ചോദിച്ചാൽ പറഞ്ഞുതരും......"

സഹോദരൻ ഒരു ദൂതനെ സമീപിച്ച് രഹസ്യമാരാഞ്ഞു. പക്ഷേ, അയാൾ നിരാശനായതേയുള്ളൂ. ഒന്നും തുറന്നു പറയാനുള്ള അധികാരം ദൂതനില്ലായിരുന്നു.

ഗംഗമ്മയുടെ നെറ്റിയിൽ ചുളിവുകൾ വീണു. ഇതിലെന്തോ രഹസ്യമുണ്ട്. ഒരുപക്ഷേ, ഇവർക്കുപോലും അതറിവില്ലായിരിക്കാം.

യാത്രയ്ക്ക് ഒരുക്കം തുടങ്ങിയപ്പോൾ ദൂതരുടെ തലവന്റെ മുഖം അൽപ്പം തെളിഞ്ഞു.

"ഇനിയും അങ്ങോട്ട് പോണോ അമ്മേ....? വീണ്ടും വിവാഹം കഴിക്കോ.....?" ശാന്തമ്മ അമ്മയോട് ചോദിച്ചു.

"നിന്റെ തല....." ഗംഗമ്മ കണ്ണുരുട്ടി.

അവർക്ക് ചിരിയും കരച്ചിലുമുണ്ടായി.

സൂര്യോദയത്തിന് നാല് നാഴികയുള്ളപ്പോൾ ആ സംഘം അപ്പങ്കളത്തേക്ക് പുറപ്പെട്ടു.

13

ചിക്‌വീരരാജന്റെ സഹോദരിയാണ് ദേവമ്മാജി. ലിംഗരാജ മകനെമാത്രം വിദ്യാഭ്യാസം ചെയ്യിപ്പിച്ച് കഠിനമായ ശാസ്ത്രാസ്ത്ര വിദ്യകൾ പരിശീലിപ്പിച്ചു. രാജ്യഭരണസംബന്ധമായി താൻ സമ്പാദിച്ച മുഴുവൻ അനുഭവപാഠങ്ങളും രാജാവ് മകന് പകർന്നുകൊടുത്തു. രാജാവിന്റെ നിഷ്ഠൂരമായ നീതികളെ പിന്താങ്ങുന്നതിൽ ആ രാജകുമാരന് യാതൊരു വൈമനസ്യവും ഉണ്ടായിരുന്നില്ല.

ദേവമ്മാജി സഹോദരനെപ്പോലെയായിരുന്നില്ല. അവളെന്തു തെറ്റു ചെയ്താലും ലിംഗരാജ കോപിച്ചിരുന്നില്ല. അയാളവളെ ലാളിച്ചോമനിച്ചാണ് വളർത്തിക്കൊണ്ടുവന്നത്.

പിൽക്കാലത്ത് ലിംഗരാജന്റെ മൂത്ത സഹോദരൻ വലിയവീരരാജ ആൺമക്കളില്ലാതെ മരിച്ചപ്പോൾ അയാളുടെ മകൾ രാജ്യഭരണം കൈയേറ്റു. എന്നാൽ ലിംഗരാജതന്നെ അതവസാനിപ്പിച്ചു. രാജ്യഭരണം പെണ്ണിന് ചേർന്നതല്ലെന്നാണ് അദ്ദേഹത്തിന്റെ അഭിപ്രായം.

ദേവമ്മാജിയെ നല്ലൊരു കുടുംബിനിയാക്കാനാണ് ലിംഗരാജ ആഗ്രഹിച്ചത്. തനിക്കുശേഷം സിംഹാസനത്തിലിരിക്കുന്ന തന്റെ മകന് സഹായിയാകാൻ പറ്റിയ ഒരുവന് അവളെ വിവാഹം ചെയ്തുകൊടുക്കണം. ബന്ധുവായി അവനെയും കൊട്ടാരത്തിൽ പാർപ്പിക്കണം. ലിംഗരാജന്റെ കണക്കുകൂട്ടൽ ഇതൊക്കെയായിരുന്നു.

ലിംഗരാജ തന്റെ മനോഗതം നടപ്പിലാക്കുകയും ചെയ്തു. കുടകരിൽ നിന്ന് തനിക്കിഷ്ടപ്പെട്ട ഒരു യുവാവിനെ തെരഞ്ഞെടുത്ത് ലിംഗ

ധാരണം ചെയ്യിച്ച്, ചന്നബസപ്പനെന്നപേര് നൽകി മരുമകനായി സ്വീകരിച്ചു.

ചിക്‌വീരരാജന് ചന്നബസപ്പനോട് എപ്പോഴും വെറുപ്പായിരുന്നു. അളിയനെ തന്നെപ്പോലെ കാണാൻ ചിക്‌വീരരാജന് കഴിഞ്ഞില്ല. കുട്ടിക്കാലത്ത് സഹോദരിയെ 'കിളി' എന്ന് വിളിച്ച് അയാൾ പരിഹസിക്കാറുണ്ടായിരുന്നു. ഇപ്പോഴത് യാഥാർത്ഥ്യമായിത്തീർന്നു. 'കിളിയുടെ പുരുഷൻ' എന്ന് ചന്നബസപ്പനെയും ചിക്‌വീരരാജ പരിഹസിച്ചു.

"ദേവമ്മാജിയെ അപ്പങ്കളത്ത് താമസിപ്പിക്കാം...." ലിംഗരാജന്റെ പത്നി പോംവഴി നിർദ്ദേശിച്ചു.

ലിംഗരാജനും ആ നിർദ്ദേശം സ്വീകാര്യമായിത്തോന്നി.

ബുദ്ധിഭ്രമം പിടിപെട്ട ഒരു ദുർദിനത്തിലാണ് വലിയ വീരരാജ അപ്പങ്കളത്ത് താമസിച്ചിരുന്ന അനുജൻ അപ്പാജിയെ കൊലചെയ്തത്. പിന്നീട് അദ്ദേഹം പശ്ചാത്തപിച്ചു. ഹാലേരിയിൽനിന്ന് അപ്പങ്കളത്തേക്ക് താമസം മാറ്റണമെന്നും അപ്പാജിയുടെ മക്കളെനോക്കി രക്ഷിക്കണമെന്നും അയാൾ ലിംഗരാജനോടാജ്ഞാപിച്ചു. രാജപദം ഏറ്റെടുക്കുന്നതുവരെ ലിംഗരാജ അപ്പങ്കളത്താണ് താമസിച്ചിരുന്നത്. സുന്ദരമായ കൊട്ടാരം. ലിംഗരാജന്റെ ഉന്നമനത്തിന് സാക്ഷ്യം വഹിച്ച അരമന, ചിക്‌വീരരാജന്റെയും ദേവമ്മാജിയുടെയും ശൈശവം അപ്പങ്കളത്താണ് കഴിഞ്ഞിരുന്നത്.

മടിക്കേരിയിൽനിന്ന് മൂന്നുനാഴിക അകലെയാണ് അപ്പങ്കളം. അരമനയും അതിനുചുറ്റുമുള്ള നിലവും മരുമകന് നൽകി അവിടേക്ക് പറഞ്ഞയക്കാനുള്ള പദ്ധതി ലിംഗരാജന് ഉചിതമായി തോന്നി.

ചന്നബസപ്പനും ദേവമ്മാജിയും അപ്പങ്കളത്ത് താമസം തുടങ്ങി. ദേവമ്മാജിക്ക് ആ ദൂരം അത്ര വലുതായി തോന്നിയില്ല. പകലായാലും രാത്രിയായാലും പെറ്റവീടിനെ ഓർമവരുമ്പോഴൊക്കെ രാജകുമാരിയെയും കൊണ്ട് അമാലന്മാർ മടിക്കേരിയിലേക്കോടിപ്പോകുമായിരുന്നു. ചന്നബസപ്പ കുതിരപ്പുറത്ത് ഭാര്യയെ അനുഗമിച്ചിരുന്നു.

എന്നാൽ ബന്ധുക്കൾ ബന്ധുക്കളല്ലാത്ത നില ഏറെത്താമസിയാതെതന്നെ ദേവമ്മാജിക്കനുഭവപ്പെട്ടു. അച്ഛൻ മരിച്ചു. ആ സങ്കടം സഹിക്കാനാകാതെ അമ്മയും ആത്മഹത്യചെയ്തു. ഇതുരണ്ടും ചേർന്ന് ദേവമ്മാജിയുടെ സങ്കൽപ്പങ്ങളെ തകർത്തെറിഞ്ഞു. അപ്പങ്കളമാണ് തനിക്ക് ഏകാശ്രയമെന്ന നിലവന്നു.

ആ അപ്പങ്കളത്താണ് ഗംഗമ്മയും രാജമ്മാജിയും വന്നുചേർന്നത്.

എപ്പോഴാണെന്നറിയില്ലെങ്കിലും അവർ വരുമെന്ന് ദേവമ്മാജി മനസിലാക്കിയിരുന്നു. ആ വാർത്ത ഭാര്യാഭർത്താക്കന്മാരെ ചിന്താക്കുഴപ്പത്തിലാക്കുകയും ചെയ്തിരുന്നു. എന്തിനാണ് അവരെ ഇവിടെ താമസിപ്പിക്കുന്നത്? എത്ര ആലോചിച്ചിട്ടും അവർക്കത് മനസിലായില്ല.

"നമ്മളിവിടെ ഇഷ്ടംപോലെ കഴിയുന്നത് ജ്യേഷ്ഠനിഷ്ടമല്ല...." ദേവമ്മാജി പറഞ്ഞു. അല്ലെങ്കിൽ ഭർത്താവ് മരിച്ച ആ പെണ്ണിനെ ഇവിടെ താമസിപ്പിക്കുന്നതെന്തിന്?

ആ മനോഭാവത്തോടെയാണ് ദേവമ്മാജി ഗംഗമ്മയെയും രാജമ്മാജിയെയും സ്വീകരിച്ചത്.

"സുഖം തന്നെയല്ലേ.....?" പല്ലക്കിൽ നിന്നിറങ്ങിയ ഗംഗമ്മ ബഹുമാനത്തോടെ രാജകുമാരിയോട് ചോദിച്ചു.

ആ ചോദ്യം ദേവമ്മാജിയെ ആശ്ചര്യപ്പെടുത്തി. താൻ ചോദിക്കേണ്ട ചോദ്യമാണിത്.....? അത് തന്നോടുതന്നെ ചോദിക്കയോ?

അതിനേക്കാളാശ്ചര്യം രാജമ്മാജിയെ കണ്ടപ്പോഴുണ്ടായി.

തന്റെ കൂട്ടുകാരൻ ഇവിടെയെങ്ങാനുമുണ്ടോ എന്ന് ഒളിഞ്ഞുനോക്കുകയായിരുന്ന രാജമ്മാജി ദേവമ്മാജിയെ കണ്ടപ്പോൾ നാണിച്ചുപോയി. അവളുടെ നെറ്റിയിൽ കുങ്കുമമുണ്ടായിരുന്നു.

ദേവമ്മാജി തരിച്ചുനിന്നുപോയി.

വീരപ്പാജിയുടെ മരണം ഇവളറിയില്ലെന്നുണ്ടോ?

"അനുജത്തീ.... കയറിവരൂ...." ദേവമ്മാജി ക്ഷണിച്ചു.

കൂടെവന്ന പടയാളികൾക്കും അമാലന്മാർക്കും ചന്നബസപ്പ വേണ്ട നിർദേശങ്ങൾ നൽകി.

"വിശ്രമിച്ചിട്ട് പോയാൽമതി." അയാൾ കൽപ്പിച്ചു.

"കൽപ്പനപോലെ" തലവൻ പറഞ്ഞു.

അരമനയുടെ തെക്കെ അറ്റത്തുള്ള രണ്ടു മുറികൾ ആഗതരുടെ വിശ്രമത്തിനായി തുറന്നുകൊടുത്തു. ആ മുറികളിൽ പറയത്തക്ക സൗകര്യങ്ങളൊന്നുമുണ്ടായിരുന്നില്ല. രണ്ടോ മൂന്നോ ദിവസത്തേക്ക് വന്നവർക്ക് ഇതിനേക്കാൾ കൂടുതലെന്തുവേണം എന്ന് ചുമരുകൾ ചോദിക്കുന്നതുപോലെ തോന്നി.

ഗംഗമ്മയുടെ മുഖം കറുത്തു. ഇത് അപമാനമല്ലാതെ മറ്റെന്താണ്? ഇങ്ങനെയാണോ ബന്ധുക്കളെ സ്വീകരിക്കുന്നത്?

"മരുമകന്റെ അരമനയിലേക്ക് വിളിച്ചുകൊണ്ട് പോകയാണെന്നാണ് ഞങ്ങളോട് പറഞ്ഞത്. അയാളെ വീണ്ടും തടവിലാക്കിയോ.....?" ഗംഗമ്മ ഉറച്ച സ്വരത്തിൽ ചോദിച്ചു.

"നിങ്ങളറിയില്ലേ.....?" വാതിൽക്കൽനിന്നിരുന്ന ദേവമ്മാജി അൽപ്പം മുന്നോട്ടാഞ്ഞു ഗംഗമ്മയോട് പറഞ്ഞു: "അയാൾ അന്നേ മരിച്ചുപോയി. വസൂരിയായിരുന്നു. എന്ത് വിധിയാണെന്ന് ആർക്കറിയാം......? ജ്യേഷ്ഠനും അനുജനും രണ്ടുപേരും പോയി......"

ഗംഗമ്മ ഇടിവെട്ടേറ്റതുപോലെ നിന്നുപോയി. താഴെ വീഴാതിരിക്കാൻ അവർക്ക് നന്നേ പണിപ്പെടേണ്ടിവന്നു.

"സത്യമല്ലെന്ന് പറയൂ അനുജത്തീ..... സത്യമല്ലെന്ന് പറയൂ.... ഇതെന്തൊരു വിധിയാണ്? നീയെന്താണ് പറയുന്നത്....?" ദേവമ്മാജിയുടെ രണ്ടുകൈകളും പിടിച്ചുകുലുക്കിക്കൊണ്ട് ഗംഗമ്മ ചോദിച്ചു.

"ഞാനെന്തിന് കളവ് പറയണം....." ഗംഗമ്മയുടെ കൈകൾ വിടർത്തിക്കൊണ്ട് ദേവമ്മാജി പറഞ്ഞു.

"അയ്യോ....! ചണ്ഡാളന്മാരേ.....!" ഗംഗമ്മ തലയിൽ കൈവച്ചു. "ആ ദൂതന്മാർ ഇതൊന്നും എന്നോട് പറഞ്ഞില്ലല്ലോ...."

“അവർക്കിത് പറയാനധികാരമുണ്ടാകില്ല.... വായതുറന്നാൽ തല പോകുമെന്ന് ഭീഷണിപ്പെടുത്തിയിട്ടുണ്ടാകണം.....”

ഗംഗമ്മ സ്വന്തം കാലിലുറച്ചുനിൽക്കാൻ യത്നിച്ചു. ആ ശരീരം കിടുകിടെ വിറച്ചു.

അമ്മയുടെ സ്വരവും ഭാവവും രാജമ്മാജിയെ ഭയപ്പെടുത്തി......

“അമ്മേ.... അമ്മേ.....” അവൾ വിളിച്ചു.

ഗംഗമ്മയുടെ ദൃഷ്ടിമുകളിൽ തങ്ങിനിന്നു.... അനാഥമായിപ്പോയല്ലോ ഈ ജീവിതം.... എന്തൊരു വിധിയാണിത്.....? ഹോ.....

“മോളേ.... എന്റെ മോളേ.... ഇങ്ങനെയൊരു ഗതി വന്നല്ലോ....?” കോഴിക്കുഞ്ഞുങ്ങളെ ചിറകിലൊതുക്കുന്നതുപോലെ ഗംഗമ്മ മകളെ കരവലയത്തിലൊതുക്കിപ്പിടിച്ചു.

പക്ഷേ.... ആ ശരീരം തളർന്നുകഴിഞ്ഞിരുന്നു.... കാലുകൾ ദുർബലങ്ങളായി.

വീഴാനോങ്ങിയ അമ്മയെ മകൾ താങ്ങിപ്പിടിച്ചിരുത്തി. കാര്യം മനസിലായില്ലെങ്കിലും അവളും അമ്മയുടെ ദുഃഖത്തിൽ പങ്കുചേർന്നു.

അമ്മയുടെയും മകളുടെയും നിലവിളി അപ്പങ്കളത്തെ ചുമരുകളിൽ പ്രതിധ്വനിച്ചു.

“കരയാതിരിക്ക്.... കരയാതിരിക്ക്.....” ദേവമ്മാജി ആശ്വസിപ്പിച്ചു.

ചന്നബസപ്പനും ഗംഗമ്മയെ സമാധാനിപ്പിക്കാൻ ശ്രമിച്ചു.

രാജദൂതന്മാർ കാര്യം ഗ്രഹിച്ചു. ഇനിയും ഇവിടെ നിൽക്കുന്നത് പന്തികേടാണെന്ന് അവർക്ക് തോന്നി.

ദൂതരുടെ തലവൻ ചന്നബസപ്പനെ സമീപിച്ചു.

“ഞങ്ങൾ ഇപ്പോൾത്തന്നെ പുറപ്പെടുകയാണ്. ആജ്ഞ നൽകണം....”

“ഇപ്പോഴോ.....?” ചന്നബസപ്പന് ദേഷ്യംവന്നു. “അവിടെ ചെന്ന് നിൽക്ക്. ഇങ്ങോട്ട് വരാനാരു പറഞ്ഞു.....? ഇവിടെ സ്ത്രീകളാണുള്ളതെന്നറിയില്ലേ.....?”

“നിൽക്ക്.....” ഗംഗമ്മ മിഴിതുടച്ചു. “ഞങ്ങളെ വീട്ടിൽ കൊണ്ടാക്കിയിട്ട് എവിടെ വേണമെങ്കിലും പൊയ്ക്കോളൂ. ഞങ്ങൾ പോകേണ്ടവരാണ്.....”

“ഞങ്ങളക്കിതിനധികാരമില്ല. നിങ്ങളെ ഇവിടെ എത്തിക്കാനുള്ള കൽപ്പന മാത്രമേ ഞങ്ങൾക്കുള്ളൂ.....” ദൂതരുടെ തലവൻ തുടർന്നു, “ഞങ്ങൾ പുറപ്പെടുകയാണ്. ഞങ്ങളിവിടെ നിൽക്കാൻ പാടില്ല. തെറ്റെന്തുണ്ടായാലും പൊറുക്കണം....”

“പോ.... പോ.... തുലഞ്ഞ്പോ....! നിന്റെ വൃത്തികെട്ട മുഖവുംകൊണ്ട് വേഗം പോ....” ചന്നബസപ്പ ആക്രോശിച്ചു.

ദൂതന്മാർ പോയിക്കഴിഞ്ഞപ്പോൾ ചന്നബസപ്പ ശാന്തസ്വരത്തിൽ ഗംഗമ്മയെ സമാധാനിപ്പിച്ചു.

“ഛെ..... ഛെ..... കരയാതെ. ഒന്നുകൊണ്ടും നിങ്ങൾ വിഷമിക്കേണ്ട. എല്ലാറ്റിനും ഞാനുണ്ട്. സമാധാനമായിരിക്കണം.”

14

ഗംഗമ്മ അപ്പങ്കളത്തെത്തിയതിന്റെ മൂന്നാം ദിവസം കുടക് റാണി ഗൗരമ്മ അവരെ കാണാനെത്തിച്ചേർന്നു.

നടുക്കടലിലകപ്പെട്ടവളെപ്പോലെ അവർ ചിന്തിച്ചും കരഞ്ഞും മണിക്കൂറുകൾ തള്ളിനീക്കുകയായിരുന്നു. കഴിഞ്ഞ മൂന്നുദിവസവും യാതൊരാഹാരവും കഴിക്കാൻ അവർ കൂട്ടാക്കിയില്ല. ദേവമ്മാജി ഓരോ നേരവും നിർബന്ധിക്കും.

"ഇങ്ങനെ ഒന്നും കഴിക്കാതിരുന്നാലോ....?"

"വേണ്ട..... ഒന്നുംവേണ്ട....." ഗംഗമ്മ ഒരേപല്ലവി ആവർത്തിച്ചു.

"മകളോടെങ്കിലും വല്ലതും കഴിക്കാൻ പറ...."

"മോളേ.... ശാന്തേ.... ജ്യേഷ്ഠത്തീടെ കൂടെപ്പോയി വല്ലതും കഴിച്ചോ."

വിശന്നു കഴിയുകയായിരുന്ന രാജമ്മാജി അപ്പങ്കളത്തെ വീട്ടമ്മയോടൊപ്പം അകത്തേക്കു ചെന്നു.

അന്ന് ഗംഗമ്മ കാലത്തേ എഴുന്നേറ്റ് കുളിച്ച് വിഭൂതിയണിഞ്ഞ് ശിവഭജനത്തിൽ മുഴുകിയിരുന്നു. രാജമ്മാജിയും അമ്മയുടെ അരികിൽ വന്നിരുന്നു.

അപ്പങ്കളത്തെത്തിയ ഗൗരമ്മ നേരെ ഗംഗമ്മയുടെ മുറിയിലേക്ക് ചെന്നു.

ശബ്ദംകേട്ട് ഗംഗമ്മ കണ്ണുതുറന്നു.

ആരാണ് തന്റെ മുന്നിൽ നിൽക്കുന്നതെന്ന് അവർക്കാദ്യം മനസിലായില്ല. സൂക്ഷിച്ചുനോക്കിയപ്പോൾ ഓർമയിലെവിടെയോ കണ്ടെത്തി. എവിടെയാണ്.....? ഓ..... തന്റെ മകളുടെ വിവാഹത്തിന് അണിഞ്ഞൊരുങ്ങി വന്നവൾ..... അതേ.... കുടക്റാണി.... ഗൗരമ്മ. റാണിയെ താൻ ബഹുമാനിക്കണം.

എഴുന്നേൽക്കാൻ നോക്കിയ ഗംഗമ്മയെ ഗൗരമ്മ പിടിച്ചിരുത്തി. ആ പാദങ്ങളിൽ റാണി നമസ്കരിച്ചു.

"അയ്യോ..... വിടമ്മാ....." ഗംഗമ്മ വിലക്കി.

ഗൗരമ്മ വിട്ടില്ല. ഗംഗമ്മയുടെ സമീപത്തായി നിലത്തുതന്നെ റാണിയുമിരുന്നു.

വരണ്ട ഭൂമിയിൽ ചാറ്റൽമഴ പെയ്ത അനുഭവം.....

"ജ്യേഷ്ഠത്തിയെ കണ്ടിട്ട് പോകാമെന്നുവച്ചാണ് വന്നത്...."

ഗംഗമ്മ ഉത്തരം പറഞ്ഞില്ല.

"രാജമ്മാജിയെ മടിക്കേരിയിൽത്തന്നെ താമസിപ്പിക്കണമെന്ന് ഞാൻ ആഗ്രഹിച്ചിരുന്നു. പക്ഷേ, മഹാരാജാവ് സമ്മതിച്ചില്ല. ഇന്നത്തെ നിലയിൽ നിങ്ങളും ഇതായിരിക്കും ഇഷ്ടപ്പെടുകയെന്ന് എനിക്കും തോന്നി...."

ഗംഗമ്മ നിമിഷനേരം തലകുനിച്ചിരുന്നു. രാജമ്മാജി റാണിയെത്തന്നെ സൂക്ഷിച്ചുനോക്കി.

"ഇങ്ങനെയൊരു ദുർവിധി എനിക്കുണ്ടായല്ലോ. എന്റെ മോള് ഈ കടബാധ്യതയുംകൊണ്ട് ജീവിതം കഴിച്ചുകൂട്ടണമല്ലോ....?" ഗംഗമ്മ ദുഃഖത്തോടെ പറഞ്ഞു.

"ഇതിൽ ഋണബാധ്യതയെന്താണുള്ളത്.....? രാജമ്മാജി രാജകൊട്ടാരത്തിൽ ചേരേണ്ടവളാണ്.... അവൾ ഇവിടെത്തന്നെ കഴിയട്ടെ...."

"എനിക്കാകെ ഈയൊരു മോളേയുള്ളൂ. ഇവിടെ വിട്ടിട്ട് എനിക്കു ജീവിക്കാൻ കഴിയില്ല...."

"കൊടുത്തപെണ്ണ് കുലത്തിന് പുറത്തല്ലേ ജ്യേഷ്ഠത്തീ.....?"

കൊടുത്തത് ശരിയാണ്.....? അതിന്.....? ഇനിയും ഇവിടെ കഴിയുന്നതിലെന്തർഥം....? ഗ്രാമത്തിലേക്ക് തിരികെപോകാനനുമതി തന്നാൽ മതി. രാജാവിനോടപേക്ഷിക്കാനുള്ളതും അതാണ്.

"ഇവൾക്കെന്തറിയാം....? ഇവൾ കുഞ്ഞല്ലേ....? പ്രായമെത്തിയിരുന്നെങ്കിൽ ഞാനിതൊന്നും പറയുമായിരുന്നില്ല."

"എല്ലാം നേരെയാവും ജ്യേഷ്ഠത്തീ.... രണ്ടുമൂന്നുദിവസം കഴിയട്ടെ. നല്ലപോലെ വിശ്രമിച്ച് തളർച്ച മാറ്റ്. പറ്റുമെങ്കിൽ മടിക്കേരിയിലേക്കും ഒന്ന് വാ...." ദുഃഖഭാവം പ്രദർശിപ്പിച്ചുകൊണ്ട് ഗൗരമ്മ പറഞ്ഞു.

ഗംഗമ്മ റാണിയുടെ മുഖത്തേക്ക് ദൃഷ്ടി പായിച്ചു.

"എന്താ...? എന്തുവേണമെങ്കിലും പറഞ്ഞോളൂ... ഇവിടെ നിങ്ങൾക്ക് യാതൊരു ബുദ്ധിമുട്ടും ഉണ്ടാകില്ല. അതിനുവേണ്ട സർവ ഏർപ്പാടുകളും ഞാൻ ചെയ്യാം....."

ദേവമ്മാജിയുടെ മുഖം ചുളിഞ്ഞു. റാണിയുടെ വാക്ക് ദേവമ്മാജിയുടെ അഭിമാനത്തിലാണ് ചെന്നുകൊണ്ടത്.

"ഇവിടെ യാതൊന്നിനും കുറവില്ല. എല്ലാം ഞാൻ നോക്കുന്നുണ്ട്...." ഗൗരവത്തോടെ ദേവമ്മാജി പറഞ്ഞു.

ദേവമ്മാജിയുടെ ഭാവമാറ്റം റാണിയെ വേദനിപ്പിച്ചു.

"കുറവ് വരുത്തുന്നുണ്ടെന്ന് ഞാൻ പറഞ്ഞോ....?" ഗൗരമ്മ ശാന്തമായി ചോദിച്ചു: "അപ്പങ്കളവും മടിക്കേരിയും തമ്മിൽ വല്ല വ്യത്യാസവുമുണ്ടോ....? രണ്ടും ഒന്നുതന്നെയല്ലേ....? ഞാൻ പറഞ്ഞതിൽ തെറ്റിദ്ധരിക്കാനെന്താണുള്ളത്.....?"

"നിങ്ങൾ തമ്മിൽ വഴക്കിടുന്നതെന്തിന്....? ദേവമ്മ അവളുടെ അനുജത്തിക്ക് യാതൊരു കുറവും വരുത്തില്ല...." ഗംഗമ്മ ഇടയിൽ കടന്നു പറഞ്ഞു.

ദേവമ്മാജി രാജകുമാരിയാണ്....! ഗൗരമ്മയോ....? പുറമെനിന്നും വന്ന് റാണിയായിത്തീർന്നവൾ....! ആ വ്യത്യാസം ദേവമ്മാജി മറക്കുന്നതെങ്ങനെ....?

ദേവമ്മാജിയുടെ മനോഗതം ഗൗരമ്മ ഊഹിച്ചെടുത്തു. അവൾ ക്ഷമ പാലിച്ചു.

"രാജമ്മാജി, ഇവിടെ അടുത്തു വന്നിരിക്ക്....." വിഷയം മാറ്റിക്കൊണ്ട് ഗൗരമ്മ പറഞ്ഞു.

"ഇങ്ങ് നീങ്ങിയിരിക്ക് മോളെ....." ഗംഗമ്മ നിർബന്ധിച്ചു.

സുന്ദരിയും ആടയാഭരണങ്ങളാൽ ശോഭിക്കുന്നവളുമായ ഗൗരമ്മയുടെ അരികിൽ രാജമ്മാജി നീങ്ങിയിരുന്നു. ഗൗരമ്മ ആ ശിരസിൽ തലോടി.

ലോകപരിജ്ഞാനം കൈവന്നിട്ടില്ലാത്ത ആ പെൺകുട്ടിക്ക് റാണിയുടെ സ്നേഹപ്രകടനം ആശ്വാസകരമായി തോന്നി.

ഗൗരമ്മ പോകാനായെഴുന്നേറ്റു.

"ഞാനിറങ്ങട്ടെ. ജ്യേഷ്ഠത്തീ....." ഗദ്ഗദത്തോടെ റാണി യാത്ര ചോദിച്ചു.

"പോയിട്ട് വാ...." ഗംഗമ്മയും എഴുന്നേറ്റു.

പല്ലക്കിനടുത്തേക്കു നടന്ന ഗൗരമ്മയോട് ദേവമ്മാജി ചോദിച്ചു:

"പുറപ്പെടുകയോ ജ്യേഷ്ഠത്തീ....?"

"നേരം കുറെയായില്ലേ....? ഇനിയൊരു തവണ വരാം..."

"വന്നവരെ നേരാംവണ്ണം നോക്കുന്നില്ലെന്നൊന്നും ജ്യേഷ്ഠനോട് പറയരുത്....?"

"ഭ്രാന്തി....! നീയെന്തെല്ലാമാണാലോചിക്കുന്നത്....? എനിക്ക് നിന്നോട് യാതൊരു ദേഷ്യവും ഇല്ല അനുജത്തീ....."

പല്ലക്കിലിരുന്ന റാണിയെ യാത്രയയ്ക്കാൻ ചന്നബസപ്പനും എത്തിച്ചേർന്നു.

15

കാവേരിനദിയുടെ തെക്കേക്കരയിലാണ് നഞ്ചരാജപട്ടണം സ്ഥിതിചെയ്യുന്നത്. വടക്കുഭാഗത്തുനിന്നും നദിയെ സമീപിക്കയായിരുന്ന മല്ലപ്പണ്ണനും വീരപ്പാജിയും മാർഗമധ്യേ വയസനായ ഒരു ജംഗമനെ കണ്ടുമുട്ടി.

"മല്ലപ്പണ്ണാ.... ഇയാളോട് പെണ്ണന്വേഷിക്കാൻ പോകുന്ന കഥ പറയണ്ട.... എന്തേ....?" വീരപ്പാജി പറഞ്ഞു.

"ഏതായാലും പട്ടണത്തിനടുത്തെത്തിയല്ലോ. ഇനി ഇഷ്ടംപോലെ......"

അപരിചിതരെ കണ്ട് ജംഗമൻ നടത്തത്തിന് വേഗത കുറച്ചു.

"എവിടുന്നാ....?" ജംഗമൻ ചോദിച്ചു.

"ഞങ്ങൾ മടിക്കേരിയിനിന്നാണ്...." മല്ലപ്പണ്ണ പറഞ്ഞു.

രണ്ടുപേരും ജംഗമനെ നമസ്കരിച്ചു.

"പട്ടണത്തിലേക്കാണോ.....?"

"അതേ. ശിവാചാര്യ സ്വാമികളെ ദർശിക്കണം...."

"സന്തോഷം.... പട്ടണത്തിൽ ആദ്യമായി വരുന്നതാണോ....?"

"അതേ...."

"ഈ പട്ടണത്തിന്റെ ഐതിഹ്യം കേട്ടിട്ടുണ്ടോ.....?"

"കുറച്ച് കേട്ടിട്ടുണ്ട്. അങ്ങ് പറഞ്ഞുതന്നാൽ പുണ്യം കിട്ടും...."

"ശിവ ശിവ...." ജംഗമൻ ജപിച്ചശേഷം ഐതിഹ്യം വിവരിച്ചു.

"ഏകദേശം നൂറുവർഷങ്ങൾക്കുമുമ്പാണ്. അന്നിവിടെ പട്ടണ

മൊന്നും ഉണ്ടായിരുന്നില്ല. ഇത് ഒരു കുഗ്രാമമായിരുന്നു. ഹൊളെസാല ള്ളി എന്നായിരുന്നു പേര്.

ഹാലേരി വംശജനായ വലിയ വീരപ്പ കുടക് ഭരിച്ചിരുന്ന കാലമാണത്. ആ സമയം മൈസൂരിൽ ചിക്കദേവരായനും ഇക്കേരിയിൽ വലിയ ചന്നമ്മാജിയും ബേലൂരിൽ വെങ്കിദ്രിനായക്കും ചെർക്കളയിൽ വീരരാമ വർമയും സ്വാദെ സംസ്ഥാനത്തിൽ സദാശിവരാജനും ഭരണം നടത്തുകയായിരുന്നു.

പെരിയാപട്ടണം അന്ന് ഭരിച്ചിരുന്നത് വലിയ വീരപ്പന്റെ ബന്ധുവായ നഞ്ജുണ്ട രാജാവാണ്. അയാളുടെ സേവകരിൽ ചിലർക്ക് ആ ഭരണം ഇഷ്ടപ്പെട്ടില്ല. മൈസൂർ രാജാവുമായി അവർ രഹസ്യാലോചന നടത്തി ഭരണം അട്ടിമറിക്കാൻ ശ്രമിച്ചു. ചിക്കദേവരായ ഉത്സാഹത്തോടെ മുന്നിട്ടിറങ്ങി.

വാർത്തയറിഞ്ഞ നഞ്ജുണ്ടരാജാവ് ചിന്താധീനനായിത്തീർന്നു. മടിക്കേരിയിൽച്ചെന്ന് സഹായമഭ്യർഥിക്കാൻ അയാൾ നിശ്ചയിച്ചു. മകൻ വീരരാജനെ ഭരണഭാരമേൽപ്പിച്ച് നഞ്ജുണ്ടരാജ മടിക്കേരിക്ക് പുറപ്പെട്ടു. ഈ വിവരമറിഞ്ഞ ചിക്കദേവരായ വലിയൊരു സേനയുമായി പെരിയാപട്ടണം ആക്രമിച്ചു. വീരരാജ ശത്രുവിന് കീഴടങ്ങാൻ തയാറായില്ല. കുടുംബാംഗങ്ങളെ സ്വന്തം കൈകൊണ്ടുതന്നെ കൊന്നശേഷം അയാളും പൊരുതിമരിച്ചു.

വിവരമറിഞ്ഞ് നഞ്ജുണ്ടരാജ കോപാകുലനായിത്തീർന്നു. ദുഃഖവും അപമാനവും അയാൾക്കൊന്നിച്ചുണ്ടായി. പക്ഷേ.... അത് ഒന്നും ചെയ്യാനാകാത്ത അവസരമായിരുന്നു. വലിയ വീരപ്പ നഞ്ജുണ്ടരാജാവിനെ സമാധാനിപ്പിച്ചു.

“നിങ്ങളുടെ മകൻ മരിച്ചെങ്കിലും ആ മൈസൂർകാരോട് പകരംവീട്ടാൻ ഞാനുണ്ട്. ഒരുതരത്തിലും നിങ്ങൾ സങ്കടപ്പെടരുത്. ഈ കൊട്ടാരത്തിലുള്ളവരെല്ലാം നിങ്ങളുടെ ബന്ധുക്കളാണ്. നിങ്ങൾക്കുവേണ്ടി പോരാടാൻ ഇവരെല്ലാം തയാറാണ്. സമാധാനത്തോടെയിരിക്കണം....”

“ഈ വയസുകാലത്ത് ഇതെല്ലാം കാണാനിടയാക്കിയല്ലോ.... ജീവിച്ചിരിക്കണമെന്നുതന്നെ തോന്നുന്നില്ല. ഇനിയുള്ളകാലം ശിവധ്യാനത്തിൽ മുഴുകിക്കഴിയാനാണ് വിചാരിക്കുന്നത്. നമ്മുടെ കൈയിൽനിന്ന് വേർപെട്ട ഭൂമി നീ വീണ്ടെടുക്കണം. മരണംവരെ കഴിയാൻ ഒരു വീട് കെട്ടിത്തരണം. നമ്മുടെ കുലദേവതയായ വീരഭദ്രന് ഒരു ക്ഷേത്രവും അതിൽ പണികഴിപ്പിക്കണം. കൂടാതെ നമ്മുടെ പേരിൽ ഒരു ലിംഗപ്രതിഷ്ഠ നടത്തണമെന്നും മോഹമുണ്ട്. ഈ വകയ്ക്ക് കാവേരീതീരത്ത് ഒരമ്പലം പണിയണം. അതിൽ നമ്മുടെ നാമത്തിൽ ലിംഗപ്രതിഷ്ഠ നടത്തണം. നമ്മുടെ കാലശേഷം അതിനു മുന്നിൽത്തന്നെ നമ്മുടെ സമാധിയും തീർക്കണം. ആ സമാധിയുടെ മീതെ ഒരു മണ്ഡപം പണികഴിപ്പിച്ച് അതിൽ ബസവേശ്വര പ്രതിഷ്ഠ നടത്തണം” നഞ്ജുണ്ട രാജാവ് തന്റെ ആഗ്രഹം അറിയിച്ചു.”

കഥ കേട്ടുകൊണ്ട് മല്ലപ്പണ്ണനും വീരപ്പാജിയും നദിക്കരയിലെത്തി.

"ഇറങ്ങിക്കൊള്ളൂ..... മുട്ടോളം വെള്ളമേയുണ്ടാവൂ....." ജംഗമൻ തുടർന്നു. "നാമെല്ലാം പാപികളല്ലേ.....? ഇത് കടന്ന് മറുകരയിലെത്തിയാലേ പുണ്യം കിട്ടൂ. എങ്കിലേ സ്വാമികളെയും ദേവിയെയും ദർശിക്കാനാകൂ....."

മൂന്നുപേരും നദിയിലിറങ്ങി. ജംഗമൻ കഥ തുടർന്നു:

"നഞ്ജുണ്ട രാജാവിഷ്ടപ്പെട്ട ഹൊളെസാലള്ളിയിൽ വലിയവീരപ്പ ഒരു കൊട്ടാരം പണികഴിപ്പിച്ചു. അവിടെ അദ്ദേഹത്തിന് താമസിക്കാൻ വേണ്ട എല്ലാ ഏർപ്പാടുകളും ചെയ്തുകൊടുത്തു. കൂടാതെ ആ പ്രദേശത്തിന് നഞ്ജുണ്ട രാജപട്ടണമെന്ന് നാമകരണം ചെയ്യുകയും ചെയ്തു. രാജാവിന്റെ കാവലിനായി എഴുനൂറ് കുടകരെയും നിയമിച്ചു. പിന്നീട് ധാരാളം പണം ചെലവഴിച്ച് വീരഭദ്രന് ഒരു ക്ഷേത്രവും പണികഴിപ്പിച്ചു. കല്ലിൽ മറ്റൊരു ക്ഷേത്രവുംകൂടി പണിയിച്ച് അതിൽ ലിംഗപ്രതിഷ്ഠ നടത്തി. അതിന് നഞ്ജുണ്ടേശ്വരൻ എന്ന് നാമകരണവും ചെയ്തു.

ചില നാളുകൾക്കുള്ളിൽത്തന്നെ നഞ്ജുണ്ട രാജാവ് ഇഹലോകവാസം വെടിഞ്ഞു. വലിയവീരപ്പ ക്ഷേത്രനടയിൽ സമാധി നിർമിച്ച് അതിന്റെ മീതെ കൽമണ്ഡപവും പണികഴിപ്പിച്ചു. ഉള്ളിൽ ബസവേശ്വരന്റെ ഒരു വലിയ വിഗ്രഹവും പ്രതിഷ്ഠിച്ചു. ആ ദേവാലയം നോക്കിനടത്തുന്നതിന് ഒരു സന്യാസിയെ നിയോഗിക്കുകയും ചെലവിലേക്കായി ധാരാളം സ്വത്തുക്കൾ ചാർത്തിക്കൊടുക്കയും ചെയ്തു.

മൂന്നുപേരും പുഴ കടന്നു.

ജംഗമൻ തുടർന്നു,

"ഇതാണ് സ്ഥലപുരാണം. ഇപ്പോഴുള്ളത് മൂന്നാമത്തെ സ്വാമികളാണ്. ഇവിടുന്ന് കാലും മുഖവും കഴുകിയശേഷം നമുക്ക് മുകളിലേക്ക് പോകാം."

മല്ലപ്പണ്ണനും വീരപ്പാജിയും ജംഗമനെ അനുസരിച്ചു.

"മുഖം കഴുകാനാകും. മനസ്സ് കഴുകാനാകില്ല, അല്ലേ....?" ജംഗമൻ ചിരിച്ചു. മൂവരും കൽപ്പടവുകൾ കയറി.

പടിഞ്ഞാറൻ മലനിരകളിൽ സൂര്യനസ്തമിച്ചു കഴിഞ്ഞിരുന്നു.

"അതാ നഞ്ജുണ്ടേശ്വര ക്ഷേത്രമാണ് ആ കാണുന്നത്. അതിനു മുന്നിലുള്ളതാണ് ബസവേശ്വര മണ്ഡപം. ഇപ്പുറത്ത് കാണുന്നത് വീരഭദ്രന്റെ ദേവാലയം..." ജംഗമൻ ഓരോന്നും ചൂണ്ടിക്കാണിച്ചു..... "കൊട്ടാരം ഏതെന്നാണോ....? പ്രദക്ഷിണം വയ്ക്കുന്നവരുടെ ദൃഷ്ടി എപ്പോഴും ആ ഭാഗത്തേക്കായിരിക്കും.... ഉം.... വലതുവശത്തേക്ക് നോക്ക്. ആ കാണുന്നതില്ലേ... അതാണ് അരമന.... ഇപ്പോൾ അതിന്റെ ചില ഭാഗങ്ങൾ പൊളിയാൻ തുടങ്ങിയിട്ടുണ്ട്....."

വ്യത്യസ്തമായ മൂന്നുമണികളിൽനിന്ന് നാദങ്ങൾ ഉയർന്നുതുടങ്ങി. ആ ഘണ്ടാനാദം സന്ധ്യാസമയത്തെ കുളിർകാറ്റിലൂടെ കാവേരി നദികടന്ന് ഉത്തരദിശയിലേക്ക് സഞ്ചരിച്ചുകൊണ്ടിരുന്നു.

"വേഗം... വാ. പൂജാസമയമായി...." ജംഗമൻ പറഞ്ഞു.

16

പട്ടണത്തിന്റെ ഐതിഹ്യം പറഞ്ഞുകൊടുത്ത ജംഗമൻ ശിവാചാര്യ സ്വാമികളുടെ ശിഷ്യനായിരുന്നു.

"പൂജ കഴിയട്ടെ. പിന്നീട് ഗുരുവിന്റെ അടുത്തേക്ക് പോകാം. നിങ്ങളും പ്രസാദം വാങ്ങുക....." അയാൾ പറഞ്ഞു.

പൂജാവിധികൾ രണ്ടുനാഴികയോളം നീണ്ടുനിന്നു. മറ്റ് ഭക്തന്മാരോടൊപ്പം വീരപ്പാജിയും മല്ലപ്പണ്ണനും പ്രസാദം സ്വീകരിച്ചു.

"പ്രസാദം കിട്ടിയല്ലോ, വേഗം ഭക്ഷിക്ക്. ജനങ്ങൾ കൂടുന്നതിനു മുമ്പേ നമുക്ക് സ്വാമികളുടെ അടുത്തേക്ക് പോകാം....." ജംഗമൻ പറഞ്ഞു.

മൂന്നുപേരും മഠത്തിനുനേർക്ക് നടന്നു. പനയോലകൾ അടുക്കിവച്ചുകൊണ്ടിരുന്ന സ്വാമികളെ മൂവരും വന്ദിച്ചു. സ്വാമികൾ ആശീർവദിച്ചു.

തൂക്കുവിളക്കിന്റെ പ്രകാശത്തിൽ തേജസാർന്ന സ്വാമികളുടെ മുഖം വീരപ്പാജി ദർശിച്ചു. പ്രായം ഏറെയായിരിക്കുന്നു. എങ്കിലും ആ മുഖത്തെ ഓജസിന് കുറവില്ല. പന്ത്രണ്ടുകൊല്ലംമുമ്പ് താൻ കാണുമ്പോഴും ഇതേപോലെയായിരുന്നെന്ന് വീരപ്പാജിയോർത്തു.

"സന്ധ്യക്കാണോ വന്നത്....?" സ്വാമികൾ ജംഗമനോടായി തുടർന്നു, "ഇവരേതാ സിദ്ദലിംഗാ.....?"

"അവിടുത്തെ ദർശനത്തിന് വന്നവരാണ്...." സിദ്ദലിംഗ പറഞ്ഞു.

സ്വാമികൾ വീരപ്പാജിയോടും മല്ലപ്പണ്ണനോടും ഇരിക്കുവാനാംഗ്യം കാണിച്ചു. രണ്ടുപേരും ചമ്രംപടിഞ്ഞിരുന്നു.

"മടിക്കേരിയിൽ നിന്നാണ് വരുന്നത്...." സിദ്ദലിംഗ തുടർന്നു.

"ഞാൻ വീരപ്പ. ഇയാൾ മല്ലപ്പ....." വീരപ്പാജി പരിചയപ്പെടുത്തി.

"കൃഷിക്കാരാണോ?....." സ്വാമികൾ ചോദിച്ചു.

"ഇയാൾ കൃഷിക്കാരനാണ്....." വീരപ്പാജി പറഞ്ഞു.

"നിങ്ങൾ....."

"അങ്ങ് ഒരുതവണ എന്റെ ഗൃഹത്തിൽ വന്നിരുന്നു. എന്റെ പിതാവ് പാദപൂജ നടത്തിയിരുന്നു....!"

"അങ്ങനെയോ.....? ഏത് നാട്ടിലാ....?"

"അപ്പങ്കളത്ത്...."

"അപ്പങ്കളത്തോ.....?" സ്വാമികളുടെ കണ്ണുകൾ തിളങ്ങി. നീ വീരപ്പാജിയല്ലേ....? നിങ്ങളുടെ വലിയച്ഛൻ പ്രമാണമെഴുതാനായി ഒരുതവണ എന്നെ വിളിപ്പിച്ചിരുന്നു. അന്ന് അപ്പങ്കളത്തും വന്നിരുന്നു. നിനക്കന്ന് എട്ടോ പത്തോ വയസ്സ് കാണണം. നിന്റെ ഒരനുജനുണ്ടായിരുന്നല്ലോ....?"

"അവൻ മരിച്ചുപോയി സ്വാമികളെ...."

സിദ്ദലിംഗ നടുക്കത്തോടെ വീരപ്പാജിയെ തുറിച്ചുനോക്കി.

"ശിഷ്യാ.... നീയെന്താ അങ്ങനെ നോക്കുന്നത്.....?"

"ഗുരുക്കളേ....! ഇത് നല്ല തമാശയായിരിക്കുന്നല്ലോ....?"

"എന്താ..... അത്.....?"

"ഞാൻ പ്രധാനപ്പെട്ട ചില വാർത്തകളും കൊണ്ടാണ് വന്നത്. ഇവിടെവന്ന് എല്ലാവരുടെയും മുന്നിൽ അത് പ്രസ്താവിക്കണമെന്നാണ് വിചാരിച്ചിരുന്നത്. എന്നാലിപ്പോൾ.....?"

"എന്തു വിവരമാണ് നീ കേട്ടത്.....?"

"ഞാനാദ്യം ഗുരുപാദങ്ങളിൽ നമിക്കട്ടെ. എന്റെ മുന്നിൽ ഒരു പ്രശ്നം കുടുങ്ങിക്കിടക്കുകയാണ്. അത് പരിഹരിച്ചാലേ ഈയുള്ളവൻ രക്ഷപ്പെടുകയുള്ളൂ. ഇല്ലെങ്കിൽ ഈ സിദ്ദലിംഗന് ഭ്രാന്തുപിടിച്ചുപോകും."

"ശിവഭക്തിയെ അതിശയിക്കുന്ന മറ്റൊരു ഭ്രാന്തോ....? കഥയെന്താണെന്ന് തുറന്നു പറയൂ സിദ്ദലിംഗാ....."

"അപ്പാജി രാജന്റെ രണ്ടു മക്കളും വസൂരി പിടിപെട്ട് മരിച്ചുപോയതായി ചിക്വീരരാജ ദർബാറിൽ പ്രസ്താവിച്ചത്രെ!...."

സ്വാമികൾ മൗനംപൂണ്ടു. ചിന്തകൾ ഒന്നിനുപിറകെ ഒന്നായി കടന്നുവന്നു. ഇടയ്ക്കിടെ വീരപ്പാജിയെ അയാൾ ശ്രദ്ധിച്ചു.

"ഇദ്ദേഹം പറഞ്ഞത് സത്യമാണ്! വസൂരി പിടിപെട്ടില്ലെങ്കിലും, അതുപോലുള്ള മറ്റൊരു രോഗം! ഞാനും അനുജനും മരിച്ചുപോയി....." വീരപ്പാജി പറഞ്ഞു.

"ഞാൻ പറഞ്ഞില്ലേ....? അയ്യോ രക്ഷിക്കണേ..... ശംഭോ.... ഗണനാഥാ..." സിദ്ദലിംഗ ഭയത്തോടെ വിളിച്ചുപറഞ്ഞു.

"ഛെ.... ഇതെന്താ സിദ്ദലിംഗാ...? മിണ്ടാതിരി...." സ്വാമികൾ പറഞ്ഞു.

"ശവങ്ങൾ കാട്ടിൽ കൊണ്ടിട്ടു. ഒരാളുടെ ശരീരത്തിന് ചൂടുണ്ടായിരുന്നു. ആരോ ഒരാൾ ഇയാളുടെ വീട്ടിൽ എന്നെ എത്തിച്ചു. അവിടെ ഞാൻ പുനർജന്മം കൊണ്ടു. അനുജനോടൊപ്പം മരിച്ചിരുന്നെങ്കിൽ നന്നാകുമായിരുന്നു. എന്റെ പാപഭാരം വലുതാണെന്ന് തോന്നുന്നു. അതുകൊണ്ട് ബാക്കിയായി. ഓം..... എന്ന് വീണ്ടും ആരംഭിക്കുകയാണ്....."

സിദ്ദലിംഗ അത്ഭുതത്തോടെ മിഴിച്ചിരുന്നു. കണ്ണടച്ച് ചില നിമിഷങ്ങളോളം സ്വാമികളും തല കുമ്പിട്ടിരുന്നു.

"എല്ലാം ആ മഹേശ്വരന്റെ മായയാണ്...." സ്വാമികൾ തലയുയർത്തി; "ആയുസ്സ് അവസാനിക്കുന്നതുവരെ ഈ ഭൂമിയിൽ തന്നെ കഴിയണം. അതവസാനിച്ചാൽ അവൻ തന്നെ വിളിച്ചോളും. രാജ്യഭരണത്തിൽ നിനക്ക് താൽപ്പര്യമില്ലേ....?"

"ഗുരുവേ...., കപ്പം വാങ്ങുന്നതിലോ. സേനകളെ നയിക്കുന്നതിലോ രാജ്യം ഭരിക്കുന്നതിലോ അൽപ്പംപോലും എനിക്ക് താൽപ്പര്യമില്ല....."

"അതെന്തിനാ മകനേ ഈ വിരക്തി....? നിനക്ക് പത്നിയില്ലേ....?"

"എനിക്ക് ആരുമില്ല. കഴിഞ്ഞ ജന്മത്തിൽ ഏതോ ഒരു പെൺകുട്ടിയെ പാണിഗ്രഹണം ചെയ്തിരുന്നു. മറ്റൊന്നും എനിക്കറിയില്ല. ഇപ്പോൾ ഒരുതരത്തിലുള്ള ആസക്തിയും എനിക്കില്ല...."

"പ്രായത്തിന് ചേരാത്ത വാക്കുകൾ! ഇനി എന്ത് ചെയ്യാനാണുദ്ദേശിക്കുന്നത്?"

"ശിവഭജനത്തിൽ മുഴുകി അങ്ങയെ സേവിച്ച് കാലംകഴിക്കണമെന്നാണുദ്ദേശിക്കുന്നത്...."

“ശിവഭജനത്തിന് ഇവിടെത്തന്നെ കഴിയണമെന്നില്ലല്ലോ....? രാജാവും പ്രജയും എല്ലാം ശിവഭക്തന്മാരാണ്.”

“ഇഹത്തിലെ മോഹം എനിക്കില്ല സ്വാമികളെ. ഗുരുവിനെ അന്വേഷിച്ചാണ് ഞാൻ ഇറങ്ങിയത്.....”

“മകനേ.... തന്നെ അറിയുന്ന അറിവാണ് ഗുരു. ഇവിടെ നിനക്ക് സ്ഥാനമില്ല....”

വീരപ്പാജി ഒരുനിമിഷം കണ്ണടച്ചിരുന്നു. പെട്ടെന്ന് കണ്ണുതുറന്ന് ആരോടെന്നില്ലാതെ പറഞ്ഞുതുടങ്ങി,

“കാട്ടിലൂടെ നടന്നുപോകുന്ന ഒരു മനുഷ്യൻ.... പെട്ടെന്ന് നാലു ഭാഗത്തുനിന്നും കാട്ടുമൃഗങ്ങൾ പാഞ്ഞടുക്കാൻ തുടങ്ങിയപ്പോൾ ഭയന്നു വിറച്ചുപോയ അയാൾ പോകാനിടമില്ലാതെ അടുത്തുകണ്ട പൊട്ടക്കിണറ്റിൽ തലചുറ്റി വീഴാൻ തുടങ്ങിയപ്പോൾ. കിണറ്റിലുള്ള പാമ്പിനെ കണ്ട് ഒരു വള്ളിയിൽ കയറിപ്പിടിച്ച് തൂങ്ങിനിൽക്കാൻ ശ്രമിച്ചു: ആ സമയം പാറിക്കളിച്ചിരുന്ന തേനീച്ചകളിൽനിന്ന് ഒരുതുള്ളി മധു അയാളുടെ ചുണ്ടിൽ ഉറ്റിവീണു. നാക്കുകൊണ്ട് അത് നൊട്ടിനുണച്ച് തൽക്കാല പരിതഃസ്ഥിതി അയാൾ വിസ്മരിക്കാൻ ശ്രമിച്ചു. ചിന്തിച്ചുനോക്കിയാൽ വള്ളി തൂങ്ങിനിൽക്കുന്ന ആ മനുഷ്യനനുഭവിച്ച മധുബിന്ദുപോലെയാണ് പ്രപഞ്ചസുഖം....! അയാളുടെ കൈവിട്ടാൽ പൊട്ടക്കിണറ്റിൽ പതിക്കും....! ക്ഷണഭംഗുരമായ സുഖജീവിതത്തിൽ ലയിച്ച് ജീവിതംതന്നെ നഷ്ടപ്പെടുത്തുന്നതെന്തിന്....?”

ശിവാചാര്യ സ്വാമികൾ മിഴിച്ചിരുന്നുപോയി. വീരപ്പാജിയുടെ വാക്കുകൾ അയാളെ ചിന്താധീനനാക്കിത്തീർത്തു.

“ഇവിടെ സ്ഥാനമില്ലെങ്കിൽ വേണ്ട. എന്റെ ആഗ്രഹം അതുകൊണ്ടൊന്നും നശിക്കുന്നില്ല. നാലുദിവസം ഇവിടെ കഴിയാനനുവദിക്കണം. പിന്നീട് ഭിക്ഷാംദേഹിയായി ദേശാടനത്തിന് പുറപ്പെട്ടോളാം.....”

“ഉം.... ശരി, ഇയാളോ.....?”

“എന്റെ ജോലി അവസാനിച്ചു. ഇനി ഞാൻ പുറപ്പെട്ടോളാം. വീരപ്പാജിയവർകൾക്ക് അഭയം ലഭിച്ചല്ലോ.....” മല്ലപ്പണ്ണ തൊഴുതുകൊണ്ട് പറഞ്ഞു.

“നല്ലത്. സിദ്ദലിംഗാ.... ഇപ്പോളിവിടെ നടന്ന വാക്കുകളൊന്നും മറ്റാരും അറിയരുത്. മനസിലായോ....?” സ്വാമികൾ ശിഷ്യനെ താക്കീതു ചെയ്തു.

“ശിവ ശിവ.... ഞാൻ പറയാനോ? ഇല്ല.... ഇല്ലേയില്ല.....” സിദ്ദലിംഗ തലയാട്ടി.

17

പ്രസാദം സ്വീകരിച്ചാൽ ഭക്തജനങ്ങൾ സ്വാമികളുടെ ചുറ്റും കൂടിയിരിക്കുക പതിവാണ്. അദ്ദേഹത്തിന്റെ വചനാമൃതംകൊണ്ട് മനസ്സ്

കുളിർപ്പിച്ചാലേ ഭക്തജനങ്ങൾക്ക് തൃപ്തിയാകൂ. ഭക്തന്മാരിൽ വിരക്തരും പ്രാപഞ്ചികരുമുണ്ടായിരിക്കും.

പലപ്പോഴും സ്വാമികളുടെ പ്രഭാഷണമായിരിക്കും. അല്ലെങ്കിൽ ഷട്സ്ഥലമഹിമ വർണിക്കുകയോ, ശിഷ്യരെക്കൊണ്ട് ശിവകഥകൾ പറയിക്കുകയോ ചെയ്യും. ഇടയ്ക്കിടെ ഭക്തന്മാരുടെ സങ്കടങ്ങൾ കേൾക്കുകയും ഉപദേശ നിർദേശങ്ങൾ നൽകുകയും ചെയ്യും.

“ഷഡക്ഷരീ....” സ്വാമികൾ തന്റെ ശിഷ്യനെ നോക്കി..... “ഇന്ന് കുടക് ദേശത്ത് വീരശൈവവംശം സ്ഥാപിതമായതെങ്ങനെയെന്ന് വിവരിച്ചുകൊടുക്കുവാനാണ് നാം നിർദേശിക്കുന്നത്....”

“സ്വാമികളുടെ അഭീഷ്ടംപോലെ....” ഷഡക്ഷരി പറഞ്ഞു.

“ഭക്തരേ....., നമ്മുടെ നാടേതാ.....?” സ്വാമികൾ ചോദിച്ചു.

“കുടക്.....” ചിലർ പറഞ്ഞു.

“കുടകിന്റെ കഥയറിയോ....? ഇല്ല. അല്ലേ.... ഉം..... കേട്ടോളൂ....”

പണ്ട് ഈ ദേശം ബ്രഹ്മക്ഷേത്രം, മത്സ്യദേശം, ക്രോഡദേശം എന്നീ പേരുകളിലാണറിയപ്പെട്ടിരുന്നത്.

തീർഥാടനത്തിനിറങ്ങിയ ബ്രഹ്മദേവൻ പശ്ചിമഘട്ടത്തിലെത്തിയപ്പോൾ അവിടത്തെ പ്രശാന്തസുന്ദരമായ കാഴ്ചകണ്ട് അൽപ്പസമയം നിന്നുപോയി. അന്ന് ബ്രഹ്മദേവൻ നിന്ന സ്ഥലമാണ് ബ്രഹ്മഗിരി. അവിടത്തെ ക്ഷേത്രം ബ്രഹ്മക്ഷേത്രവും.

പൗരാണികമായ മറ്റൊരു കഥകൂടിയുണ്ട്. മത്സ്യദേശത്തിലെ രാജാവായിരുന്ന സിദ്ധാർഥന്റെ മൂത്തമകനായ ചന്ദ്രവർമ ദേശാടനത്തിനിടയിൽ ബ്രഹ്മഗിരിയിലെത്തിച്ചേർന്നു. അവിടെ ചന്ദ്രവർമന് പാർവതി പ്രത്യക്ഷയായി. പാർവതിയുടെ നിർദേശപ്രകാരം ആ നാട് ഭരിച്ചുതുടങ്ങി. ചന്ദ്രവർമ മത്സ്യദേശത്തുകാരനായതുകൊണ്ട് ബ്രഹ്മക്ഷേത്രം മത്സ്യദേശമായിത്തീർന്നു.

പിൽക്കാലത്ത് രാജ്യം ഭരിച്ച ദേവകാന്തന് ഭക്ഷണ സാധനങ്ങൾ വിളയിക്കാനാവശ്യമായ കൃഷിസ്ഥലമില്ലെന്ന നില വന്നുപെട്ടു. അപ്പോൾ രാജാവും മക്കളും ചേർന്ന് തങ്ങളുടെ നീണ്ട നഖങ്ങളെക്കൊണ്ട് കുന്നുകൾ കിളച്ച് സമതലമാക്കിത്തീർത്തു. അക്കാരണത്താൽ അവർ ക്രോഡരെന്നറിയപ്പെട്ടു. രാജ്യം ക്രോഡദേശമായിത്തീർന്നു.

പാർവതി ഇവിടെ ലോപാമുദ്രയായി ജനിച്ച്, കവേരന്റെ മകളായി കാവേരി എന്ന നാമധേയം സ്വീകരിച്ച് നദിയായി ഒഴുകിക്കൊണ്ടിരിക്കുകയാണ്.

ഏകദേശം ആയിരം വർഷങ്ങൾക്കുമുമ്പുള്ള തമിഴ് സാഹിത്യത്തിൽ ‘കുടക്’ എന്നൊരു രാജ്യത്തെപ്പറ്റി പ്രസ്താവിക്കുന്നുണ്ട്. പ്രാരംഭത്തിൽ സുമാറ് അറുനൂറ് കൊല്ലത്തോളം കദംബർ ഈ രാജ്യം ഭരിച്ചിരുന്നതായി തെളിവുണ്ട്. അന്ന് കുടക് ‘പർവതത്തിലെ നന്ദനവനം’ – എന്നാണറിയപ്പെട്ടിരുന്നത്. അതിനുശേഷം മുന്നൂറ് വർഷത്തോളം ജൈനന്മാരായ ഗംഗന്മാർ ഭരണം നടത്തി. ചില ഭാഗങ്ങൾ ചെങ്കാൾവരുടെ സ്വാധീനത്തിലാ

യിരുന്നു. ചോളന്മാർ ഗംഗന്മാരെ തോൽപ്പിച്ചപ്പോൾ ചെങ്കാൾവർ ചോള ന്മാരുടെ സാമന്തരായിത്തീർന്നു. മറ്റുചില ഭാഗങ്ങൾ കൊങ്കാൾവരും ഭരി ച്ചുവന്നു.

ചഞ്ചലയായ രാജ്യലക്ഷ്മി എത്രപേരെ അനുഗ്രഹിച്ചു! പ്രതിഷ്ഠ യും അധികാരവും എത്രമാത്രം ക്ഷണഭംഗുരമാണ്!

കാലക്രമത്തിൽ കുടക് വിജയനഗര സാമ്രാജ്യത്തിൽ ലയിച്ചുപോ യി. എന്നാൽ വിജയനഗരത്തിന്റെ പതനശേഷം കുടക് നാനാവിധമായി ത്തീർന്നു. ഓരോ ഭാഗവും ഓരോ പ്രഭുവിന്റെ അധീനതയിലായി ത്തീർന്നു.

അങ്ങനെയിരിക്കെ ഏകദേശം ആയിരത്തഞ്ഞൂറ്റി നാൽപ്പതിനോട ടുത്ത് ഒരു ജംഗമൻ കുടകിൽ പ്രത്യക്ഷനായി. ആ ജംഗമൻ ഒരു സന്യാ സിയായിരുന്നില്ല. ഇക്കേരിവംശത്തിലെ ഒരു രാജകുമാരൻ വേഷപ്രച്ഛ ന്നനായതായിരുന്നു. ഓരോ നാടും ചുറ്റിത്തിരിഞ്ഞ് ഒടുവിൽ അയാൾ ഹാലേരിയിൽ താമസമാക്കി. അയാളുടെ പ്രഭാഷണങ്ങളും പ്രവചന ങ്ങളും ജനങ്ങളെ വശീകരിച്ചു. അവർ അയാളുടെ ഭക്തരായിത്തീർന്നു. നെല്ലും പൊന്നും വന്നുതുടങ്ങി.

വിരക്തനായിരുന്ന ജംഗമൻ ചുരുങ്ങിയ സമയത്തിനുള്ളിൽത്തന്നെ ധീരനായി ഉണർന്നെണീറ്റു. ധീരരായ കുടകന്മാർ അയാളുടെ അനുയാ യികളായി മാറി. അയാളുടെ ബാഹുബലത്തെ ഭയപ്പെട്ട് ചില നാട്ടുമുഖ്യ സ്ഥന്മാർ കപ്പംകൊടുത്തു തുടങ്ങി. കൂറുപുലർത്തിയവരെ അയാൾ സ്നേഹിച്ചു. ആശ്രിതരോട് ദയ കാണിച്ചു.

അയാളിലൂടെ ഹാലേരിവംശം സ്ഥാപിക്കപ്പെട്ടു. ഛിന്നഭിന്നമായിരുന്ന കുടക് ഒറ്റരാജ്യമായിത്തീർന്നു.

കഥയുടെ തുടർച്ചയെന്നവണ്ണം സ്വാമികൾ പറഞ്ഞു:

"ഹാലേരിവംശം സ്ഥാപിതമായതിനുശേഷമുള്ള ഈ ഇരുനൂറ് വർഷങ്ങൾക്കുള്ളിൽ എത്രയോ കയറ്റങ്ങളും ഇറക്കങ്ങളും നാം കണ്ടു കഴിഞ്ഞു. എത്രപേരാണ് ഈ രാജ്യം കൈവശമാക്കാൻ യത്നിച്ചത്? കൈയേറ്റം നടന്നു! ആക്രമണം നടന്നു! രക്തപ്പുഴകൾ ഒഴുകി! എത്രയോ സ്ത്രീകൾ വിധവകളായി! എത്രയോ അമ്മമാർക്ക് മക്കളില്ലാതായി! എങ്കിലും കാവേരി മാതാവിന്റെ കാരുണ്യംകൊണ്ട് ഈ രാജ്യം രക്ഷ പ്പെട്ടു. മഹാദേവന്റെ കൃപകൊണ്ട് ഹാലേരിവംശത്തിന് യാതൊരു കോട്ടവും തട്ടാതെ രാജ്യഭരണം നടത്തിക്കൊണ്ടു പോകുവാൻ സാധിച്ചു.

പക്ഷേ, കുടകിന്റെ മാർഗം നിഷ്കണ്ടകമാണെന്ന് കരുതിക്കൂടാ! മഹേശ്വരൻ ഭക്തരെ സദാ പരീക്ഷിച്ചുകൊണ്ടിരിക്കും. പുതിയ ഭീഷണി പരദേശികളിൽ നിന്നാണുയർന്നിരിക്കുന്നത്. എന്തെല്ലാം പരിണാമങ്ങ ളാണ് ഈ നാട്ടിലുണ്ടായിരിക്കുന്നത്! വാള് പിടിച്ച കൈയിലിപ്പോൾ തോക്കാണുള്ളത്. കലപ്പയേന്തിയ കൈയിലാണെങ്കിൽ പീരങ്കിയും.

വലിയ വീരപ്പയവർകളുടെ കാലത്ത് ബ്രിട്ടീഷുകാർ സുഹൃത്തുക്ക ളായിരുന്നു. ടിപ്പുവിന്റെ മരണശേഷമോ...? തങ്ങളാണ് അവകാശികളെന്ന്

പറഞ്ഞില്ലേ....? അവരുടെ പ്രലോഭനങ്ങളെ നാം തൃണവൽഗണിച്ചില്ലേ...? ലിംഗരാജന്റെ കാലത്തും അവരുടെ കളിനടന്നില്ല. ഇപ്പോഴും അത് നടക്കുമെന്ന് തോന്നുന്നില്ല. എങ്കിലും നാം ഒരു കാര്യമോർക്കണം. അന്തഃഛിദ്രംകൊണ്ട് ഒരു രാജ്യവും അഭിവൃദ്ധി പ്രാപിക്കില്ല. നമ്മളിൽ ആ കലഹച്ചൂട് ഉടലെടുത്താൽ കുടകിലെ ചെടികളും മരങ്ങളും ഉണങ്ങിപ്പോകും. ദേശഭക്തിയും ന്യായനിഷ്ഠയും സ്വാഭിമാനവും തമ്മിൽ നിന്നകലുന്ന നിമിഷം നാം താഴെ വീണുപോകും....."

നിശ്ശബ്ദരായി സ്വാമികളുടെ വാക്കുകളിൽ ലയിച്ചിരിക്കയായിരുന്ന ഭക്തന്മാർ മുഖത്തോടുമുഖം നോക്കി.

"ശ്രദ്ധിക്കൂ...." സ്വാമികൾ തുടർന്നു: "പുരുഷന്റെ രോമം എപ്പോഴും എഴുന്നുനിൽക്കണം..... അവൻ ആഷാഢമാസത്തിലെ ചണ്ഡമാരുതനായിത്തീരണം. കുന്നിൻമുകളിലെ കാട്ടുതീയായി മാറണം! എല്ലാറ്റിലും മീതെയായി അവൻ വർത്തിക്കണം. മനസിലായോ....?"

ഭക്തന്മാർ എഴുന്നേറ്റ് സ്വാമികളെ വണങ്ങി പുറപ്പെട്ട് പോയി.

"സിദ്ദലിംഗാ...." സ്വാമികൾ വിളിച്ചു. സിദ്ദലിംഗ മുന്നോട്ടു നീങ്ങി നിന്നു.

"ഇവരുടെ ശയനത്തിന് വേണ്ട ഏർപ്പാട് ചെയ്യ്...."

സിദ്ദലിംഗ തലയാട്ടിക്കൊണ്ട് വീരപ്പാജിയോടും മല്ലപ്പണ്ണനോടും തന്നോടൊപ്പം വരാൻ ആംഗ്യം കാണിച്ചു. സംസാരിക്കാൻ അയാളുടെ ചുണ്ടുകൾ ഇളകിയില്ല. അയാളുടെ തലച്ചോറ് ചൂടു പിടിച്ചിരിക്കയായിരുന്നു.

സ്വാമികൾ കുടകിന്റെ കഥ പറയിച്ചതെന്തിനാ.....? ജംഗമവേഷം ധരിച്ച രാജകുമാരനെ അവതരിപ്പിച്ചതെന്തിന്....?

നടക്കുന്നതിനിടയിൽ സിദ്ദലിംഗം തിരിഞ്ഞുനോക്കി.

തന്നെ അലട്ടിക്കൊണ്ടിരിക്കുന്ന ചോദ്യത്തിനുള്ള ഉത്തരം വീരപ്പാജിയുടെ മുഖത്തുണ്ടെന്ന് അയാൾക്കു തോന്നി.

18

സ്വാമികൾ പ്രഭാതപൂജയിൽ നിരതയായി.

മല്ലപ്പണ്ണ യാത്രയ്ക്കൊരുങ്ങി.

"സ്വാമികളോട് യാത്രചോദിക്കണം, അല്ലേ....?" സിദ്ദലിംഗ പറഞ്ഞു. "അൽപ്പം ക്ഷമിക്ക്. പൂജ കഴിയട്ടെ. പൂജാഭംഗം അരുതല്ലൊ."

"ഞാൻ കാത്തിരിക്കാം..... എനിക്ക് തിടുക്കമില്ല...."

വീരപ്പാജിയും മല്ലപ്പണ്ണനും കൽപ്പടവുകളിലിരുന്നു.

പ്രഭാതസൂര്യന്റെ പൊൻകിരണങ്ങൾ വൃക്ഷങ്ങൾക്കിടയിലൂടെ എത്തിനോക്കി. കുളിർകാറ്റിൽ അലകളുതിർത്തുകൊണ്ട് കാവേരി പ്രശാന്തമായൊഴുകി.

ദേവാലയത്തിലെ മണികൾ മുഴങ്ങുന്നുണ്ടായിരുന്നു.

നദിയിൽ കുളിക്കാനിറങ്ങിയ ഭക്തന്മാർ ശിവസ്തുതി പാടിക്കൊണ്ടിരുന്നു. മഹാദേവനെ ശരണം വിളിച്ചുകൊണ്ട് അവർ മുങ്ങിനിവർന്നു.

ശാന്തസുന്ദരമായ കാവേരി നദീതടം വീരപ്പാജിയെ പ്രസന്നനാക്കി. പക്ഷേ ആ ഹൃദയം അസ്വസ്ഥമായിരുന്നു. അവിടെ ആവിപൊങ്ങിപ്പാറുകയായിരുന്നു! വിചാരങ്ങളുടെ വേലിയേറ്റത്തിൽ അത് ഇളകിമറിയുകയായിരുന്നു!

കഴിഞ്ഞരാത്രി ശിവാചാര്യ സ്വാമികൾ പറഞ്ഞ വാക്കുകൾ രണ്ടു പേരെയും സ്വാധീനിച്ചുകഴിഞ്ഞിരുന്നു.

"സ്വാമികൾ ഒരു അസാധാരണ മനുഷ്യനാണെന്ന് തോന്നുന്നു." മല്ലപ്പണ്ണ പറഞ്ഞു.

"അതേ...."

"യജമാനന് തുണയായിട്ടാണ് വന്നതെങ്കിലും സ്വാമികളെ ദർശിക്കാനും ആ വചനാമൃതം കേൾക്കാനും ഭാഗ്യം സിദ്ധിച്ചു...."

"നിങ്ങൾ വന്നത് നന്നായി....."

"ജീവിതത്തെക്കുറിച്ച് ഇതുവരെ ഒരു ബോധവുമുണ്ടായിരുന്നില്ല, രാജാവ് വിളിച്ചാൽ സേവിക്കുകയാണ് ജീവിതം എന്ന് കരുതിയിരുന്നു. എന്നാൽ സ്വാമികൾ പറഞ്ഞതുകേട്ടപ്പോഴാണ് നാമും വലിയൊരു രാജ്യത്തിലെ മക്കളാണെന്ന അഭിമാനമുണ്ടായത്...."

"ഉയർച്ചകളും താഴ്ചകളും അനുഭവിച്ചുകൊണ്ടിരിക്കുന്ന വലിയൊരു ദേശം അല്ലേ മല്ലപ്പണ്ണാ...."

"ഒരു പുതിയ മനുഷ്യനായാണ് ഞാനിപ്പോൾ തിരിച്ചുപോകുന്നത്...."

വീരപ്പാജി മണിക്കല്ലുകളെടുത്ത് വെള്ളത്തിലേക്കെറിഞ്ഞുകൊണ്ടിരുന്നു.

"നിങ്ങൾ ഒരു വഴിക്ക് നീങ്ങുന്നു. ഞാൻ മറ്റൊരു വഴിക്കും....." വീരപ്പാജി പറഞ്ഞു.

"ദൈവം യജമാനനെ ഇങ്ങനെ കഷ്ടപ്പെടുത്തരുതായിരുന്നു....."

"കഷ്ടമല്ല, പരീക്ഷണമാണ്. മരിച്ചുജീവിച്ചതിൽ ഇപ്പോഴെനിക്ക് സങ്കടമില്ല. ശേഷിച്ച ജീവിതത്തിനെങ്കിലും അർഥമുണ്ടാക്കണമെന്ന ഒരു മോഹം മാത്രമേ ഇപ്പോഴുള്ളൂ....."

"സത്യം. വിശ്വാസികളെ ദൈവം പല പ്രകാരത്തിലും പരീക്ഷിക്കും....."

സിദ്ദലിംഗ ഇറങ്ങിവന്നു.

"സ്വാമികൾ വിളിക്കുന്നു....."

മൂവരും മഠത്തിലേക്കു നടന്നു. വീരപ്പാജിയും മല്ലപ്പണ്ണനും സ്വാമിപാദങ്ങളിൽ നമസ്കരിച്ചു.

"യാത്രയ്ക്കൊരുങ്ങിയോ.....? നല്ലത്. പ്രസാദം സ്വീകരിച്ച് പോയാൽ മതി. ശിവൻ നന്മയേ വരുത്തുകയുള്ളൂ. ധൈര്യമായിരിക്കുക. ഭരിക്കുന്ന രാജാവിനെയും കാത്തുരക്ഷിക്കുന്ന ദൈവത്തെയും വിശ്വസിക്കുക. ഒരിക്കലും ധർമപാത കൈവിടരുത്. പോയിവാ...." സ്വാമികൾ മല്ലപ്പണ്ണനെ ഉദ്ദേശിച്ച് പറഞ്ഞു.

നിരുദ്ധകണ്ഠനായ മല്ലപ്പണ്ണന് ഒന്നും ഉരിയാടാൻ കഴിഞ്ഞില്ല. നിറമിഴികളോടെ അയാൾ കൈകൂപ്പി നിന്നു.

"മകനേ, ഉച്ചകഴിഞ്ഞ് എന്നെ കാണുക. പലതും നിന്നോട് പറയാനുണ്ട്....." സ്വാമികൾ വീരപ്പാജിയോട് പറഞ്ഞു.

മല്ലപ്പണ്ണനെ യാത്രയാക്കാൻ വീരപ്പാജിയും സിദ്ദലിംഗനും നദിക്കരയിലോളം ചെന്നു.

"ഞാൻ ചരജംഗമനാണ്. ഇന്നിവിടെയാണെങ്കിൽ നാളെ നിന്റെ നാട്ടിലായിരിക്കും. നീ പാദപൂജ നടത്താറില്ലേ....?" സിദ്ദലിംഗ മല്ലപ്പണ്ണനോട് ചോദിച്ചു.

"ഉണ്ട് അയ്യനവർകളെ. അങ്ങ് എന്റെ നാട്ടിൽ തീർച്ചയായും വരണം. ഹൊസഒളിയാണ്...."

"വരാം..... വരാം...."

"പോയിവാ മല്ലപ്പണ്ണാ....." ഉള്ളിലെ വേദനകൾ അമർത്തിവെച്ചുകൊണ്ട് വീരപ്പാജി തുടർന്നു: "എന്റെ അമ്മയ്ക്ക് നമസ്കാരം..... ശങ്കരപ്പന് നമസ്കാരം..... നിങ്ങൾക്കും നമസ്കാരം....."

വീരപ്പാജി പറഞ്ഞുതീരുന്നതിനുമുമ്പേ മല്ലപ്പണ്ണ ആ പാദങ്ങളിൽ തൊട്ടു വന്ദിച്ചു.

"ഛെ..... ഛെ..... എഴുന്നേൽക്ക്....."

"മഹാദേവൻ യജമാനനെ സദാ കാത്തുരക്ഷിക്കട്ടെ....."

"ശിവാനുഗ്രഹമുണ്ടായാൽ വീണ്ടും കണ്ടുമുട്ടാം. പോയിവാ....."

രക്തബന്ധമില്ലാത്തവരിലുംകൂടി ഇത്രമാത്രം സ്നേഹമോ? സിദ്ദലിംഗ ആശ്ചര്യപ്പെട്ടു.

"ആകട്ടെ വെയിലധികമായി. പോയിവാ." സിദ്ദലിംഗ പറഞ്ഞു.

വലതുകൈയിൽ കമ്പിളിക്കെട്ടുപടിച്ച് ഇടതുകൈകൊണ്ട് മുണ്ട് ഉയർത്തിപ്പിടിച്ച് മല്ലപ്പണ്ണ വെള്ളത്തിലിറങ്ങി. ഓരോ അടിവെപ്പിലും അയാൾ തിരിഞ്ഞുനോക്കിക്കൊണ്ടിരുന്നു.

നദികടന്ന് കാട്ടിലൂടെ അയാൾ അപ്രത്യക്ഷമാകുന്നതുവരെയും വീരപ്പാജിയും സിദ്ദലിംഗനും നോക്കിനിന്നു.

"ഇനി നാമാണ് ബന്ധുക്കൾ വാ....." സിദ്ദലിംഗ പറഞ്ഞു.

19

"**വാ** ഇരിക്ക്....." സ്വാമികൾ പറഞ്ഞു.

സ്വാമികളുടെ അരികിൽ വീരപ്പാജി ഇരുന്നു. കഴിഞ്ഞരാത്രി നിർത്തിവച്ചിടത്തുനിന്ന് സ്വാമികൾ ആരംഭിച്ചു:

"വിരക്തരുടെയും ജംഗമന്മാരുടെയും ജീവിതത്തിൽ എന്തു സുഖമാണ് നീ കാണുന്നത്....?"

ചെറുപ്പത്തിൽ പനയോലകളിൽനിന്ന് ഉരുവിട്ടുപഠിച്ച ഒരു സൂക്തം വീരപ്പാജിയുടെ നാവിൻതുമ്പത്തെത്തി.

"ചന്ദ്രനെപ്പോലെ എന്നിലും കളങ്കമുണ്ടായിരിക്കുന്നു. പ്രപഞ്ചമാകുന്ന രാഹുവിഴുങ്ങിയിരിക്കയാണ്. ഇത് ശരീരത്തിന് ഗ്രഹണംപോലെ അനുഭവപ്പെടുന്നു....."

"ഉം.... രാഹുവിൽനിന്ന് മുക്തിപ്രാപിക്കണമെന്നില്ലേ.....?"

"ഉണ്ട്....."

"രാജാവിനോട് നിനക്ക് വെറുപ്പില്ലേ? രാജ്യം ഭരിക്കണമെന്ന് ആശയില്ലേ!"

"ഇല്ല.... ഒന്നും ഇല്ല."

"എന്തുകൊണ്ട്?"

"അവിടുത്തെ സാമീപ്യം ഈയുള്ളവന് ആശ്വാസം നൽകുന്നു. അങ്ങനെയിരിക്കെ അമൃതംവേണ്ട. കാളകൂടം മതിയെന്ന് കരുതാറുണ്ടോ.....? ഗംഗാസ്നാനത്തിനുശേഷം അഴുക്കുചാലിൽ മുങ്ങാറുണ്ടോ....? ചന്ദനമിരിക്കെ ദുർഗന്ധം വാരിപൂശാറുണ്ടോ.....? പശു വീട്ടിലുണ്ടായിരിക്കെ ശുനകനെ കറക്കാറുണ്ടോ....?"

"വീരപ്പാജി ഇതെല്ലാം നല്ലപോലെ ചിന്തിച്ചുനോക്ക്. ഈ വയലേലകളും നദികളും വൃക്ഷങ്ങളും എല്ലാം ഘനീഭവിച്ചാൽ സ്വർഗമൃത്യുപാതാളങ്ങൾക്ക് നിലനിൽപ്പുണ്ടോ? മേഘജലമെല്ലാം മുത്തായിത്തീർന്നാൽ സപ്തസാഗരങ്ങൾക്ക് ജലമെവിടുന്ന് ലഭിക്കും....."

സ്വാമികളുടെ വാക്കുകളുടെ ഗൂഢാർഥമെന്തെന്ന് വീരപ്പാജി ചിന്തിച്ചുനോക്കി.

"രാജ്യം രക്ഷിക്കേണ്ടവർ ആയുധം താഴത്തുവെച്ചാലെന്തായിത്തീരും വീരപ്പാജി....." സ്വാമികൾ ചോദിച്ചു.

"രണ്ട് കാര്യങ്ങളാണ് എന്റെ മുന്നിലുള്ളത്....."

"പറയൂ...."

"ഒന്ന് പ്രാപഞ്ചികനായി ജീവിക്കുക. എനിക്കാണെങ്കിൽ അതിഷ്ടമല്ല. ഭാര്യാമക്കളുടെ ബന്ധനത്തിൽ കുടുങ്ങിക്കിടക്കണമെന്ന് എനിക്ക് വിചാരമില്ല. മറ്റൊന്ന് രാജ്യത്തിന് ആപത്ത് നേരിടുമ്പോൾ ഞാൻ ചെയ്യേണ്ടുന്ന സേവനത്തിന്റെ പ്രശ്നമാണ്...."

"ഉം അപ്പോൾ എന്തുചെയ്യാനാണുദ്ദേശിക്കുന്നത്? ജപമാല താഴത്തിട്ട് ഖഡ്ഗധാരിയായിത്തീരുന്നോ?"

വീരപ്പാജി ഉത്തരം പറഞ്ഞില്ല. ആ മനസ്സ് കലങ്ങിമറിയുകയായിരുന്നു.

"നല്ലത്. ആ ചോദ്യങ്ങൾ അങ്ങനെതന്നെ കിടക്കട്ടെ. ഐഹികമോഹങ്ങൾ വെടിഞ്ഞ് അപരംപാരനാകണമെന്നല്ലേ വിചാരിക്കുന്നത്. കാവിവസ്ത്രം നിനക്കൊരു രക്ഷയായിത്തീരും....."

വീരപ്പന്റെ കണ്ണുകൾ തിളങ്ങി.

"ഈ അനുഗ്രഹംകൊണ്ട് ഞാൻ ധന്യനായി....."

"അനുഗ്രഹിക്കുന്നത് ഞാനല്ല. ആ മല്ലികാർജുനനാണ്. ശ്രീശൈലത്തേക്ക് പോകുന്നോ? നിന്റെ ദുഃഖങ്ങൾ മുഴുവൻ അവനോട് തുറന്നു

പറയുക. അവനെന്താണ് വിധിക്കുന്നത് അതനുസരിച്ച് പ്രവർത്തിക്കുക...."

"ആകട്ടെ സ്വാമികളെ....."

"നാളെ ഏകാദശിയാണ്. ശിവരാത്രിപൂജ മല്ലികാർജുനന്റെ മുന്നിലാകട്ടെ....."

"കൽപ്പനപോലെ...."

സ്വാമികൾ കൈയടിച്ച് ഒച്ചയുണ്ടാക്കി. ഒരു ശിഷ്യൻ അടുത്തുവന്നു.

"സിദ്ദലിംഗനെ വിളിക്ക്....."

"സിദ്ദലിംഗ ഓടിയെത്തി....."

"ഇവനെ മുണ്ഡനം ചെയ്യിച്ച് കാവിയുടുപ്പിക്കുക. ഇവൻ ബെട്ടദപുരത്തുള്ള മല്ലികാർജുനനെ ദർശിക്കാൻ പോകയാണ്. പട്ടണത്തിന്റെ അതിർത്തിവരെ നീയും കൂടെ ചെല്ലണം....."

സിദ്ദലിംഗ തലയാട്ടി.

വീരപ്പാജി തലമുണ്ഡനംചെയ്ത് കാവിയുടുത്തു.

സ്വാമികളെ നമസ്കരിച്ചശേഷം യാത്ര ചോദിച്ചു.

"ശിവൻ നിന്നെ അനുഗ്രഹിക്കും....." വീരപ്പാജിയുടെ തലയിൽ കൈവച്ച് സ്വാമികൾ അനുഗ്രഹിച്ചു. ആ കണ്ഠം ഗദ്ഗദമായിരുന്നു.

സിദ്ദലിംഗ വഴികാട്ടിയായി മുന്നിൽ നടന്നു. കാഷായ വസ്ത്രധാരിയായ വീരപ്പാജി അനുഗമിച്ചു. പട്ടണത്തിന്റെ അതിർത്തിയിൽ അവർ നിന്നു.

"ഞാനിനി മടങ്ങട്ടെ....?"

"ആകട്ടെ."

"നമ്മുടെ ബന്ധുത്വം അവസാനിച്ചെന്ന് തോന്നുന്നു."

വീരപ്പാജി മറുപടി പറഞ്ഞില്ല. അയാൾ സിദ്ദലിംഗന്റെ മുഖത്തേക്ക് ദൃഷ്ടി പായിക്കുകമാത്രം ചെയ്തു.

"രാവിലെ നീ മല്ലപ്പണ്ണനോട് പറഞ്ഞ അതേ വാക്കുകൾ ഞാനിപ്പോൾ ആവർത്തിക്കുകയാണ്. ശിവാനുഗ്രഹമുണ്ടെങ്കിൽ വീണ്ടും കണ്ടുമുട്ടാം....."

വീരപ്പാജി തിരിഞ്ഞുനടന്നു.

കാറ്റിലിളകുന്ന കാഷായവസ്ത്രം കണ്ണിൽനിന്ന് മറഞ്ഞപ്പോൾ സിദ്ദലിംഗ നെടുവീർപ്പിട്ടു.

20

"**സ്വാ**മികളേ, നമ്മുടെ വീട്ടിൽപൂജ നടത്തിപ്പോകുമോ...."

"സ്വാമികളേ, നമ്മുടെ വീട്ടിലെ സൽക്കാരം സ്വീകരിച്ചാലും...."

"സ്വാമികളേ, ഈ വഴി രാത്രിസഞ്ചാരത്തിന് യോഗ്യമല്ല. പുലികളും പുള്ളിപ്പുലികളും ധാരാളമുണ്ട്. കാട്ടാനകൾ അലയുന്നുണ്ടാകും...."

ക്ഷീണിതനായ യുവജംഗമൻ വഴിനീളെ ജനശ്രദ്ധ പിടിച്ചുപറ്റിയിരുന്നു. അവർ അയാളെക്കുറിച്ച് പലതും അഭിപ്രായപ്പെട്ടു.

“ശിവരാത്രീവ്രതം കഴിഞ്ഞിട്ടേ ഇയാൾ പാരണ സ്വീകരിക്കൂ....” ചിലർ പറഞ്ഞു.

“ഇതിൽ ഇരിക്കാം സ്വാമികളേ.....” മൈസൂരിൽനിന്നും ധാന്യങ്ങൾ കയറ്റാൻ പോവുകയായിരുന്ന ഒരു കാളവണ്ടിക്കാരൻ അഭ്യർഥിച്ചു.

“ഇല്ല. ബെട്ടദപുരത്തേക്ക് പോവുകയാ. നടന്നുചെന്നാലേ മല്ലികാർജ്ജുനൻ ഇഷ്ടപ്പെടു....” ഒരാൾ പറഞ്ഞു.

ജംഗമൻ കുടകതിർത്തി കടന്നു. ഗദ്ദുഗെ മലയടിവാരത്തൂടെയാണ് അയാൾ നടന്നുകൊണ്ടിരുന്നത്. ആ മലയടിവാരം എന്തെല്ലാം പോരാട്ടങ്ങൾക്ക് സാക്ഷ്യം വഹിച്ചിട്ടുണ്ട്. ഹിന്ദുക്കളായ യദുവംശ രാജാക്കന്മാർ കുടകിനുനേരെ കത്തിനിവർത്തി. മുസൽമാന്മാരായ ഹൈദരലിയും ടിപ്പു സുൽത്താനും ആക്രമണം അഴിച്ചുവിട്ടു. യുദ്ധരംഗത്ത് ഒരു മൂന്നാമൻ കടന്നുവന്നു. പരദേശികളായ ഇംഗ്ലീഷുകാർ. ഈ രാജാധികാരത്തിന് യാതൊരു നീതിയും നിയമവുമില്ലെന്നോ...?

ദ്വാദശിനാൾ ത്രിസന്ധ്യക്ക് ജംഗമൻ പെരിയാപട്ടണത്തിലെത്തി. നഞ്ചരാജപട്ടണം സ്ഥാപിച്ച നഞ്ജുണ്ടരാജാവിന്റെ രാജധാനി: അയാളുടെ മകൻ വീരരാജ സ്വന്തം കുടുംബാംഗങ്ങളെ വാളുകൊണ്ട് വെട്ടിക്കൊന്ന് സ്വയം ചിക്ദേവരായരോട് പൊരുതി മരിച്ച പുണ്യഭൂമി. അഭിമാനം കാത്തുരക്ഷിക്കാൻ എത്ര വലിയ ത്യാഗത്തിനും മനുഷ്യർ തയാറാകാതിരിക്കുന്നില്ലല്ലൊ.....?

വീരപ്പാജിയുടെ മസ്തിഷ്കം നീറിപ്പുകയുകയായിരുന്നു.

ഇരുൾ വ്യാപിച്ചുതുടങ്ങിയിരുന്നു. ഈ രാത്രി സത്രത്തിൽ കഴിച്ചു കൂട്ടാമെന്ന് അയാൾ തീരുമാനിച്ചു. പ്രഭാതത്തിൽ യാത്രതുടരാം.

സന്യാസിമാരെയും വഴിയാത്രക്കാരെയുംകൊണ്ട് സത്രം നിറഞ്ഞിരുന്നു. പുറത്തെ അരയാൽത്തറയിലും ചിലരുണ്ടായിരുന്നു. അവിടെ ഒരു മൂലയ്ക്ക് വീരപ്പാജി വസ്ത്രമൂരിവെച്ചു.

ദൂരെ കത്തിക്കൊണ്ടിരുന്ന പന്തം കിണറ്റിന്റെ സാന്നിധ്യം വിളിച്ചറിയിച്ചുകൊണ്ടിരുന്നു. തണുത്തജലത്തിൽ ശരീരശുദ്ധിവരുത്തി. അൽപ്പം കുടിക്കുകയും ചെയ്തു.

അരയാൽത്തറയിലേക്ക് തിരികെയെത്തിയപ്പോൾ വസ്ത്രം വലിച്ചിട്ടതായി കണ്ടു. വല്ലതുമുണ്ടോയെന്ന് ആരെങ്കിലും നിവർത്തിനോക്കിയിരിക്കണം. ഇതിലെന്തുണ്ടാകാൻ.

“സഞ്ചാരിയുടെ ഭാണ്ഡവും പരിശോധിക്കയാണോ ശിവനേ....?”

വീരപ്പാജി അരയാൽത്തറമേൽ ചുരുണ്ടുകൂടിക്കിടന്നു. തണുത്തകാറ്റ് ശക്തിയായി വീശിത്തുടങ്ങി. അരയാലിലകൾ മർമരധ്വനി മുഴക്കി. നിമിഷത്തിനുള്ളിൽതന്നെ ഉറക്കം അയാളെ അനുഗ്രഹിച്ചു.

ഉറക്കത്തിൽ അയാളൊരു സ്വപ്നം കണ്ടു. അപ്പങ്കളത്തെ കൊട്ടാരം. ഒരുകൂട്ടം ജംഗമന്മാർ പാദപൂജ സ്വീകരിക്കാനെത്തിയിരിക്കുന്നു. അച്ഛൻ എല്ലാവരുടെയും പാദങ്ങൾ കഴുകുന്നു. അമ്മ സൽക്കാരത്തിനുള്ള ഏർപ്പാട് ചെയ്യുന്നു. താൻ വന്നവരെത്രയുണ്ടെന്ന് എണ്ണിനോക്കുകയാ

ണ്. ഒന്ന്... ഒന്ന് ....ഏ! ഒന്നേയുള്ളൂ....? കുറേപ്പേരുണ്ടായിരുന്നല്ലൊ....? ഇപ്പോൾ ഒരാൾ മാത്രമല്ലേയുള്ളൂ.....! ബാക്കിയുള്ളവരെവിടെപ്പോയി....? ഇതെന്തുമായ.....? "അമ്മേ..." താനുറക്കെ വിളിച്ചുപോയി. പെട്ടെന്ന് ആ ജംഗമൻ തന്റെ നേർക്ക് തിരിഞ്ഞു. വാ എന്റെകൂടെ വാ.....! അയാൾ ഗർജിച്ചു. അകത്തുനിന്ന് അമ്മ ഓടിവന്നു. മകനെ മാറോട് ചേർത്തുപിടിച്ചു.

വീരപ്പാജി ഞെട്ടിയുണർന്നു. എങ്കിലും കൺപോളകൾ തുറന്നില്ല. കിടന്നിടത്തുനിന്നും തിരിഞ്ഞുകിടന്ന് നെടുവീർപ്പിട്ടു.

സത്രത്തിലുള്ളവർ ഉണർന്നുതുടങ്ങി. ആദ്യമുണർന്നവർ കൂട്ടുകാരെ വിളിച്ചുണർത്തി.

വീരപ്പാജി എഴുന്നേറ്റ് വസ്ത്രം ധരിച്ച് ബെട്ടദപുരം ലക്ഷ്യമാക്കി യാത്ര പുറപ്പെട്ടു.

നടക്കുന്നതിനിടയിൽ രാത്രികണ്ട സ്വപ്നം ഓർമ വന്നു.

വിചിത്രമായ സ്വപ്നം! എന്താണതിനർഥം....? പണ്ടെങ്ങോ മൺമറഞ്ഞുപോയ മാതാപിതാക്കളെ കാണാൻ കഴിഞ്ഞു. ജംഗമനോടൊപ്പം പോകരുതെന്നു കരുതി അമ്മ തന്നെ ചേർത്തുപിടിച്ചില്ലേ....?

ലൗകികബന്ധങ്ങളിൽനിന്ന് മോചനം കൊതിക്കുന്ന മനസിന്റെ വിഭ്രാന്തിയാകണം സ്വപ്നമായി പരിണമിച്ചത്.

ഇരുഭാഗത്തും നിബിഡമായ കാനനം. കാടിന്റെ മാറിലൂടെ നീണ്ടുകിടക്കുന്ന പാത. ആയിരക്കണക്കിനു ജനങ്ങൾ ആ പാതയിലൂടെ യാത്ര ചെയ്തിട്ടുണ്ട്. എത്രയോ ശക്തികൾ ആ നാടിനെ അടക്കിഭരിക്കാൻ ശ്രമിച്ചിട്ടുണ്ട്. ചെങ്കാൾവരും ചോളരും ഹൊയ്സളരും വിജയനഗര സാമ്രാട്ടും മൈസൂർ രാജാവും കുടക് രാജാവും തങ്ങളുടെ ചെങ്കോലുമായി ആ നാട്ടിലൂടെ ജൈത്രയാത്ര നടത്തിയിട്ടുണ്ട്.

കാളവണ്ടിച്ചക്രങ്ങൾ വരച്ച സമാന്തര രേഖകളിലൂടെ വീരപ്പാജി മുന്നോട്ടു നടന്നു.

എവിടെയോ ഒരു പുലി ഗർജിച്ചു. ഒരാനയുടെ ചിന്നംവിളിയും ഉയർന്നുകേട്ടു. നാടുണർന്നെങ്കിലും കാടിനുള്ളിലിരുളുണ്ടത്രെയെന്ന ഭാവത്തിൽ രണ്ട് മൂങ്ങകൾ ഒന്നിനുപിറകെ മറ്റൊന്നായി മൂളിക്കൊണ്ടിരുന്നു.

ദൂരത്ത് ഒരു ചെന്നായ പ്രത്യക്ഷപ്പെട്ടു. വീരപ്പാജി നടന്നടുത്തപ്പോഴേക്കും അതോടി കാട്ടിനുള്ളിൽ മറഞ്ഞു.

കുറേക്കഴിഞ്ഞപ്പോൾ ആ ചെന്നായ വീണ്ടും പ്രത്യക്ഷപ്പെട്ടു. ശിവൻ ചെന്നായയുടെ രൂപംപൂണ്ട് വന്നതാണെന്ന് വീരപ്പാജിക്കു തോന്നി.

"നിൽക്ക് ശിവനേ..... ഞാനും വരുന്നു...." അയാൾ വിളിച്ചുപറഞ്ഞു.

ചെന്നായ വീണ്ടും അപ്രത്യക്ഷമായി. മൂന്നുനാലു തവണകൂടി അത് മാർഗമധ്യത്തിൽ പ്രത്യക്ഷപ്പെട്ടു.

കാടിനുശേഷം കുന്നുകൾ. അൽപ്പം ദൂരത്തായി വയലുകൾ. സൂര്യരശ്മികൾ ഉതിർന്നുവീണ വഴികൾ. വീണ്ടും കാടുകൾ. നന്ദിമരവും തേക്കും പുന്നാഗവും. ചില മരങ്ങൾ പിണഞ്ഞുകിടക്കുന്നു. കൊമ്പുകൾ പരസ്പരം കൂട്ടിയുരസി ശബ്ദമുണ്ടാക്കുന്നു.

മൂന്നുയോജനയോളം വീരപ്പാജി നടന്നു കാണണം. മലയടിവാരത്തിൽ പച്ചമേൽപ്പുരയ്ക്കു താഴെ പരന്നുകിടക്കുന്ന നാട് കണ്ണിൽപ്പെട്ടു. ബെട്ടദപുരം, നടന്നുനടന്ന് കാലുകൾക്ക് തളർച്ച ബാധിച്ചിരുന്നില്ല. ശിവരാത്രിയിലെ തണുത്ത കാറ്റിൽ പറന്നുവന്നതുപോലെ അയാൾക്ക് തോന്നി.

ഗ്രാമത്തിന്റെ നട്ടെല്ലുപോലെ കാണപ്പെടുന്ന മല! അതിനുചുറ്റും കാടും. മലയുടെ അപ്പുറത്ത് ക്ഷേത്രം. അവിടെചെന്ന് മല്ലികാർജുനനെ ദർശിക്കണം.

"ഹരഹര മഹാദേവ.... ഹരഹര മഹാദേവ...." കാടുകളിലെ ആഘോഷം അലയടിച്ചെത്തുകയാണ്.

'ഇന്ന് ശിവരാത്രിയാണ്. ജനങ്ങൾ മല്ലികാർജുനനെ ദർശിക്കാൻ കൂടിച്ചേർന്നിരിക്കയാണ്. ഇന്ന് ഉത്സവമാണ്' വീരപ്പാജിയുടെ ഹൃദയം തുടിച്ചു.

21

ആയിരക്കണക്കിനാളുകൾ മഹോത്സവത്തിൽ പങ്കുകൊള്ളാനെത്തിയിട്ടുണ്ട്. അവർ മലയടിവാരത്തിലും മലമുകളിലുമായി പാർപ്പുറപ്പിച്ചിരിക്കുന്നു. ക്ഷേത്രത്തിലേക്കുള്ള നേർച്ചകൾ തലച്ചുമടായി അവർ കൊണ്ടുവന്നിട്ടുണ്ട്. ഭക്ഷണസാധനങ്ങൾ കാളപ്പുറത്ത് കയറ്റിയിരുന്നു.

മലയുടെ സമീപത്താണ് മഠം സ്ഥിതിചെയ്യുന്നത്. അവിടത്തെ സ്വാമികളാണ് മല്ലികാർജുനക്ഷേത്രത്തിലെ പൂജാരി. കാവി ലങ്കോട്ടി, കഴുത്തിൽ ലിംഗം, കൈയിൽ കമ്പിളി, പുഷ്ടിയുള്ള ശരീരം. സാധാരണക്കാർക്കിടയിൽ കമ്പിളിസ്വാമി എന്നാണ് അയാൾ പ്രഖ്യാതനായത്. ഉത്സവത്തിനെത്തിയവർക്കു മുഴുവൻ ക്ഷേത്രത്തിൽനിന്നുതന്നെ ഭക്ഷണം ലഭിച്ചിരുന്നു. ആ കാരണത്താൽ മലമുകളിലെ ദേവൻ 'അന്നദാനി മല്ലികാർജുന'നാണെന്ന് ജനങ്ങൾ കരുതിവന്നിരുന്നു.

മലമുകളിൽ ഒരു കുളമുണ്ട്. ശിവരാത്രിവരെയും അതിൽ വെള്ളമുണ്ടാകും. പിന്നീട് വറ്റിപ്പോകും.

ആ മലയടിവാരത്തിൽ ധാരാളം കൂവളമരങ്ങളുണ്ട്.

ആ ജനസമുദ്രത്തിൽ വീരപ്പാജിയും അലിഞ്ഞുചേർന്നു.

ചിലർ കുളികഴിഞ്ഞ് ശിവധ്യാനത്തിൽ മുഴുകിയിരിക്കയാണ്. മറ്റു ചിലർ ശിവകഥകൾ പറഞ്ഞുകൊണ്ട് സമയം ചെലവഴിക്കുന്നു.

കൂവളത്തിലയും പുഷ്പങ്ങളുംകൊണ്ട് ചിലർ ഹരന് അർച്ചന നടത്തുന്നു. രാത്രിയെ പ്രതീക്ഷിച്ചുകൊണ്ട് പകൽ കഴിച്ചുകൂട്ടി. രാത്രി പ്രഭാതത്തെ പ്രതീക്ഷിച്ചു.

അഷ്ടവിധ പൂജകൾ..... ഷോഡശോപചാരങ്ങൾ.... ശിവലിംഗാർച്ചനകൾ....

നൂറുകണക്കിന് കർഷകർ കുഴൽ വിളിച്ചുകൊണ്ട് മല്ലികാർജുനനെ വാഴ്ത്തിപ്പാടി.

കമ്പിളിസ്വാമികൾ മഹാപൂജ നടത്തി. പാരണ ആരംഭിച്ചു.

ജംഗമന്മാർക്ക് പാലും പഴവും തേനും പഞ്ചസാരയും ഇളനീരും മറ്റുള്ളവർക്ക് സാധാരണഭക്ഷണം.

അടുത്ത പ്രഭാതത്തിൽ ഉത്സവം പിരിഞ്ഞു. ബഹളം നിറഞ്ഞ മലയടിവാരം നീരവമായിത്തീർന്നു.

ദേവാലയത്തിനു വെളിയിലുള്ള നന്ദിവിഗ്രഹത്തിന് ചേർന്നിരുന്ന വീരപ്പാജി ഉറങ്ങിപ്പോയി. സൂര്യന്റെ പൊൻകിരണങ്ങൾ സ്പർശിച്ചപ്പോഴാണ് അയാളുണർന്നെണീറ്റത്.

ശിവരാത്രി പൂജയ്ക്കെത്തിയ ഏതാനും ജംഗമന്മാർ അങ്ങിങ്ങായി ഇരുന്നിരുന്നു.

മാഘമാസത്തിലെ കാറ്റ് ശിവനാമം ജപിച്ചുകൊണ്ട് ഓടിപ്പോയി.

വീരപ്പാജി ശിവലിംഗത്തിനു മുന്നിൽ സാഷ്ടാംഗം നമസ്കരിച്ചു. തുടർന്ന് ധ്യാനനിരതനായി അൽപ്പനേരം അവിടെത്തന്നെയിരുന്നു.

ശിവനേ, എന്റെ ശരീരം ദണ്ഡകമാക്കൂ, എന്റെ ശിരസ് കുടമാക്കൂ....! എന്റെ ഞരമ്പുകൾ തന്ത്രികളാക്കൂ....! എന്റെ വിരലുകളെ കോലാക്കൂ...! മുപ്പത്തഞ്ച് രാഗങ്ങളും ആലപിക്കൂ...' വീരപ്പാജി മനസിൽ പ്രാർഥിച്ചു.

ജീവിതയാത്രയിൽ ചെറിയൊരു ദൂരം മാത്രമേ താൻ പിന്നിട്ടുള്ളൂ. ശേഷിച്ച വഴികൾ ക്രമപ്പെടുത്തിവയ്ക്കണം. ഏതു ദിക്കിലാണ് ആ വഴികളുള്ളത്....?

'കലങ്ങിയ ഹൃദയം കീഴ്മേൽ മറിഞ്ഞിരിക്കുന്നു.....! ചുഴലിക്കാറ്റിലകപ്പെട്ടിരിക്കയാണ്....! പൂനിലാവുപോലും ചൂടുള്ളതായനുഭവപ്പെടുന്നു....'

തനിക്കൊരു മാർഗം ചൂണ്ടിക്കാട്ടാൻ ദൈവത്തിന് ഇത്ര വിഷമമോ...?

ശിവനേ...., ശരീരം വേണമെന്ന് പറഞ്ഞപ്പോൾ നൽകി....! മനസും ചോദിച്ചപ്പോൾ സസന്തോഷം സമർപ്പിച്ചു.....! ധനം ആവശ്യപ്പെട്ടപ്പോഴും എല്ലാം നൽകി....! എന്നിട്ടിപ്പോൾ വീണ്ടും വീണ്ടും അതുതന്നെ ചോദിക്കയാണോ....? ഈ കണ്ണുകൾ വേണമെങ്കിൽ തരാം. ഈ ശിരസും ആവശ്യമെങ്കിൽ നൽകാം.

ഈശ്വരന് അസാധ്യമായിട്ട് വല്ലതുമുണ്ടോ....?

കാളിദാസന് കണ്ണ് കൊടുത്തില്ലേ....? ഓഹിലയ്യനെ സ്വന്തം പുരത്തിലേക്ക് കൂട്ടിക്കൊണ്ടുപോയില്ലേ....? നമ്പി വിളിച്ചപ്പോൾ 'ഓ....' എന്ന് ഉരിയാടിയില്ലേ....? തെലുഗ് ജൊമ്മയ്യന്നും വെളിച്ചം പകർന്നുകൊടുത്തില്ലേ. പിന്നെന്തുകൊണ്ട് ഈയുള്ളവനെ അനുഗ്രഹിക്കുന്നില്ല....?

വീരപ്പാജിയുടെ മിഴികൾ നിറഞ്ഞുതുളുമ്പി. ശരീരം വിറച്ചു. പെട്ടെന്ന് കണ്ണിൽ ഇരുട്ടുകയറി....! സ്വബോധം നഷ്ടപ്പെട്ടു.

വീരപ്പാജി ഒരേ ഇരിപ്പിലിരിക്കുന്നത് കണ്ടിട്ട് ആരോ വിളിച്ചുപറഞ്ഞു:

"ഏ.... എഴുന്നേൽക്ക്.... അതാ സ്വാമികൾ വരുന്നുണ്ട്....."

ഉത്തരം ലഭിച്ചില്ല. അയാൾ ശബ്ദമുയർത്തിപ്പറഞ്ഞു. ഫലം നാസ്തി! സംശയം തോന്നിയ അയാൾ അടുത്തുവന്ന് കുലുക്കിവിളിച്ചു.

കുലുക്കിയപ്പോൾ വീരപ്പാജി മറിഞ്ഞുവീണു.

"ഓടിവാ.... ഓടിവാ.... ആരോ ബോധംകെട്ടു വീണിരിക്കുന്നു...." അയാൾ വിളിച്ചുപറഞ്ഞു.

മൂന്നുനാല് ജംഗമന്മാർ ഓടിവന്നു. വീരപ്പാജിയെ നിവർത്തിക്കിടത്തി മുഖത്ത് വെള്ളം തളിച്ചു. മുഖം കുളുർത്തപ്പോൾ ബോധം തിരിച്ചുകിട്ടി.

അബോധാവസ്ഥയിൽ മല്ലികാർജ്ജുനൻ പ്രത്യക്ഷനായി തന്നെ അനുഗ്രഹിച്ചതുപോലെ അയാൾക്കു തോന്നി. മല്ലികാർജ്ജുനന്റെ ഓരോ വാക്കും തികട്ടിത്തികട്ടിവന്നു.

'ഗുരുലിംഗം, ജംഗമൻ, പാദോദകൻ, പ്രസാദം, ഭസ്മം, രുദ്രാക്ഷം മന്ത്രം എന്നീ ഏഴു കോട്ടകളാണ് നമുക്ക് ചുറ്റുമുള്ളത്. ആ കോട്ടകൾ പ്രയാസമെന്യേ ചാടിക്കടന്ന് മുന്നോട്ട് സഞ്ചരിക്കുക.....! ലിംഗാചാരം, സദാചാരം, ഭൈത്യാചാരം, ഗണാചാരം, ശിവാചാരം മുതലായ നീതിയുടെ പഞ്ചമാർഗങ്ങൾ പിന്തുടരുക! ഭക്തി, മാഹേശ്, പ്രസാദി, പ്രാണലിംഗി, ശരണം, ഐക്യം എന്നീ അറിവിന്റെ ആറ് പടവുകൾ കയറിച്ചെല്ലുക....! ലിംഗാംഗ സാമരസ്യമെന്ന വാതിലിലൂടെ മുന്നേറുക....! ഇനി മുതൽ നീ അപരംപാരനാണ്....! അപരംപാര....!'

"അതിന് ദീക്ഷയെടുക്കേണ്ടേ?" വീരപ്പാജി ചോദിച്ചു.

"ഇനി ദീക്ഷയെന്തിന്" മല്ലികാർജ്ജുനൻ പറഞ്ഞു.

"രാജ്യം ആപത്തിലകപ്പെട്ടാലോ?"

"അത്തരം ഘട്ടത്തിൽ നിന്നെക്കൊണ്ട് വേണ്ടത് ചെയ്യിക്കാം. ഇപ്പോൾ അതേപ്പറ്റി ചിന്തിക്കുന്നതെന്തിന്?"

വീരപ്പാജി ആനന്ദതുന്ദിലനായിത്തീർന്നു.

തനിക്കുചുറ്റും ജിജ്ഞാസയോടെ നിൽക്കുന്ന ജംഗമന്മാരെ അയാൾ ശ്രദ്ധിച്ചു.

"എന്താ.... എന്തുപറ്റി....?" മഠത്തിലെ സ്വാമികൾ ചോദിച്ചു.

"ശിവരാത്രിക്ക് വന്നവനാണെന്ന് തോന്നുന്നു." ഒരാൾ മറുപടി പറഞ്ഞു.

വീരപ്പാജി എഴുന്നേറ്റുനിന്നു. ചുറ്റും നിന്നവർ ആശ്ചര്യപ്പെട്ടു.

"ഞാൻ പുറപ്പെടുകയാണ്. മല്ലികാർജ്ജുനൻ സമ്മതം തന്നിരിക്കുന്നു." വീരപ്പാജി പറഞ്ഞു.

"എവിടേക്കാ പോകുന്നത്?"

"വഴിവിട്.... വഴിവിട്.... ബസവ കല്യാണത്തേക്ക് പോകുകയാണ്. തീർഥാടനത്തിന് പോകുകയാണ്....."

"നിന്റെ പേരെന്താ....?" സ്വാമികൾ ചോദിച്ചു.

"ഞാൻ..... ഞാൻ അപരംപാരനാണ്..... അപരംപാര....." വീരപ്പാജി ഉറച്ച കാൽവെപ്പോടെ മുന്നോട്ടു നടന്നു.

"ഇവന് ഭ്രാന്താണ്....." ചുറ്റും നിന്നിരുന്നവർ തമ്മിൽ പറഞ്ഞു.

വീരപ്പാജി അതു കേട്ടില്ല. അയാൾ മലയിറങ്ങുകയായിരുന്നു.

22

ചിക്‌വീരരാജ അധികാരമേറ്റെടുത്തിട്ട് പത്ത് സംവത്സരം കഴിഞ്ഞിരിക്കുന്നു. വിക്രമസംവത്സരംതൊട്ട് വിരോധിസംവത്സരംവരെയുള്ള ആ പത്തുവർഷക്കാലം കുടക് നിവാസികൾ സമാധാനത്തോടെ ജീവിച്ചുവന്നു. ആദ്യകാലത്ത് തന്റെ മാർഗത്തിലെ മുള്ളുകൾ നീക്കംചെയ്യുന്നതിന് രാജാവ് പ്രദർശിപ്പിച്ച ക്രൂരത ഇന്നൊരു പഴങ്കഥയായി മാറിപ്പോയിരിക്കുന്നു. യുവാവായ ചിക്‌വീരരാജ കുടക് നിവാസികളുടെ ആശയാഭിലാഷങ്ങളുടെ പ്രതീകമായി വർത്തിക്കുകയാണ്.

ചിക്‌വീരരാജന്റെ ഭരണത്തിന് ക്രൗര്യം കൂടുമെന്നാണ് ചിലർ പറഞ്ഞുവരുന്നത്. അലസരും മടിയന്മാരുമായിരുന്നവരെ രാജാവ് നിഷ്കരുണം ശിക്ഷിച്ചിരുന്നു. പിതാവിൽനിന്ന് മകന് ലഭിച്ച ഗുണങ്ങളിലൊന്നാണിത്. ലിംഗരാജന്റെ കാലംതൊട്ടേ തന്നിഷ്ടം പ്രകടിപ്പിച്ചിരുന്ന ദിവാൻ ബോപ്പണ്ണ പുതിയ രാജാവ് ചെറുപ്പക്കാരനാണെന്ന് അവഗണിച്ചുകൊണ്ട് തന്റെ അധികാരപദവി വ്യാപിക്കുവാൻ ഒരു ശ്രമം നടത്തിനോക്കിയിരുന്നു. മുളയിൽത്തന്നെ ആ കള പറിച്ചെറിയാൻ രാജാവിന് കഴിഞ്ഞു.

രാജാവിന്റെ ഉറ്റമിത്രമാണ് ബസവൻ. മലയാളക്കാരനായ അബ്ബാസ് അലിയും രാജാവിന്റെ ഉപദേശിയായിരുന്നു. ധീരനും ശൂരനുമായ അബ്ബാസ് അലിയുടെ സാമർഥ്യം രാജാവിന് നന്നെ ബോധ്യപ്പെട്ടതാണ്. ഈ രണ്ടു വ്യക്തികളുടെ ഉപദേശപ്രകാരം മാത്രമേ രാജാവ് എന്തും പ്രവൃത്തിച്ചിരുന്നുള്ളൂ.

ചിക്‌വീരരാജ അധികാരത്തിലേറി മൂന്നാമത്തെ വർഷത്തിൽ നടത്തിയ ഒരു നായാട്ട് കുടകിൽ പ്രധാന ചർച്ചാവിഷയമായിത്തീർന്നിരുന്നു. പറക്കുന്ന പക്ഷിയുടെ കണ്ണിൽ അമ്പ് കൊള്ളിക്കാൻ സാധിക്കുന്ന രാജാവ് നാൽപ്പതുദിവസം തുടർച്ചയായി നടത്തിയ വേട്ടയിൽ ഇരുനൂറ്റിമുപ്പത്തിമൂന്ന് ആനകളെ വെടിവെച്ചുവീഴ്ത്തി. കുടക് നിവാസികൾ അത്ഭുതത്തോടെയാണ് ആ സംഭവം കേട്ടറിഞ്ഞത്. നായാട്ടിൽ പങ്കെടുത്തവർ രാജാവിന്റെ പരാക്രമം പൊടിപ്പും തൊങ്ങലുംവെച്ച് വിവരിച്ചു കേൾപ്പിച്ചു.

ഇതിനിടയിൽ രാജാവ് ഒരു പെൺകുട്ടിയുടെ പിതാവായിത്തീരുകയും ചെയ്തു. ഒരാൺകുഞ്ഞ് പിറക്കാഞ്ഞതിൽ രാജാവ് അത്യധികം വ്യസനിച്ചു. മകളുടെ നേർക്ക് ആദ്യം വെറുപ്പുതോന്നിയെങ്കിലും അവളുടെ ബാലചാപല്യങ്ങൾ രാജാവിന്റെ വെറുപ്പ് ദൂരീകരിച്ചു. "അച്ഛാ....." എന്നു വിളിച്ചുകൊണ്ട് മകൾ പിച്ചവച്ചടുത്തപ്പോൾ ആ പിതൃഹൃദയം രോമാഞ്ചംകൊണ്ടു. ഒഴിവു സമയം മുഴുവൻ മകളോടൊപ്പംതന്നെ അയാൾ കഴിച്ചുകൂട്ടി. രാജാവിന്റെ കൃപാകടാക്ഷം കൊതിച്ചിരുന്ന അന്തഃപുരത്തിലെ മറ്റ് സ്ത്രീകളെ ഇത് അസൂയപ്പെടുത്തി.

"പെണ്ണായിട്ടുതന്നെ ഇത്ര സ്നേഹം! ആണായിരുന്നെങ്കിലോ....." ഒരിക്കൽ റാണി ഗൗരമ്മ സംശയം പ്രകടിപ്പിച്ചു.

എന്നാൽ ആ ആഗ്രഹം നിറവേറിയില്ല. ആദ്യപ്രസവത്തിൽതന്നെ പിടിപെട്ട ശരീരാസ്വാസ്ഥ്യം പിന്നീട് മാറിപ്പോയതേയില്ല.

അപ്പങ്കളത്തെ അരമനയിലും ഈർഷ്യയുടെ ഉമിത്തീ നീറിക്കൊണ്ടിരുന്നു. തന്റെ ഭാര്യ റാണിയാകുമെന്നും തനിക്ക് കുടക് രാജ്യം ഭരിക്കാമെന്നുമാണ് ചന്നബസപ്പ കണക്കുകൂട്ടിയിരുന്നത്. ചിക്‌വീരരാജന്റെ സിംഹാസനാരോഹണം അയാളുടെ മനക്കോട്ട തകർത്തെറിഞ്ഞു. ചിക്‌വീരരാജന് ഒരു പെൺകുഞ്ഞ് പിറന്നപ്പോൾ ചന്നബസപ്പ വീണ്ടും മനപ്പായസം വച്ചു. ഗൗരമ്മ ഇനി പ്രസവിക്കാതിരുന്നാൽ, തനിക്കൊരു ആൺകുഞ്ഞ് പിറന്നാൽ.... സിംഹാസനം തന്നിൽ വന്നുചേരാതിരിക്കില്ല. പക്ഷേ വിധിവശാൽ ദേവമ്മ ഗർഭം ധരിച്ചതേയില്ല. നിരാശനായ ബസപ്പ സ്വയം ശപിച്ച് സമയം തള്ളിനീക്കി.

"അവന്റെ തല പൊന്നാണുപോലും.....! എന്റെതെന്താ മണ്ണാണോ? ഒരുകാര്യത്തിലും അവനേക്കാൾ ഞാൻ പിന്നിലല്ല." ബസപ്പ ഭാര്യ കേൾക്കെ പറയും.

ഭർത്താവ് സൊള്ള് പറയുകയല്ലെന്ന് ദേവമ്മയ്ക്കറിയാം.

ചന്നബസപ്പ ദേവമ്മയുടെ ഭർത്താവായതുതന്നെ അസാധാരണമായൊരു ചുറ്റുപാടിലാണ്. ഒരിക്കൽ ലിംഗരാജ ഒരു ഗ്രാമത്തിൽ ചെല്ലാനിടയായി. ഒരു വീട്ടിൽ അദ്ദേഹം വിശ്രമിക്കുകയായിരുന്നു. ദൂരത്ത് മേഞ്ഞുകൊണ്ടിരുന്ന ഒരു എരുമയുടെ പുറത്ത് ഒരു കാക്ക ഇരിക്കുന്നത് ലിംഗരാജന്റെ ദൃഷ്ടിയിൽപ്പെട്ടു.

"എരുമയറിയാതെ ആ കാക്കയെ വെടിവച്ച് വീഴ്ത്താൻ കഴിയുന്നവർ ഇവിടെയാരുണ്ട്....?" രാജാവ് ചോദിച്ചു.

വീട്ടിലുള്ളവർ പരസ്പരം നോക്കി.

"ഇതാണോ നിങ്ങളുടെ ആണത്തം....?"

അത് കേട്ടപ്പോൾ ഒരു യുവാവ് മുന്നോട്ടു നീങ്ങിനിന്നു.

വെളുത്ത ശരീരം. നല്ല ഉയരം. ഉറച്ച അവയവങ്ങൾ. മക്കാട്ടി അപ്പണ്ണ – അതാണയാളുടെ പേര്.

മറ്റുള്ളവർ ആശ്ചര്യത്തോടെ നോക്കിനിന്നു.

"എന്താ നോക്കിക്കൊണ്ട് നിൽക്കുന്നത്. ഉം വെടിവയ്ക്ക്....." രാജാവ് യുവാവിനോട് കൽപ്പിച്ചു.

അപ്പണ്ണ തോക്കുനീട്ടി ഉന്നംവച്ച് കാഞ്ചിവലിച്ചു. കാക്ക താഴെവീണു. എരുമ മെല്ലെ ഒന്ന് തലയുയർത്തി നോക്കിയശേഷം പുല്ല് മേയുന്നതിൽ തന്നെ മുഴുകി.

ജനങ്ങൾ അപ്പണ്ണന് ജയ് വിളിച്ചു. ലിംഗരാജനും പുറത്തുതട്ടി അഭിനന്ദിച്ചു.

രാജധാനിയിലേക്ക് പുറപ്പെടുന്നതിനുമുമ്പ് ലിംഗരാജ അപ്പണ്ണന്റെ കുടുംബവിവരങ്ങൾ അന്വേഷിച്ചറിഞ്ഞു. കുടുംബനാഥൻ ഉടനെ കുടകിലേക്ക് വിളിക്കപ്പെട്ടു. താമസിയാതെ അപ്പണ്ണ ചന്നബസപ്പനെന്ന നാമം സ്വീകരിച്ച് ദേവമ്മയ്ക്ക് പുടവ കൊടുക്കുകയും ചെയ്തു.

ഈയിടെയായി ദേവമ്മ മടിക്കേരിക്കുള്ള യാത്ര കുറച്ചിരിക്കയാണ്.

ചിക്‌വീരരാജനെതിരെ ചന്നബസപ്പന്റെ ഹൃദയത്തിലുറഞ്ഞുകൂടുന്ന വിദ്വേഷം ബോപ്പണ്ണ ശ്രദ്ധിക്കുന്നുണ്ടായിരുന്നു. മടിക്കേരിയിൽ വന്നാലും രാജാവിനെ കാണാതെ ബസപ്പ തിരികെ പോകുന്നത് പലപ്പോഴും ബോപ്പണ്ണ മനസിലാക്കി. രാജാവിനെതിരെയുള്ള തന്റെ മനോഗതം ചില തക്കരോടും മറ്റും ബസപ്പ പ്രകടിപ്പിച്ചതും ബോപ്പണ്ണ മണത്തറിഞ്ഞു.

ഏറെനാൾ ഇത് രഹസ്യമായി നിന്നില്ല. അളിയന്റെ അഹന്ത രാജാവിനെ കോപാകുലനാക്കിത്തീർത്തു. ഒരിക്കൽ അരമനയിലെത്തിയ സഹോദരിയോട് രാജാവ് പറഞ്ഞു: "നിന്റെ ഭർത്താവിനോട് നാവടക്കി വയ്ക്കാൻ പറയണം...."

ഇതറിഞ്ഞ ബസപ്പ പൊട്ടിത്തെറിച്ചു.

"ഇവനൊരു വലിയ കുതിരക്കാരൻ....." അയാൾ പറഞ്ഞു.

കോപവും നിരാശയുംമൂലം വീർപ്പുമുട്ടുന്ന ഭർത്താവിനെ ആശ്വസിപ്പിക്കാൻ ദേവമ്മാജിക്ക് കഴിഞ്ഞില്ല.

ആ കാലഘട്ടമായപ്പോഴേക്കും ബ്രിട്ടീഷുകാർ ഇന്ത്യയിൽ വേരുറച്ചുകഴിഞ്ഞിരുന്നു. ടിപ്പുവിന്റെ മരണം വെള്ളക്കാരുടെ പാത സുഗമമാക്കിത്തീർത്തു. പരദേശികളായ ഇംഗ്ലീഷുകാർക്ക് ഇത്രവേഗത്തിൽ ഇന്ത്യയെ സ്വാധീനിക്കാൻ കഴിഞ്ഞെന്നത് അത്ഭുതാവഹമാണ്....!

അതിനിടയിൽ കിത്തൂരിന്റെ പതനവും പൂർത്തിയായിരുന്നു. കുറേക്കാലം റാണിച്ചിന്നമ്മ വെള്ളക്കാർക്ക് കീഴടങ്ങാതെ ഭരണം നടത്തിക്കൊണ്ടുവന്നു. പക്ഷേ, മുന്നിലിരുന്ന് ചിരിച്ച പലരും പിന്നിലിരുന്ന് ചെവികരണ്ടു....! ബ്രിട്ടീഷുകാരെ കൂട്ടുപിടിച്ച് റാണിയെ താഴത്തിറക്കുന്നതിൽ അവരുടെ സ്വന്തക്കാർതന്നെ വിജയംവരിച്ചു!

കിത്തൂരിന്റെ പരാജയം ചിക്‌വീരരാജനെ ചിന്താധീനനാക്കിത്തീർത്തു.

"അവർ ഈ കുടകിലേക്ക് വരട്ടെ. അപ്പോൾ കാട്ടിക്കൊടുക്കാം....." മീശ പിരിച്ചുകൊണ്ട് രാജാവ് പറഞ്ഞു.

എന്നാൽ ചന്നബസപ്പന് കിത്തൂർ സംഭവം ആവേശം നൽകി. വെള്ളക്കാരുടെ സഹായമുണ്ടായാൽ തനിക്കും ചിക്‌വീരരാജനെ പുറത്താക്കാനാകുമെന്ന് അയാൾ മനക്കോട്ട കെട്ടി. അതിനുവേണ്ടി അയാൾ ശ്രമം തുടങ്ങി.

ആദ്യമായി മൈസൂരിലെ ബ്രിട്ടീഷ് റെസിഡന്റിന് ഒരു പരാതി അയച്ചു. ചിക്‌വീരരാജന്റെ ക്രൂരതകളും കൊള്ളരുതായ്മകളും അതിൽ വിവരിച്ചിരുന്നു. വീരപ്പാജിയെയും നഞ്ജുണ്ടപ്പനെയും ചിക്‌വീരരാജ കൊല്ലുകയാണുണ്ടായതെന്നും പ്രത്യേകം സൂചിപ്പിച്ചിരുന്നു.

ഈ പശ്ചാത്തലത്തിലാണ് അമ്പരപ്പിക്കുന്ന മറ്റൊരു വാർത്ത കുടകിൽ പ്രചരിച്ചത്.

വീരപ്പാജി ജീവിച്ചിരിക്കുന്നു......!

കേട്ടവർ കേട്ടവർ മിഴിച്ചുനിന്നു. വസൂരി പിടിപെട്ട് മരണപ്പെട്ട രാജകുമാരൻ ജീവിച്ചിരിപ്പുണ്ടെന്നോ.....? വിശ്വസിക്കാൻ അവർക്ക് പ്രയാസം തോന്നി.

അപ്പങ്കളത്ത് വാർത്തയെത്തിയപ്പോൾ ചന്നബസപ്പ വിശ്വസിക്കാൻ കൂട്ടാക്കിയില്ല. എങ്കിലും രാജ്യത്തിന് മറ്റൊരവകാശികൂടി ഉണ്ടെന്നുള്ള വിചാരം അയാളെ അസ്വസ്ഥനാക്കിത്തീർത്തു.

മുങ്ങിച്ചാകുന്നവന് പുൽക്കൊടിത്തുമ്പ് കിട്ടിയ അനുഭവമാണ് ഗംഗമ്മയ്ക്കുണ്ടായത്. യുവതിയായ രാജമ്മാജിയും സന്തോഷിച്ചു. ഹൃദയഭിത്തിയിൽ കരിപിടിച്ചു കിടന്നിരുന്ന ഭർത്താവിന്റെ ചിത്രം തുടച്ചു വൃത്തിയാക്കാൻ അവളൊരു പാഴ്ശ്രമം നടത്തിനോക്കി.

അപ്പങ്കളത്തെത്തിയ ഗംഗമ്മ, മരുമകൻ ജീവിച്ചിരിപ്പില്ലെന്നറിഞ്ഞപ്പോൾ ഗ്രാമത്തിലേക്ക് തിരികെ പോകണമെന്നാണ് ഉദ്ദേശിച്ചിരുന്നത്. പോകുന്നതിനുമുമ്പ് മരുമകന്റെ ശവം മറവുചെയ്ത സ്ഥലം ഒന്ന് കാണണമെന്ന് അവർക്കു തോന്നി. ഗൗരമ്മയുടെ കുഞ്ഞിനെ കാണാൻ മടിക്കേരിയിലെത്തിയ ഗംഗമ്മ തന്റെ ആഗ്രഹം അറിയിക്കണമെന്നും വിചാരിച്ചിരുന്നു. എന്നാൽ, അതിനുതക്ക അവസരം കൈവന്നില്ല. ആ ആശ മനസിന്റെ ഉള്ളറയിൽത്തന്നെ മൂടിവെച്ചു. ഗ്രാമത്തിലേക്ക് പോകാനനുവദിക്കണമെന്നു മാത്രം അപേക്ഷിച്ചു.

ആ അപേക്ഷ സ്വീകരിക്കപ്പെട്ടില്ല. രാജമ്മാജിയോടൊപ്പം അപ്പങ്കളത്തുതന്നെ കഴിയണമെന്ന് റാണി നിർബന്ധിച്ചു. രാജാവും അതാണഭിലഷിക്കുന്നതെന്ന് ഗംഗമ്മ മനസിലാക്കി.

മകളെക്കൂടാതെ താനൊറ്റയ്ക്ക് വീട്ടിൽ ചെല്ലുന്നതെന്തിന്....? മകളിൽനിന്ന് വേറിട്ട ഒരു ജീവിതം തനിക്ക് സാധ്യമല്ല.

ഒടുവിൽ ഗ്രാമത്തിന്റെ ഓർമ മനസിൽ സൂക്ഷിച്ചുവച്ച് അപ്പങ്കളത്തുതന്നെ കഴിയാൻ ഗംഗമ്മ തീരുമാനിച്ചു.

ഗംഗമ്മയുടെ വിഷമം മനസിലാക്കിയ ദേവമ്മാജി ഒരിക്കൽ പറഞ്ഞിരുന്നു: "ജ്യേഷ്ഠത്തീ..... വേണമെങ്കിൽ നാല് നാട്ടരമനയിൽ താമസിക്കാനേർപ്പാട് ചെയ്യാം. ഞാൻ പറഞ്ഞാൽ മഹാരാജാവ് കേൾക്കാതിരിക്കില്ല....."

"വേണ്ട ദേവമ്മേ, എന്റെ മകൾക്ക് അപ്പങ്കളമല്ലേ ഭർത്തൃഗൃഹം..."

വീരപ്പാജി ജീവിച്ചിരിപ്പുണ്ടെന്ന് പുൽക്കൊടിത്തുമ്പിൽ പിടിച്ചുകയറിയ ഗംഗമ്മ ദുഃഖം തളംകെട്ടിനിൽക്കുന്ന മകളുടെ കവിളിലും ശൂന്യമായ നെറ്റിത്തടത്തിലും മാംഗല്യസൂത്രമില്ലാത്ത കഴുത്തിലും മാറിമാറി ദൃഷ്ടി പതിപ്പിച്ചു.

ഈ ചെടി പുഷ്പിക്കുമോ.....? പുതിയൊരു സൂര്യൻ ഈ ഇരുളിനെ നീക്കിക്കളയുമോ.....?

ആ ചിന്ത ഗംഗമ്മയ്ക്ക് സുഖകരമായി അനുഭവപ്പെട്ടു.

23

ഐഹികബന്ധങ്ങളിൽനിന്ന് വിമുക്തനായി. അപരംപാരനായി ത്തീർന്ന വീരപ്പാജി ദക്ഷിണേന്ത്യയിലെ എല്ലാ ക്ഷേത്രങ്ങളും സന്ദർശി ച്ചു. പാരമാർഥിക ചിന്തയിൽത്തന്നെ മാസങ്ങളും വർഷങ്ങളും തള്ളി നീക്കി.

ഇന്ദ്രിയ നിഗ്രഹം സാധിച്ചിട്ടും ഹൃദയശാന്തി കൈവരുത്താൻ വീര പ്പാജിക്ക് കഴിഞ്ഞില്ല.

'ഈ അസ്വസ്ഥതയെന്തിന്.....? എന്തിന്....? എന്തിന്.....?' അയാൾ തന്നത്താൻ ചോദിച്ചു. ഉത്തരം മാത്രം ലഭിച്ചില്ല.

താനെന്തിന് പ്രജകളുടെ യോഗക്ഷേമങ്ങളന്വേഷിക്കുന്നു.....? കുടകി ന്റെയും മൈസൂരിന്റെയും ജയത്തിലോ പരാജയത്തിലോ താനെന്തിന് വിഹ്വലനാകണം....? താൻ എല്ലാം മറികടന്നവനാണല്ലോ....?

എത്ര വിലക്കിയിട്ടും അന്തഃക്കരണം കേൾക്കുന്നില്ല.....

ആകാശചാരിക്ക് മേൽപ്പുര വീഴുമെന്ന ഭയമെന്തിന്.....? സമുദ്രം ചാടിക്കടക്കാൻ കെൽപ്പുള്ളവൻ കടത്തുതോണി മുങ്ങിപ്പോകുമോ എന്ന് ചിന്തിക്കുന്നതെന്തിന്....? സീമകളെയെല്ലാം മറികടന്ന നിസ്സീമൻ സീമയെ പേടിക്കുന്നതെന്തിന്....?

ബസവകല്യാണിൽനിന്ന് പുറപ്പെട്ട അപരംപാര കിത്തൂരിലൂടെ യാത്ര തുടർന്നു.

നീണ്ട ശരീരം, ഉറച്ച കാൽവെപ്പുകൾ, നിറഞ്ഞ താടീരോമങ്ങൾ, കാഷായവസ്ത്രം, തിളങ്ങുന്ന കണ്ണുകൾ, ആരെയും വശീകരിക്കുന്ന പ്രകൃതം. ഒറ്റനോട്ടത്തിൽ മുസ്ലീം സന്യാസിയാണെന്ന് തോന്നും. ചിലർ ഫകീർ ബാബായെന്ന് വിളിക്കയും ചെയ്തു. അപരംപാര ഒന്നും കാര്യ മാക്കിയില്ല.

കിത്തൂർ സമൃദ്ധിയുള്ള രാജ്യമായിരുന്നു. പ്രജാതൽപ്പരയായ റാണി. ധീരരായ സൈനികർ....! സമർഥരായ മന്ത്രിമാർ.....! കിത്തൂരിന്റെ സുഖവും സ്വാതന്ത്ര്യവും കാത്തുസൂക്ഷിക്കാൻ ഇവരെല്ലാം ബദ്ധകച്ച രായിരുന്നു....! പക്ഷേ..... ഓരോ വീട്ടിന്റെ വാതിൽക്കലും വസൂരിനാശം വിതച്ചിരുന്നു....! അതിൽനിന്ന് മോചനം നേടാൻ കിത്തൂരിനു കഴിഞ്ഞില്ല.

ഡക്കാൻ പീഠഭൂമിയുടെ പല പ്രദേശങ്ങളും ബ്രിട്ടീഷുകാർ പിടി ച്ചടക്കിക്കഴിഞ്ഞിരുന്നു. ടിപ്പുവിന്റെ കാലത്ത് മൈസൂരിന്റെ ഭാഗമായിരുന്ന ധാർവാറും ഇംഗ്ലീഷുകാർ കരസ്ഥമാക്കി. ഈ ചുറ്റുപാടിൽ കിത്തൂരിന് എത്രകാലം തലയുയർത്തി നിൽക്കാനാകും....?

അപരംപാരന്റെ ഹൃദയം വ്യാകുലപ്പെട്ടു. മാനസിക സമ്മർദത്തിന്റെ ഇത്തരം ഘട്ടത്തിൽ മുന്നിൽ നിൽക്കുന്നവരോട് അദ്ദേഹം വിളിച്ചുപറയു മായിരുന്നു: "സ്രഷ്ടാവിന്റെ കമ്മട്ടമാണ് മർത്ത്യലോകം....! ഈ ലോക ത്തിൽ സമരസപ്പെടാനാകുന്നവർക്കേ പരലോകത്തിൽ സമരസപ്പെടാ നാകൂ....! ഇവിടെ സാധിക്കാത്തവർക്ക് അവിടെയും അസാധ്യമാകും..."

സാധാരണക്കാരായ എല്ലാ ജനങ്ങളും പരലോകത്തെ ചിന്തിക്കാതെ ഇഹലോകത്തെ മാത്രം ധ്യാനിക്കുന്നതെന്തിന്....?

ദേവലോകവും മർത്ത്യലോകവും ഭിന്നമല്ല! സത്യമാണ് ദേവലോകം....! മിഥ്യ മർത്ത്യലോകവും....! ആചാരമാണ് സ്വർഗം! അനാചാരം നരകവും....!

കിത്തൂരിൽനിന്ന് ദക്ഷിണഭാഗത്തേക്ക് അയാൾ പ്രയാണം തുടർന്നു. മാസങ്ങൾ കടന്നുപോയി.

കാവേരിയിലെത്തിയ അപരംപാര മൈസൂർ ലക്ഷ്യമാക്കി യാത്ര പുറപ്പെട്ടു.

യുവാവായ മുമ്മുഡി കൃഷ്ണരാജനാണ് മൈസൂർ ഭരിച്ചിരുന്നത്. കൃഷ്ണരാജ നാടുഭരിക്കുന്നു എന്നതിനേക്കാൾ അയാളെ മുൻനിർത്തി ഇംഗ്ലീഷുകാർ ഭരണം നടത്തുന്നു എന്ന് പറയുകയാവും ശരി....! തങ്ങളാണ് പുരുഷ ശ്രേഷ്ഠരെന്ന് പ്രഖ്യാപിച്ച് ഓടിനടന്നിരുന്ന വെള്ളക്കാരെക്കണ്ട് അപരംപാരന് ശ്വാസംമുട്ടി....! ആ അന്തരീക്ഷത്തിൽ നിൽക്കാനാകാതെ അയാൾ ഇക്കേരിയിലേക്ക് പുറപ്പെട്ടു.

ഇക്കേരി എന്തെല്ലാം സങ്കൽപ്പങ്ങളാണ് നെയ്തുവിടുന്നത്.....? വീരരായ രാജാക്കന്മാരും റാണിമാരും ഭരിച്ചിരുന്ന രാജ്യം. മുഗൾ ചക്രവർത്തിമാർക്കുപോലും ഇക്കേരി തലവണങ്ങിയില്ല! എന്നാൽ മൈസൂർ രാജകുടുംബത്തെ അവർ നിന്ദിക്കുകയും പരിഹസിക്കയും ചെയ്തിരുന്നു. "ഇക്കേരി പുരുഷന്റെ വെപ്പാട്ടിയാണ് മൈസൂർ...." എന്ന ചൊല്ല് തലമുറകളായി അവിടെ പ്രചാരത്തിലുണ്ടായിരുന്നു. എങ്കിലും രണശൂരനായ ഹൈദരിന്റെ മുന്നിൽ ബലശാലിയായ ഇക്കേരിക്കുപോലും കീഴടങ്ങേണ്ടി വന്നു....!

ഇന്നോ....? അത് പരദേശികളുടെ താവളമായിത്തീർന്നിരിക്കുന്നു....!

അറിയാതെ ആ സ്മരണ അപരംപാരന്റെ ഹൃദയത്തിലോടിയെത്തി.

ഇക്കേരിയിലെ ഒരു രാജകുമാരൻ ജംഗമനായി കുടകിൽ ചെന്നിരുന്നു. അയാളാണ് ഹാലേരിവംശം സ്ഥാപിച്ചത്.

ആ കുടക് ഇപ്പോഴും പരദേശികളുടെ നുകത്തിന് തലകൊടുക്കാതെ നിലകൊള്ളുന്നു.

"സ്വാമികളെ, സന്ധ്യയായില്ലെ....? ഞങ്ങളുടെ വീട്ടിലെഴുന്നള്ളിയാലും....." നടന്നുകൊണ്ടിരുന്ന അപരംപാരനോട് ആരോ അഭ്യർഥിച്ചു.

ഉൽക്കടമായ വികാരങ്ങൾക്കടിമപ്പെട്ട അപരംപാരന്റെ ശരീരവും മനസും തപിക്കുകയായിരുന്നു. തന്നെ ക്ഷണിച്ചവനോട് അയാൾ പറഞ്ഞു:

"പ്രഭാതം, മധ്യാഹ്നം, പ്രദോഷം ഇത് നോക്കി കർമം ചെയ്യുന്ന മനുഷ്യാ നീ കേൾക്ക്, ഉദയമെന്നാലെന്താണ്? മധ്യാഹ്നമെന്നാലെന്താണ്? അസ്തമയമെന്നാലെന്താണ്.....?"

അപരംപാരനെ സംബന്ധിച്ചിടത്തോളം ഉദയാസ്തമയങ്ങൾക്ക് വൈവിധ്യമില്ലാതായിരിക്കുന്നു.

കാട്ടുവഴിയെന്നോ കൂരിരുട്ടെന്നോ നോക്കാതെ അയാൾ നടന്നു. കാലുകൾക്ക് തളർച്ച ബാധിച്ചപ്പോൾ ഒരു മരത്തിനുകീഴിൽ കിടന്നുറങ്ങി.

ഉണർന്നപ്പോൾ കാട്ടുചോലകളിൽ ഉദയസങ്കീർത്തനം പാടുകയായിരുന്നു. പക്ഷികൾ മേളക്കൊഴുപ്പുകൂട്ടുന്നു.

പ്രഭാതകൃത്യങ്ങൾ കഴിച്ച് അയാൾ മഞ്ചരാബാദിലേക്ക് യാത്ര തുടർന്നു.

അലയുന്ന ശരീരം.....! ഇളകുന്ന മനസ്സ്....!

ചെന്നിടത്തെല്ലാം ജനങ്ങൾ അദ്ദേഹത്തെ ആരാധിച്ചു.

ഒരു ഗ്രാമത്തിലെത്തിയപ്പോൾ അവിടത്തെ ജനങ്ങൾ കൂട്ടത്തോടെ പറഞ്ഞു: "സ്വാമികൾ ഈ ഗ്രാമത്തിൽതന്നെ താമസിക്കണം. ഞങ്ങൾ മഠം കെട്ടിത്തരാം....."

"ഉം...... കുറച്ചുദിവസം ഇവിടെ കഴിയാം....." അപരംപാര അറിയിച്ചു.

'ആവർത്തി'യെന്നാണ് ആ ഗ്രാമത്തിന്റെ പേര്. ചുരുങ്ങിയ ദിവസം കൊണ്ടുതന്നെ അപരംപാരന്റെ പ്രശസ്തി നാടൊട്ടുക്കും വ്യാപിച്ചു. മൈസൂരിൽനിന്നും കുടകിൽനിന്നും ജനങ്ങൾ ദർശനത്തിനായെത്തിത്തുടങ്ങി.

കുടകിൽ നിന്നെത്തിയവർ സ്വാമികളെ സംശയത്തോടെ വീക്ഷിച്ചു.

"ഇയാൾ വീരപ്പാജിയെ പോലെയുണ്ട്....." ചിലർ അന്യോന്യം സ്വകാര്യം പറഞ്ഞു.

സ്വകാര്യം പറഞ്ഞവരെ രഹസ്യചാരന്മാർ പിടികൂടി രാജസന്നിധിയിൽ ഹാജരാക്കി.

"സംശയത്തിന് വല്ല തെളിവുമുണ്ടോ?"

"ഇല്ല യജമാനനേ ഞങ്ങൾ വെറുതെ പറഞ്ഞതാണ്."

"ഇനിയെങ്ങാൻ ഇങ്ങനെ പറഞ്ഞാലുണ്ടല്ലൊ നാവുമുറിച്ചുകളയും, സൂക്ഷിച്ചോ....." അയ്യണ്ണ ഭീഷണിപ്പെടുത്തി.

ചിക്‌വീര ഇക്കാര്യം നല്ലപോലെ ചിന്തിച്ചു.

"അയ്യണ്ണാ......" രാജാവ് വിളിച്ചു. "ആ സ്വാമികൾ ആരെങ്കിലുമാകട്ടെ. നമ്മുടെ കൊട്ടാരത്തിലേക്ക് കൂട്ടിക്കൊണ്ടുവരണം."

"അയ്യോ.....! മഹാരാജാവേ, അങ്ങേക്കും സംശയമുണ്ടെന്നോ? ശവങ്ങൾ രണ്ടും കാട്ടിലെറിഞ്ഞത് ഞാനല്ലേ? യജമാനന് എന്നിൽ വിശ്വാസമില്ലേ?" അയ്യണ്ണ പരിഭ്രാന്തനായി.

"വിശ്വാസമില്ലായ്മയുടെ പ്രശ്നമല്ല അയ്യണ്ണരേ....." പുട്ടബസവ പറഞ്ഞു. "ആ സ്വാമികൾ ഒരത്ഭുതപുരുഷനാണെന്നാണ് കേൾക്കുന്നത്. അയാളെ സൽക്കരിക്കേണ്ടത് നമ്മുടെയും ധർമ്മമല്ലേ."

"കൽപ്പനപോലെ."

24

ശങ്കരപ്പന്റെ നേതൃത്വത്തിലുള്ള രാജദൂതർ ആവർത്തി ഗ്രാമത്തിലെത്തിച്ചേർന്നു.

സ്വാമികളെ കൂട്ടിക്കൊണ്ടുവരാൻ താൻ നിയോഗിക്കപ്പെട്ടപ്പോൾ ശങ്കരപ്പ അമ്പരക്കാതിരുന്നില്ല. കിംവദന്തി അയാളുടെ ചെവിയിലും എത്തിയിരുന്നു. അയാൾ വീരപ്പാജിയാണെന്ന് തെളിഞ്ഞാൽ..... തന്റെ സ്ഥിതി എന്തായിത്തീരും? വിധിവീണ്ടും തന്നോട് വിളയാടുകയാണെന്ന് ശങ്കരപ്പന് തോന്നി.

തന്റെ സ്ഥാനത്ത് പിതാവായിരുന്നെങ്കിൽ എന്തുചെയ്യുമായിരുന്നെന്ന് ശങ്കരപ്പ ചിന്തിച്ചുനോക്കി. രാജാജ്ഞ ശിരസാ വഹിക്കും.

രാജ്യസ്നേഹിയായ താനും അതിൽനിന്ന് വ്യതിചലിക്കരുത്.

കഴിഞ്ഞ പത്തുവർഷത്തിനിടയിൽ ശങ്കരപ്പ രണ്ടുമൂന്നുതവണ മല്ലപ്പണ്ണനെ കണ്ടിരുന്നു. ആദ്യതവണ നഞ്ചരാജപട്ടണത്തിലെത്തിയ കഥ അദ്ദേഹം വിവരിച്ചിരുന്നു.

"വീരപ്പാജി വലിയൊരു മനുഷ്യനാണ് ശങ്കരപ്പേ" മല്ലപ്പണ്ണ പറഞ്ഞു.

"ഈ ഭാഗത്തേക്കൊന്നും വരരുതെന്ന് പ്രത്യേകം പറയണം" ശങ്കരപ്പ ഓർമിപ്പിച്ചു.

"അതുണ്ടാവില്ല ശങ്കരപ്പേ. രാജ്യവും ബന്ധുക്കളും ഒന്നും വേണ്ടെന്ന് അന്നുതന്നെ പറഞ്ഞിരുന്നു. തീർഥാടനത്തിനും പുറപ്പെട്ടിരിക്കയാണ്. ഒരുപക്ഷേ, കൈലാസത്തിലെത്തി തപസിരിക്കാനും മതി."

അതുകേട്ടപ്പോൾ ശങ്കരപ്പയ്ക്കാശ്വാസമായി.

പിന്നീട് രണ്ടുതവണകൂടി ആ ബന്ധുക്കൾ കണ്ടുമുട്ടിയിരുന്നുവെങ്കിലും വീരപ്പാജിയെക്കുറിച്ച് യാതൊന്നും സംസാരിച്ചില്ല.

ആവർത്തി ഗ്രാമത്തിലെത്തിയ ശങ്കരപ്പ സ്വയം ആശ്വസിക്കാൻ ശ്രമിച്ചു. വരാനുള്ളതും വഴിയിൽ തങ്ങില്ലല്ലോ? ഈശ്വരേച്ഛ ആർക്കറിയാം?

കുതിരപ്പുറത്തെത്തിയ അതിഥികളെ കണ്ടപ്പോൾത്തന്നെ ശിഷ്യന്മാർക്ക് കാര്യം മനസിലായി. അവർ അപരംപാരരെ വിവരമറിയിച്ചു.

"ഇങ്ങോട്ട് വരാൻ പറയൂ" അപരംപാര പറഞ്ഞു.

ഇമപൂട്ടാതെ മുന്നോട്ടുനടന്ന ശങ്കരപ്പന് താനൊരു അത്ഭുതമനുഷ്യന്റെ മുന്നിലെത്തിയതായി തോന്നി. മറ്റുള്ളവരോടൊപ്പം അയാളും സ്വാമികളെ വണങ്ങിത്തൊഴുതു.

ശങ്കരപ്പ രാജാവ് കൊടുത്തയച്ച ഓല സ്വാമികളുടെ മുന്നിൽ വച്ചു. ഓലയിൽ കണ്ണോടിച്ചുകൊണ്ടിരുന്ന സ്വാമികളെത്തന്നെ നോക്കിക്കൊണ്ടുനിന്ന ശങ്കരപ്പനിൽ പലവിധ ചിന്തകളും ഉടലെടുത്തു. ഇയാളെയാണോ താൻ കാട്ടിൽ കൊണ്ടിട്ടത്? എന്തൊരു വ്യക്തിത്വം! എന്തൊരു പ്രൗഢി! നീണ്ടുവളർന്ന താടിരോമങ്ങൾ മുഖത്തെ ഭാവചലനങ്ങൾ മറച്ചുപിടിച്ചിരിക്കുന്നു. ഇത് വീരപ്പാജിയല്ലേയല്ല. സംശയമില്ല.

"കുടക് സിംഹാസനാധീശൻ നമ്മെ ക്ഷണിച്ചിരിക്കുന്നു" ഗംഭീരമായ സ്വരത്തിൽ അപരംപാര തുടർന്നു, "സർവസംഗ പരിത്യാഗിയായ നമ്മെ കാണാനുള്ള ആഗ്രഹം രാജാവെന്തിന് പ്രകടിപ്പിക്കണം!"

ശങ്കരപ്പ ആ സ്വരം ശ്രദ്ധിച്ചു. തികച്ചും അപരിചിതം.

തന്റേത് കേവലം ഭ്രമമായിരുന്നെന്ന് ശങ്കരപ്പന് മനസിലായി. ഇയാൾ വീരപ്പാജിയേ അല്ല. ഏതോ മഹാപുരുഷനാണ്.

അതുവരെയില്ലാത്ത ഒരു ഭക്തിഭാവം അയാളിൽ ഉടലെടുത്തു.

"സ്വാമികളുടെ പ്രശസ്തി മടിക്കേരിയിലെങ്ങും വ്യാപിച്ചിരിക്കയാണ്." സമാധാനത്തോടെ ശങ്കരപ്പ ഉണർത്തിച്ചു.

അപരംപാര ഒന്ന് ചിരിക്കുക മാത്രം ചെയ്തു. ശിഷ്യഗണങ്ങൾ ശങ്കരപ്പയുടെ വാക്ക് ശരിവയ്ക്കുന്നതുപോലെ തലയാട്ടി.

അപരംപാരന്റെ ഹൃദയത്തിലലയടിച്ചുകൊണ്ടിരുന്ന വികാരവിചാരങ്ങളെ മറച്ചുപിടിക്കാൻ ആ ചിരി സഹായകമായിത്തീർന്നു.

ആഗന്തുകർ മടിക്കേരിയിലെ ദൂതന്മാരാണെന്നറിഞ്ഞപ്പോൾ ഒരു നിമിഷത്തേക്ക് അപരംപാര സ്തബ്ധനായിരുന്നു. ഒരുനിമിഷത്തേക്കു മാത്രം. അടുത്ത ക്ഷണത്തിൽതന്നെ മനസിനെ നിയന്ത്രിക്കാൻ കഴിഞ്ഞു.

ഉറച്ച മനസോടെയാണ് രാജാവ് കൊടുത്തയച്ച ഓല വായിച്ചത്.

'ശിവൻ വീണ്ടും അഗ്നിപരീക്ഷ നടത്തുകയാണല്ലോ' എന്ന് മനസിൽ പറഞ്ഞു. ഉടൻതന്നെ അനന്തരനടപടികളെക്കുറിച്ച് ചിന്തിച്ചുറപ്പിക്കുകയും ചെയ്തു.

"നിന്റെ പേരെന്താ?" ശങ്കരപ്പയോട് അയാൾ ചോദിച്ചു.

"ശങ്കരപ്പ. ചാവടിക്കാരനാണ്."

അപരംപാരന്റെ ഹൃദയത്തിലെ ഏതോ സൂക്ഷ്മതന്തു സ്പന്ദിച്ചു. അതിന്റെ ശബ്ദം അഗാധതയിലെവിടെയോ പ്രതിധ്വനിച്ചു.

"ശങ്കരപ്പ..... ശങ്കരൻ..... ആപൽബാന്ധവൻ..... അനാഥരക്ഷകൻ" അപരംപാരന്റെ ചുണ്ടുകൾ മെല്ലെ മന്ത്രിച്ചു.

ഭക്തിപാരവശ്യത്തോടെ നിന്നിരുന്ന ശങ്കരപ്പ അപരംപാരന്റെ വാക്കുകൾ ശ്രദ്ധിച്ചതേയില്ല.

"അവിടുന്ന് എപ്പോഴാണ് എഴുന്നള്ളുക....."

"എഴുന്നള്ളാം. തൃതീയകഴിഞ്ഞ് നമ്മുടെ മനസ്സ് തെളിയുന്ന ഒരുദിവസം വരുന്നതാണെന്ന് രാജനോട് പറയൂ...."

"ഇവിടെ പല്ലക്കില്ലെങ്കിൽ മടിക്കേരിയിൽനിന്ന് കൊടുത്തയക്കാം."

"പല്ലക്കോ....? നമുക്കോ? ഹരൻ തന്റെ ഭക്തരെ സഞ്ചാരികളായാണ് സൃഷ്ടിച്ചത്. നാം നടന്നുതന്നെ വരുന്നതാണ്."

"അവിടുത്തെ ശരീരരക്ഷയ്ക്ക്...."

"ശരീരരക്ഷയോ.... ഹ..... ഹ..... ഹ......! നാമെന്താ ഭൂപതിയാണോ?"

"വഴികാട്ടിത്തരാനെങ്കിലും."

"മഹാദേവനുണ്ട്. വഴികാണാത്തപ്പോഴെല്ലാം അവൻ കാട്ടിത്തരും. തളർന്നുവീഴുമ്പോൾ അവൻ താങ്ങിയെടുക്കും."

ഈ വാക്കിന് രണ്ടർഥമുണ്ടെന്ന് ശങ്കരപ്പന് തോന്നി. സാധാരണക്കാരുടെ ബുദ്ധിക്ക് ഗ്രഹിക്കാനാകാത്ത ഒരർഥം. എങ്കിലും ശങ്കരപ്പനും മറ്റുള്ളവരും തലകുലുക്കി.

"ഇനി വിരമിക്കാം. ഇഷ്ടമായെങ്കിൽ നിങ്ങൾക്ക് പുറപ്പെടാം. നാം ഉടനെ എഴുന്നള്ളുന്നുണ്ടെന്ന് കുടക് രാജാവിനെ അറിയിക്കുക."

രാജാജ്ഞ ഒരുവിധത്തിൽ താൻ നിറവേറ്റിയെന്നതിൽ ശങ്കരപ്പ ആശ്വസിച്ചു.

25

കാൽനടയായി മടിക്കേരിയിലേക്ക് പുറപ്പെട്ട അപരംപാരന് അതൊരു ജൈത്രയാത്രയായി തോന്നി. വഴിനീളെ ജനങ്ങൾ അയാളെ ദർശിക്കാൻ തിങ്ങിക്കൂടി. തങ്ങളുടെ ഗൃഹത്തിലെഴുന്നള്ളി അവിടം പവിത്രീകരിക്കണമെന്ന് പലരും അപേക്ഷിച്ചു. അയാളുടെ നാവിൽനിന്ന് പുറപ്പെട്ട വചനാമൃതം ശ്രവിച്ച് അവർ പരമാനന്ദമടഞ്ഞു.

മുഗ്രെ മലയുടെ താഴ്വരയിലൂടെ ഹാരംഗി നദികടന്ന് മുന്നോട്ടുനീങ്ങിയ അപരംപാരന് മാദകമായ ഏതോ അനുഭൂതിയിൽ വിലയം പ്രാപിക്കുന്നതായി തോന്നി. പാരമാർഥികചിന്ത മനസിൽ നിന്നൊഴുകിപ്പോയി. ലൗകികവാസനകൾ അവിടേക്ക് തള്ളിക്കയറി.

താൻ ഹാലേരിക്കടുത്തെത്തിയിരിക്കയാണെന്ന് അപരംപാരന് മനസിലായി. അവിടേക്ക് പോയാലോ....? എന്തിന്....?

ശരീരമാകുന്ന ഢക്കയുടെ മീതെ പ്രാണനാകുന്ന കോൽ പതിയുമ്പോൾ ത്രിവിധമായ ശബ്ദങ്ങളുണ്ടാകുന്നു. അതിനെന്തുചെയ്യാൻ....?

അടിപതറാതെ കാലമാകുന്ന മാരിയെ ജയിക്കണം. കാലാന്തരത്തിൽ ഭീഷ്മലിംഗനായറിയപ്പെടണം.

കഴിഞ്ഞ ജന്മത്തിലെ തന്റെ പൂർവികർ വേരോടിയിരുന്ന സ്ഥലമാണ് ഹാലേരി. അവിടെച്ചെന്ന് താനെന്തുചെയ്യാൻ.....? ഹാലേരി അരമനയിലെ ബന്ധുക്കളെ കാണണോ. അവരുടെ സുഖദുഃഖങ്ങളന്വേഷിക്കണോ....? അങ്ങനെ ചെയ്യുന്നതുകൊണ്ടുള്ള ഫലമെന്ത്?

അപരംപാര തന്നത്താൻ ചിരിച്ചു. ഹാലേരിയിലേക്ക് നീങ്ങിയ പാദങ്ങളെ തടഞ്ഞുനിർത്തി.

വേഗത്തിൽ നടക്കുകയാണെങ്കിൽ സൂര്യാസ്തമയത്തിന് നാലഞ്ചു നാഴിക മുമ്പുതന്നെ മടിക്കേരിയിലെത്തിച്ചേരാം. എന്നാൽ പാദങ്ങൾ അയാൾ പറഞ്ഞത് കേട്ടില്ല. ഒടുവിൽ ആ പാദങ്ങൾ ചെന്നെത്തിയത് അപ്പങ്കളത്താണ്.

പൂർവികർ വിതച്ച വിത്തുകൾ അങ്കുരിച്ച് ചെടികളായിത്തീർന്ന സ്ഥലം....! ഗതജന്മത്തിലെ തന്റെ കളിസ്ഥലം....!

തലച്ചോറ് അഗ്നികുണ്ഡമായി മാറിയിരിക്കുന്നല്ലോ....?

അപ്പങ്കളത്തിന് വെളിയിൽനിന്നുകൊണ്ട് ഈ പച്ചപിടിച്ച ഭൂമി നോക്കിക്കണ്ടാൽ മനസ്സ് നിറയുമായിരുന്നോ....? എവിടെയെല്ലാം ചുറ്റിത്തിരിഞ്ഞാലും നാട്ടിലേക്കുള്ള വഴി തെറ്റില്ല.

അപരംപാര നേരെ അരമനയ്ക്കുള്ളിലേക്ക് നടന്നു.

ആരുടെ വീടായാലെന്താ.... ഭിക്ഷാടനമല്ലേ.....? സന്ധ്യമയങ്ങിയിരുന്നു.

അരമനവാതിൽക്കൽ പ്രായംചെന്ന ഗംഗമ്മ നിന്നിരുന്നു.

അമ്മയെ കാണുന്നതുപോലെ വീരപ്പാജിക്കു തോന്നി. 'അമ്മാ..... അമ്മാ.....!' അയാൾ മനസിൽ വിളിച്ചുപോയി. അമ്മയുടെ അടുക്കലേക്ക്

ഓടിപ്പോകണമെന്നുണ്ട്. എന്നാൽ അമ്മ ഈ ലോകത്തിലല്ലല്ലോ.....? പിന്നെ ഈ സ്ത്രീയാര്? എവിടെയോ കണ്ടിട്ടുള്ളതുപോലെ.

"ശിവ.... ശിവ.... ശിവ.... ശിവ....."

സ്വാമികളെ കണ്ട് ഭവ്യതയോടെ ഗംഗമ്മ പറഞ്ഞു: "ശരണം ശരണം...... എഴുന്നള്ളാൻ ദയ കാണിക്കണം...."

ഗംഗമ്മയുടെ പിന്നാലെ വാതിൽകടന്ന് അപരംപാര തെക്കുഭാഗത്തേക്ക് നടന്നു. തലകറങ്ങുന്നതുപോലെ അയാൾക്ക് തോന്നി. പുറംവേദിയിൽ ചമ്രം പടിഞ്ഞിരുന്നു.

"ഇന്ന് ഇവിടുത്തെ സൽക്കാരം സ്വീകരിക്കണം" ഗംഗമ്മ പറഞ്ഞു.

"ഇല്ല. നാം വഴിതെറ്റി വന്നവനാണ്. വേഗം പുറപ്പെടണം."

"പാലും പഴവുമെങ്കിലും."

"ഒന്നും വേണ്ട....."

വീരപ്പാജിക്ക് ആശ്ചര്യം തോന്നി. തന്റെ വീട്ടിൽവന്നു കയറി തന്നെ സൽക്കരിക്കുവാൻ ഇവരാര്? ഇവരെന്തിന് ഇവിടെ താമസിക്കണം....? വീട്ടുടമസ്ഥയെ പോലെയാണല്ലൊ സംസാരിക്കുന്നത്!

"വിഷമിക്കാതിരിക്ക്. വിഷമിച്ചതുകൊണ്ട് ഫലമില്ല. ഏത് ചിത്തവും അത്തിപ്പഴം പോലെയാണ്. വിചാരിച്ചുനോക്കിയാൽ ഒന്നിനും ഒരർഥവുമില്ല." അപരംപാരന്റെ ഹൃദയഗതി പുറത്തേക്കൊഴുകി.

"ഞങ്ങൾക്കു ഭാഗ്യമില്ലാതെപോയി." ഗംഗമ്മ കണ്ണീരൊപ്പിക്കൊണ്ട് പറഞ്ഞു.

അരമനയിൽ കഴിയുന്ന ഇവർക്ക് ഭാഗ്യമില്ലെന്നോ? അതുകൊള്ളാമല്ലൊ.....?

"ഭാഗ്യം എന്നെല്ലാം പറയുന്നത് മായയുടെ മഹിമയാണമ്മേ...."

"ഞങ്ങൾ ഇവിടത്തുകാരല്ല. മലെതിരിക്കെ ഗ്രാമത്തിലുള്ളവരാണ്...."

വീരപ്പാജിയുടെ തലച്ചോറിൽ അമിട്ടുകൾപൊട്ടി. മലെതിരിക്കെ ഗ്രാമം.... എന്താണ് ഈ സ്ത്രീ പറഞ്ഞത്....?

"അമ്മ പറഞ്ഞതിന്റെ അർഥം.....?"

"എന്റെ മകളെ ഈ വീട്ടിലേക്ക് കൊണ്ടുവന്നതാണ്. അവളുടെ കൈനോക്കി വല്ലതും പറയണം."

"മകളോ....?"

"അതേ. ഇങ്ങുവാ ശാന്തമ്മേ ഏ ശാന്തേ രാജമ്മാജി."

ശാന്തമ്മയോ.....? രാജമ്മാജിയോ.....? അയ്യോ....! ഇതെന്താ? ഉടനെ ഇവിടുന്നോടിപ്പോകണം.

അപരംപാര എഴുന്നേൽക്കാൻ ശ്രമിക്കുമ്പോഴേക്കും ഉള്ളിൽനിന്ന് സ്വരമുയർന്നു: "വരുന്നമ്മേ..."

അമ്മയുടെ മറപറ്റിനിന്ന രാജമ്മാജിയെ അപരംപാര ശ്രദ്ധിച്ചു. യൗവനയുക്തയായ പെൺകുട്ടി. വീരപ്പാജിയുടെ കണ്ഠം ഇടറിപ്പോയി. എട്ടുവർഷം പ്രായമുണ്ടായിരുന്ന ആ പെൺകുട്ടിയാണോ ഇത്?

“എന്നെക്കൊണ്ടെന്താണ് വേണ്ടതമ്മേ?”

“എന്റെ മരുമകൻ വീരപ്പാജി മരിച്ചെന്ന് കേട്ടിരുന്നു. ഇപ്പോൾ ജീവിച്ചിരിപ്പുണ്ടെന്നും കേൾക്കുന്നു. കൈനോക്കിയാൽ അറിയാൻ പറ്റുമല്ലോ. രാജമ്മാജി ഇവിടെയിരിക്ക്. സ്വാമികൾക്ക് ഉള്ളംകൈ കാട്ടിക്കൊടുക്ക്.....”

ആദ്യമൊന്ന് മടിച്ചെങ്കിലും ഏതോ ആകർഷണത്തിനു വശംവദയായതുപോലെ അവൾ പെട്ടെന്നിരുന്ന് ഉള്ളംകൈ നീട്ടിക്കാണിച്ചു.

ഇനിയും തടഞ്ഞുനിർത്താനാകുമെന്ന് തോന്നുന്നില്ല. ഒരിക്കൽ തൊട്ട കൈ വീണ്ടും തൊടുകയാണ്! പൊട്ടിക്കരയണമെന്ന് വീരപ്പാജിക്ക് തോന്നി.

“പറഞ്ഞാലും സ്വാമികളെ.....” ഗംഗമ്മ പറഞ്ഞു.

തന്റെ മുന്നിൽ വിടർന്നുനിൽക്കുന്ന ആ കരപല്ലവത്തിൽ അപരംപാര ദൃഷ്ടികൾ പതിപ്പിച്ചു.

“നിന്റെ ഈ മകൾ സുമംഗലിയായിത്തന്നെ ജീവിക്കും.....”

രാജമ്മാജി പെട്ടെന്ന് മുഖമുയർത്തി. അവളുടെ കൈവിറച്ചു. സ്വാമികളുടെ ശബ്ദം അവളുടെ ഹൃദയാന്തരാളത്തിൽ മാറ്റൊലിക്കൊണ്ടു.

ഗംഗമ്മ സന്തോഷക്കണ്ണീർ പൊഴിച്ചു.

“ഇവൾക്ക് സന്തോഷപ്രാപ്തിയുണ്ടാകുമോ സ്വാമികളെ?”

“ശിവശിവാ.... ശിവശിവാ.....”

ഗംഗമ്മ നോക്കിയിരിക്കെത്തന്നെ അപരംപാരനെഴുന്നേറ്റു. ഗംഗമ്മ തന്റെ ചോദ്യം ആവർത്തിച്ചു. പക്ഷേ, അപരംപാര അവിടെ ഉണ്ടായിരുന്നില്ല.

രാജമ്മാജി തരിച്ചിരുന്നുപോയി. “സ്വാമികളെ.... സ്വാമികളെ.....” എന്നു വിളിച്ചുകൊണ്ടു ഗംഗമ്മ പുറത്തുകടന്നു. ആ കാഷായ വസ്ത്രധാരി ദൂരെ മറയുന്നതാണ് അവരുടെ കണ്ണിൽപ്പെട്ടത്.

“ആരാ? എന്താ ബഹളം.....” ചന്നബസപ്പ വിളിച്ചുചോദിച്ചു. സ്വാമികൾ വന്ന വിവരം അയാളറിഞ്ഞിരുന്നില്ല.

ഗംഗമ്മ ഒന്നും മിണ്ടിയില്ല.

കാറ്റുപോലെവന്ന് കൊടുങ്കാറ്റുപോലെ പുറപ്പെട്ടുപോയ അപരംപാര മടിക്കേരിയിലേക്ക് നടക്കുന്നതിനിടയിൽ തന്നത്താൻ പറഞ്ഞുകൊണ്ടിരുന്നു.... “ഭസ്മംപൂശി ദിഗംബരനായി നടന്നാൽ ബ്രഹ്മചാരിയാവുമോ.....? ആഹാരം കഴിച്ച് ദുഃഖനിവൃത്തനായി നടന്നാൽ ബ്രഹ്മചാരിയാവുമോ.....? ഭസ്മം പൂശിയാലും ദിഗംബരനായാലും മനസ്സ് സ്ഥിരമല്ലെങ്കിൽ പിന്നെന്ത് മോക്ഷം.....?”

26

മടിക്കേരിയിലെത്തിയ അപരംപാര ഓങ്കാരേശ്വര ക്ഷേത്രത്തിലേക്ക് നടന്നു. നിശ്ചലമായിരുന്ന ക്ഷേത്രക്കുളത്തിലെ തണുത്ത ജലത്തിൽ മുങ്ങിക്കുളിച്ചപ്പോൾ മനസിന് ശാന്തത കൈവന്നു. ഗർഭഗൃഹം തുറന്നിരുന്നില്ല.

അടഞ്ഞവാതിലിനു വെളിയിൽ പത്മാസനത്തിലിരുന്ന് അപരംപാര ധ്യാനത്തിൽ മുഴുകി. എത്രസമയം അങ്ങനെയിരുന്നെന്നറിയില്ല. ഉണർന്നപ്പോൾ മനസിന് അസാധാരണമായ ഒരുന്മേഷം കൈവന്നതായി തോന്നി. ദീർഘസുഷുപ്തിയിൽ നിന്നെഴുന്നേറ്റവനെപ്പോലെ അയാൾ ഉല്ലസിച്ചു. ക്ഷേത്രക്കുളംവരെ നൂറുതവണ നടന്നു. തളർച്ച നീക്കാനെന്നവണ്ണം ക്ഷേത്രമണ്ഡപത്തിന്റെ ചുമരിൽ ചാർന്ന് അൽപ്പസമയമിരുന്നു.

രാജധാനി നിത്യകർമങ്ങളിൽ നിരതമായി. ക്ഷേത്രത്തിന്റെ മേൽപ്പുരയിലുള്ള പ്രാവുകളുടെ ശബ്ദം അന്തരീക്ഷത്തിൽ വിലയം പ്രാപിച്ചു.

ഭക്തന്മാർ പുഷ്കരിണിയിൽ കുളിക്കാനിറങ്ങി. കുളികഴിഞ്ഞവർ ഓങ്കാരേശ്വരനെ സാഷ്ടാംഗം പ്രണമിച്ചു.

ലിംഗരാജ പണിതീർപ്പിച്ച ദേവാലയമാണത്. രാജകുടുംബത്തിന്റെ അഭിമാനസ്തംഭമായി വിളങ്ങുന്ന ആ ക്ഷേത്രം അവരുടെ ധർമനിഷ്ഠയുടെ പ്രതീകമായിത്തീർന്നിരിക്കുന്നു.

ഓങ്കാരേശ്വരനെ നമിച്ചശേഷം അപരംപാര രാജധാനിയിലേക്കു നടന്നു.

മെതിയടി ശബ്ദം. വേഗത്തിലുള്ള നടത്തം. പാറിക്കളിക്കുന്ന വസ്ത്രം, ജനങ്ങൾ ഇരുഭാഗത്തുനിന്നും അയാളെ ശ്രദ്ധിച്ചു. ചിലർ തൊഴുതുവണങ്ങി. ചിലർ സാഷ്ടാംഗം നമസ്കരിച്ചു. അവർ അരമനയോളം അപരംപാരനെ അനുഗമിച്ചു.

"നാം വന്നതായി അരചനെ അറിയിക്കൂ! കാവൽക്കാരനോട് അപരംപാര പറഞ്ഞു.

കാവൽക്കാരൻ ഓടിപ്പോയി. ശബ്ദംകേട്ട് അയ്യണ്ണ കടന്നുവന്നു. ശങ്കരപ്പയും ഓടിക്കൊണ്ടുവന്നു.

"നിങ്ങളിയാളെ സഭാമണ്ഡപത്തിൽ കൂട്ടിക്കൊണ്ട് ചെന്നിരുത്തൂ. ഞാൻ സന്നിധിയിൽ വിവരമറിയിച്ചുവരാം." അയ്യണ്ണ ശങ്കരപ്പന് നിർദേശം നൽകി അകത്തേക്ക് ചെന്നു.

ശങ്കരപ്പ ഓടിച്ചെന്ന് അപരംപാരന്റെ കാൽക്കൽവീണ് നമസ്കരിച്ചു.

"ഞാൻ ശങ്കരപ്പനാണ് സ്വാമികളെ."

അപരംപാരനിരുന്നില്ല. സഭാമണ്ഡപത്തിന്റെ ചുമരുകളിൽ കണ്ണോടിച്ചുകൊണ്ടുനിന്നു.

"നിങ്ങളുടെ മഹാരാജാവ് ഇനിയും എഴുന്നേറ്റില്ലെ....."

"മഹാരാജാവ് എന്നും നേരത്തെ എഴുന്നേൽക്കും...."

"അങ്ങനെയോ? ആരോഗ്യത്തിന് നല്ലതാണ്...."

"സ്വാമികളെത്തിയ വിവരമറിയിക്കാൻ അയ്യണ്ണ പോയിരിക്കയാണ്....."

"ഉം.... കഴിയുന്നത്ര ഞാൻ കാത്തിരിക്കാം....."

മഹാരാജാവ് താമസിച്ചാൽ സ്വാമികൾ പോയേക്കുമോ എന്ന് ശങ്കരപ്പ ഭയന്നു. താമസിയാതെ അയ്യണ്ണ തിരിച്ചെത്തി.

"മഹാരാജാവ് അങ്ങയുടെ ആഗമനം പ്രതീക്ഷിച്ചിരിക്കയാണ്...." തൊഴുതുകൊണ്ട് അയ്യണ്ണ അറിയിച്ചെങ്കിലും അയാളുടെ ദൃഷ്ടികൾ സ്വാമികളെ പരിശോധിക്കയായിരുന്നു.

അയ്യണ്ണ വാഴികാട്ടിക്കൊണ്ട് മുന്നിൽ നടന്നു. പിന്നാലെ അപരംപാര പാദങ്ങൾ പെറുക്കിവച്ചു. തനിക്ക് വഴികാട്ടിത്തരുന്നത് കണ്ടപ്പോൾ അപരംപാരന്റെ മനസ്സ് ചിരിച്ചു. എത്രതവണ ഇവിടെയെല്ലാം ഓടിച്ചാടി നടന്നതാണ്. ഇവിടത്തെ ഓരോമുറിയിലും തന്റെ പാദമുദ്രകൾ പതിഞ്ഞിട്ടുണ്ടാകണം!

ചിക്വീരരാജ തെല്ല് അമ്പരപ്പോടെ കഴിയുകയായിരുന്നു. സ്വാമികളെ എങ്ങനെയാണ് സ്വീകരിക്കേണ്ടത്? ഇയാൾ വീരപ്പാജിയാണെങ്കിലോ....?

"പാദപൂജയ്ക്കും സൽക്കാരത്തിനും ഏർപ്പാട് ചെയ്യേണ്ടേ?....." റാണി ചോദിച്ചു.

"അമ്മേ, എനിക്ക് സ്വാമികളെ കാണാൻ പാടില്ലേ?" മകൾ ചോദിച്ചു.

"അകത്തേക്ക് പോകൂ. എല്ലാം പിന്നീട് പറയാം. അവൻ ആരാണെന്ന് ആദ്യം അറിയണം...." രാജാവ് ഉറച്ച സ്വരത്തിൽ പറഞ്ഞു.

തിടുക്കത്തിൽ രാജകീയ വസ്ത്രങ്ങൾ ധരിച്ച് അയാൾ ഉയർന്ന ഒരു പീഠത്തിലിരുന്നു.

സ്വാമികളെ കണ്ട് താനെഴുന്നേൽക്കണോ? പ്രണമിക്കണോ?

അല്ല, കുറ്റക്കാരനെപ്പോലെ വിചാരണ ചെയ്യണോ? ഒരുപക്ഷേ വീരപ്പാജിയല്ലെങ്കിലോ. താൻ ചെയ്യുന്നത് പാപമായിത്തീരും.

ഇരുന്നിടത്തു നിന്നെഴുന്നേൽക്കുന്നതിനേക്കാൾ നിൽക്കുന്നതാണ് നല്ലത്.

അസ്വസ്ഥതയോടെ രാജാവ് അങ്ങുമിങ്ങും നടന്നു. നടത്തത്തിനിടയിൽ അയാളുടെ ദൃഷ്ടി ചുമരിൽത്തൂങ്ങുന്ന വലിയ വീരരാജന്റെയും ലിംഗരാജന്റെയും ചിത്രത്തിൽ തങ്ങിനിന്നു.

മൂന്നുപേരും വാതിൽക്കലെത്തി. അയ്യണ്ണ രാജാവിന്റെ ശ്രദ്ധതിരിക്കാൻ ശ്രമിക്കുന്നതിനിടയിൽത്തന്നെ അപരംപാര പറഞ്ഞു: "നാം വന്നിരിക്കുന്നു....."

രാജാവ് ഞെട്ടിത്തിരിഞ്ഞുനിന്നു. മുന്നിൽ നിൽക്കുന്ന ഭവ്യരൂപംകണ്ട് അയാളുടെ മനസിളകി. അതുവരെ ചിന്തിച്ചുറച്ചതെല്ലാം ഒരുനിമിഷത്തേക്ക് പാറിപ്പോയി. ആ കൈകൾ അറിയാതെ മേലോട്ടുയർന്നു. കരപല്ലവങ്ങൾ പരസ്പരം ചേർന്നു.

അൽപ്പംപോലും അധൈര്യനാകാതെ അപരംപാര കൈയുയർത്തി ആശീർവദിച്ചു.

"എന്തിനാണ് രാജൻ നമ്മെ വിളിച്ചത്....?" ഗംഭീരഭാവത്തിൽ അപരംപാര ചോദിച്ചു.

ഏകവചനത്തിലുള്ള സംബോധന ചിക്വീരരാജന്റെ ഹൃദയത്തിൽ തറച്ചുകയറി. ചവിട്ടേറ്റ പാമ്പിനെപ്പോലെ അയാൾ ഫണമുയർത്തി. അപ

രംപാരനെ വിളിക്കാനയച്ചതിന്റെ പിന്നിലുള്ള ഉദ്ദേശ്യം മനസിലേക്ക് തള്ളിക്കയറി. കൈകൾ വിറച്ചു. തോളുകൾ ചുളുങ്ങി. അപരംപാരനെ അയാൾ തുറിച്ചുനോക്കി.

"കുടക് സിംഹാസനാധീശനായ നാം ചില ചോദ്യങ്ങൾ ചോദിക്കാൻ ആഗ്രഹിക്കുന്നു....." രാജാവ് പറഞ്ഞു.

"ഉത്തരം പറയാൻ നാം തയാറായിരിക്കുന്നു...."

"നിങ്ങൾ ആരാണ്?"

"ഒരു മനുഷ്യൻ....."

"നിങ്ങളുടെ വീടെവിടെ....?"

"ഇവിടെയാണെങ്കിലിവിടെ?.... മറ്റൊരിടത്താണെങ്കിലവിടെ....."

"നിങ്ങളുടെ ജനയിതാവാര്?"

"ഗർഭം...."

"പിതാവ്...."

"സർവസംഗപരിത്യാഗിയായ ജംഗമനോട് ഇത്തരം ചോദ്യങ്ങൾ ചോദിക്കരുത്....."

"എല്ലാ സംഗവും നിങ്ങൾ ഉപേക്ഷിച്ചുവെന്നത് സത്യമാണോ? അങ്ങനെയാണെന്ന് ലോകം നിങ്ങളെ അംഗീകരിച്ചിട്ടുണ്ടോ....?"

"സർവസംഗപരിത്യാഗികളായ ശിവഭക്തന്മാരെ പ്രപഞ്ചത്തിലെ സാധാരണക്കാരായ ജനങ്ങൾ എന്നും ഇഷ്ടപ്പെടും. നാട്ടിൽ കഴിയുന്നവരെ ഗൃഹസ്ഥരെന്ന് വിളിക്കും. കാട്ടിൽ കഴിയുന്നവരെ മൃഗമെന്നു പറയും. സമ്പത്തില്ലാത്തവനെ ദരിദ്രനെന്ന് വിളിക്കും. സ്ത്രീയെ വേൾക്കാത്തവൻ നപുംസകനാണെന്ന് പറയും. പുണ്യംചെയ്യാത്തവനെ പൂർവകർമിയെന്ന് വിശേഷിപ്പിക്കും. സംസാരിക്കാത്തവൻ മൂകനാണ്. സംസാരിക്കുന്നവൻ ജ്ഞാനിയാകും. സത്യം പറയുന്നവരെ നിർദയരെന്ന് വിളിക്കും. സമത്വം പറയുന്നവരെ ഭയപ്പെടും. ഉത്തമനായ ഒരു പരാക്രമിയിലാണ് സർവഗുണങ്ങളും ഒത്തുചേരുന്നത്. പ്രജകൾ നിങ്ങളെയാണ് ശരണം പ്രാപിക്കുന്നത്....."

ചിക്‌വീരരാജ മിഴിച്ചുനിന്നുപോയി. അയാളുടെ തൊണ്ട വറ്റിവരണ്ടു.

"നിങ്ങളുടെ ഗുരുവാരാണ്....." പ്രയാസപ്പെട്ട് രാജാവ് ചോദിച്ചു.

"അനാദിഗണനാഥന്റെ ശിഷ്യൻ ആദിഗണനാഥൻ; ആദിഗണനാഥന്റെ ശിഷ്യൻ അധ്യാത്മഗണനാഥൻ; അധ്യാത്മഗണനാഥന്റെ ശിഷ്യൻ വ്യോമസിദ്ധഗണനാഥൻ; വ്യോമസിദ്ധഗണനാഥന്റെ ശിഷ്യൻ ബസവനെന്ന ഗണനാഥൻ; ബസവ ഗണനാഥന്റെ ശിഷ്യൻ അല്ലമപ്രഭുവെന്ന ഗണനാഥൻ; ഈ ഗണനാഥന്മാരുടെയെല്ലാം ശിഷ്യനാണ് അപരംപാര.... ഗുരുലിംഗ ജംഗന്മാരുടെ കിങ്കരൻ...."

"ഉടുക്കാനും ഉണ്ണാനും നിങ്ങളെന്ത് ചെയ്യുന്നു......?"

ചോദ്യംകേട്ട് അപരംപാര ഒന്നു ചിരിച്ചു. സ്വരമുയർത്തിക്കൊണ്ട് അയാൾ തുടർന്നു:

"പർവതത്തിനു കുളിരു ബാധിച്ചാൽ എന്താണ് പുതപ്പിക്കുക.....? വയലേലകൾ സദാ വറ്റിവരളാറുണ്ടോ.....? വിശപ്പുള്ളിടത്ത് ഭിക്ഷാന്നമു

ണ്ടാകും. തൃഷയുള്ളിടത്ത് കുളമോ കിണറോ ഉണ്ടാകും. ആത്മസഖനായി എന്നും ആ മല്ലികാർജുനനുണ്ട്. തരംഗങ്ങളുടെ മുകളിലും നാം സഞ്ചരിക്കും. ചുരികയുടെ മുനയിലും നാം കിടന്നുറങ്ങും. അഗ്നിസ്ഫുലിംഗങ്ങൾ ചിതറിക്കിടക്കുന്നത് കാണുമ്പോൾ തൃഷയും വിശപ്പും ഇല്ലാതാകും. മേഘം പെയ്യുന്നത് എനിക്ക് മജ്ജനം ചെയ്യാനാണ്. ഗിരിമുകളിൽ വീണാലും പൂമെത്തയിലാണെന്നേ തോന്നൂ...."

ഇനിയെന്താണ് ചോദിക്കേണ്ടതെന്നറിയാതെ ചിക്‌വീരരാജ ചില നിമിഷങ്ങളോളം മൗനിയായി.

"പ്രശ്നങ്ങൾ തീർന്നോ മഹാരാജാവേ....?"

"നിങ്ങൾക്ക് ഒരുതരത്തിലുള്ള ആശകളും ഇല്ലെന്നാണോ?"

"ആശകളെന്നത് അരചർക്കുള്ളതല്ലേ....? ശിവഭക്തർക്കുണ്ടാകുമോ.....?"

"ശരിയാണ്. ആശകളും ചിന്തകളും രാജാക്കന്മാർക്കുള്ളതാണ്. ഇവിടത്തെ ക്ഷേത്രത്തിൽ നിങ്ങളെ പൂജാരിയായി നിയമിക്കാൻ നാം ആഗ്രഹിക്കുന്നു. സമ്മതമാണോ?....."

"ശരീരത്തിനുള്ളിൽത്തന്നെ ദേവാലയമുള്ളപ്പോൾ മറ്റൊരു ദേവാലയത്തിൽ പൂജാരിയാകാനോ....?"

"ഉം. ആരെയും നിങ്ങൾക്ക് ഭയമില്ലേ....?"

"ഭയമോ? എരിയുന്ന തീയ്ക്ക് ഭയമോ? കഠാരിയുടെ മുനയ്ക്ക് ഭയമോ"

"സ്വാമികളെ, നിങ്ങൾ പറഞ്ഞതിൽ കള്ളമൊന്നുമില്ലേ?"

"കള്ളം പറയുന്നതു പാപമാണ്. ശിവഭക്തർക്കു കള്ളമെന്നതുണ്ടോ?"

തന്റെ എല്ലാ സംശയങ്ങളും അസ്ഥാനത്താണെന്ന് രാജാവിന് മനസിലായി. ദൈവത്തെ പോലുള്ള ഈ വ്യക്തിയെ സാഷ്ടാംഗം നമിക്കുന്നതല്ലെ നല്ലത്?

താൻ കാട്ടിലെറിഞ്ഞുവന്ന മൃതദേഹത്തിന് ജീവനുണ്ടായിയെന്ന കഥ കള്ളമാണെന്ന് ബോധ്യംവന്ന അയ്യണ്ണ അത്യധികം സന്തുഷ്ടനായി.

എന്നാൽ ശങ്കരപ്പന് ചിന്തയുടെ ചക്രവ്യൂഹത്തിൽനിന്ന് പുറത്തുകടക്കാൻ കഴിഞ്ഞില്ല. സ്വാമികൾ സാധാരണക്കാരനല്ലെന്നതിൽ സംശയമില്ല. വീരപ്പാജിക്ക് ശിവഭ്രാന്താണെന്നുമില്ലെന്നും മല്ലപ്പണ്ണ പറഞ്ഞിരുന്നല്ലോ? മല്ലപ്പണ്ണനുണ്ടായിരുന്നെങ്കിൽ സത്യസ്ഥിതി മനസിലാകുമായിരുന്നു. ഏതായാലും സ്വാമികൾ ഇവിടെ തങ്ങുന്നത്ര കാലവും ആ പാദസേവ ചെയ്ത് പുണ്യം പ്രാപിക്കണം.

ഓരോരുത്തരെയും ഓരോ തരത്തിലുള്ള ചിന്തകളിൽ കുടുക്കിയിട്ട അപരംപാര ഭരതവാക്യം ചൊല്ലി. "പരീക്ഷണം അവസാനിച്ചില്ലെ....? നാം പുറപ്പെടുകയാണ്. ആ മഹേശ്വരൻ നിന്നെ കാത്തുരക്ഷിക്കട്ടെ. ശിവശിവ..... ശിവശിവ...."

മറ്റുള്ളവർക്ക് സംസാരിക്കാനവസരം കിട്ടുന്നതിനുമുമ്പെ അപരം

പാര പുറത്തുകടന്നു. അയ്യണ്ണനും ശങ്കരപ്പനും ദിഗ്ഭ്രമം പിടിപെട്ടതു പോലെ നിന്നുപോയി.

മാസ്മരശക്തിയിൽനിന്ന് മുക്തനായവനെപ്പോലെ ചിക്‌വീരരാജ കണ്ണുതുറന്നു. സ്വാമികൾ ഇത്രപെട്ടെന്ന് പുറപ്പെട്ടതിൽ അയാൾ ദുഃഖിച്ചു. “സ്വാമികളെ സ്വാമികളെ” എന്നുവിളിച്ചുകൊണ്ട് അയാൾ പിന്നാലെ ഓടി. അയ്യണ്ണനും ശങ്കരപ്പയും രാജാവിനെ പിന്തുടർന്നു.

“സ്വാമികളെ മഹാരാജാവ് വിളിക്കുന്നു. മടങ്ങിവരിൻ” ഓടുന്നതിനിടയിൽ അപരംപാര കേൾക്കത്തക്കവിധം അയ്യണ്ണ വിളിച്ചുപറഞ്ഞു.

അപരംപാര കൊട്ടാരവാതിൽക്കലെത്തി. അവിടെ കൂടിനിന്നിരുന്ന കുടക് ജനത വഴിമാറിക്കൊടുത്തു.

“ഇനിയൊരിക്കൽ തീർച്ചയായും വരുമെന്ന് നിങ്ങളുടെ രാജാവിനെ അറിയിക്കൂ” അപരംപാര തിരിഞ്ഞുനിന്ന് പറഞ്ഞശേഷം യാത്രതുടർന്നു. അതിനിടയിൽ ശങ്കരപ്പനെ ഒന്നുകൂടി ശ്രദ്ധിക്കാൻ അയാൾ മറന്നില്ല.

27

ക്രിസ്ത്വബ്ദം 1831 ലാണ് അത് നടന്നത്. മൈസൂർ രാജാവായിരുന്ന മുമ്മഡി കൃഷ്ണരാജാ അവർകൾക്ക് പദച്യുതി സംഭവിച്ചു. സ്വാതന്ത്ര്യമോഹികളായ ഇന്ത്യയിലെ ഇതര രാജാക്കന്മാരെ നിരാശരാക്കിത്തീർത്തതായിരുന്നു ആ സംഭവം. അതുവരെ സൂത്രധാരനായിരുന്ന ബ്രിട്ടീഷുകാർ ഇനി നായകൻ തങ്ങളാണെന്ന് പ്രഖ്യാപിച്ചു. ദുരാചാരം, ദുർമോഹം, ദുർച്ചെലവ് എന്നീ ആരോപണങ്ങൾ ചുമത്തി അവർ കൃഷ്ണരാജനെ താഴത്തിറക്കി.

ടിപ്പുവിന്റെ പതനശേഷം കൃഷ്ണരാജനെ മൈസൂർ രാജാവാക്കിയത് ബ്രിട്ടീഷുകാർ തന്നെയാണ്. പക്ഷേ, കാലം ചെന്നപ്പോൾ വെള്ളക്കാർ ചിന്താധീനരായിത്തീർന്നു. ജനങ്ങളുടെ സ്വാതന്ത്ര്യവാഞ്ഛയ്ക്ക് ഒട്ടും കുറവു സംഭവിച്ചിരുന്നില്ല. തങ്ങളുടെ പാവയായിരിക്കുന്ന രാജാവ് ജനങ്ങളുടെ പക്ഷത്തുചേർന്നെങ്കിലൊ? അയാളെ ഒരു മൂലയ്ക്കിരുത്തുകയാണ് ആശ്വാസമെന്ന് അവർ മനസിലാക്കി.

ഇന്ത്യയിൽ തങ്ങളുടെ ആധിപത്യം ഉറപ്പിക്കുന്നതിന്റെ ആദ്യനടപടിയും കൂടിയായിരുന്നു അത്.

പിന്നീട് വെള്ളക്കാരുടെ കണ്ണിൽ കരടായി ശേഷിച്ചത് കുടക് രാജ്യമാണ്. ചുറ്റും തങ്ങളുടെ താവളങ്ങളാണ്. നടുക്ക് ഈയൊരു ചെറിയ രാജ്യം മാത്രം. ഇതുകൂടി ലഭിച്ചാൽ. തങ്ങളുടെ വിജയപതാകയിൽ കാണുന്ന കളങ്കം മാഞ്ഞുപോവും! അങ്ങനെ ദക്ഷിണേന്ത്യ മുഴുവൻ തങ്ങളുടെ പതാകകൾ പാറിപ്പറക്കും.

കുടകിനെ കീഴടക്കാനുള്ള തന്ത്രങ്ങൾ ഈസ്റ്റിന്ത്യൻ കമ്പനി രഹസ്യമായി ആസൂത്രണം ചെയ്തു. അത് പ്രയോഗത്തിൽ വരുത്തുന്നതിനുള്ള സന്ദർഭവും പ്രതീക്ഷിച്ചിരിക്കയായിരുന്നു.

ചിക്‌വീരരാജ അതിർത്തികാവൽ കൂടുതൽ സുരക്ഷിതമാക്കിത്തീർത്തു. മൈസൂർ രാജാവിന്റെ പതനം ജാഗ്രതയോടെയിരിക്കാൻ രാജാവിനെ പ്രേരിപ്പിച്ചു. കുടകിന് ഗണ്ഡാന്തം അടുത്തിരിക്കുന്നെന്ന് ജ്യോത്സ്യന്മാർ പ്രവചിച്ചിരുന്നു. ഈ പ്രവചനം സ്വാഭാവികമായും തന്ത്രങ്ങൾ ആവിഷ്കരിക്കാൻ കാരണമായിത്തീർന്നു.

ദിവാനായ ബോപ്പണ്ണന് രാജ്യം തനിക്ക് ഭരിക്കണമെന്ന മോഹമുണ്ടായിരുന്നില്ല. രാജവംശത്തെപ്പോലെതന്നെ പ്രജകളും രാജ്യഭരണത്തിൽ താൽപ്പര്യം പ്രകടിപ്പിക്കാറുണ്ടെന്ന് അയാൾക്കറിയാം. തനിക്കിഷ്ടപ്പെട്ടവരെ സിംഹാസനത്തിലിരുത്താനും ഇഷ്ടമില്ലാത്തവരെ താഴത്തിറക്കാനും തനിക്ക് സാധിക്കുമെന്ന അഹംഭാവവും ബോപ്പണ്ണനുണ്ട്.

ചിക്‌വീരരാജന്റെ ഭരണം അവസാനിപ്പിക്കാൻ തനിക്കുകഴിഞ്ഞാൽ പിന്നീടാരെ അതേൽപ്പിക്കും....? അയാളുടെ മകളെയോ....? അനുജത്തിയെയോ? പകരം ബ്രിട്ടീഷുകാരെ ഏൽപ്പിച്ചാലോ. ഏതായാലും തന്റെ സ്ഥാനവും മാനവും വർധിക്കും. ദിവാനായി എന്നും വാഴുകയും ചെയ്യാം.

മറ്റൊരാൾ ചെപ്പുഡീര പൊന്നപ്പനാണ്. മാജിയിലെ ദിവാൻ. വെള്ളക്കാർ സഞ്ചാരികളായി കുടകിൽ വന്നപ്പോൾത്തന്നെ അവരുമായി സഖ്യംചെയ്ത മനുഷ്യൻ. അയാളും രാജകുടുംബത്തിന്റെ ബദ്ധശത്രുവാണ്. വയസനാണെങ്കിലും ബുദ്ധിക്ക് മങ്ങലേറ്റിട്ടില്ല. ക്ഷമയോടെ അവസരം കാത്തിരിക്കയാണ്.

ഇത്തരം ക്ഷമാശീലം പ്രകടിപ്പിക്കാത്ത ഒരേയൊരാൾ ചന്നബസപ്പനാണ്. മുമ്പ് ബോപ്പണ്ണ 'സമ്പാദിക്കണം' – എന്നുപദേശിച്ചപ്പോൾ ചന്നബസപ്പന് അതിന്റെ അർഥം മനസിലായിരുന്നില്ല. ദിനന്തോറും അയാളുടെ ദ്വേഷം വർധിച്ചുകൊണ്ടിരുന്നു.

ആ വർഷം അതുവരെയുണ്ടാകാത്ത കാർമേഘം കുടകിനുമീതെ ഉരുണ്ടുകൂടി.

28

തകർത്തുപെയ്യുന്ന ആ മഴയത്ത് ബോപ്പണ്ണനും ലക്ഷ്മീനാരായണനും രാജാവിൽനിന്ന് കൽപ്പന ലഭിച്ചു. ലക്ഷ്മീനാരായണന്റെ പല്ലക്കെത്തി അരനിമിഷം കഴിഞ്ഞപ്പോഴേക്കും ബോപ്പണ്ണനും പല്ലക്കിൽ നിന്നിറങ്ങി.

ആ സഹപ്രവർത്തകർ വന്ദനങ്ങൾ കൈമാറിയശേഷം രാജസന്നിധിയിലേക്ക് നടന്നു. രാജാവ് രണ്ടു ദിവാന്മാരെയും ബഹുമാനിച്ചിരുത്തി. തന്റെ മുന്നിലുണ്ടായിരുന്ന സ്വർണത്തളികയിലേക്ക് ചൂണ്ടിക്കൊണ്ട് രാജാവ് പറഞ്ഞു:

"ഭണ്ഡാരത്തിൽനിന്നും കൊണ്ടുവന്ന പനയോലക്കെട്ടാണിത്. നമ്മുടെ പൂർവികരും ബ്രിട്ടീഷുകാരും തമ്മിലുണ്ടാക്കിയ സന്ധിസംഭാഷണങ്ങളുടെ വിവരമാണിതിലുള്ളത്. ഒന്നുകൂടി ഇത് വായിച്ചുകേട്ട് ചില

കാര്യങ്ങൾ ഉറപ്പിക്കണമെന്നുണ്ട്. അതിനാണ് ദിവാന്മാരെ ആളയച്ചുവരുത്തിയത്."

ഗഹനമായ വിഷയമൊന്നും ചർച്ചചെയ്യാനില്ലല്ലൊ എന്ന ഭാവത്തിൽ ദിവാന്മാർ മുഖത്തോടുമുഖം നോക്കി. ആ മുഖങ്ങളിൽ പറ്റിപ്പിടിച്ചിരുന്ന സംശയത്തിന്റെ കറകൾ മാഞ്ഞുപോയി.

"കാസ്സാമേജർ ഇവിടെ വന്നിട്ട് ഏഴുവർഷം കഴിഞ്ഞില്ലെ? അന്നുതന്നെ നമുക്ക് എന്തോ ഒരു സംശയം തോന്നിയിരുന്നു. ദിവസങ്ങൾ കഴിഞ്ഞുപോയപ്പോൾ ആ സംശയം ദൃഢീകരിച്ചതല്ലാതെ കുറഞ്ഞുവന്നില്ല. കിത്തൂരിന്റെ പതനവും മൈസൂർ രാജാവിന്റെ സ്ഥാനഭ്രഷ്ടും നമുക്ക് ഒരു മുന്നറിയിപ്പാണ്. പരിതഃസ്ഥിതി പന്തികേടിലാണെന്നാണ് അതു സൂചിപ്പിക്കുന്നത്. നിങ്ങളുടെ അഭിപ്രായങ്ങൾ ഇക്കാര്യത്തിൽ നമുക്കറിയണമെന്നുണ്ട്."

"കുടക് സ്വതന്ത്രരാജ്യമാണ്. നാം ഇംഗ്ലീഷുകാരുടെ സുഹൃത്തുക്കളുമാണ്. അതിനപ്പുറത്തായ മറ്റുവല്ല പ്രത്യേകതയും." ബോപ്പണ്ണ പറഞ്ഞു.

"സംഗതിയുടെ കിടപ്പ് അതാണെങ്കിൽ നമുക്കിത്ര പരിഭ്രമമുണ്ടാകുമോ? നമ്മുടെ നാട്ടിൽനിന്ന് ഏതോ ദ്രോഹി ബ്രിട്ടീഷുകാർക്ക് നമ്മെക്കുറിച്ച് പരാതികൾ അയച്ചിരിക്കുന്നു. നമ്മുടെ ചാരന്മാർ ഈ വിവരം അറിഞ്ഞുവന്നിരിക്കയാണ്. ദിവാന്മാരായ നിങ്ങളുംകൂടി ഇതറിഞ്ഞിരിക്കേണ്ടവരല്ലെ.....?"

"ഏതോ ദേശദ്രോഹിയുടെ പണിയാണ്...." ലക്ഷ്മീനാരായണ അത്ഭുതം നടിച്ചു.

"ഈ നിസ്സാരകാര്യമൊന്നും ഓർത്ത് മഹാരാജാവ് മനസ്സ് പുണ്ണാക്കണ്ട." ബോപ്പണ്ണ സമാധാനിപ്പിക്കാൻ ശ്രമിച്ചു.

"കാര്യങ്ങൾ സ്പഷ്ടമായിരിക്കണമെന്ന് ഉദ്ദേശിച്ചാണ് നാമിത് പ്രസ്താവിച്ചത്. നമ്മുടെ പൂർവികരുടെ കാലത്ത് ഇത്തരം അനീതികൾ തലപൊക്കിയിരുന്നില്ല."

ബോപ്പണ്ണ മൗനം ഭജിച്ചു. രാജാവ് തുടർന്നു:

"ലക്ഷ്മീനാരായണരേ.... ഹാലേരിയും ബ്രിട്ടീഷുകാരും തമ്മിൽ ഒപ്പുവച്ച കരാറുകളെന്തൊക്കെയാണെന്ന് ഒന്ന് വായിച്ചു കേൾപ്പിക്കൂ...."

രാജാവ് കൈയടിച്ചു. ഒരു ഭടൻ കടന്നുവന്നു.

"ആ പീഠമെടുത്ത് ദിവാന്റെ മുന്നിൽവയ്ക്ക്....."

പട്ടിന്റെ കെട്ടഴിച്ച് ലക്ഷ്മീനാരായണ വായന തുടങ്ങി.

"ശ്രീവീരരാജേന്ദ്ര അവർകൾ ബ്രിട്ടീഷുകാരിൽ വിശ്വാസമർപ്പിച്ച്, ക്യാപ്റ്റൻ ബ്രോൺ സാഹേബിനോടൊന്നിച്ച് തലശ്ശേരിക്കോട്ടയിൽ ചെല്ലുകയും അവിടത്തെ സർദാർമാരുമായി സംസാരിച്ച് സൗഹൃദം ഉറപ്പിക്കുകയും ഇരുഭാഗത്തും സമ്മതമായ താഴെപ്പറയുന്ന ഉടമ്പടികളിൽ ഒപ്പുവയ്ക്കുകയും ചെയ്തിരിക്കുന്നു."

ലക്ഷ്മീനാരായണ മുഖമുയർത്തി. വായന തുടരാൻ രാജാവ് കൽപ്പിച്ചു.

"ഇന്ത്യാരാജ്യത്ത് പ്രശസ്തമായിത്തീർന്ന ഈസ്റ്റിന്ത്യൻ കമ്പനിയുടെ പേരിൽ, തലശ്ശേരിക്കോട്ടയിലെ മേജർ റോബർട്ട് ടെയ്‌ലർ കുടകിലെ വീരരാജ അവർകൾക്ക് ഇരുകൂട്ടരുടെയും നന്മയെ മുൻനിർത്തി എഴുതിക്കൊടുത്ത വിശ്വാസപ്രമാണം."

"ആചന്ദ്രതാരം നമ്മുടെ മൈത്രീബന്ധത്തിന് യാതൊരു ഹാനിയും വരുന്നതല്ല. ടിപ്പുസുൽത്താനെയും അയാളെ സഹായിക്കുന്നവരെയും നമ്മുടെ പൊതുശത്രുവായി ഗണിക്കുന്നതാണ്. ടിപ്പുവും ഇംഗ്ലീഷുകാരും തമ്മിലുള്ള യുദ്ധത്തിൽ കുടക് രാജാവ് കഴിയുന്ന വിധത്തിലെല്ലാം പങ്കെടുക്കുകയും ടിപ്പുവിന്റെ നാശത്തിന് പരിശ്രമിക്കുകയും ചെയ്യണം. കുടകിലൂടെ ബ്രിട്ടീഷ് സൈന്യത്തിന് യാത്രചെയ്യാനനുവാദമുണ്ടാകേണ്ടതാണ്. ആപൽഘട്ടത്തിൽ ഇംഗ്ലീഷുകാർക്ക് കുറഞ്ഞ ചെലവിൽ ആഹാരസാധനങ്ങളും മറ്റും എത്തിക്കാനുള്ള ചുമതലയും രാജാവിനുണ്ടായിരിക്കും....."

"കുടകുനാട്ടിലെ ഉൽപ്പന്നങ്ങൾ മേലിൽ കമ്പനിക്കുമാത്രമേ നൽകുകയുള്ളൂ. മേലിൽ മറ്റ് വ്യാപാരികളുമായി കുടക് ഇടപാടുകൾ നടത്തുന്നതല്ല....."

"ടിപ്പുവിന്റെ ആക്രമണത്തിൽനിന്ന് കുടകിനെയും കുടക് ജനതയെയും രക്ഷിക്കാനുള്ള ഉത്തരവാദിത്വം കമ്പനി ഗവൺമെന്റിനുണ്ടായിരിക്കും. ഒരുപക്ഷേ, കമ്പനിയും ടിപ്പുവുമായി സൗഹാർദ ഉടമ്പടി ഒപ്പുവയ്ക്കുകയാണെങ്കിൽ കുടകുരാജ്യവുമായി ബന്ധം തറപ്പിച്ചുപറയുന്നതും..... ടിപ്പുവിന്റെ കൈകടത്തൽ കുടകിലുണ്ടാകാത്തവിധം വേണ്ട ഏർപ്പാടുകൾ ചെയ്യുന്നതുമാണ്....."

"കുടക് രാജാവിന് തലശ്ശേരിയിൽ വരണമെന്ന് തോന്നുമ്പോൾ അദ്ദേഹത്തിനുവേണ്ട എല്ലാ രക്ഷാസന്നാഹങ്ങളും കമ്പനി ഗവൺമെന്റു ചെയ്തുകൊടുക്കുന്നതാണ്. തലശ്ശേരിയിൽ രാജോചിതമായ ബഹുമതികളോടെ അദ്ദേഹത്തെ താമസിപ്പിക്കുന്നതുമായിരിക്കും....."

"രാജഭരണം സുസ്ഥിരവും സുഖപ്രദവുമാക്കുന്നതിനുള്ള എല്ലാ ഒത്താശകളും ഇംഗ്ലീഷുകാർ ചെയ്തുതരുന്നതായിരിക്കും. കുടകിനുണ്ടാകുന്ന സങ്കടത്തിൽ ബ്രിട്ടീഷുകാരും പങ്കാളികളാകുന്നതാണ്...."

മുകളിൽപ്പറഞ്ഞ കാര്യങ്ങളിൽ യാതൊരു ഏറ്റക്കുറച്ചിലും ഉണ്ടാകുന്നതല്ല. ഇരുഭാഗത്തുള്ളവരും ഇതിനു സാക്ഷികളാണ്. ദൈവവും സൂര്യചന്ദ്രന്മാരും നക്ഷത്രങ്ങളും ഇതിനു സാക്ഷികളാണ്...."

ലക്ഷ്മീനാരായണ വായനനിർത്തി സഹപ്രവർത്തകനെ നോക്കി. ബോപ്പണ്ണ ഗംഭീരഭാവത്തിലിരിക്കയാണ്. ലക്ഷ്മീനാരായണ നോക്കിയപ്പോഴും ആ ഭാവത്തിന് ഇളക്കമുണ്ടായില്ല.

ചിക്‌വീരരാജ ദീർഘമായി നിശ്വസിച്ചു. നിമിഷനേരത്തെ മൗനത്തിനുശേഷം അയാൾ പറഞ്ഞു:

"ഏകദേശം നാൽപ്പത്തിരണ്ടു കൊല്ലങ്ങൾക്കുമുമ്പ് ഒപ്പുവച്ച ഉടമ്പടികളാണിത്. നമ്മുടെ വലിയച്ഛനും ബ്രിട്ടീഷുകാരും തമ്മിലുണ്ടാക്കിയ

ഈ ഉടമ്പടികൾക്ക് സൂര്യചന്ദ്രന്മാരാണല്ലോ സാക്ഷിനിന്നത്....! സൂര്യൻ ഇന്നും ജ്വലിച്ചുകൊണ്ടേയിരിക്കുകയാണ്. കറുത്തപക്ഷവും വെളുത്ത പക്ഷവും ഇപ്പോഴും ഉണ്ടാകുന്നുണ്ട്. ഭൂമി നശിച്ചുപോയിട്ടില്ല. നാം പറഞ്ഞുകൊണ്ടുവരുന്നതെന്തെന്നാൽ സാക്ഷികളാരും കാലയവനികയ്ക്കുള്ളിൽ തിരോധാനം ചെയ്തിട്ടില്ല. അല്ലേ ദിവാനരേ....?"

"അതേ മഹാരാജൻ....."

"എന്നാൽ ഈ ഉടമ്പടിക്ക് കോട്ടംതട്ടിയതുകൊണ്ട്.....? നിങ്ങൾ നമ്മേക്കാൾ അനുഭവസമ്പന്നരാണല്ലോ......? ടിപ്പുവിനെ തോൽപ്പിക്കാൻ നമ്മുടെ വലിയച്ഛൻ ഇംഗ്ലീഷുകാരെ സഹായിച്ചല്ലോ....? ഒറ്റക്കാശു പോലും വാങ്ങാതെയല്ലേ അരിയും മറ്റാഹാര സാധനങ്ങളും എത്തിച്ചു കൊടുത്തത്....? നമ്മുടെ നാട്ടിലൂടെയല്ലേ ഇംഗ്ലീഷ്പട മൈസൂരിലേക്ക് പോയത്....? കുടക് സേനയും അവരോടൊപ്പം ചേർന്നിരുന്നല്ലോ.....? എന്നിട്ട്...... ഇതിനു കിട്ടിയ പ്രതിഫലമോ....."

"ടിപ്പു തോറ്റതോടെ അയാൾക്ക് കൊടുത്തിരുന്ന കപ്പം തങ്ങൾക്ക് നൽകണമെന്ന് അവർ ആവശ്യപ്പെട്ടു" ലക്ഷ്മീനാരായണ പറഞ്ഞു.

"വലിയച്ഛൻ എതിർത്തപ്പോൾ പണംവേണ്ട ആനയെ തന്നാൽ മതിയെന്നായി. ഒടുവിൽ അതും നിന്നുപോയി."

"ബ്രിട്ടീഷുകാർ ആദ്യം അങ്ങനെ ചോദിച്ചത് തെറ്റിദ്ധാരണകൊണ്ടാകണം." ബോപ്പണ്ണ പറഞ്ഞു.

"തെറ്റിദ്ധാരണകൊണ്ടോ? അല്ലേ, അല്ല! നിങ്ങളും ആ പരദേശികൾക്ക് ചൂട്ടുപിടിക്കുകയാണോ ബോപ്പണ്ണരെ" രാജാവ് വ്യംഗ്യാർഥത്തിൽ ചോദിച്ചു.

"അങ്ങനെയൊന്നുമില്ല. ഉള്ളതു പറഞ്ഞെന്നേയുള്ളൂ."

"അപ്പോൾ നാം പറയുന്നത് ഇല്ലാത്തതാണോ? സൂര്യചന്ദ്രന്മാരെ സാക്ഷിനിർത്തി ഉടമ്പടിയുണ്ടാക്കിയവർ അത് പാലിക്കാനും ബാധ്യസ്ഥരാണ്. സ്വതന്ത്രമായ നമ്മുടെ രാജ്യം ഒരു സുപ്രഭാതത്തിൽ പരതന്ത്രമായിത്തീരുന്നതെങ്ങനെ? ക്യാപ്റ്റൻ മാങ്കും ഇമ്മാനുവൽ പെരേരയും സാമുവൽ ജോസഫും ഇവിടെ വന്നതെന്തിനാ? ഇവിടത്തെ ചുറ്റുപാടുകൾ ഗ്രഹിക്കുകയായിരുന്നില്ലേ അവരുടെ ലക്ഷ്യം? നാമെങ്ങനെയായാൽ അവർക്കെന്താ?"

"ഇനി നാമെന്താണ് ചെയ്യേണ്ടതെന്ന് അറിയിച്ചാലും" ബോപ്പണ്ണ പറഞ്ഞു.

"പറയാം. അൽപ്പം കുനിഞ്ഞാൽ അവർ മുതുകിൽ കയറിക്കൂടും. അതിനൊന്നും ഇടവരുത്തരുത്. സത്യം പാലിക്കുന്നവരുമായിട്ടേ നമുക്ക് സഖ്യമുള്ളൂ. നമ്മുടെ അളിയൻ ചന്നബസപ്പ അവരുമായി കത്തിടപാടുകൾ നടത്തുന്നുണ്ടെന്ന് സംശയമുണ്ട്. ബോപ്പണ്ണ അവനെ വിളിച്ച് ഒന്നു ഗുണദോഷിക്കണം. അവൻ നമ്മെ കാണാൻ വരാറില്ലെങ്കിലും നിങ്ങളെ സന്ധിക്കാറുണ്ടല്ലോ! ഒന്നു പറഞ്ഞുനോക്കുക. കേൾക്കുന്നില്ലെങ്കിൽ പിന്നീട് വേണ്ടത് നാം ചെയ്തോളാം."

ബോപ്പണ്ണന്റെ മുഖം കറുത്തു. മൗനമാണ് ഭൂഷണമെന്ന് ലക്ഷ്മീ നാരായണും കരുതി.

"അവസാനമായി ഒരു കാര്യംകൂടി, നമ്മോടെതിരിടാനുള്ള വിഡ്ഢിത്തം ഇംഗ്ലീഷുകാർ കാട്ടരുത്. ഇനി അവർക്കാ ദുർബുദ്ധി ഉദിക്കയാണെങ്കിൽ രാജ്യം ചിന്നഭിന്നമാകാതിരിക്കുന്നതിനുള്ള മുൻകരുതലുകൾ ചെയ്യണം. ഇത് എല്ലാ സേനാനായകരേയും ഉടനെ അറിയിക്കണം."

"ശരി, ഇത്രയല്ലേയുള്ളൂ" ബോപ്പണ്ണ എഴുന്നേൽക്കാനോങ്ങി.

"ഇത്രമാത്രം. ഇനി നിങ്ങൾക്ക് പുറപ്പെടാം. മഴയും നിന്നെന്ന് തോന്നുന്നു."

ദിവാന്മാർ എഴുന്നേറ്റു. വാതിൽക്കൽവരെ രാജാവ് അവരെ അനുഗമിച്ചു.

മഴ നിലച്ചിരുന്നു. വെള്ളം വാർന്നൊഴുകുന്ന ഒച്ച കേൾക്കാം. കുളികഴിഞ്ഞ വൃക്ഷലതാദികൾ ചേതോഹരമായി കാണപ്പെട്ടു.

"ഇടി, മിന്നൽ, കൊടുങ്കാറ്റ് ഇവയൊന്നിനേയും നാം ഭയപ്പെടേണ്ടതില്ല. എന്തിന് ഭയക്കണം? അൽപ്പസമയം കൊണ്ടുതന്നെ എല്ലാം ശാന്തമാകുമെന്ന് നമുക്കറിയാമല്ലോ?" രാജാവ് പറഞ്ഞു.

ദിവാന്മാർ പ്രത്യുത്തരം പറയാതെ പല്ലക്കിൽ കയറി.

29

അപ്പങ്കളത്ത് സുശക്തമായ കാവലേർപ്പെടുത്തണമെന്ന് അബ്ബാസ് അലി അഭിപ്രായപ്പെട്ടു. ബസവ അതിനുവേണ്ട ഏർപ്പാടുകൾ ചെയ്തു. പക്ഷേ, അണകെട്ടുന്നതിനുമുമ്പെ വെള്ളം വാർന്നുപോയിരുന്നു.

ദേവമ്മയും ചന്നബസപ്പനും രഹസ്യഭടന്മാരോടൊപ്പം രക്ഷപ്പെട്ടു.

രാജകൊട്ടാരത്തിൽനിന്ന് തിരിച്ചെത്തിയ ബോപ്പണ്ണനെ കാണാൻ അന്നുരാത്രിതന്നെ ബസപ്പ ചെന്നിരുന്നു.

"രാജാവ് നിങ്ങളെ സംശയിക്കുന്നുണ്ട്. സൂക്ഷിക്കണം...." ബോപ്പണ്ണ മുന്നറിവ് നൽകി.

"എന്നെപിടിച്ച് തടവിലിടുമോ?"

"അതും നടന്നേക്കാം. ഒരുപക്ഷേ വധശിക്ഷയ്ക്കും വഴിയുണ്ട്...."

"ഉം... എങ്കിൽ ഞാനിപ്പോൾതന്നെ രക്ഷപ്പെടുകയാണ്. നാം തമ്മിൽ ഇനി അടുത്തെങ്ങും കണ്ടെന്നുവരില്ല...."

"സൂക്ഷിക്കണം. അതേ എനിക്ക് പറയാനുള്ളൂ....."

"ശരി. ഇംഗ്ലീഷുകാരേയും കൂട്ടി ഞാൻ തിരിച്ചുവരും. അപ്പോൾ കാണാം."

"ഞാൻ കാത്തിരിക്കും."

ചന്നബസപ്പ അപ്പങ്കളത്തെത്തി നിമിഷങ്ങൾക്കകംതന്നെ നാലു കുതിരകൾ പെരിയാപട്ടണത്തിനുനേർക്ക് പാഞ്ഞുപോയി.

പ്രഭാതത്തിൽ അപ്പങ്കളത്തെത്തിയ രാജഭടന്മാരോട് ഗംഗമ്മ കൈ മലർത്തി.

"എനിക്കൊന്നും അറിയില്ല....."

ഭടന്മാർ സമയം പാഴാക്കാതെ മടിക്കേരിയിൽ മടങ്ങിയെത്തി. ചന്നബസപ്പ മൈസൂരിലേക്കാണ് പോയിരിക്കുകയെന്ന് രാജാവൂഹിച്ചു. ഏതു വഴിക്കായിരിക്കും രക്ഷപ്പെട്ടിരിക്കുക. പെരിയാപട്ടണം വഴിക്കോ. അല്ല, സമ്പാജി വഴിക്കോ.....?

ആയുധധാരികളായ കുതിരപ്പട്ടാളക്കാർ ഇരുവഴികളിലൂടെയും പാഞ്ഞുചെന്നു.

പെരിയാപട്ടണം വഴിക്ക് പാഞ്ഞുചെന്ന പടയാളികൾ ചന്നബസപ്പന്റെ തോക്കിനിരയായിത്തീർന്നു.

വാർത്തയറിഞ്ഞ ചിക്വീരരാജ കോപംകൊണ്ട് വിറച്ചു. ബോപ്പണ്ണന്റെ സഹായം ഇതിനു പിന്നിലുണ്ട്. സംശയമില്ല. എങ്കിലും സ്പഷ്ടമായ തെളിവില്ലാതെ എന്തുചെയ്യാൻ....! ഇരിക്കട്ടെ. ഇതൊന്നും കണ്ടില്ലെന്ന് നടിക്കാൻ നാം നിശ്ചയിച്ചിട്ടില്ല.

ലക്ഷ്മീനാരായണനെ വിളിപ്പിച്ചു. കാര്യങ്ങൾ ബോധ്യപ്പെടുത്തി.

"മൈസൂർ റസിഡന്റിന് ഒരു കത്തയക്കണം."

"ബോപ്പണ്ണനോടുകൂടി ചോദിക്കുന്നോ....?" ലക്ഷ്മീനാരായണന്റെ സംശയം രാജാവിനെ ചൊടിപ്പിച്ചു.

"ഇത് നിസ്സാരകാര്യമാണ്. ഇതിന് നാം രണ്ടുപേർ പോരേ.....? മൂന്നാമതൊരാളുടെ അഭിപ്രായം ആരായേണ്ട വലിയ പ്രശ്നമൊന്നുമല്ലല്ലോ ഇത്.....?"

"കൽപ്പനപോലെ...."

കത്ത് എഴുതപ്പെട്ടു.

"നമ്മുടെ സഹോദരി ദേവമ്മാജിയും അളിയൻ ചന്നബസപ്പനും നമുക്കെതിരായി പ്രവർത്തിച്ച് താങ്കളുടെ പക്കൽ അഭയംതേടിയിട്ടുണ്ടെന്ന് നാം അറിയുന്നു. നാം തമ്മിൽ നടന്നുവരുന്ന സൗഹൃദം മുൻനിർത്തി രണ്ടുപേരെയും താമസിയാതെ തിരിച്ചേൽപ്പിക്കണമെന്ന് നാം ആവശ്യപ്പെടുന്നു. ഈശ്വരാനുഗ്രഹംകൊണ്ട് നാം ഇവിടെ സുഖമായി കഴിയുന്നു. നമ്മുടെ ഉറ്റമിത്രമായ താങ്കളുടെ സുഖവിവരങ്ങൾ അറിയിക്കാൻ മറക്കരുതെന്ന് അപേക്ഷിക്കുന്നു....."

രാജമുദ്ര പതിപ്പിച്ച് അതിനു താഴെ 'കുടക് സിംഹാസനാധീശ്വരൻ ഹാലേരി സംസ്ഥാനത്തിലെ ചിക്വീരരാജ രാജാവ്....' എന്നു വ്യക്തമായെഴുതി.

രണ്ട് ദൂതന്മാർ ആ കത്തുമായി ശ്രീരംഗപട്ടണത്തേക്കു പുറപ്പെട്ടു.

30

ശ്രീരംഗപട്ടണത്തെത്തിയ ചന്നബസപ്പ കാസ്സാമേജറുടെ മുന്നിൽ ചെന്ന് അഭയംതരണമെന്ന് അഭ്യർഥിച്ചു.

രോഗി ഇച്ഛിച്ചതും വൈദ്യൻ കൽപ്പിച്ചതും പാലായിത്തീർന്നു.

റസിഡന്റ് ആനന്ദംകൊണ്ട് തുള്ളിച്ചാടി. ദേവമ്മാജിയും ഭർത്താവും കുടകുവിട്ടുവന്നാൽ മതിയെന്ന് രഹസ്യമായി സൂചിപ്പിച്ചതും ഇംഗ്ലീഷു കാരാണ്.

അതിഥികളെ യഥോചിതം സ്വീകരിച്ചു. അവരുടെ താമസത്തിന് സർവവിധ സൗകര്യങ്ങളുമുള്ള ഒരു വീട് ഏർപ്പെടുത്തിക്കൊടുത്തു.

"നിങ്ങളൊന്നുകൊണ്ടും വിഷമിക്കേണ്ട. ചിക്‌വീരരാജ ദുഷ്ടനും കൊള്ളരുതാത്തവനുമാണെന്നതിന് ഇങ്ങോട്ടോടിവന്ന നിങ്ങൾതന്നെ സാക്ഷിയാണ്. താമസിയാതെ അവനെ സ്ഥാനഭ്രഷ്ടനാക്കുന്നതാണ്...." റസിഡന്റ് ചന്നബസപ്പനെ ധൈര്യപ്പെടുത്തി.

"കുടക് സിംഹാസനത്തിന് അവകാശി നമ്മുടെ പത്നിയാണെന്ന് തിരുമനസ്സ് സമ്മതിക്കണം...." ബസപ്പ യാചിച്ചു.

"ഉം..... ഉം.... വേണ്ടസമയത്ത് എല്ലാം യുക്താനുസരണം ചെയ്യുന്ന താണ്. ഞാനിന്നുതന്നെ മദ്രാസ് ഗവർണർക്കെഴുതാം."

ചിക്‌വീരരാജന്റെ കത്ത് മേജർക്ക് ലഭിച്ചു. അതയാൾ മദ്രാസിലേക്ക് കൊടുത്തയച്ചു. സർ ഫ്രെഡറിക് ആദം ആയിരുന്നു മദ്രാസ് ഗവർണർ. ഗവർണർ മറുപടി അയച്ചു. ആ മറുപടി ഭാവിസംഭവങ്ങളുടെ തുടക്കം മാത്രമായിരുന്നു.

രാജ്യം ഭരിക്കുന്നതിനുള്ള നിർദേശങ്ങൾ വിവരിച്ചതോടൊപ്പംതന്നെ ചിക്‌വീരരാജ അതിനനുസരിച്ച് നടന്നുകൊള്ളണമെന്ന് കത്തിൽ പ്രത്യേ കമായും സൂചിപ്പിച്ചിരുന്നു. കുടകിൽ നടക്കുന്ന ഓരോ വധശിക്ഷയെ ക്കുറിച്ച് രാജാവ് ഈസ്റ്റിന്ത്യൻ കമ്പനിക്ക് വിശദീകരണം നൽകണം. കമ്പനിയുടെ നിർദേശങ്ങൾക്കെതിരായി രാജാവ് പ്രവർത്തിക്കരുത്. ഗവർണറുടെ നിർദേശത്തോടെ കാസ്സാമേജർ മടിക്കേരിയിലെത്തി ചിക് വീരരാജ രാജാവുമായി സംഭാഷണം നടത്തുന്നതാണ്.

1833 ജനുവരി 18നാണ് ആ കത്തെഴുതിയത്.

ജനുവരി മാസാവസാനത്തിൽ മേജർ മടിക്കേരിയിലെത്തി.

ഇംഗ്ലീഷ് സുഹൃത്തുക്കൾക്കായി വലിയച്ഛൻ പണികഴിപ്പിച്ച വലിയ അതിഥി മന്ദിരത്തിൽത്തന്നെ മേജറെയും താമസിപ്പിച്ചു.

ആ സമയം മടിക്കേരിയിൽ ത്വരിതഗതിയിലുള്ള ജോലികൾ പലതും നടക്കുകയായിരുന്നു.

മുമ്മുഡി കൃഷ്ണരാജന്റെ ആത്മാർഥസേവകനായ വെങ്കോജി ചിക് വീരരാജനെ സമീപിച്ച് മൈസൂർ രാജ്യം തിരികെ പിടിക്കുന്നതിന് കുടക് സേനയുടെ സഹായം അഭ്യർഥിച്ചു.

"ബ്രിട്ടീഷുകാരോട് നമുക്കെതിരിടാൻ പറ്റുമോ. തോക്കിന്റെ ഭാഷ മാത്രമേ അവർക്കറിയൂ. നാളെ നാമും ബ്രിട്ടീഷുകാരോടേറ്റുമുട്ടുമ്പോൾ കൃഷ്ണരാജന്റെ സഹായം ഉണ്ടാകാതിരിക്കുമോ....? ചിക്‌വീരരാജ ചോദിച്ചു.

"നിശ്ചയമായും ഉണ്ടാകും. ആയുധങ്ങളും മറ്റുപകരണങ്ങളും സേന കളും മഹാരാജാവ് നൽകാതിരിക്കില്ല."

"സന്തോഷം."

ആ സമയം മൈസൂരിലെ ഒരു വാണിഗ്വരൻ രാജനെ മുഖം കാണിക്കാനെത്തി. നൂൻലാൻബാർത്തി എന്നായിരുന്നു അയാളുടെ പേര്.

"ചന്നബസപ്പനെയും പത്നിയെയും കൈകാൽ ബന്ധിച്ച് ഇവിടേക്ക് കൊണ്ടുവരണമെന്നാണ് നാമാഗ്രഹിക്കുന്നത്. നിങ്ങളുടെ സഹായം ഇക്കാര്യത്തിൽ ആവശ്യമാണ്. നമ്മുടെ ഭടന്മാർ കൂടെ വരും" രാജാവ് പറഞ്ഞു.

"എന്നെക്കൊണ്ട് കഴിയുന്നതെല്ലാം ചെയ്യുന്നതാണ്." അയാളറിയിച്ചു.

"നിങ്ങൾ ഉത്തരേന്ത്യക്കാരനല്ലേ?"

"അതേ."

"രൺജിത്സിങ് ഇംഗ്ലീഷ് വിരോധിയാണെന്ന് നാം കേട്ടിരുന്നു."

"ശരിയാണ്."

"അദ്ദേഹവുമായി സഖ്യംചെയ്യാൻ നാമാഗ്രഹിക്കുന്നു. നിങ്ങൾ നമ്മുടെ ദൂതനായി ഈ കൃത്യം നിർവഹിക്കണം."

"നിർവഹിക്കാം. എങ്കിലും എന്നേക്കാൾ എളുപ്പത്തിൽ ഇത് സാധിക്കുന്ന വേറൊരാളുണ്ട്. ലാഹോർസിങ്."

"അയാളിപ്പോളെവിടെയാണ്."

"വീർരാജപേട്ടയിലുണ്ട്. വിളിപ്പിക്കാം."

മൂന്നാംദിവസം ലാഹോർസിങ് മടിക്കേരിയിലെത്തി. ലാഹോർകാരനായതുകൊണ്ട് ആ നാട്ടിന്റെ പേരിലാണ് അയാളറിയപ്പെടുന്നത്. ചിക്‌വീരരാജ കാര്യം ഗ്രഹിപ്പിച്ചു....

"വളരെ ഉത്തരവാദിത്വമുള്ള ജോലിയാണ്. എങ്കിലും മഹാരാജാവ് പറയുമ്പോൾ മറുത്തുപറയുന്നതെങ്ങനെ" അയാൾ പറഞ്ഞു.

"നൂൻലാൽബാർത്തി ചെയ്തുതരുന്ന ഈ ഉപകാരത്തിന് പ്രതിഫലമായി മേലിൽ കുടകിനാവശ്യമായ എല്ലാ സാധനങ്ങളും നിങ്ങളിൽ നിന്നുതന്നെ വാങ്ങിക്കുന്നതിനുവേണ്ട ഏർപ്പാടുകൾ ചെയ്യുന്നതാണ്. മറ്റൊന്നുകൂടി, ഇവിടത്തെ കുരുമുളക് പുറമേക്ക് കൊണ്ടുപോകാനുള്ള അനുവാദവും നിങ്ങൾക്ക് തരുന്നതാണ്."

രാജാവിന്റെ സൗജന്യപ്രഖ്യാപനം ഇരുവരേയും തൃപ്തരാക്കിത്തീർത്തു.

സൂരപ്പനായക് ബിദനൂരിലെ പ്രഭുവാണ്. അയാളെന്നും ബ്രിട്ടീഷുകാരുടെ കണ്ണിലെ കരടായിരുന്നു. പരദേശികൾക്കെതിരെയുള്ള ഏതു നീക്കത്തിനും അയാൾ സഹായസഹകരണങ്ങൾ നൽകാൻ തയാറായിരിക്കുകയാണ്.

ഇതിനിടയിൽ അതിഥിമന്ദിരത്തിലെത്തിയ കാസ്സാമേജറുമായി ബോപ്പണ്ണ രഹസ്യസംഭാഷണം നടത്തി. കുടകിന്റെ ഒരു സമ്പൂർണ ചിത്രം അയാൾ മേജർക്കു നൽകി.

അതിനുശേഷമാണ് രാജാവും മേജറും തമ്മിൽ സംഭാഷണം നടന്നത്. ഹിന്ദിയിലായിരുന്നു സംസാരം. രണ്ടുപേരുടെയും ഹൃദയവികാരങ്ങൾ പുറത്തേക്കൊഴുകി.

“ഇവിടെക്കെത്തിച്ചേരാൻ നന്നേ ബുദ്ധിമുട്ടിയോ.” രാജാവ് ചോദിച്ചു.

“ഇല്ല. സുഖകാര്യം അന്വേഷിക്കാമെന്ന് കരുതിയാണ് വന്നത്.”

“ഓ.... ശരിയാണ്. നമ്മുടെ പൂർവികർ ഒപ്പുവെച്ച ഉടമ്പടിപ്രകാരം ഇരുഭാഗത്തെയും സുഖകാര്യങ്ങൾ അന്വേഷിക്കേണ്ടത് ആവശ്യമാണല്ലോ.....?”

“മഹാരാജാവ് പഴയ പല്ലവി ആവർത്തിക്കുകയാണ്. 1760നുശേഷം കാവേരി നദിയിലൂടെ ധാരാളം ജലം ഒഴുകിപ്പോയിരിക്കുന്നു.....!”

“കാവേരിയിലൂടെ സദാ ജലം ഒഴുകിക്കൊണ്ടിരിക്കുന്നുണ്ട്. നിങ്ങളിതു മനസിലാക്കിയില്ലെന്നോ? കഷ്ടം.....!”

“കാലംമാറിപ്പോയെന്ന് ഭംഗ്യന്തരേണ സൂചിപ്പിച്ചെന്നേയുള്ളൂ.....”

“ഓഹോ....! നമുക്കിത്തരം വക്രോക്തികൾ ഇഷ്ടമല്ല.....” രാജാവ് നിവർന്നിരുന്നു. “ഒരു കാര്യം നമുക്ക് വ്യക്തമായറിയണമെന്നുണ്ട്.....”

“എന്താ....?”

“നമ്മുടെ സഹോദരിയെയും ഭർത്താവിനെയും ശ്രീരംഗപട്ടണത്തു തന്നെ പാർപ്പിക്കാനാണോ ഭാവം.....?”

“ആശ്രിതരിൽ ദയകാണിക്കുകയെന്നതല്ലേ ധർമം....?”

“ധർമമോ....? അവരെ നമുക്കെതിരായി ഉപയോഗപ്പെടുത്താനല്ലേ നിങ്ങൾ ശ്രമിക്കുന്നത്.....?”

“നിങ്ങൾക്ക് ചെറുപ്പമാണ്. രാജ്യതന്ത്രം നിങ്ങൾക്കറിയില്ല. ഒരു പെട്ടിപോലെ കുടകിനെ അടച്ചുവയ്ക്കുന്നത് നല്ലതല്ല.”

“ഇത് നമ്മുടെ ആഭ്യന്തരം. ഇതിൽ അന്യരുടെ അഭിപ്രായം വേണമെന്നില്ല.”

“ആഭ്യന്തരമായാലും അല്ലെങ്കിലും ശരി കമ്പനിയുടെ അനുമതിയോടെ മാത്രമേ നിങ്ങൾ പ്രവർത്തിക്കാവൂ....!”

“ഒരു സ്വതന്ത്ര രാജ്യത്തിന്റെ അധിപതിയോടാണ് സംസാരിക്കുന്നതെന്ന് ഓർമിക്കണം.....!”

“കുടക് സ്വതന്ത്രരാജ്യമോ? ടിപ്പുവിന്റെ കീഴിൽനിന്ന് കുടകിനെ രക്ഷിച്ചത് ഇംഗ്ലീഷുകാരാണ്. അപ്പോൾ കുടക് ഇംഗ്ലീഷുകാർക്കധീനമാണ്.....!”

“ഇത് പച്ചക്കള്ളമാണ്.”

“കള്ളം പറയുന്ന സ്വഭാവം കമ്പനിക്കാർക്കുള്ളതല്ല! നിങ്ങൾ ഞങ്ങളെ അപമാനിക്കുകയാണ്.”

“സംസാരം മതി. ഇനി നിങ്ങൾക്ക് വണ്ടിപിടിക്കാം.”

“വണ്ടിയോ....? പല്ലക്കിലാണ് ഞാൻ വന്നത്. പല്ലക്കിൽ തന്നെ പോകയും ചെയ്യും!”

“പാവം വയസായില്ലേ....? പല്ലക്കിൽതന്നെ പൊയ്ക്കൊള്ളൂ....”

രാജാവ് തുടർന്നു: "അവിടെ എത്തിയ ഉടനെ ചന്നബസപ്പനെയും പത്നിയെയും ഇവിടെയെത്തിക്കണം."

"അത് സാധ്യമല്ല."

"എങ്കിൽ പരിണാമം നല്ല നിലയിലായിരിക്കില്ല."

"ഞങ്ങൾ നേരിട്ടുകൊള്ളാം."

"ശരി. നമുക്കു കാണാം."

"കാണാം...." മേജറുടെ മുഖം തുടുത്തു. രാജാവിനെ വണങ്ങാതെ അയാൾ പല്ലക്കിൽ കയറി.

31

അപരംപാര ആശ്രമമുറ്റത്തുനിന്ന് വിറകുകീറുകയായിരുന്നു. ഉയർന്നുപൊങ്ങുന്ന കോടാലി ശക്തിയോടെ താഴ്ന്ന് വിറകിനെ തുണ്ടംതുണ്ടമാക്കിക്കൊണ്ടിരുന്നു.

കാഷായവസ്ത്രം ധരിച്ച ചില ജംഗമന്മാരും ഇതര ശിഷ്യരും ഗുരുവിന്റെ അഭ്യാസപ്രകടനം ദർശിച്ചുകൊണ്ട് ചുറ്റും നിന്നിരുന്നു.

അൽപ്പസമയത്തെ അധ്വാനത്തിനുശേഷം അപരംപാര കോടാലി താഴെവച്ച് ദീർഘമായി നിശ്വസിച്ചു.

പിന്നിൽനിന്ന് ഒരാൾ നടന്നുവന്നത് അവരാരും കണ്ടില്ല.

"ഗുരുക്കളെ കൈലാസം കാണുകയാണോ?" അയാൾ ഉച്ചത്തിൽ ചോദിച്ചു.

കോടാലി നീക്കിവച്ച് അപരംപാര തിരിഞ്ഞുനിന്നു.

"വന്നോ....? വാ ശിവാ! വാ സിദ്ദലിംഗാ....."

സിദ്ദലിംഗ മുന്നോട്ടുനടന്നു. ശിഷ്യഗണങ്ങൾ പിരിഞ്ഞുപോയി.

സിദ്ദലിംഗ അപരംപാരനെ കെട്ടിപ്പിടിച്ചു.

"ശരണം സ്വാമി അപരംപാരരെ ശരണം."

പെട്ടെന്നുണ്ടായ ജിജ്ഞാസ ശമിച്ചപ്പോൾ സിദ്ദലിംഗ ചോദിച്ചു:

"ഇതെന്താ ചെയ്യുന്നത് സ്വാമികളെ.....?"

"ആർക്കും വിറക് കീറാനറിയില്ലെന്ന് പറഞ്ഞു. ആരെങ്കിലും ഇത് ചെയ്യേണ്ടേ? ശിവനെ ധ്യാനിച്ച് കോടാലി കൈയിലെടുത്തു."

"ഭേഷായി."

"ദൂരെനിന്നുതന്നെ നിങ്ങളെന്റെ കണ്ണിൽപ്പെട്ടിരുന്നു. നിങ്ങളെ ശ്രദ്ധിച്ചുകൊണ്ട് നിന്നപ്പോൾ കൈകൾക്ക് എന്തെന്നില്ലാത്ത ശക്തിവർധിച്ചതുപോലെ തോന്നി."

"ഉം. ഉം."

"നമുക്ക് അകത്തുകടന്നിരിക്കാം."

ഇതിനകം അപരംപാരനു സിദ്ധിച്ച യശസ്സ് ശിവാചാര്യ സ്വാമികൾ അറിഞ്ഞിരുന്നു. അപരംപാരന്റെ കാര്യങ്ങൾ അന്വേഷിച്ചുവരാനായി സിദ്ദലിംഗനെ നിയോഗിച്ചയച്ചതാണ്.

"ഒരു കാര്യം, ലൗകികമാണെന്ന് കരുതേണ്ട. നഞ്ചരാജ പട്ടണത്തിലെ സ്വാമികളും മറ്റ് ശിഷ്യഗണങ്ങളും സുഖത്തിൽ തന്നെയല്ലേ....?"

"ഓഹോ സിദ്ദലിംഗം തുടർന്നു: "ഗുരു ഒരു കാര്യം പ്രത്യേകം അറിയിക്കാനേൽപ്പിച്ചിട്ടുണ്ട്."

"എന്തുകാര്യം?"

"ഇംഗ്ലീഷുകാർ കുടകിനെ ആക്രമിച്ചേക്കുമെന്ന് വിവരം ലഭിച്ചിട്ടുണ്ട്. ചന്നബസപ്പനും ദേവമ്മാജിയും ശ്രീരംഗപട്ടണത്തിലേക്ക് ഒളിച്ചോടിയിരിക്കയാണ്. രാജ്യം ആപത്തിന്റെ വക്കത്താണ്."

തലകുനിച്ചിരുന്ന അപരംപാരന്റെ ഹൃദയത്തിൽ വേലിയേറ്റങ്ങളുണ്ടായി. ക്രമേണ ഈ വാർത്ത താനും അറിയുമായിരിക്കാം. മുൻകൂട്ടി അറിയിക്കണമെന്ന് സ്വാമികൾക്ക് തോന്നിയതെന്തുകൊണ്ട്....? തന്നിൽ നിന്ന് അയാളെന്തെങ്കിലും പ്രതീക്ഷിക്കുന്നുണ്ടോ....?

"സ്വാമികൾ മറ്റെന്തെങ്കിലും പറഞ്ഞിരുന്നോ?"

"ഉം.... ഇംഗ്ലീഷുകാർ ജയിച്ചാൽ ഹാലേരിവംശം നശിക്കും. സ്വാതന്ത്ര്യം നഷ്ടപ്പെടും. ധർമം നശിക്കും."

"അതിന്?"

"ബ്രിട്ടീഷുകാർക്കെതിരെ ജനതയെ അണിനിരത്തണം."

"സന്യാസിമാർക്കിത് ചെയ്യാമോ?"

"സന്യാസിമാർ വീരന്മാരായിരിക്കണമെന്നാണ് സ്വാമികൾ പറയുന്നത്."

"ശരി. സ്വാമികളുടെ നിർദേശം ആജ്ഞക്കു തുല്യമാണ്."

"നാം മൈസൂറിലെത്തിയാൽ കൂടുതൽ കാര്യങ്ങളറിയാൻ കഴിയും. നാമെന്നുപറഞ്ഞാൽ നാം രണ്ടുപേരും. ഇനി ഞാനും നിങ്ങളോടൊപ്പം കഴിയണമെന്നാണ് സ്വാമികളുടെ കൽപ്പന."

"ഇതൊരനുഗ്രഹമാണ് ഏതിനും ഒരു സഹായിയായല്ലൊ."

"ഒരു സഹായിയോ? പുറത്തുനിൽക്കുന്നതു കണ്ടല്ലോ. കുറേപേർ."

"അത് ശിഷ്യന്മാരല്ലേ?"

"ഓഹോ നാം ഗണനായകന്മാർ ശിവ ശിവ!"

32

മദ്രാസ് ഗവർണറും കൽക്കത്താ ഗവർണരും കാസ്സാമേജറുടെ കത്ത് വായിച്ച് സന്തോഷിച്ചു.

നീറുന്ന ഉലയിൽ ഇരുമ്പു ദണ്ഡ് വെച്ചുകഴിഞ്ഞു. അത് ചുട്ടുപഴുക്കണം. നല്ലപോലെ പാകമായാൽ പിന്നെ ചുറ്റികപ്രയോഗിക്കാം, അടിച്ചു രൂപപ്പെടുത്താം, അതുവരെ ഉല നീറിക്കൊണ്ടിരിക്കണം, കരിയിട്ടുകൊണ്ടിരിക്കണം.

നാഗപൂർ റസിഡന്റായിരുന്ന ഗ്രായെം ബെങ്കളൂരിൽ വിശ്രമിക്കയായിരുന്നു. സംഭാഷണത്തിനെന്ന വ്യാജേന അയാളെ മടിക്കേരിയിലേക്ക

യച്ച് ആക്രമണത്തിനുള്ള സമയവും സന്ദർഭവും നിർദേശിക്കുവാൻ ബ്രിട്ടീഷ് കമ്പനി തീരുമാനിച്ചു.

ഗ്രായെം സംഭാഷണത്തിനെത്തിയേക്കുമെന്ന് ചിക്‌വീരരാജനറിഞ്ഞു.

"ഈ കൂടിക്കാഴ്ച അനാവശ്യമാണ്." രാജാവ് പറഞ്ഞു.

ആവശ്യമാണെന്ന് ഉറപ്പുവരുത്തിക്കൊണ്ട് കമ്പനിയുടെ സേവകരായ ദാരാസേട്ടും കുലപട്ടി കരുണാകരമേനോനും മടിക്കേരിയിലെത്തി. ഒരാൾ പാർസി വ്യാപാരിയാണ്. മറ്റെയാൾ തലശ്ശേരി കളക്ടറുടെ ശിരസ്താദാരും. ഇവരെ അയച്ച് കാര്യങ്ങൾ ഗോപ്യമായി ഗ്രഹിക്കുവാനാണ് ബ്രിട്ടീഷധികാരികൾ തീരുമാനിച്ചത്.

എന്നാൽ കുടകിലെത്തിയ രണ്ടുപേരും ബന്ധനസ്ഥരാക്കപ്പെട്ടു.

"ആരുടെ സമ്മതപ്രകാരമാണ് ഈ രാജ്യത്ത് കാലുകുത്തിയത്....?" രാജാവ് ക്രുദ്ധനായി.

"കമ്പനിക്കാരുടെ അനുമതിപത്രമുണ്ട്." കരുണാകരമേനോൻ പറഞ്ഞു.

"കുടക് രാജ്യത്ത് പ്രവേശിക്കാൻ പരദേശികളായ കമ്പനിക്കാരാണോ അനുമതി തരേണ്ടത്? ഇതെന്താ ഇംഗ്ലണ്ടോ മറ്റോ ആണോ?"

"അതൊന്നും ഞങ്ങളോട് ചോദിക്കരുത്. ഞങ്ങൾ സന്ധി പറയാൻ വന്നവരാണ്."

"സന്ധി! നിന്റെ തലയാണ്.....! പരദേശികളുടെ എച്ചില് നക്കി ജീവിക്കുന്ന ജന്തുക്കൾ! നമ്മോട് തുല്യനിലയിൽ സംസാരിക്കയാണോ....? ഏ സേട്ട്..... നിന്റെ വട്ടമെന്താ....?"

താൻ പെരുമാറേണ്ടതെങ്ങനെയാണെന്ന് ദാരാസേട്ട് മുൻകൂട്ടി നിശ്ചയിച്ചുറച്ചിരുന്നു.

"ഞാനൊരു സാധു വ്യാപാരിയാണ്. കച്ചവടത്തിനാണ് വന്നത്."

"ആദ്യം എല്ലാവരും കച്ചവടത്തിനായാണ് വരിക. പിന്നീടാണ് ഭാവം മാറുക. അയ്യണ്ണാ.... ഈ വണിഗ്വരനെ അതിർത്തി കടത്തി മൈസൂരേക്കോ മലയാളത്തിലേക്കോ വിടുക. തന്റെ യജമാനന് വാർത്തയെത്തിക്കട്ടെ, ഈ മേനോൻ ശിരസ്താദാരാണുപോലും! ശിരസ്താദാർ....! ഇവന്റെ തലയെടുത്ത് തട്ടിക്കളിക്കാൻ തോന്നുന്നു. പക്ഷേ, നാം അതിനു തുനിയുന്നില്ല. ഇവനെ ബന്ധിച്ച് തടവിലാക്കൂ....! ചന്നബസപ്പനെ കിട്ടിയിട്ട് ഇവനെ മോചിപ്പിച്ചാൽ മതി....!"

"ഞാൻ ദൂതനായിട്ടാണ് വന്നത്. എന്നെ ഉപദ്രവിച്ചാൽ നിങ്ങൾക്ക് അതിന്റെ ശിക്ഷ ലഭിക്കും." കരുണാകരമേനോൻ പറഞ്ഞു.

"എന്ത്? ഇത്ര ധിക്കാരമോ....?" രാജാവ് ഗർജിച്ചു. "ആരവിടെ ഈ തെമ്മാടിയെ പിടിച്ചുകൊണ്ടുപോകൂ."

ഈ രംഗംകഴിഞ്ഞ് അൽപ്പനിമിഷങ്ങൾക്കകം ബോപ്പണ്ണ രാജാവിനെ മുഖം കാണിക്കാനെത്തി!

ചിക്‌വീരരാജന്റെ മുഖം ചുളിഞ്ഞു. "ഇപ്പോൾ കാണാനൊക്കില്ല പിന്നീട് വരട്ടെ" എന്നുപറയാനാണ് ആദ്യം തോന്നിയത്.

ബോപ്പണ്ണ വെളിയിൽ കാത്തുനിൽക്കുന്നത് റാണിയുടെ കണ്ണിൽപ്പെട്ടു. അവർ ഉടനെ ഭർത്താവിനെ സമീപിച്ചു.

"കാര്യം എന്തായാലെന്താ! വിളിച്ച് സംസാരിച്ചുകൂടെ...."

"ഒരു കാര്യവും അവനുണ്ടാകില്ല. മറ്റുള്ളവരെ ബുദ്ധിമുട്ടിക്കാനാണ് അവൻ നടക്കുന്നത്. ഉം.... വരട്ടെ......"

റാണി അകത്തേക്ക് പിൻവാങ്ങി. ബോപ്പണ്ണ പ്രവേശിച്ച് യാന്ത്രികമായി നമസ്കരിച്ചു.

"നമുക്ക് വല്ലാത്ത തലവേദന അനുഭവപ്പെടുന്നു. ഈ വെയിലത്തു തന്നെ എന്തിനാ വന്നത്? വേഗത്തിൽ പറഞ്ഞുതീർക്ക്."

"കമ്പനിയുടെ രണ്ട് ദൂതന്മാർ വന്നിരുന്നെന്നറിഞ്ഞു.....!"

"അവർക്ക് ശിക്ഷ ലഭിച്ചത് അറിഞ്ഞില്ലേ.....?"

"അതും അറിഞ്ഞു."

"സാരമല്ല.....!"

"എന്നെ വിളിച്ചിരുന്നെങ്കിൽ നന്നാകുമായിരുന്നു. അയാളെ തടവിലിട്ടത് ശരിയായില്ല. ഇതുമൂലം ഇംഗ്ലീഷുകാർ ക്രുദ്ധരായേക്കും."

"അവരെ സന്തോഷിപ്പിക്കുകയാണ് നമ്മുടെ കടമ എന്നർത്ഥത്തിലാണല്ലോ നിങ്ങൾ സംസാരിക്കുന്നത്."

"എന്റെ രാജ്യസ്നേഹത്തിൽ അങ്ങ് സംശയാലുവായപോലെ തോന്നുന്നു."

"അങ്ങനെയൊന്നുമില്ല. നിങ്ങളുടെ സംഭാഷണം നമ്മെ ആശ്ചര്യപ്പെടുത്തുകയാണ്."

രാജാവിനെ സേവിച്ച് തഴമ്പുപിടിച്ച ശരീരമാണിത്. ഇതിൽ കൂടുതലൊന്നും എനിക്കുണർത്തിക്കാനില്ല."

"നിങ്ങൾ വയസുകൊണ്ട് നമുക്കു മീതെയാണ്. അതുകൊണ്ടുതന്നെ നിങ്ങളെ ബഹുമാനിക്കണമെന്ന് നാമാഗ്രഹിക്കുന്നു. ആ ബഹുമാനത്തിന് നിങ്ങളെന്നും അർഹനായിരിക്കണം."

"എന്റെ കടമ ഞാൻ നിറവേറ്റുന്നുണ്ട്. ബ്രിട്ടീഷുകാരുടെ വൈരം സമ്പാദിക്കുന്നത് ഉചിതമല്ലെന്നേ എനിക്കറിയിക്കാനുള്ളൂ."

"വൈരം സമ്പാദിക്കണമെന്ന നിർബന്ധം നമുക്കുണ്ടോ? നമ്മെ നമ്മുടെ പാട്ടിന് വിടുക. നമ്മുടെമേൽ കുതിരകയറാൻ വന്നാൽ നാമത് സഹിച്ചെന്ന് വരില്ല."

"ഇതെല്ലാം ചർച്ചചെയ്ത് പരിഹരിക്കാവുന്നതല്ലേയുള്ളൂ?"

"നേരെയുള്ള ചർച്ചയോ അതോ?"

"ഇനി ഞാൻ സ്വയമായി ഇങ്ങോട്ട് വരില്ല. എന്നോട് സംസാരിക്കണമെന്നുതോന്നുമ്പോൾ വിളിക്കാനയക്കുക" ബോപ്പണ്ണ എഴുന്നേറ്റു.

"ഈ സുബുദ്ധി മുമ്പെ ഉദിച്ചിരുന്നെങ്കിൽ വേണ്ടാത്ത ഈ വാക്കുകളിൽനിന്ന് രക്ഷപ്പെടാമായിരുന്നു."

ബോപ്പണ്ണ ഇറങ്ങിപ്പോയപ്പോൾ ചിക്വീരരാജന്റെ മകൾ വാതിൽക്കൽ പ്രത്യക്ഷപ്പെട്ടു.

“അച്ഛാ ഊണ് കഴിക്കാറായില്ലേ?....” ഋതുമതിയായ അവൾ ചോദിച്ചു.

തന്റെ മുന്നിൽ ഉരുണ്ടുകൂടിയിരുന്ന കാർമേഘങ്ങളെ തട്ടിനീക്കിക്കൊണ്ട് രാജാവെഴുന്നേറ്റു.

“നടക്കൂ മകളേ.”

രാജാവ് മകളോടൊപ്പം ഭക്ഷണശാലയിൽ കടന്നു.

33

ശ്രീരംഗപട്ടണത്തിലെ രംഗനാഥക്ഷേത്രത്തിൽ മണിമുഴങ്ങിക്കൊണ്ടിരുന്നു. സന്ധ്യാവന്ദനത്തിനുള്ള സമയമാണ്.

അൽപ്പദൂരത്തുള്ള പള്ളിയിൽനിന്ന് വാങ്ക് ഉയർന്നുകേട്ടു. രാത്രി പ്രാർഥന നടത്താൻ മുസൽമാന്മാർ മുട്ടുകുത്തിയിരുന്നു.

ഇംഗ്ലീഷുകാരുടെ കൂടാരത്തിൽ പാട്ടും നൃത്തവും നടക്കുകയായിരുന്നു.

മൂന്ന് ദശകങ്ങൾക്കുമുമ്പ് വിശാലവും സുദൃഢവുമായ ഒരു രാജ്യത്തിന്റെ തലസ്ഥാനമായിരുന്നു ആ പട്ടണം. കോട്ടയും കൊത്തളങ്ങളും സ്വദേശീയർക്കനുഭവിക്കാനിടയാകരുതെന്ന് കരുതി ഇംഗ്ലീഷുകാർ മൈസൂറിനെ തങ്ങളുടെ സിരാകേന്ദ്രമാക്കിത്തീർത്തു. സേനകളുടെ താവളമായി ശ്രീരംഗപട്ടണവും ഉപയോഗപ്പെടുത്തി. ആ പട്ടണം പൂർണമായും നശിപ്പിച്ചതിനുശേഷം സേനകളെ ബാംഗ്ലൂരിലേക്ക് കൊണ്ടുപോകണമെന്നാണ് ഇംഗ്ലീഷുകാർ തീരുമാനിച്ചിരിക്കുന്നത്.

ഇരുളിലൂടെ പട്ടണത്തിലെത്തിച്ചേർന്ന് അപരംപാര സ്വാമികളും സിദ്ദലിംഗനും സമയംപാഴാക്കാതെ ചന്നബസപ്പന്റെ വാസസ്ഥലം കണ്ടുപിടിച്ചു. വീട്ടിനുമുന്നിൽ ആയുധധാരികളായ ഭടന്മാർ കാവൽനിന്നിരുന്നു.

“ശംഭോ.... ശിവശംഭോ.... മഹാദേവാ......” രണ്ടുപേരും മുറ്റത്തുനിന്ന് ഉച്ചത്തിൽ ജപിച്ചു.

“ഇത് ധർമസത്രമല്ല. അങ്ങോട്ട് പോട്.” ഭടന്മാരിലൊരാൾ പറഞ്ഞു.

“ശിവ ശിവ..... ശിവ ശിവ....! സന്യാസിമാരെ സ്വീകരിക്കുന്ന ധർമിഷ്ഠരാരും ഇവിടെ താമസിക്കുന്നില്ലെന്നോ.....?”

അകത്തുള്ള ദേവമ്മ ഇത് കേട്ടു. മാളികയിലുള്ള ചന്നബസപ്പന്റെ ചെവിയിലും ഇത് ചെന്നുപതിച്ചു. അയാൾ ഇറങ്ങിവന്നു.

“പുറത്തിറങ്ങി നോക്കിക്കൂടെ....?” ദേവമ്മാജി ചോദിച്ചു.

ചന്നബസപ്പ മുൻവശത്തെ വാതിൽക്കൽ വന്നുനിന്നു.

നരച്ച ജഡാധാരിയായ ഒരാൾ. നന്നായി ക്ഷൗരംചെയ്ത മറ്റൊരാൾ. രണ്ടുപേരും കാഷായ വസ്ത്രധാരികളാണ്.

കാവിയുടുപ്പുകണ്ട് ബസപ്പന്റെ കൈപ്പത്തികൾ അറിയാതെ തമ്മിൽ ചേർന്നുപോയി.

“അനുഗ്രഹിച്ചാലും.....”

“കുടക് രാജധാനിയിലെ മരുമകൻ ഇവിടെയുണ്ടെന്ന് കേട്ടിരുന്നു.”

"സത്യമാണ്. ഞാനാണത്....."

ജംഗമന്മാർ രണ്ടുപേരും അകത്തു കടന്നപ്പോഴേക്കും ദേവമ്മാജി കാൽക്കൽ പ്രണമിച്ചു.

"രാജപുത്രിയല്ലേ....?" അറിയാത്തമട്ടിൽ അപരംപാര ചോദിച്ചു.

"അതേ സ്വാമികളേ.... അങ്ങ് എവിടുന്നാണ്.....?"

"ഒഴുകുന്ന നദിക്ക് മെയ് നിറയെ കാലുകളാണ്. കത്തുന്ന അഗ്നിക്ക് മെയ് നീളെ നാക്കുകളാണ്. വീശുന്ന കാറ്റിന് മെയ്നിറയെ കൈകളാണ്. സഞ്ചരിക്കുന്ന ജംഗമന്മാർക്ക് ഈ പ്രപഞ്ചമെല്ലാം വീടാണ്."

"സൽക്കരിക്കാമെന്നുവച്ചാൽ ഇത് അരമനയല്ല. പാവപ്പെട്ട കുടിൽ. എങ്കിലും ജലപാനം....." ദേവമ്മാജി പറഞ്ഞു.

"വേണ്ട തായേ, ഇനിയൊരിക്കൽ മറക്കാതെ വരാം. കാവേരിയിലേക്ക് പുറപ്പെട്ടതാണ്. ഒരുനിമിഷം വിശ്രമിക്കാമെന്നു കരുതി...."

"ഞങ്ങൾ ധന്യരായി സ്വാമികളേ....." ചന്നബസപ്പ പറഞ്ഞു.

അപരംപാര സ്വാമികൾ ഒരു പീഠത്തിലുപവിഷ്ടനായി. സിദ്ദലിംഗ പിന്നിൽ നിന്നു. വിചിത്രമായ ഒരു നാടകത്തിലെ കാഴ്ചക്കാരനെപ്പോലെ അയാൾ ജിജ്ഞാസുവായി.

"അല്ലാ.... എത്ര ദിവസത്തേക്കാണ് ഈ വനവാസം?" അപരംപാര ചോദിച്ചു.

"ഞങ്ങളെപ്പറ്റി അങ്ങയ്ക്ക് അറിവുള്ളതുപോലെ തോന്നുന്നല്ലോ...."

"ത്രിലോക ജ്ഞാനികൾക്കറിയാത്തത് വല്ലതുമുണ്ടോ?"

"അങ്ങയോട് പറയാനെന്തിന് മടിക്കണം. ഈ തണുപ്പുകാലം കഴിഞ്ഞാലുടൻ ആക്രമണം തുടങ്ങും...."

അപരംപാര ഒരുനിമിഷം കണ്ണടച്ചിരുന്നു.

"സ്വാമികൾ ഞങ്ങളുടെ ജാതകം നോക്കിയാൽ നന്നായിരുന്നു." ദേവമ്മാജി പറഞ്ഞു.

"അതിന് മറ്റൊരു നല്ല ദിവസം വരാം."

"അവിടുത്തെ ഇഷ്ടം....."

"എങ്കിലും ജാതകം നോക്കാതെയും അൽപ്പകാര്യം പറയാനാകും...."

"അരുളിചെയ്താലും സ്വാമികളെ" ചന്നബസപ്പ പറഞ്ഞു.

"ഒരു പഴഞ്ചൊല്ലുണ്ട് 'സജ്ജനങ്ങൾക്ക് പകയുണ്ടാവില്ല......' അതേപോലെ മറ്റൊരു ചൊല്ലുകൂടിയുണ്ട്. 'അകത്തൊന്നു പുറത്തൊന്ന്......"

ചന്നബസപ്പ സ്വാമികളെ നോക്കി. സ്വാമികൾ അതു ശ്രദ്ധിച്ചിട്ടെന്നോണം തുടർന്നു:

"ഇംഗ്ലീഷുകാർ ചിരിച്ചുകൊണ്ടിരിക്കയാണ്, അല്ലേ....?"

"അതേ സ്വാമികളേ. പക്ഷേ, ഞങ്ങളനാഥരാണ്. എന്തു ചെയ്യാനാകും..."

"ചാണകവിഗ്രഹത്തിനു ചമ്പകപ്പൂമാല ചാർത്തിയാൽ ഒരലങ്കാരമാകുമെന്നല്ലാതെ ആ ചാണകഗന്ധം മാറിക്കിട്ടുമോ....? നിങ്ങൾ ഇംഗ്ലീഷു

കാരെ വിശ്വസിക്കുന്നു. എന്നാൽ അവർ തങ്ങളുടെ കുബുദ്ധി ഉപേക്ഷിക്കുമോ.....?"

"അവർ വാക്കുതെറ്റി നടക്കുമെന്ന് തോന്നുന്നില്ല."

"ഹ..... ഹ....! മഴവെള്ളത്തിലല്ലാതെ മഞ്ഞിൽ കൈ കഴുകാനാകില്ലല്ലോ....?"

ചന്നബസപ്പന്റെ മുഖം ചുളിഞ്ഞു. ഇതൊരു നല്ല സ്വാമിയാണല്ലോ...?

"അവിടെയാണെങ്കിൽ മരണപ്പെട്ടേക്കും. ജീവിക്കാമെന്നു കരുതിയാണ് ഇങ്ങോട്ടുവന്നത്" ചന്നബസപ്പ പറഞ്ഞു.

ചന്നബസപ്പന്റെ വാക്കുകൾ അപരംപാരന്റെ ഹൃദയത്തിൽ തറച്ചു കയറി. ആയിരം തേളുകൾ ഒന്നിച്ചു കടിച്ചാലുണ്ടാകുന്ന വേദന അയാൾക്കനുഭവപ്പെട്ടു. നിയന്ത്രണം കൈവരുത്താൻ അദ്ദേഹത്തിന് വളരെ പാടുപെടേണ്ടി വന്നു.

"വീട്ടുകലഹമാണ്. ഉള്ളിൽത്തന്നെ ഒതുക്കിത്തീർക്കണമായിരുന്നു...."

"ഇതെല്ലാം പ്രാപഞ്ചികന്മാർക്കുള്ളതല്ലേ." അങ്ങയെപ്പോലുള്ള വിരക്തരെന്തിനാ ഇതെല്ലാം ചിന്തിക്കുന്നത്?" ചന്നബസപ്പ അൽപ്പം നീരസത്തോടെ ചോദിച്ചു.

"കോപിക്കേണ്ട ചന്നബസപ്പ! ഉള്ളതുപറഞ്ഞാൽ ഉറിയും ചിരിക്കുമെന്നല്ലേ....? സത്യം എപ്പോഴും കൈയ്ക്കുന്നതാണ്. അസത്യം മാത്രമേ മധുരിക്കൂ." അപരംപാര തുടർന്നു: "രാജ്യം നശിക്കുന്നതിലുള്ള സങ്കടംകൊണ്ട് ഇത്രയും പറഞ്ഞെന്നേയുള്ളൂ. എല്ലാം മറന്നേക്കൂ. നാം പുറപ്പെടുകയാണ്."

സ്വാമികൾ എഴുന്നേറ്റത് കണ്ട് ദേവമ്മാജിക്ക് വല്ലായ്മ തോന്നി.

"വല്ലതും കഴിക്കാൻ?"

"ഇപ്പോഴൊന്നും വേണ്ട."

"സ്വാമികൾ ഇനിയും വരുമെന്നല്ലേ പറഞ്ഞത്." ചന്നബസപ്പ ഭാര്യയെ സമാധാനിപ്പിച്ചു.

മുറ്റത്തിറങ്ങിയ സ്വാമികളോട് ചന്നബസപ്പ വീണ്ടും ചോദിച്ചു:

"സ്വാമികളുടെ പേരറിയില്ല."

"നമ്മുടെ പേരോ. നാം അപരംപാരനാണ്. അപരംപാര."

സ്വാമികളെ യാത്രയയച്ച് തൂക്കുകട്ടിലിൽ വന്നിരുന്ന ചന്നബസപ്പന്റെ ചിന്ത പലവഴിക്കും പാഞ്ഞുനടന്നു. അപരംപാര സ്വാമികൾ. ഈ പേര് എവിടെയോ കേട്ടിട്ടുണ്ടല്ലോ. വീരപ്പാജിയാണോ ഇയാൾ....? സംശയങ്ങൾ മുളച്ചുപൊന്തിക്കൊണ്ടിരുന്നു.

"സ്വാമികൾ പറഞ്ഞതുകേട്ട് വിഷമമുണ്ടായോ?" അടുത്തുവന്നിരുന്ന ദേവമ്മാജി ചോദിച്ചു.

"ഇയാൾ കപടസന്യാസിയാണെന്ന് തോന്നുന്നു."

"അയ്യോ അങ്ങനൊന്നും പറയല്ലേ."

"നീ മിണ്ടാതിരിക്ക്."

ദേവമ്മാജി പിന്നീടൊന്നും പറഞ്ഞില്ല.

ആ രാത്രി വളരെ കഴിഞ്ഞിട്ടും ചന്നബസപ്പന് ഉറക്കംവന്നില്ല.

ഈ സ്വാമികൾ വീരപ്പാജിയാണെങ്കിലും രാജാവിന്റെ സ്നേഹിതനായിട്ടാണല്ലോ പെരുമാറിയത്. തണുപ്പുകാലം കഴിഞ്ഞാലുടൻ ആക്രമണം നടക്കുമെന്ന് താൻ പറയേണ്ടിയിരുന്നില്ല.

നടക്കുന്നതിനിടയിൽ അപരംപാര സ്വാമികൾ സിദ്ദലിംഗനെ വിളിച്ചു:

"എന്താ സ്വാമികളേ."

"നാമിപ്പോൾ പോകുന്നത് കാവേരിതീരത്തേക്കല്ല? ഇവിടുന്ന് രക്ഷപ്പെടണം."

"ഉം...."

"ആക്രമണത്തെപ്പറ്റി അവൻ സൂചിപ്പിച്ചുവല്ലോ."

"ഉം. മടിക്കേരിയിൽ ഈ വാർത്തയെത്തിക്കണോ."

"അതേ, നിങ്ങളിപ്പോൾത്തന്നെ പുറപ്പെടണം. പിന്നീട് കണ്ടുമുട്ടാം."

ചന്നബസപ്പ പ്രഭാതത്തിലെഴുന്നേറ്റ് കാവേരിതീരത്തേക്ക് നടന്നു. രണ്ടു ജംഗമന്മാർ വല്ല സ്ഥലത്തും കിടന്നുറങ്ങിയിട്ടുണ്ടോയെന്നന്വേഷിപ്പിച്ചു. വിവരമൊന്നും കിട്ടാതായപ്പോൾ 'കൈവിട്ടുപോയി' എന്ന് സ്വയം പറഞ്ഞു. ഉടനെ റസിഡന്റിനെ കാണണം. കാര്യം ധരിപ്പിക്കണം. സേനകളെ ചുറ്റുപാടുമയച്ച് അന്വേഷിപ്പിക്കണം. 'ഇന്നലെ രാത്രിതന്നെ എന്തുകൊണ്ടറിയിച്ചില്ല..... നീ നന്ദികെട്ടവനാണ്....! എന്നും മറ്റും ഒരുപക്ഷേ ചീത്ത പറഞ്ഞേക്കാം? അയാൾ അറിയാതെ ഒന്നുനടുങ്ങി! കൂടുതലാലോചിക്കാതെ വന്നവഴി തിരിഞ്ഞുനടന്നു.

ഭർത്താവിനെ കാണാതെ വിഷമിച്ചുനിൽക്കയായിരുന്ന ദേവമ്മാജി ചോദിച്ചു: "സ്വാമികളെ കൂട്ടിക്കൊണ്ടുവരാൻ പോയതാണോ?"

"ഉം. കിട്ടിയില്ല."

34

കരുണാകരമേനോൻ ബന്ധനസ്ഥനാക്കപ്പെട്ടതിനുശേഷം ബോപ്പണ്ണ രഹസ്യകാര്യങ്ങളിൽ കൂടുതൽ വ്യാപൃതനായി. തന്റെ വിശ്വാസത്തിനുപാത്രമായിത്തീർന്ന തക്കന്മാരുടെയടുക്കലേക്ക് വിശ്വസ്ത ചാരന്മാരെ അയച്ചു. രാജധാനിയിലെ പ്രമുഖരായ രണ്ട് വർത്തകപ്രമാണികളെ തന്റെ വശത്താക്കിത്തീർത്തു. തരംകിട്ടുമ്പോഴൊക്കെ രാജാവിനെതിരായുള്ള ആക്ഷേപങ്ങൾ ഉയർത്തിവിട്ടു.

ദിവാൻ പൊന്നപ്പന്റെ പൂർണമായ പിന്തുണയും ബോപ്പണ്ണനുണ്ടായിരുന്നു. ലക്ഷ്മീനാരായണ മാത്രമേ വൈമനസ്യം പ്രകടിപ്പിച്ചിരുന്നുള്ളൂ.

യുദ്ധസന്നാഹത്തോടെ ബ്രിട്ടീഷ്സേന വന്നെത്തിയാൽ പ്രത്യാക്രമണം മന്ദീഭവിപ്പിച്ച് കീഴടങ്ങാനുള്ള വഴിയൊരുക്കേണ്ടത് ബോപ്പണ്ണന്റെ ചുമതലയായിത്തീർന്നു.

ശ്രീരംഗപട്ടണത്തുനിന്ന് പുറപ്പെട്ട് സിദ്ദലിംഗ അൽപ്പദൂരം നടന്നു.

തന്റെ യാത്ര വായുവേഗത്തിലോ ശരവേഗത്തിലോ ആകുന്നില്ലെന്ന് സിദ്ദ ലിംഗ വിഷമിച്ചു. അതിനിടയിൽ പട്ടണത്തിലേക്ക് പോവുകയായിരുന്ന ഒരു കാളവണ്ടി കിട്ടി. കുറേദൂരം അതിൽ യാത്രചെയ്തു. ഹൊസങ്ങളി യിലേക്കുള്ള വഴിയെത്തിയപ്പോൾ വണ്ടിയിൽ നിന്നിറങ്ങി.

കാളവണ്ടിയിലിരുന്നപ്പോഴാണ് മല്ലപ്പണ്ണനെ കാണണമെന്ന വിചാരം സിദ്ദലിംഗനുണ്ടായത്. മല്ലപ്പണ്ണനെ കൂടെ കൂട്ടിയാൽ മടിക്കേരിയിലെ ജോലി സുഗമമായിത്തീരും.

രണ്ടുപേരും പരസ്പരം കണ്ടിട്ട് പതിമൂന്നുവർഷം കഴിഞ്ഞിരിക്കു ന്നു. എങ്കിലും സിദ്ദലിംഗനെ കണ്ട ഉടൻ മല്ലപ്പണ്ണ തിരിച്ചറിഞ്ഞു.

"സ്വാമികൾക്ക് ഒരു മാറ്റവും വന്നിട്ടില്ല."

"എനിക്കെന്താ പ്രായം അത്രയ്ക്കായോ മാറിപ്പോവാൻ."

"വിശ്രമിച്ചാലും."

"വിശ്രമമോ ഈ ജീവിതത്തിൽ അതെവിടെയാണുള്ളത്....." കുട്ടിയാ യിരിക്കുമ്പോൾതന്നെ അതിന് വിരാമമിട്ടതാണ്. പാദപൂജയോ സൽക്കാരമോ ഒന്നും വേണ്ട. ഉടനെ പുറപ്പെടണം. എന്നോടൊപ്പം നിങ്ങളും മടിക്കേരി യിലേക്ക് വരണം. എന്തിന്? എന്ത്? എന്നെല്ലാം വഴിയിൽവെച്ച് പറയാം."

നടക്കുന്നതിനിടയിൽ മല്ലപ്പണ്ണ ചോദിച്ചു:

"നമ്മുടെ വീരപ്പാജിയെ അതിനുശേഷം കണ്ടിട്ടുണ്ടോ?"

"ശ്.... അപരംപാര സ്വാമികളെന്നുപറ."

"അപ്പോൾ രാജപുത്രൻ ജംഗമനായെന്ന് പറയുന്നത് ശരിയായി. എല്ലാവരും പറയുന്നുണ്ട്."

"അദ്ദേഹം ജംഗമനായിട്ടും രാജപുത്രനാണ്. അദ്ദേഹത്തിന്റെ സഹ വാസദോഷംമൂലമാണ് ഞാൻ ഇന്ന് ഇവിടെയെത്തിയത്. ഞാൻ അര മനയിലേക്ക് പോകുന്നത് ശിവകഥ പറയാനല്ല. രാജ്യകാര്യത്തിനാണ്...."

മല്ലപ്പണ്ണ സന്തോഷിച്ചു. എങ്കിലും സംശയം.

"സുഖത്തിൽത്തന്നെയുണ്ട്.... അല്ലേ....?"

"ഉം.... രാജധാനിയിൽ ഒരു വാർത്തയെത്തിക്കാൻ എന്നെ പറഞ്ഞയ ച്ചിരിക്കയാണ്."

"അങ്ങനെയോ? അപരംപാരസ്വാമികൾ ഒരുതവണ അരമനയിൽ വന്നിരുന്നല്ലൊ....? ദേഷ്യം പിടിച്ചിറങ്ങിപ്പോയെന്നാണ് കേട്ടത്."

"എന്ത് ദേഷ്യം! കാമക്രോധാദികളെ ജയിച്ച പുരുഷശ്രേഷ്ഠന് ദേഷ്യ മോ."

അപരംപാര പറഞ്ഞയച്ചതെന്താണെന്ന് മല്ലപ്പണ്ണതന്നെ ചോദിക്ക ട്ടെന്നുവച്ച് സിദ്ദലിംഗ അൽപ്പസമയം ചെലവഴിച്ചു. അയാൾ നിരാശനായ തേയുള്ളൂ. ഒടുവിൽ സിദ്ദലിംഗതന്നെ സംഗതി വെളിപ്പെടുത്തി.

"ഇംഗ്ലീഷുകാർ ആക്രമണത്തിന് കോപ്പുകൂട്ടുകയാണ്. ഇത് രാജ സന്നിധിയിലെത്തിക്കണം."

"അപ്പോൾ യുദ്ധം ഉറച്ച മട്ടാണല്ലൊ? ഇന്നോ നാളെയോ കുടകരെ യെല്ലാം വിളിച്ചുചേർക്കാൻ മതി."

"യുദ്ധമെന്ന് കേട്ടപ്പോഴേക്കും കൈകൾ തരിക്കുവാൻ തുടങ്ങിയോ....?"

"രാജാവിന്റെ ഭക്ഷണമാണ് ഭുജിക്കുന്നത്. രാജസേവയ്ക്കുള്ള സന്ദർഭം വന്നാൽ സസന്തോഷം സ്വീകരിക്കും."

രണ്ടുപേരും ശങ്കരപ്പനെ ചെന്നുകണ്ടു. അപരംപാരന്റെ ദൂതനാണെന്നറിഞ്ഞപ്പോൾ ശങ്കരപ്പ ആദ്യമൊന്നു നടുങ്ങി. ഉടനെ ബസവനെ വിവരമറിയിച്ചു. നിമിഷങ്ങൾക്കകംതന്നെ ചിക്‌വീരരാജന്റെ മുന്നിലേക്ക് സിദ്ദലിംഗ നയിക്കപ്പെട്ടു.

"രാജാവ് ജയിക്കട്ടെ....! വൈരി സമൂഹം നശിക്കട്ടെ...." സിദ്ദലിംഗ പറഞ്ഞു.

"ശ്രീരംഗപട്ടണത്തുനിന്ന് വരികയാണെന്ന് തോന്നുന്നു." സിദ്ദലിംഗന്റെ പരവശമായ ശരീരവും പൊടിനിറഞ്ഞ വസ്ത്രവും നോക്കിക്കൊണ്ട് രാജാവ് സംശയം പ്രകടിപ്പിച്ചു.

"അതേ മഹാരാജൻ. അപരംപാരസ്വാമികളുടെ കൽപ്പനയും കൊണ്ടാണ് വന്നിരിക്കുന്നത്."

രാജാവ് ആശ്ചര്യപ്പെട്ടു. മൂന്നുവർഷംമുമ്പ് അപ്രതീക്ഷിതമായി വരികയും പോകയും ചെയ്ത അപരംപാര സ്വാമികൾ പിന്നീട് പ്രത്യക്ഷപ്പെടുമെന്ന് കരുതിയിരുന്നില്ല.

"ഈ തണുപ്പുകാലം കഴിഞ്ഞാലുടൻ ബ്രിട്ടീഷ്സേന പ്രയാണം തുടങ്ങും."

"ഇത് സ്വാമികളെങ്ങനെ മനസിലാക്കി."

"അതുപറയാൻ ഞാൻ ആജ്ഞപ്തനല്ല."

"നല്ലത്. ഈ രാജ്യത്തിന്റെ നന്മയാണല്ലോ സ്വാമികൾ ചിന്തിക്കുന്നത്. നാം ധന്യരായി."

സിദ്ദലിംഗ അന്നുരാത്രി ശങ്കരപ്പന്റെ ഗൃഹത്തിൽ തങ്ങി.

വീരപ്പാജിയാണ് അപരംപാരസ്വാമികളെന്ന് സ്പഷ്ടമായപ്പോൾ ശങ്കരപ്പയ്ക്കുണ്ടായ ആനന്ദത്തിന് അതിരുണ്ടായിരുന്നില്ല.

"ചൂടുവെള്ളംകൊണ്ടുവാ. അതുകൊണ്ടു പാദപൂജ ചെയ്താൽ ഈ ശിവന് സന്തോഷമാകും."

ആ സേവനം ശങ്കരപ്പ സന്തോഷത്തോടെ ചെയ്തുകൊടുത്തു.

ഏതോ സന്യാസി മൈസൂരിൽനിന്ന് വന്നിട്ടുണ്ടെന്ന വിവരം ബോപ്പണ്ണന്റെ ചെവിയിലെത്തി. എന്നാൽ അയാൾ ചാരനല്ലെന്നും യഥാർഥത്തിലുള്ള ജംഗമനാണെന്നും അയാൾ അറിഞ്ഞു. എങ്കിലും അയാൾ തന്റെ സേവകരോട് ആജ്ഞാപിച്ചു:

"ആ ജംഗമൻ എവിടെയായാലും ശരി, ആരുമറിയാതെ പിടിച്ചുകൊണ്ടുവാ."

എന്നാൽ ബോപ്പണ്ണന്റെ ചാരന്മാർക്ക് സിദ്ദലിംഗനെ കണ്ടെത്താൻ കഴിഞ്ഞില്ല.

35

കാസ്സാമേജർ ചിക്‌വീരരാജന് അന്ത്യശാസനം നൽകി. ഒരാഴ്ചയ്ക്കകം കരുണാകരമേനോനെ വിട്ടയക്കണം. ഇല്ലെങ്കിൽ ഫലം അനുഭവിക്കേണ്ടിവരും.

ചിക്‌വീരരാജ ആ കൽപ്പന നിസ്സാരമാക്കി തള്ളിക്കളഞ്ഞു. മറുപടി അയക്കാൻപോലും അയാൾ തുനിഞ്ഞില്ല.

1834 മാർച്ച് 15-ാം തീയതി മദ്രാസ് ഗവർണർ ഒരു ഓർഡിനൻസ് പുറപ്പെടുവിച്ചു.

"ചിക്‌വീരരാജ തന്റെ ദുർഭരണംവഴി കമ്പനിയുമായി ദീർഘകാലമായി നിലനിന്നുപോന്ന മൈത്രീബന്ധം ദുർബലമാക്കിയിരിക്കയാണ്. ബ്രിട്ടീഷ് സൈന്യത്തിന് ഇത് നോക്കിനിൽക്കാനാകില്ല. കുടകിനെ ചിക്‌വീരരാജന്റെ കിരാതവാഴ്ചയിൽനിന്ന് മോചിപ്പിക്കുവാൻ ബ്രിട്ടീഷുകാർ തീരുമാനിച്ചിരിക്കുന്നു. ഈ സമരത്തിൽ ബ്രിട്ടീഷ്സേനയെ സഹായിക്കുന്ന സമാധാന കാംക്ഷികളായ കുടക് ജനതയെയും അവരുടെ സ്വത്തിനെയും സംരക്ഷിക്കാനുള്ള ചുമതല ബ്രിട്ടീഷ് കമ്പനിക്കുണ്ടായിരിക്കുന്നതാണ്. രാജാവിന്റെ പക്ഷത്തു ചേരുന്നവരെ നമ്മുടെ കഠിന ശത്രുക്കളായി കണക്കാക്കുന്നതും ദയാദാക്ഷിണ്യമില്ലാതെ അവരോട് പെരുമാറുന്നതും ആകുന്നു. ചിത്രദുർഗ്, റായദുർഗ്, മൈസൂർ, ബല്ലാരി, മലബാർ, കർണാടകജില്ല കൂടാതെ കുടകിന് ചുറ്റുമുള്ള ചില പ്രദേശങ്ങൾ ഇവിടെയെല്ലാം നമ്മുടെ പ്രജാബന്ധുക്കളിൽ ചിലർ ആ രാജാവിന്റെ സേവാവൃത്തിയിൽ മുഴുകി കഴിയുന്നുണ്ടെന്ന് നാം മനസിലാക്കുന്നു. അവർ മനസിലാക്കുന്നതിനും അതുവഴി അവരുടെ ജീവനും സ്വത്തും സംരക്ഷിക്കപ്പെടുന്നതിനും വേണ്ടിയാണ് ഈ വിജ്ഞാപനം പുറപ്പെടുവിക്കുന്നത്."

ഇതിനുള്ള മറുപടി ചിക്‌വീരരാജ നാടുനീളെ വിളംബരം ചെയ്തു:

"ബ്രിട്ടീഷുകാർ ഒരു വിജ്ഞാപനം പുറപ്പെടുവിച്ചതായി ഹാലേരി സംസ്ഥാനത്തിലെ മഹാരാജാവായ നാം മനസിലാക്കുന്നു. അവർ മഹാദേവനെ വിസ്മരിച്ച് ദുരഹങ്കാരം മൂലമാണ് ഈ വിജ്ഞാപനം ഹാലേരി നിവാസികളുടെ ശ്രദ്ധയിൽപ്പെടുത്തിയിരിക്കുന്നതെന്നാണ് നമ്മുടെ വിശ്വാസം. ദുഷ്ടരായ പരദേശികളുടെ ആ വിളംബരം മഹേശ്വരന്റെ കിങ്കരന്മാരായ നാം കാണുകയോ കേൾക്കുകയോ ചെയ്യാൻ പാടില്ല. അത് എഴുതിയെടുക്കുകയോ പ്രചരിപ്പിക്കുകയോ ചെയ്യുന്നവരെ നാം വധശിക്ഷയ്ക്ക് വിധേയരാക്കും. സംശയമില്ല."

കാഫിറായ പറങ്കികൾ ഭാരതത്തെ നശിപ്പിക്കാൻ പുറപ്പെട്ടിരിക്കയാണ്. അവരുടെ മരണം അടുത്തിരിക്കയാണ്. ദൈവം നമ്മുടെ പക്ഷത്തുണ്ട്. ഒരു ദിവ്യൗഷധത്തിനും അവരെ നാശത്തിൽനിന്ന് രക്ഷപ്പെടുത്താനാകില്ല....."

"ഇംഗ്ലീഷുകാരുടെ കുതന്ത്രം പ്രഖ്യാതമാണ്. ആദ്യമായി അവർ മുന്നണിയിലേക്കയക്കുന്നത് ഇന്ത്യക്കാരായ കറുത്തവരെയാണ്. യുദ്ധ

ത്തിൽ ആദ്യം ഈ കറുത്തവർതന്നെ കൊല്ലപ്പെടണമെന്നത് അവരുടെ നിശ്ചയമാണ്. ആ ദുഷ്ടരോട് ആയുധമെടുത്തു പോരാടാൻ നാം ദൃഢ പ്രതിജ്ഞയെടുത്തിരിക്കയാണ്. എല്ലാ കുടകരും നമ്മുടെ പിന്നിൽ അണി നിരക്കേണ്ടതാണ്. തടസം നിൽക്കുന്നവർ ദേശദ്രോഹികളായിത്തീരും. മാത്രമല്ല ഇംഗ്ലീഷുകാരുടെ കൈയാൽ അവർ നശിപ്പിക്കപ്പെടുമെന്നുള്ള വസ്തുതകൂടി ഇവിടെ വ്യക്തമാക്കട്ടെ. ഇംഗ്ലീഷുകാർ പ്രലോഭനങ്ങൾ കാണിക്കുകയാണ്. ഒന്നിനുപകരം പത്തുതരുമെന്ന് വിളിച്ചുപറയുക യാണ്. എന്നാൽ കാര്യം നേടിക്കഴിഞ്ഞാൽ പുറംകാൽകൊണ്ട് തട്ടിക്കള യാനും അവർ മടിക്കുന്നവരല്ല. അതുകൊണ്ട് അവരുടെ പ്രലോഭനങ്ങ ളിൽ ആരും കുടുങ്ങാതിരിക്കുക. സത്യമേവ ജയതേ....! സത്യം മാത്രമേ വിജയിക്കുകയുള്ളൂ. അന്യായം വിജയിക്കുകയില്ല. മഹാദേവൻ അനു ഗ്രഹിക്കുന്നവിധം സ്വാതന്ത്ര്യസംരക്ഷണത്തിനായി നാമെല്ലാം പോരാ ടണം.”

36

ബോപ്പണ്ണ കാണാൻ വന്നെന്നറിഞ്ഞപ്പോൾ ചിക്‌വീരരാജ ആശ്ച ര്യപ്പെട്ടു.

“വിളിക്കാതെ വരികയില്ലെന്ന് പറഞ്ഞിരുന്നല്ലൊ....”

“മഹാരാജാവ് പഴയതെല്ലാം മറക്കണം. ഏതോ ഒരുനിമിഷത്തിൽ അങ്ങനെ തോന്നിയെന്നേയുള്ളൂ. രാജ്യം ആപത്തിലകപ്പെട്ടിട്ടും കൈയും കെട്ടി ഇരിക്കാനാകുമോ....? പട്ടാഭിഷേകസമയത്ത് ഓർമിപ്പിച്ച ഒരു ചൊല്ലു ണ്ട്, ആണുങ്ങൾ പൊരുതി മരിക്കണം.” ബോപ്പണ്ണ വിനയത്തോടെ പറ ഞ്ഞുതീർത്തു.

ബോപ്പണ്ണ ഒരു പുതിയ മനുഷ്യനായതുപോലെ തോന്നിച്ചു.

തന്റെ ബാഹുബലത്തിലും കുടക് സേനയുടെ കർത്തവ്യനിഷ്ഠ യിലും അചഞ്ചലമായ വിശ്വാസം പുലർത്തിയിരുന്ന ചിക്‌വീരരാജ ബോപ്പണ്ണനുണ്ടായ മനംമാറ്റത്തിന്റെ കാരണം ആരായാനോ ചിന്തി ക്കാനോ മിനക്കെട്ടില്ല. ആപത്ത് വരുമ്പോൾ പൂർവവിരോധം വിസ്മരിച്ച് ജനത ഒറ്റക്കെട്ടായി നിൽക്കുന്നത് സ്വാഭാവികമാണ്. ബോപ്പണ്ണന്റെ മാറ്റ ത്തിൽ രാജാവ് ഉള്ളാലെ സന്തോഷിച്ചു.

“നിങ്ങളുടെ അഭിപ്രായം വീരോചിതമായിരിക്കുന്നു. നാം മുമ്പു തന്നെ മുന്നറിയിപ്പുതന്നിട്ടുള്ളതാണ്. നിങ്ങൾ നമ്മെ കുറ്റക്കാരനായി കണക്കാക്കുകയായിരുന്നു. ഇംഗ്ലീഷുകാരോട് സംയമനം സാധ്യമല്ലെന്ന് ഇപ്പോഴെങ്കിലും ബോധ്യമായല്ലൊ.” രാജാവ് പറഞ്ഞു.

“എന്റെ എല്ലാ ഊഹങ്ങളും അബദ്ധങ്ങളായിരുന്നു.”

“കരുണാകരമേനോൻ രഹസ്യചാരനായാണ് വന്നത്. അവനെ ബന്ധിച്ചിരുന്നില്ലെങ്കിൽ എത്രയോ സംഗതികൾ ശത്രുവിന് മനസിലാ കുമായിരുന്നു.”

"സത്യമാണ്."

"പഴയതെല്ലാം മറക്കുക. ഇനി എന്തൊക്കെയാണ് വേണ്ടത്? നിങ്ങളുടെ അഭിപ്രായം പറയണം."

"ധാന്യങ്ങൾ ഉടനെ സ്വരൂപിക്കണം. എല്ലാ കുടകരോടും ഒരുങ്ങിവരാൻ കൽപ്പിക്കണം. എല്ലാ തക്കന്മാരെയും നാട്ടുപ്രഭുക്കളെയും വിവരമറിയിക്കണം."

"അതെല്ലാം ഇപ്പോൾതന്നെ ചെയ്തുകഴിഞ്ഞു."

"അതിർത്തികാവൽ ഭദ്രമാക്കണം."

"അതിന് നമ്മുടെ സേനാപതികളുണ്ട്. ചെട്ടിയും കർത്തുവും അമരസുള്ള്യ പ്രവിശ്യയിൽ കാവൽ നിൽക്കുന്നുണ്ട്. പെരിയാപട്ടണത്തിന്റെ അതിർത്തിയിൽ ഉത്തയ്യയുമുണ്ട്. അയ്യണ്ണനും കലിംഗയ്യയും മറ്റു രണ്ടതിർത്തികളിൽ സൂക്ഷ്മതയോടെ കാവലിരിക്കയാണ്. ശനിയാഴ്ചച്ചന്ത അതിർത്തിയിൽ മാദണ്ട അപ്പച്ചുവും ഉണ്ട്. നിങ്ങളുടെ അഭിപ്രായമെന്താണ്. ഇവർ മതിയാകയില്ലെ....?"

ബോപ്പണ്ണ രാജാവിന്റെ ഓരോ വാക്കും ശ്രദ്ധിച്ചുകേട്ടു. അമരസുള്ള്യ അത്ര പ്രധാനപ്പെട്ട അതിർത്തിയല്ല. ബാക്കിയുള്ളതിൽ അയ്യണ്ണ മാത്രമാണ് തന്നെ അനുസരിക്കാതിരിക്കുക. അപ്പച്ചുവും കലിംഗയ്യനും ഉത്തയ്യയും സ്വന്തം ആൾക്കാരാണ്. തന്റെ ചലനങ്ങൾക്കനുസരിച്ചുമാത്രമേ അവർ നീങ്ങുകയുള്ളൂ.

ബോപ്പണ്ണന്റെ മുഖം പ്രസാദിച്ചു.

"ഏതു മഹാരാജാവിനും ഇതിനെക്കാൾ യുക്തമായ സന്നാഹങ്ങൾ ഏർപ്പെടുത്താൻ കഴിയില്ല."

ബോപ്പണ്ണന്റെ സൂക്ഷ്മമായ അഭിപ്രായപ്രകടനം ചിക്‌വീരരാജനെ വശീകരിച്ചു.

"അബ്ബാസ് അലി ആയുധ സാമഗ്രികളുടെ മേൽനോട്ടം വഹിക്കും. ബസവനായിരിക്കും സർവസൈന്യാധിപൻ."

"എന്നെ മറന്നതുപോലെ തോന്നുന്നു."

"നിങ്ങൾ നമ്മുടെ ഉപദേഷ്ടാവായി ഇവിടെത്തന്നെയുണ്ടാകണം. ലക്ഷ്മീനാരായണയും യുദ്ധപ്രേമിയല്ല. സന്ദർഭം വന്നാൽ നാമെല്ലാം രണക്ഷേത്രത്തിലിറങ്ങണം."

"ബോപ്പ് ദിവാൻ പൊരുതി മരിച്ചെന്ന് ജനങ്ങളെക്കൊണ്ട് പറയിക്കും."

"പൊരുതി മരിക്കലല്ല. പൊരുതി ജയിക്കയാണ് പ്രധാനം ബോപ്പണ്ണരേ."

"ആ കാര്യത്തിൽ മഹാരാജാവ് സംശയിക്കണ്ട."

ഇനിയെന്താണ് പറയേണ്ടതെന്നറിയാതെ ബോപ്പണ്ണ വിഷമിച്ചിരുന്നു.

"അമംഗളകാര്യങ്ങൾ പറയേണ്ടെന്ന് കരുതിയാണോ മൗനം പാലിക്കുന്നത്? ഒരുപക്ഷേ നാം പരാജയപ്പെട്ടെന്ന് വന്നേക്കും. അതോർത്ത് വിഷമിക്കേണ്ടതില്ല. നമ്മുടെ വലിയച്ഛന്റെ കാലത്തും അങ്ങനെ നടന്നിരു

ന്നല്ലോ? ഹൈദരും ടിപ്പുവും മടിക്കേരി പിടിച്ചടക്കിയ ശേഷവും നാല് നാട്ടരമനയിലിരുന്നുകൊണ്ട് അവർ പോരാട്ടം തുടർന്നില്ലേ? രാജ്യം ഭരിച്ചില്ലേ?"

"ഞാനും ഇതുന്നെ ഉണർത്തിക്കണമെന്ന് വിചാരിച്ചതായിരുന്നു. മഹാറാണിയെയും രാജകുമാരിയെയും കുറച്ച് കാലത്തേക്ക് നാല് നാട്ടരമനയിലേക്ക് അയക്കുന്നത് നല്ലതാണെന്നാണ് എന്റെ അഭിപ്രായം."

"നമുക്കും അത് തോന്നായ്കയല്ല. ഉടനെ അപ്രകാരം ചെയ്യാം."

ബോപ്പണ്ണ പോകാനൊരുങ്ങി.

"ദിവസേന കാലത്തുവന്ന് കാര്യങ്ങൾ ചർച്ചചെയ്ത് പോകണം ദിവാനരെ...." രാജാവ് പറഞ്ഞു.

"കൽപ്പനപോലെ...."

"രാജ്യകാര്യങ്ങൾക്കായി ചിലപ്പോൾ അർധരാത്രിയാണെങ്കിലും നാം വിളിച്ചുണർത്തി വിഷമിപ്പിച്ചേക്കും."

"മഹാരാജാവ് പരിഹസിക്കയാണെന്ന് തോന്നുന്നു."

രാജാവ് ചിരിച്ചു. എഴുന്നേറ്റ് ബോപ്പണ്ണന്റെ അടുത്തുചെന്ന് കൈപിടിച്ചുകുലുക്കിക്കൊണ്ട് പറഞ്ഞു:

"പോയിവാ ബോപ്പണ്ണരേ...."

37

സുസജ്ജിതരായ ആറായിരം ഭടന്മാർ കുടകിനെ വിഴുങ്ങാനെത്തിച്ചേർന്നു. അഞ്ചുദിശകളിൽനിന്നായി അവർ രാജ്യത്തെ ആക്രമിച്ചു. കേണൽ ലിന്റ്സെയായിരുന്നു സർവസൈന്യാധിപൻ. കുടക് കാര്യങ്ങൾ നോക്കി നടത്തിക്കുന്നതിന് ഗവർണർ ജനറൽ നിയമിച്ച കേണൽ ഫ്രേസർ ലിന്റ്സെയെ സഹായിക്കാനെത്തിച്ചേർന്നു.

വീരയോദ്ധാക്കൾ കുടകിൽ കുറവായിരുന്നില്ല. പക്ഷേ, പ്രധാനപ്പെട്ട മറ്റൊരു കാര്യമുണ്ടായിരുന്നില്ല, ഐക്യം.....!

ജനങ്ങളെ ഒന്നിച്ചണിനിരത്തി ബ്രിട്ടീഷുകാരെ തോൽപ്പിക്കാമെന്ന് ചിക്‌വീരരാജ കണക്കുകൂട്ടി. എന്നാൽ ബോപ്പണ്ണന്റെയും പൊന്നപ്പയുടെയും ചതിപ്രയോഗംമൂലം രാജ്യത്തിന്റെ രക്ഷാകവാടം ശിഥിലമായിപ്പോയി.

ബോപ്പണ്ണ ആത്മവിശ്വാസത്തോടെ ബ്രിട്ടീഷ് സൈന്യാധിപന് സന്ദേശമയച്ചു:

"മുന്നോട്ട് നീങ്ങുക, ഞങ്ങൾ യുദ്ധം ചെയ്യുകയില്ല. കീഴടങ്ങും...."

ലിന്റ്സെയുടെ കീഴിലുള്ള കിഴക്കൻപട ഏപ്രിൽ 7ന് ബെട്ടദപുരത്തുനിന്നും പുറപ്പെട്ട് സുലകോത്തിയിലെത്തിച്ചേർന്നു. അവർ സമയം കളയാതെ കാവേരിതീരത്തെത്തി. എന്നാൽ മറുകരയിൽ ആപത്ത് ഒളിഞ്ഞിരിക്കുന്നുണ്ടായിരുന്നു. അയ്യണ്ണന്റെ നേതൃത്വത്തിലുള്ള കുടക് സേന അവിടെ മൺചുമർ കെട്ടിപ്പൊക്കിയിരുന്നു. വെടിവയ്ക്കാനുള്ള ദ്വാരം

മാത്രമേ പുറമെക്കുണ്ടായിരുന്നുള്ളൂ. ചുമരിനുപിന്നിൽ ആയുധങ്ങളേന്തിയ ഭടന്മാർ കാവലിരിപ്പുണ്ടായിരുന്നു.

ലിന്റ്സെ ആകാശത്തേക്ക് നിറയൊഴിച്ച് തങ്ങളുടെ സാന്നിധ്യം അറിയിച്ചു. അയ്യണ്ണ മറുപടിയെന്നോണം മറ്റൊരു വെടിപൊട്ടിച്ചു.

ബോപ്പണ്ണ ഭയപ്പെടാനില്ലെന്ന് സൂചിപ്പിച്ചിരുന്നല്ലോ....? പിന്നെ ഈ വെടിശബ്ദം....!

ഇംഗ്ലീഷ് പടയാളികൾ വെള്ളക്കൊടി ഉയർത്തിപ്പിടിച്ചു. ഒരു സൈനികൻ ആ വെള്ളക്കൊടിയുമേന്തി നദി കടക്കാൻ തുനിഞ്ഞു. ഠേ....! പെട്ടെന്ന് വെടിപൊട്ടി! കൊടി ചിന്നിച്ചിതറി.

"ഫയർ....." കേണൽ ലിന്റ്സെ ആക്രോശിച്ചു.

തോക്കുകൾ ഗർജിച്ചു. തീയുണ്ടകൾ ചീറിപ്പാഞ്ഞു. അട്ടഹാസങ്ങളും ആർത്തനാദങ്ങളും അന്തരീക്ഷത്തിൽ വിലയംപ്രാപിച്ചു. വെടിയേറ്റ് മൺചുമർ തകർന്നുവീണു. അത് കാവേരിജലത്തിൽ കലങ്ങിയൊഴുകി.

നദി കടക്കാൻ ശ്രമിച്ച വെള്ളക്കാരുടെ ചുടുരക്തം വീണ് കാവേരി ചുവന്നു തുടുത്തു!

എങ്കിലും കുടക്സേന രാമസ്വാമിക്ഷേത്ര പരിസരത്തേക്ക് പിൻവാങ്ങി. അടുത്തദിവസം അവിടെനിന്നാണ് പ്രത്യാക്രമണം അഴിച്ചുവിട്ടത്.

ഹാരംഗിയാണ് ബ്രിട്ടീഷുകാരെ വിഷമിപ്പിച്ച മറ്റൊരിടം. ഹാരംഗിയിൽ താവളമടിച്ചിരുന്ന കുടക്സൈന്യം ജീവൻ വകവയ്ക്കാതെ ബ്രിട്ടീഷ് സേനയെ എതിരിട്ടു.

കിഴക്കൻപടയുടെ മറ്റൊരു ശാഖ കേണൽ സ്റ്റുവർട്ടിന്റെ നേതൃത്വത്തിൽ പെരിയാപട്ടണത്തുനിന്നും പ്രയാണമാരംഭിച്ചു. കാവേരിയുടെ മറുകരയിൽ ഉത്തയ്യന്റെ നേതൃത്വത്തിലുള്ള കുടക്സേന നിലയുറപ്പിച്ചിരുന്നു. ബോപ്പണ്ണന്റെ അനുയായിയായിരുന്ന അയാൾ പേരിനൊരു പ്രത്യാക്രമണം നടത്തിയെന്നേയുള്ളൂ. ബ്രിട്ടീഷ് പീരങ്കി ഗർജിക്കാൻ തുടങ്ങിയതോടെ ഉത്തയ്യയും സംഘവും ഉൾപ്രദേശത്തേക്ക് പിൻവാങ്ങി.

സ്റ്റുവർട്ടും സംഘവും കൊണ്ടഗേരി വഴി കാവേരി കടക്കുകയും തടസമൊന്നും കൂടാതെ പെരിയാപട്ടണത്തിലെത്തി താവളമടിക്കുകയും ചെയ്തു. പടിഞ്ഞാറുനിന്നും വന്നെത്തുന്ന സേനയോടൊപ്പം ചേർന്ന് സിദ്ദാപുരംവഴി മൈസൂരിലെത്തുവാനാണ് അയാളോട് നിർദേശിച്ചിരുന്നത്.

വടക്കൻപടയുടെ നായകൻ കേണൽ വാഫ് ആയിരുന്നു. ഏപ്രിൽ ആദ്യവാരത്തിൽ പുതിയ കോട്ടയിൽനിന്ന് പുറപ്പെട്ട് ഹേമാവതി കടന്ന ആ സംഘം പ്രതിബന്ധമൊന്നുമില്ലാതെ തന്നെ കൊട്ലിപേട്ടയിലെത്തിച്ചേർന്നു. അവിടെ ഒരു പ്രത്യാക്രമണ പ്രഹസനം മാത്രമേ നടന്നുള്ളൂ. പിന്നീട് മുദ്രാവള്ളിയിലും അത്തരമൊരു പ്രഹസനം നടന്നു.

കിഴക്കൻസേനയുമായി ഹാരംഗിയിൽ സന്ധിക്കണമെന്ന് വാഫ് നിശ്ചയിച്ചു. പക്ഷേ, യാത്ര പുറപ്പെടുന്നതിനുമുമ്പുതന്നെ അപ്രതീക്ഷിതമായി അത് സംഭവിച്ചു.....

മാദണ്ട അപ്പച്ചു ഉദ്ദേശ്യത്തോടുകൂടിത്തന്നെ ഇംഗ്ലീഷ് പടയോടെ തിരിട്ടു. കീഴടങ്ങാൻ കാത്തുനിന്നിരുന്ന അണികളിൽ ഇത് പരിഭ്രാന്തിയുളവാക്കി. അവർ പരസ്പരം വാദിക്കുകയും കുറ്റപ്പെടുത്തുകയും ചെയ്തു. അപ്പച്ചു ഇതൊന്നും വകവെച്ചില്ല. ഈറ്റപ്പുലിപോലെ അയാൾ ഇംഗ്ലീഷ് പടയുടെ മീതെ ചാടിവീണു. കുടക് സേനയും അയാളോടൊപ്പം ചേർന്നു. പിന്നീട് കുറേസമയത്തേക്ക് നടന്ന യുദ്ധം വർണനാതീതമാണ്. കുടക് സേനയുടെ ശൗര്യവും വീര്യവും വെളിവാക്കുന്നതായിരുന്നു ആ ഏറ്റുമുട്ടൽ. കേണൽ മിൽ എന്ന ഒരു ഇംഗ്ലീഷുകാരൻ വെടിയേറ്റ് നിലംപതിച്ചു. ഒപ്പംതന്നെ റോബർട്ട്സൻ, ബാലിംഗ്ടൻ തുടങ്ങിയവരും നിലത്തു വീണുരുണ്ടു. നൂറുകണക്കിന് വെള്ളക്കാർക്ക് ജീവൻ നഷ്ടപ്പെട്ടു. സന്ദർഭത്തിന്റെ ഗൗരവം മനസിലാക്കിയ വാഫ് തൽക്കാലത്തേക്ക് പിൻവാങ്ങി.

കണ്ണൂരിൽനിന്നുള്ള പടിഞ്ഞാറൻപട കേണൽ ഫോൾസിന്റെ നേതൃത്വത്തിൽ മാർച്ച് അന്ത്യത്തോടെ പുറപ്പെട്ടിരുന്നു. ഹെഗ്ഗള മലയിടുക്കിലൂടെ വീരരാജപേട്ടയിലെത്തി മടിക്കേരിയിലേക്ക് മുന്നേറണമെന്നാണ് അയാൾക്ക് നൽകിയിരുന്ന നിർദേശം.

മുമ്പ് വലിയ വീരരാജ ആ മലയിടുക്കിലൂടെയാണ് തലശ്ശേരിയിൽ ചെന്നിരുന്നത്. പീരങ്കികൾ വലിക്കുന്നതിന് വീരരാജ ബ്രിട്ടീഷുകാർക്ക് നൽകിയിരുന്ന കാളകൾ മലയാളക്കരയിലിറങ്ങിയതും ആ മാർഗം വഴിയാണ്. അതേ മലയടിവാരത്തിലൂടെയാണ് ബ്രിട്ടീഷ് സൈന്യം ടിപ്പുവിനെ നേരിടാൻ മൈസൂരിലേക്ക് മാർച്ചുചെയ്തതും.

അങ്ങനെ പരിചിതമായ പാതയിലൂടെയാണ് കേണൽ ഫോൾസ് തന്റെ സംഘത്തെ നയിച്ചത്. എന്നാൽ വഴിയിൽ അവിടവിടെയായി തടസങ്ങൾ കാണപ്പെട്ടു. വൃക്ഷത്തടികളും കരിങ്കൽക്കൂമ്പാരങ്ങളും വഴിമുടക്കിക്കിടന്നിരുന്നു. കലിംഗയ്യന്റെ നേതൃത്വത്തിലുള്ള കുടക് സൈന്യം കുറ്റിക്കാടുകളിൽ മറഞ്ഞുനിൽപ്പുണ്ടായിരുന്നു.

കലിംഗയ്യ രണ്ട് തോണിയിൽ കാൽവെച്ചാണ് നിന്നിരുന്നത്. ബ്രിട്ടീഷുകാർ ജയിച്ചാൽ ഉടനെ ബോപ്പണ്ണനെ ചെന്നു കാണണം. ഇല്ലെങ്കിൽ രാജാവിൽനിന്ന് ബഹുമതി കരസ്ഥമാക്കണം.

കലിംഗയ്യ ചിന്തിച്ചുകൊണ്ടിരുന്നപ്പോൾ പടയാളികൾ പൊരുതുകയായിരുന്നു. അതുകൊണ്ട് ഫോൾസിന് ഓരോ ഇഞ്ച് സ്ഥലത്തിനും അമിതമായ മൂല്യം നൽകേണ്ടിവന്നു.

മാർച്ച് 29-ാം തീയതി കേണൽ ജാക്സന്നന്റെ നായകത്വത്തിൽ കുമ്പളയിൽനിന്ന് പുറപ്പെട്ട മറ്റൊരു പടിഞ്ഞാറൻപട ഉപ്പിനങ്കടി വഴി നാലാം ദിവസം സുബ്രഹ്മണ്യത്തെത്തിച്ചേർന്നു. സുള്യകോട്ട പിടിച്ചുപറ്റുകയായിരുന്നു അയാളുടെ ലക്ഷ്യം.

എന്നാൽ കുടിയ സഹോദരന്മാരുടെ നേതൃത്വത്തിലുള്ള കുടക്പടയാളികൾ ജാക്സന്നന്റെ പടയെ ആക്രമിച്ചു. അവിചാരിതമായുണ്ടായ ആക്രമണത്തിൽ ഇംഗ്ലീഷ് സേന പരവശരായിപ്പോയി. ചെറുത്തുനിൽപ്പ് അസാധ്യമാണെന്ന് ജാക്സന്നന് തോന്നി. ശേഷിച്ച സേനാംഗങ്ങളോ

ടൊപ്പം അയാൾ കുമ്പളയിലേക്ക് പിന്തിരിഞ്ഞു. അപ്പോഴും ആപത്തൊഴിഞ്ഞിരുന്നില്ല. വഴിനീളെ ചാക്കട്ടികൾ ഉയർന്നുകിടന്നു. അതിന്റെ പിന്നിൽ ഒളിഞ്ഞിരുന്ന കുടക് സേന ബ്രിട്ടീഷ് സംഘത്തെ ആക്രമിച്ചു. നിരവധി വെള്ളക്കാർ മരിച്ചുവീണു......

ശേഷിച്ച ഏതാനും പേരെ മാത്രമേ ജാക്സന്നന് കുമ്പളയിലെത്തിക്കാൻ കഴിഞ്ഞുള്ളൂ.

കുടകിലേക്കുള്ള തന്റെ പ്രയാണം വിഫലമായിത്തീർന്നതിൽ അയാൾ ഭയപ്പെട്ടു. ഇതുമൂലം ഇംഗ്ലീഷ് കമ്പനിക്ക് അപമാനം നേരിട്ടിരിക്കയാണ്. ഗവർണർ ജനറൽ തന്നെ വിചാരണ ചെയ്ത് ശിക്ഷിച്ചേക്കാനും മതി.

ജാക്സന്നൻ ഇപ്രകാരം ചിന്തിച്ച് വിഷമിച്ചുകൊണ്ടിരുന്നപ്പോൾ അപ്പുറത്ത് കുടകിൽ പലതും നടക്കുകയായിരുന്നു.

38

"മഹാരാജാവേ.... വഞ്ചന.... വഞ്ചന.... ബസവ ഓടിക്കിതച്ചെത്തി.

വിളിക്കാനയച്ചിട്ടും ബോപ്പണ്ണ വരാഞ്ഞതിൽ അസ്വസ്ഥനായ ചിക് വീരരാജ അങ്ങുമിങ്ങും നടക്കുകയായിരുന്നു. വിയർത്തൊലിച്ച് വാതിൽക്കൽ നിൽക്കുന്ന ബസവനെ കണ്ട് രാജാവ് നിന്നു.

"എന്താ ബസവാ കാര്യം?"

"ബോപ്പണ്ണ നമ്മളെ ചതിച്ചുകളഞ്ഞു." ബസവ തുടർന്നു: "വിളിക്കാനയച്ച ദൂതൻ പറഞ്ഞത് അയാൾ വീട്ടിലില്ലെന്നാണ്."

"പിന്നെ....?"

"ഇംഗ്ലീഷുകാർക്ക് കീഴടങ്ങണമെന്ന് കാണിച്ച് അയാൾ എല്ലാ സേനാവിഭാഗത്തിനും രാജമുദ്രയോടുകൂടിയ കൽപ്പന നൽകിയിരിക്കുന്നു."

"എടാ ഘാതകാ....! ഇങ്ങനെയും വഞ്ചിക്കുമോ? ഇനി.... ഇനിയെന്തു ചെയ്യണം ബസവാ....?"

"നമ്മുടെ സേന കീഴടങ്ങും. ശത്രുക്കൾ ഉടനെ എത്തിച്ചേരും."

ചിക്‌വീരരാജന്റെ ഭുജങ്ങൾ തരിച്ചു! അയാളുടെ കണ്ണിൽ ഇരുട്ടുകയറി.

"എവിടെ ആ വഞ്ചകൻ.....! അവനെ പിടിച്ചുകൊണ്ടുവാ. അവന്റെ നെഞ്ച് തുരന്നെടുക്കണം....." ആ പരിതഃസ്ഥിതിയിലും രാജാവ് ആക്രോശിച്ചു.

"ഇനി പിടിച്ചുനിൽക്കുക അസാധ്യമാണ് മഹാരാജാവേ. ഇപ്പോൾ തന്നെ നാം നാല് നാട്ടരമനയിലേക്ക് പുറപ്പെടണം. അവിടെനിന്ന് സൈന്യത്തെ ഒന്നിച്ചുചേർക്കണം. ഇവിടെ നിൽക്കുന്ന ഓരോ നിമിഷവും ആപത്തു കൂടിവരികയാണ്. ഒട്ടും താമസിക്കരുത്." ബസവ ഭാവി നടപടികൾ വിവരിച്ചു.

രാജാവ് ശിലാപ്രതിമപോലെ നിന്നു. ആ മുഖം ചുവന്നു തുടുത്തു. ഒരക്ഷരംപോലും ശബ്ദിക്കാൻ അദ്ദേഹത്തിനു കഴിഞ്ഞില്ല. റാണി ഈ സംസാരമെല്ലാം കേൾക്കുന്നുണ്ടായിരുന്നു.

"മഹാറാണി ദുഃഖിക്കരുത്....." ബസവ പറഞ്ഞു.

"നാല് നാട്ടിലേക്ക് ഇപ്പോൾത്തന്നെ പുറപ്പെടുകയല്ലേ....."

"അതേ മഹാറാണി....."

"രാജകുമാരി മാളികയിലാണ്. ഞാൻ വിളിക്കട്ടെ....."

രാജാവ് മൗനം ഭഞ്ജിച്ചു.

"ബസവാ.... നാല് നാട്ടിലേക്ക് ഇപ്പോൾത്തന്നെ പുറപ്പെടാം."

39

കുടക് സേന മുഴുവൻ ഇംഗ്ലീഷുകാർക്ക് കീഴടങ്ങില്ലെന്ന് കുശാഗ്ര ബുദ്ധിയായ ബോപ്പണ്ണ മനസിലാക്കി. ഒരുപക്ഷേ, ചിക്‌വീരരാജതന്നെ രണ ക്ഷേത്രത്തിലിറങ്ങുകയാണെങ്കിൽ ബ്രിട്ടീഷ് സേനയുടെ കാര്യം പരു ങ്ങലിലാകും.

ഇതിന് ഒറ്റ പരിഹാരം മാത്രമേയുള്ളൂ; യുദ്ധം നിർത്തിവയ്ക്കുക.

അതിന് ഒറ്റ ഉപായം മാത്രമേയുള്ളൂ; സേനാനായകന്മാർക്ക് കീഴട ങ്ങാൻ രാജാവിന്റെ പേരിൽ കൽപ്പനകൾ പുറപ്പെടുവിക്കുക.

അപ്പച്ചുവും ഉത്തയ്യയും ആ കൽപ്പനയ്ക്ക് കാത്തിരിക്കയായിരുന്നു.

കലിംഗയ്യയും ദീർഘമായി നിശ്വസിച്ചു. കുടിയ സോദരന്മാർക്ക് ഈ കൽപ്പന അയച്ചില്ല.

രാജാവിന്റെ വിശ്വസ്ത സേവകനായ അയ്യണ്ണ കൽപ്പന വായിച്ച് ആശ്ച ര്യപ്പെട്ടു.....! മൂന്നുദിവസമായി താൻ പോരാടുന്നു. ബ്രിട്ടീഷ് സൈന്യത്തിന് ഇതിനകംതന്നെ കനത്ത നാശനഷ്ടങ്ങൾ വരുത്തിവെച്ചിരിക്കുന്നു. ഒരി ഞ്ചുപോലും മുന്നോട്ട് കാലുവയ്ക്കാൻ അവർക്കു കഴിഞ്ഞിട്ടില്ല. എന്നി ട്ടും അവർക്ക് കീഴടങ്ങണമെന്നോ?

അയ്യണ്ണ ചിന്തിച്ചുകൊണ്ടിരിക്കുന്നതിനിടയിൽ ബോപ്പണ്ണ ഒരുപറ്റം കുടകുസേനയുമായി സ്ഥലത്തെത്തി. പൊരുതിക്കൊണ്ടിരുന്നവർ തങ്ങൾക്ക് സഹായികളെത്തിയെന്നാണ് ആശ്വസിച്ചത്.

"യുദ്ധം നിർത്തിവയ്ക്കാനുള്ള കൽപ്പന ലഭിച്ചില്ലേ.....?" ബോപ്പണ്ണ ചോദിച്ചു.

"കിട്ടി....." അയ്യണ്ണ മറുപടി പറഞ്ഞു.

"പിന്നെ.... ഈ വെടിയൊച്ച.....?"

"കൽപ്പന ഇപ്പോൾ കിട്ടിയതേയുള്ളൂ....."

"എന്നിട്ടും ആലോചിച്ചു നിൽക്കയാണോ? രാജ്യദ്രോഹിയാകാ നാണോ നീക്കം? നിന്നെ ഈ സ്ഥാനത്തുനിന്ന് നീക്കം ചെയ്യുന്നു. സേനാ നായകത്വം ഞാൻ സ്വയം ഏറ്റെടുക്കുകയാണ്."

അയ്യണ്ണ ഒന്നുംപറയാതെ തന്റെ തലയിലെ തൊപ്പിയൂരി താഴത്തിട്ടു.

തങ്ങളുടെ കൂടാരത്തിനു നേർക്ക് വരുന്ന വെള്ളക്കൊടി കണ്ട് ഫ്രേസർ സന്തുഷ്ടനായി.

ബോപ്പണ്ണനെ വിശ്വസിച്ചത് വെറുതെയാകുമോ എന്ന് ശങ്കിച്ചിരുന്ന ഫ്രേസർ അയാളുടെ കൈപിടിച്ച് കുലുക്കി അഭിനന്ദിച്ചു. ബോപ്പണ്ണന്റെ മുഖത്ത് കൃതാർഥത നിഴലിച്ചു.

കുടകിലേക്ക് കടക്കാനാകാതെ വിഷമിച്ചുനിന്നിരുന്ന കേണൽ ഫോൾസ് വെള്ളക്കൊടി കണ്ട് ആനന്ദംകൊണ്ട് മതിമറന്നു. ആ സേന ഉത്സാഹത്തോടെ മേലേരി മലയിടുക്ക് കടന്നു.

എല്ലാ വഴികളിലൂടെയും ബ്രിട്ടീഷ്സേന മടിക്കേരിയിലെത്തിച്ചേർന്നു.

ഏപ്രിൽ 6-ാം തീയതി ബ്രിട്ടീഷ് സേന മടിക്കേരിക്കോട്ടയിൽ പ്രവേശിച്ചു. രാജചിഹ്നമായ പതാക താഴത്തിറക്കി. പകരം അവിടെ യൂണിയൻ ജാക് പാറിക്കളിച്ചു.

ഈ സംഭവങ്ങളെല്ലാം നടന്നതിന്റെ അഞ്ചാംദിവസം കേണൽ ഫ്രേസർ ഒരു വിജ്ഞാപനം പുറപ്പെടുവിച്ചു.

"ബ്രിട്ടീഷുകാർ തങ്ങളെ ഭരിക്കണമെന്ന് കുടക് ജനത ഒറ്റക്കെട്ടായി ആഗ്രഹിച്ചതിന്റെ പേരിൽ ചിക്‌വീരരാജ ഭരിച്ചിരുന്ന കുടക് സംസ്ഥാനം കമ്പനിഭരണത്തിൻ കീഴിലാക്കി മാറ്റുന്നതിൽ ഇന്ത്യൻ ഗവർണർ ജനറലിന് അതിയായ സന്തോഷമുണ്ട്...."

"കുടക്ജനതയെ സ്വദേശി ഭരണത്തിൻകീഴിൽ വിട്ടുകൊടുക്കാതെയും എന്നാൽ ഈ രാജ്യത്തിലെ ജനങ്ങളുടെ ജാതിമത സംബന്ധമായ എല്ലാ ആചാരാനുഷ്ഠാനങ്ങളും ബഹുമാനപൂർവം അംഗീകരിച്ചും സർവോപരി കുടക് നിവാസികളുടെ സുഖസമൃദ്ധി ലാക്കാക്കിക്കൊണ്ടും ഭരണം നടത്താനുള്ള ഉത്തരവാദിത്വം ബ്രിട്ടീഷ് ഗവൺമെന്റിൽ നിക്ഷിപ്തമായിരിക്കുമെന്ന് ഈ വിളംബരംവഴി എല്ലാ കുടക് നിവാസികളെയും അറിയിച്ചുകൊള്ളുന്നു."

വിളംബരം പുറപ്പെടുവിക്കുന്നതിനുമുമ്പ് ഫ്രേസർ കുടകിലെ നാട്ടുപ്രഭുക്കളെ വിളിച്ചുചേർത്തു. അവരുമായി കാര്യങ്ങൾ ചർച്ചചെയ്യുന്നതായി അഭിനയിച്ചു. അങ്ങനെ അവരുടെ സർവസമ്മതപ്രകാരമാണ് വിളംബരം പുറപ്പെടുവിക്കുന്നതെന്ന് വരുത്തിത്തീർത്തു.

ചിക്‌വീരരാജന്റെ സുഖവിവരങ്ങൾ അന്വേഷിക്കാനും ഫ്രേസർ മറന്നില്ല.

40

ബ്രിട്ടീഷുകാർ കുടക് പിടിച്ചടക്കിയ ദാരുണ വാർത്തകേട്ട് കുടിയ സഹോദരന്മാർ നടുങ്ങിപ്പോയി. ആകാശം ഇടിഞ്ഞുവീണതുപോലെയും ഭൂമി കറങ്ങുന്നതുപോലെയും അവർക്കനുഭവപ്പെട്ടു.

സമ്പാജെ മലയടിവാരത്തിലൂടെ അവർ നാല് നാട്ടരമനയിലേക്ക് രക്ഷപ്പെട്ടു. അയ്യണ്ണൻ മുൻകൂട്ടി എത്തിച്ചേർന്നിരുന്നു. സഹപ്രവർത്തകരായ പുലികുന്ത നഞ്ചയ്യയും പുട്ടബസവനും താമസിയാതെ വന്നുചേർന്നു. അബ്ബാസ് അലിയുടെ വിവരമൊന്നുമുണ്ടായിരുന്നില്ല.

തങ്ങൾ ഒരു ദുഃസ്വപ്നം കണ്ടതായേ അവർക്കെല്ലാം തോന്നിയിരുന്നുള്ളൂ. ധൈര്യം കൈവിടാതെ ഉണർന്നെണീറ്റ് പോരാടണം. നഷ്ടപ്പെട്ട രാജ്യം വീണ്ടെടുക്കണം.

എങ്ങനെ....?

സേനകൾ നാലുഭാഗത്തും ആയുധങ്ങൾ താഴത്തിട്ടുകൊണ്ടിരിക്കയാണ്. ബാക്കിയുള്ളവർ അതിർത്തികളിലാണ്. ഈ സാഹചര്യത്തിൽ യുദ്ധം തുടരുന്നതെങ്ങനെ? കരുതിക്കൂട്ടി ശത്രുവിന്റെ വായിലെ ഇരയാകുന്നതുകൊണ്ട് നേട്ടമെന്ത്?

ബസവ മൗനം ഭേദിച്ചു.

"നാമെല്ലാം ഈ സംഭവത്തിൽ അത്യധികമായി ദുഃഖിക്കുകയും വേദനിക്കുകയും ചെയ്യുന്നുണ്ട്. ഒന്നുകിൽ നമുക്കെല്ലാം വീറോടെ പൊരുതി വീരമൃത്യു വരിക്കാം. അല്ലെങ്കിൽ സന്ദർഭം കിട്ടുന്നതുവരെ സന്ധിയെന്ന നാട്യത്തിൽ കഴിയാം. അതിനിടയിൽ ചിന്നിച്ചിതറിയ സൈന്യത്തെ ഒന്നിച്ചുചേർക്കുകയും ശത്രുക്കളെ നേരിടുകയും ചെയ്യാം."

അഭിമാനിയായ ചിക്‌വീരരാജ മൗനംപൂണ്ടിരിക്കയാണ്. അയാൾ തികച്ചും നിസ്സഹായനായിത്തീർന്നിരിക്കുന്നു. ഈ കളങ്കം താൻ തന്നെ നീക്കിക്കളയണം. യശസ്സോടെ വിജയം കൈവരിക്കണം. എങ്ങനെ?

അൽപ്പനേരത്തെ ആലോചനയ്ക്കുശേഷം ചിക്‌വീരരാജ പറഞ്ഞു:

"ബസവന്റെ നിർദേശമാണ് ഈ സന്ദർഭത്തിൽ യുക്തമായിട്ടുള്ളത്. സന്ധിയെങ്കിൽ സന്ധി. ഉം..... ആകട്ടെ...."

ഫ്രേസറുടെ കൽപ്പനപ്രകാരം ഒരുസംഘം ബ്രിട്ടീഷ് സൈന്യം ചിക്‌വീരരാജനെയും പരിവാരത്തെയും കൂട്ടിക്കൊണ്ടു പോകാനെത്തിച്ചേർന്നു.

കൂടിയാലോചനയ്ക്കുശേഷം ചിക്‌വീരരാജ കുടുംബസമേതം മടിക്കേരിയിലേക്ക് പുറപ്പെട്ടു.

രാജധാനിയിലെത്തിച്ചേർന്ന രാജാവ് ഫ്രേസറെ കാണാനുള്ള ആഗ്രഹം അറിയിച്ചു.

ഒരു സന്ധ്യക്ക് ഫ്രേസർ അരമനയിലെത്തിച്ചേർന്നു.

കാര്യാലോചനാ മുറിയിലെത്തിയ ഫ്രേസർ "സുഖംതന്നെയല്ലേ." എന്ന് ഹിന്ദിയിൽ ചോദിച്ചു.

"ഇതാ ഇങ്ങനെയുണ്ട്....." ചിക്‌വീരരാജ പറഞ്ഞു.

രണ്ടുപേരും ഹസ്തദാനം നടത്തി. ജാലകശീലകളിൽ അലകളുതിർത്തുകൊണ്ട് ഒരു തണുത്ത കാറ്റ് കടന്നുവന്നു.

വിശദീകരണങ്ങൾ, വാദപ്രതിവാദങ്ങൾ, അഭ്യർഥനകൾ എല്ലാം കഴിഞ്ഞിട്ടും ഫലമൊന്നുമുണ്ടായില്ല. കൽക്കത്താ ഗവർണർ ജനറലുടെ തീരുമാനം നടപ്പാക്കാനാണ് അയാൾ ചുമതലപ്പെട്ടിരിക്കുന്നത്. കഴിവുറ്റ ഒരു ഭരണാധികാരിയാണയാൾ. എണ്ണപുരട്ടി തലമുടി ചീകിമിനുക്കുന്ന ലാഘവത്തോടെയാണ് അയാൾ സംസാരം തുടങ്ങിയത്. അതേ മിതത്വംകൊണ്ട് എതിരാളിയുടെ വാദമുഖങ്ങളെ ഖണ്ഡിക്കാനും അയാൾക്ക് കഴിഞ്ഞു.

"ഞങ്ങൾ വിജയികളാണ്. താങ്കൾ പരാജിതനാണെന്ന് കരുതേണ്ട. ഒരു തടവുകാരനായിട്ടല്ല താങ്കളെ ഞങ്ങൾ കണക്കാക്കുന്നത്. താങ്കൾക്കു പകരം താങ്കളുടെ സഹോദരിയെയോ മറ്റൊരാളെയോ ഞങ്ങൾ സ്വീകരിച്ചില്ലല്ലോ....? പരിതഃസ്ഥിതി ഒന്ന് ശാന്തമാകട്ടെ. അതുവരെക്കും താങ്കൾ സകുടുംബം രാജ്യത്തിന് വെളിയിൽ കഴിയുക. അതാണ് നല്ലത്. ഗവർണർ ജനറലും അഭിപ്രായപ്പെട്ടിരിക്കുന്നത് അങ്ങനെയാണ്. ബങ്കളൂരിൽ പോകുന്നോ? ഇല്ലെങ്കിൽ വേണ്ട. താങ്കൾക്കതിഷ്ടമാകില്ല. ബേലൂരിൽ പോകുന്നതാണ് നല്ലത്. രാജഭണ്ഡാരവുംകൂടെ വച്ചുകൊള്ളുക. ഞങ്ങളുടെ അതിഥിയായി ബേലൂരിൽ കുറച്ചുകാലം ചെലവഴിക്കുക. അതിനിടയിൽ എല്ലാം നേരെയാകും."

ചിക്‌വീരരാജ സശ്രദ്ധം കേട്ടിരുന്നു.

ഇരുൾ വ്യാപിച്ചു. എണ്ണ വിളക്കിന്റെ പ്രകാശത്തിൽ അവരുടെ നിഴലുകൾ ചുമരിൽ നീന്തിക്കളിച്ചു.

'ഇവന്റെ കഴുത്ത് ഞെരിച്ചുകൊന്നാലോ.' എന്ന് ചിക്‌വീരരാജന് ഒരുനിമിഷം തോന്നി. അടുത്ത ക്ഷണത്തിൽത്തന്നെ ആ വിചാരം ഉപേക്ഷിച്ചു. അത് പ്രാവർത്തികമാക്കാനുള്ള കരുത്തും കരങ്ങൾക്കുണ്ടായിരുന്നില്ല. ശക്തിമുഴുവൻ ഇയാളുടെ മുന്നിൽ അലിഞ്ഞുതീരുന്നു. ഹാലേരി വംശത്തിലെ രാജാവിന്റെ മുന്നിൽ ഇയാളെന്താ. ഇന്ദ്രജാലം കാണിക്കുകയാണോ?

ഫ്രേസർ തന്റെ പല്ലവി തുടർന്നു:

തേനൂറുന്ന ആ മൊഴികൾ വീര്യം ചോർത്തിക്കളയുന്നതുപോലെ പാടില്ല പാടില്ല.... ഈ നില തുടർന്നാൽ താൻതന്നെ ഇല്ലാതായേക്കും. അതിനുമുമ്പ് രക്ഷപ്പെടണം.

ചിക്‌വീരരാജ മനസിന്റെ കടിഞ്ഞാൺ മുറുക്കിപ്പിടിച്ചു. സംഭാഷണത്തിന് വിരാമമിട്ട് എഴുന്നേറ്റു.

ഫ്രേസർ തൽക്കാലത്തേക്ക് വിടവാങ്ങി. അംഗരക്ഷകനോടൊപ്പം ശിബിരത്തിലെത്തിയപ്പോൾ ബോപ്പണ്ണ കാത്തിരിക്കയായിരുന്നു.

"ചിക്‌വീരരാജ നാളെ ബേലൂരിലേക്ക് പുറപ്പെടും." സന്തോഷത്തോടെ ഫ്രേസർ അറിയിച്ചു.

ബോപ്പണ്ണന്റെ മുഖം പൂർണചന്ദ്രനെപ്പോലെ പ്രകാശിച്ചു.

41

ചിക്‌വീരരാജ ബേലൂരിലേക്ക് പുറപ്പെട്ടപ്പോൾ ജനങ്ങൾ പൊട്ടിക്കരഞ്ഞു. ആബാലവൃദ്ധം ജനതയും തങ്ങളുടെ പ്രിയപ്പെട്ട രാജാവിനെ ഒരുനോക്ക് കാണാൻ വഴിനീളെ തടിച്ചുകൂടി. നിറമിഴികളോടെ അവർ തങ്ങളുടെ രാജാവിനെ വണങ്ങി. പാദംതൊട്ട് നമസ്കരിച്ചു.

അധീരനാകാതെ ചിക്‌വീരരാജ പല്ലക്കിനടുത്തേക്ക് നടന്നു.

ദുഃഖഭാരത്തോടെയാണെങ്കിലും റാണി ഗൗരമ്മയും മകളോടൊപ്പം പല്ലക്കിൽ ചെന്നിരുന്നു.

സോമ്മയ്യ, തിമ്മണ്ണ, അയ്യണ്ണ തുടങ്ങിയവരും മറ്റിരുന്നൂറ് പടയാളികളും രാജാവിനെ അനുഗമിച്ചു. രാജഭക്തരായ മറ്റ് കുടക് പ്രമാണികളോട് നാട്ടിൽത്തന്നെ കഴിയണമെന്ന് രാജാവ് നിർദ്ദേശിച്ചു.

ബോപ്പണ്ണനോ ലക്ഷ്മീനാരായണനോ രാജാവിനെ യാത്രയാക്കാനെത്തിയില്ല.

ബോപ്പണ്ണനെക്കുറിച്ചോർത്ത് പുട്ടബസവ രോഷംകൊള്ളുകയായിരുന്നു.

"ജനങ്ങളുടെ ഈ സ്നേഹത്തിന് എന്ത് പ്രതിഫലം നൽകിയാലാണ് മതിയാവുക." രാജാവ് സ്വയം ചോദിച്ചു.

"നാം ഉടനെ മടങ്ങിയെത്തും....." രാജാവ് പ്രജകളെ സമാധാനിപ്പിച്ചു.

മറുഭാഗത്ത് കാസ്സാമേജറുടെ മുന്നിൽ ചന്നബസപ്പ തന്റെ അസഹിഷ്ണുത പ്രകടിപ്പിക്കുകയായിരുന്നു.

"ഇനി താമസിക്കുന്നതെന്തിന്.....? റാണിയില്ലാതെതന്നെ അഭിഷേകം നടത്തിക്കൂടെ? നാമെപ്പോഴാണ് മടിക്കേരിക്ക് പുറപ്പെടുന്നത്? കുതിരകളും പല്ലക്കുകളും തയാറുണ്ടല്ലൊ?"

"നിങ്ങൾ സമാധാനമായിരിക്കണം. എല്ലാം സാവധാനത്തിൽ ശരിപ്പെടുത്താം." കാസ്സാമേജർ ആശ്വസിപ്പിച്ചു.

അപ്പങ്കളത്ത് ഗംഗമ്മ വേവലാതിപ്പെടുകയായിരുന്നു.

"അരമന രാമായണം തീർന്നുപോയല്ലോ....! നമ്മുടെ ഒരു മകനിനിയും വന്നില്ലല്ലൊ.....?"

"അമ്മേ കരയാതിരിക്ക് കരയാതിരിക്ക്." മകൾ ഗംഗമ്മയെ സമാശ്വസിപ്പിക്കാൻ ശ്രമിച്ചു.

ഇംഗ്ലീഷുകാർ കോട്ട പിടിച്ചടക്കിയതോടെ ഹാലേരി അരമനയിലുണ്ടായിരുന്ന രാജാവിന്റെ ബന്ധുക്കളെല്ലാം ഒളിച്ചോടിപ്പോയിരുന്നു. കൊട്ടാരം നിർജ്ജനമായിത്തീർന്നു.

ഇരുനൂറ് കൊല്ലങ്ങൾക്കുമുമ്പ് അത് ഒരാശ്രമമായിരുന്നു. ഒരു ജംഗമൻ അവിടെ തപസനുഷ്ഠിച്ചിരുന്നു.

അവിടെ ഇപ്പോൾ മറ്റൊരു ജംഗമൻ ധ്യാനത്തിൽ മുഴുകിയിരിക്കയാണ്. അയാൾ ധ്യാനത്തിൽ നിന്നുണരുന്നതു നോക്കിക്കൊണ്ട് ഒരു ശിഷ്യൻ അരികത്തുതന്നെ നിൽക്കുന്നുണ്ട്.

ആ ജംഗമൻ അപരംപാരനായിരുന്നു. ആ ശിഷ്യൻ സിദ്ദലിംഗനും.

സൂര്യൻ പടിഞ്ഞാറ് ചാഞ്ഞു. ഇരുളിന്റെ നാമ്പുകൾ ചക്രവാളത്തിൽ മുളച്ചുപൊന്തി.

അപരംപാരസ്വാമികൾ ധ്യാനത്തിൽ നിന്നുണർന്നില്ല.

"മഹേശ്വരൻ പ്രത്യക്ഷമാവുന്നതുവരെ ഈ ഇരിപ്പ് തുടരുമോ എന്തോ?" സിദ്ദലിംഗ തന്നത്താൻ പറഞ്ഞു.

42

നന്നായി ക്ഷൗരം ചെയ്ത്, കുളത്തിൽ മുങ്ങിക്കുളിച്ച്, മാലിന്യങ്ങൾ നീക്കംചെയ്തതിനുശേഷം അപരംപാര വിഭൂതിയണിഞ്ഞു.

"ഒരു ജോലിതീർന്നു സിദ്ദലിംഗം. ഒന്നുകൂടി ബാക്കിയുണ്ട്. നഞ്ചരാജ പട്ടണത്തിലെത്തി ശിവാചാര്യ സ്വാമികളെ ദർശിക്കണം."

അപരംപാരന്റെ ജീവിതത്തിലെ മഹത്തരമായ ഒരു ഘട്ടമാണിത്. ഉറച്ചൊരു തീരുമാനത്തിൽ അയാളെത്തിച്ചേർന്നിരിക്കയാണ്. മുഖത്ത് അപൂർവമായ ഒരു പ്രശാന്തത കൈവന്നത് സിദ്ദലിംഗന്റെ ശ്രദ്ധയിലും പെട്ടിരുന്നു. ശിവാചാര്യ സ്വാമികളുടെ പ്രസ്താവംകേട്ട് അയാൾക്ക് ആശ്ചര്യമുണ്ടായി.

"ഇന്നലെ രാത്രി ഗുരുവിനെ സ്വപ്നം കണ്ടിരുന്നു. ഗുരു വിശ്രമിക്കയായിരുന്നു. കിടന്നിടത്തുനിന്നുതന്നെ ആംഗ്യംകൊണ്ട് നമ്മെ രണ്ടുപേരെയും അടുക്കൽ വിളിച്ചു" സിദ്ദലിംഗ പറഞ്ഞു.

"അങ്ങനെയോ? എങ്കിൽ ഇനി താമസിക്കണ്ട. പുറപ്പെടാം." അപരംപാര പറഞ്ഞു.

നടന്നുനടന്ന് രണ്ടുപേരും കാവേരി നദിക്കരയിലെത്തി.

"സ്വാമികളെ.... ഓർമയുണ്ടോ? ഇതേ സ്ഥലത്തുവെച്ചാണ് നാം ആദ്യമായി സന്ധിച്ചത്. പതിനാല് വർഷങ്ങൾക്കുമുമ്പ്," സിദ്ദലിംഗ പറഞ്ഞു.

"അതേ. അന്ന് നഞ്ചരാജ പട്ടണത്തിന്റെ ചരിത്രം പറഞ്ഞുതന്നിരുന്നു. ഇതാ ഈ സ്ഥലത്തൂടെയാണ് നാം നദി കടന്നത്. മുജ്ജന്മ കഥകൾ. എങ്കിലും എല്ലാം പച്ചപിടിച്ചുകിടക്കുന്നു."

കുറച്ചുസമയത്തേക്ക് രണ്ടുപേരും മൗനരായി. കൈയും കാലും മുഖവും കഴുകി. സമയം സന്ധ്യയായി. എങ്കിലും മണിനാദം കേൾക്കുന്നില്ല. നഞ്ചരാജപട്ടണം മൗഢ്യം ബാധിച്ചതുപോലെ നിലകൊണ്ടു.

"ഇടതുകണ്ണു തുടിക്കുന്നല്ലൊ സ്വാമികളെ." പടവുകൾ കയറുന്നതിനിടയിൽ സിദ്ദലിംഗ പറഞ്ഞു.

ഇന്നതാണെന്ന് പറഞ്ഞറിയിക്കാനാകാത്ത ഒരു അസ്വസ്ഥത അപരംപാരനെയും ബാധിച്ചിരുന്നു.

"കുടക് രാഹുഗ്രസ്തമാണ്. അനിഷ്ടങ്ങൾ ഉണ്ടാകതന്നെ ചെയ്യും സിദ്ദലിംഗാ."

ദേവാലയവും പരിസരവും ശൂന്യമായിരുന്നു. വീരഭദ്രനെയും നഞ്ജുണ്ടേശ്വരനെയും അവർ നമസ്കരിച്ചു. ബസവേശ്വരനെ വന്ദിച്ചു. രണ്ടുപേരും മഠത്തിലേക്ക് നീങ്ങാനോങ്ങിയപ്പോഴേക്കും മെതിയടിയൊച്ച കേട്ടു. പൂജാവസ്തുക്കളുമായി ഗുരുശിഷ്യനായ പഞ്ചാക്ഷരി വരികയായിരുന്നു.

"സിദ്ദലിംഗനോ? ഇവർ.... ഇവർ.... അപരംപാരസ്വാമികളല്ലെ. ആചാര്യന് സുഖമില്ല. കിടക്കുകയാണ്. രണ്ടുദിവസമായി നിങ്ങളെ രണ്ടുപേരെയും ചോദിച്ചുകൊണ്ടിരിക്കയാണ്. സമയംപോലെ. പൂജകഴിച്ച് ഞാനെത്താം." അയാൾ പറഞ്ഞു.

ശിവാചാര്യ സ്വാമികളുടെ അസ്വാസ്ഥ്യം അറിഞ്ഞതോടെ രണ്ടു പേരും ആശ്രമത്തിലെത്താൻ ധൃതിവെച്ചു. “ശിവ ശിവ.... ശിവ ശിവ....” സിദ്ദലിംഗ ജപിച്ചുകൊണ്ടിരുന്നു.

സ്വാമികൾ കട്ടിലിൽ കിടക്കയായിരുന്നു. അൽപ്പം വിടർന്ന കൺ പോളകൾ അദ്ദേഹം ഉറങ്ങുകയല്ലെന്ന് അറിയിച്ചിരുന്നു.

“ഗുരുക്കളേ ഗുരുക്കളേ” വേദനയോടെ സിദ്ദലിംഗ വിളിച്ചു.

ശിവാചാര്യ സ്വാമികൾ മിഴികൾ തുറന്നു. മ്ലാനമായിരുന്ന ആ മുഖം പ്രസാദിച്ചു. പാദംതൊട്ടു വണങ്ങിയവരെ ആശീർവദിക്കാൻ വലത്തെ കൈ മുകളിലേക്കുയർന്നു. ചുണ്ടുകൾ ചലിച്ചു. അദ്ദേഹം എഴുന്നേൽ ക്കാൻ ശ്രമിച്ചു.

“വേണ്ട വേണ്ട” അപരംപാര വിലക്കി.

“സിദ്ദലിംഗാ..... ഒന്ന് പിടിക്ക്.”

സിദ്ദലിംഗനും അപരംപാരനും സ്വാമികളെ സഹായിച്ചു. തലയിണ ചുമരോട് ചേർത്തുവച്ച് അതിൽ ചാരിയിരുന്നു. നീട്ടിവെച്ച കാലുകളിൽ ഒരുനിമിഷം കണ്ണോടിച്ചു.

“ഇടത്തെ കാലും കൈയും അനങ്ങാതായി. പക്ഷവാതം. ഞാൻ ഓടിച്ചാടി നടക്കുന്നത് മഹാദേവന് ഇഷ്ടമില്ല. ഇനി നടക്കണ്ട, കിടന്നോ എന്നായിരിക്കും അവന്റെ കൽപ്പന.”

സിദ്ദലിംഗന്റെ മിഴികൾ നിറഞ്ഞൊഴുകി. അപരംപാര ഗദ്ഗദകണ്ഠ നായി.

സ്വാമികൾ അപരംപാരനെ കണ്ണുനിറയെ നോക്കിക്കണ്ടു.

“വിളഞ്ഞ് ഫലമായിത്തീർന്നല്ലൊ.....! ഉലയിലിട്ട സ്വർണംപോലെ” സ്വാമികൾ പറഞ്ഞു.

അപരംപാര മൗനിയായി നിന്നു.

സ്വാമികൾ രണ്ടുപേരോടും നിലത്തിരിക്കാനാംഗ്യം കാണിച്ചു.

രാജ്യരഥത്തിന്റെ ചക്രം ആണിയില്ലാതെ തെറിച്ചുപോയല്ലോ അപ രംപാരാ....? ആണിയാണ് വണ്ടിച്ചക്രത്തെ നിലനിർത്തുന്നത്. ആണിയി ല്ലെങ്കിൽ അത് ഊരിപ്പോകും. ഇനി എന്തുചെയ്യാനാണ് ഉദ്ദേശിക്കുന്ന ത്.....? നാമം ജപിച്ച് ദിവസം കളയാനാണോ....?”

ശിവാചാര്യ സ്വാമികളുടെ വാക്കുകൾ തലതാഴ്ത്തിയിരുന്നുകൊണ്ട് അപരംപാര ശ്രദ്ധിച്ചു.

“ഇല്ല ഗുരുക്കളേ.....” അപരംപാര തലനിവർത്തി. “എന്റെ കർത്ത വ്യം ഞാൻ പാലിക്കുകതന്നെ ചെയ്യും.”

“വീരപ്പാജിയുടെ കർത്തവ്യം നിറവേറ്റുന്നോ? അതോ അപരംപാ രന്റേതോ?”

“അഹമെന്ന ഭാവത്തിൽ ഞാനുണ്ടെങ്കിൽ അതിന് ഭംഗം വരില്ല. സ്തുതിയും നിന്ദയും കേട്ട് ഇളകുന്ന ദിക്കിൽ ഗുഹേശ്വരനുണ്ടാവില്ല.”

“സന്തോഷം. ജനങ്ങളുടെ നിലയെന്താ?”

“അവരെ സംബന്ധിച്ചിടത്തോളം ഇത് അപ്രതീക്ഷിതമായ ആഘാ തമാണ്. അവർ നടുങ്ങിപ്പോയിരിക്കയാണ്. ഉണർത്തണം.”

"അപരംപാര..... അഗ്നിക്ക് ജ്വലിക്കാനല്ലാതെ വീശാനറിയില്ല.... കാറ്റിനാണെങ്കിൽ വീശാനറിയാം ജ്വലിക്കാനാകില്ല! കാറ്റും തീയും ഒന്നിച്ചുണ്ടായാലേ ആളിക്കത്തൂ....! ജനതയുടെ ദേശാഭിമാനം വെണ്ണീർ പറ്റിപ്പിടിച്ച തീക്കട്ടപോലെയാണ്. വെണ്ണീർ ഊതിപ്പറത്തണം. ജ്വാല ഉജ്വലിപ്പിക്കണം."

"അവിടുത്തെ അനുഗ്രഹമുണ്ടെങ്കിൽ ഇതെല്ലാം ചെയ്യാൻ കഴിയില്ലേ?"

"മൺവിളക്കുണ്ട്. തിരിയും ഉണ്ട്. എണ്ണ മാത്രമേ വേണ്ടൂ. ജ്യോതി പ്രകാശിക്കും. കുടകിലെ ഓരോ വീടും ഓരോ ദീപമാണ്. പ്രജകളാണ് തിരികൾ. നീ എണ്ണയാകണം. സ്വാതന്ത്ര്യത്തിന്റെ പ്രഭ പ്രസരിപ്പിക്കണം. അന്ധകാരം ഓടിയൊളിക്കണം."

"ഞാൻ എണ്ണയായി ജ്യോതി പ്രകാശിപ്പിക്കുമെന്നുള്ളത് അഹംഭാവമാണ്. മഹേശ്വരൻ എന്നെക്കൊണ്ട് അത് ചെയ്യിക്കുകയാണ്."

"ശരി. ബേലൂരിൽപോയി വരുന്നോ?"

"കൽപ്പനപോലെ."

"കാര്യങ്ങൾ എങ്ങനെ തുടങ്ങാനാണുദ്ദേശിക്കുന്നത്."

"എന്റെ അറിവിൽപ്പെട്ടിടത്തോളം ഇത് മുഴുവൻ ഇന്ത്യയുടെയും പ്രശ്നമാണ്. നമ്മുടെ പ്രദേശത്തുള്ള മൈസൂരിനും കുടകിനും ബിദനൂരിനും ഒരേ ദുഃസ്ഥിതിയാണ് സംഭവിച്ചിരിക്കുന്നത്. ഈ മൂന്ന് രാജ്യങ്ങളിലെയും ജനങ്ങൾ ഒറ്റക്കെട്ടായി അണിനിരന്നാൽ ഇംഗ്ലീഷുകാരെ നിഷ്പ്രയാസം കെട്ടുകെട്ടിക്കാം."

"ഇതിനെല്ലാം വൻതോതിലുള്ള സജ്ജീകരണം ആവശ്യമാണ്."

"അതേ..... അതുവരെ സന്ധിയെന്ന നാട്യം നടിക്കണം."

ശിവാചാര്യ സ്വാമികളുടെ മുഖം പ്രസന്നമായി. ഒന്നുരണ്ടു നിമിഷം സ്വാമികൾ കണ്ണടച്ചു കിടന്നു.

"ദുർഗമമായ മാർഗം....! നടക്കാതെ നിവൃത്തിയില്ല...." അപരംപാരനെത്തന്നെ നോക്കിക്കൊണ്ട് സ്വാമികൾ പറഞ്ഞു.

"ഒരിക്കലും പിന്തിരിയില്ല.... ഗുരുക്കളേ....."

"കുടക് ഒരു സ്വതന്ത്രരാജ്യമായിത്തീരുന്നതുകണ്ട് കണ്ണടയ്ക്കണമെന്നാണ് എന്റെയാഗ്രഹം. അത് പൂർത്തിയാകുമെന്ന് തന്നെയാണ് വിശ്വസിക്കുന്നത്."

"അങ്ങയുടെ ആഗ്രഹം സഫലീകരിക്കും."

"രാജകുമാരനൊരുത്തൻ ജംഗമനായി ഈ നാട്ടിലെത്തി രാജ്യം കെട്ടിപ്പൊക്കി. ഇപ്പോൾ ജംഗമനായി നീ ആ രാജ്യം വീണ്ടെടുക്കുമോ?"

"ഈ മനസും ശരീരവും അതിനുവേണ്ടി അർപ്പിക്കപ്പെട്ടിരിക്കുന്നു."

സ്വാമികൾ വീണ്ടും മൗനം ഭജിച്ചു. അൽപ്പംകഴിഞ്ഞ് സിദ്ദലിംഗനെ നോക്കിക്കൊണ്ട് സ്വാമികൾ ചോദിച്ചു: "സിദ്ദലിംഗാ.... നിന്റെ മനസിലിരിപ്പെന്താണെന്നറിയുന്നില്ല. ഗുരുവിന് അസുഖമാണ്. അവരെ സേവിച്ചുകൊണ്ട് അടുക്കൽത്തന്നെ കഴിയണം... എന്നെല്ലാം ചിന്തിക്കയാണോ?"

"അതേ.... ആചാര്യരെ....."

"എന്നാൽ രാജസേവയാണ് വലുത്. നീ അപരംപാരനോടൊന്നിച്ചുണ്ടാകുന്നതാണ് നമുക്ക് സന്തോഷം."

"ആജ്ഞപോലെ....."

"നല്ലത്. പോകൂ മക്കളെ. മഹേശ്വരൻ അനുഗ്രഹിക്കും. പഞ്ചാക്ഷരിയോട് പ്രസാദം വാങ്ങുക. രാജ്യം സ്വതന്ത്രമായാലുടൻ ഇവിടെയെത്തി വിവരം നമ്മെയറിയിക്കുക."

രണ്ടുപേരും ശിവാചാര്യ സ്വാമികളെ വന്ദിച്ച് യാത്ര പുറപ്പെട്ടു. നടക്കുന്നതിനിടയിൽ അപരംപാര പറഞ്ഞു:

"അന്തഃരംഗത്തിലെ അറിവും ബഹിരാകാശത്തിലെ കർമവും ഒന്നായിരിക്കുന്നവന് മനഃക്ലേശവും ശരീരക്ലേശവും ഉണ്ടാകില്ലല്ലൊ."

43

സിംഹാസനത്തിലിരുത്തിയവർതന്നെ മുമ്മുഡി കൃഷ്ണരാജനെ വലിച്ച് താഴത്തിറക്കുകയും ചെയ്തു. ആ സംഭവത്തിനുശേഷം മൂന്നു വർഷം പിന്നെയും കടന്നുപോയി. അധികാരം കൈവിട്ടിട്ടും കുറച്ചുകാലം കൊട്ടാരത്തിൽത്തന്നെ കഴിയാൻ അയാൾക്കനുമതി നൽകപ്പെട്ടു. താമസിയാതെ മറ്റൊരു കെട്ടിടം പണിയിച്ച് അതിലേക്ക് മാറ്റിപ്പാർപ്പിച്ചു.

മൈസൂർ നഗരത്തെ ഉറ്റുനോക്കിക്കൊണ്ട് ഉയർന്നുനിൽക്കുന്ന ചാമുണ്ഡിമല. മൈസൂർ രാജ്യത്തിന്റെ ചരിത്രം മുഴുവൻ അതിന്റെ താഴ്വാരങ്ങളിൽ ഉറങ്ങിക്കിടക്കുന്നുണ്ട്.

അൽപ്പമകലെയായി ശ്രീരംഗപട്ടണം സ്ഥിതിചെയ്യുന്നു. ശ്രീരംഗപട്ടണവും മൈസൂരുമായി നിത്യസമ്പർക്കം പുലർത്തിപ്പോരുന്നുണ്ട്.

ദിവാൻ വെങ്കിട രമണയ്യ ബ്രിട്ടീഷുകാരുടെ നിർദേശങ്ങളും ഉപദേശങ്ങളും സ്വീകരിച്ചാണ് ഭരണം നടത്തിപ്പോരുന്നത്.

മുമ്മുഡി കൃഷ്ണരാജന്റെ അടുത്ത ബന്ധുവാണ് ബസപ്പാജി രാജാവ്. രാജ്യസ്നേഹിയും പ്രജാതൽപ്പരനുമായ അദ്ദേഹം മൈസൂരിന്റെ പതനത്തിൽ ആത്മാർഥമായി സഹതപിക്കുന്ന വ്യക്തിയുമാണ്. ഈ ദുർഗതിയിൽനിന്ന് മൈസൂരിനെ മോചിപ്പിക്കാൻ അയാളും ആഗ്രഹിച്ചിരുന്നു.

ഇത് മനസിലാക്കിയ അപരംപാര സ്വാമികൾ ഒരുദിവസം ബസപ്പാജിയുടെ മുന്നിൽ പ്രത്യക്ഷനായി. കൂടെ സിദ്ദലിംഗനുമുണ്ടായിരുന്നു.

രാജ്യകാര്യങ്ങൾ സംസാരിക്കുന്ന കാഷായവസ്ത്രധാരികളെ ബസപ്പാജി ആദ്യം അവിശ്വസിച്ചു. ഇവർ ബ്രിട്ടീഷ് ചാരന്മാരാണെങ്കിലോ? നേരിട്ട് സാധിക്കാത്തത് ഇവരെക്കൊണ്ട് സാധിപ്പിക്കാൻ അവർ ശ്രമിക്കുകയാണെങ്കിലോ?

എന്നാൽ സംഭാഷണം തുടർന്നപ്പോൾ അവിശ്വാസത്തിന്റെ മൂടൽമഞ്ഞ് ഉരുകിപ്പോയി. ഈ സ്വാമികൾ സാധാരണക്കാരനല്ല! എന്തൊരു തേജസാണ് ആ മുഖത്ത് നിഴലിക്കുന്നത്? ദിവ്യമായ ഏതോ ചൈത

ന്യം ഇയാളിൽ കളിയാടുന്നുണ്ട്! സംശയമില്ല. ചാരന്മാർ ഇങ്ങനെയായിരിക്കയില്ല.

കുടകിനു നേരിട്ട ദുരവസ്ഥ, ഇംഗ്ലീഷുകാരുടെ കപടതന്ത്രങ്ങൾ തുടങ്ങിയവയെല്ലാം സ്വാമികൾ വിശദമായി പ്രതിപാദിച്ചു.

"പൂർവാശ്രമത്തിൽ അങ്ങ് ഹാലേരി വംശക്കാരനായിരുന്നോ?"

ബസപ്പാജിയുടെ ആശങ്കനിറഞ്ഞ ചോദ്യംകേട്ട് അപരംപാര ചിരിച്ചു.

"വിശ്വാസത്തിന്റെ താഴ്‌വാരത്തിലേക്ക് ഇറങ്ങിവന്നു. അല്ലേ? നല്ലത്. പൂർവാശ്രമത്തിൽ ഹാലേരി വംശവുമായി നമുക്ക് ബന്ധമുണ്ടായിരുന്നു. പക്ഷേ, മുഖ്യപ്രശ്നം അതല്ല."

"കുടക് സിംഹാസനത്തിന് അവകാശി ആരെന്നായിരിക്കും?"

"മൈസൂരിനാരാ? മുമ്മുഡികൃഷ്ണരാജനല്ലെ? അതേപോലെ കുടകിന് ചിക്‌വീരരാജനാണ് അവകാശി. ഇംഗ്ലീഷുകാർക്ക് അദ്ദേഹത്തെ ആവശ്യമില്ലെങ്കിലും പ്രജകൾക്കും വേണ്ടാതായിട്ടുണ്ടോ? മുമ്പ് മൈസൂരിൽ യദുവംശ രാജാക്കന്മാർ ഭരിച്ചിരുന്നപ്പോൾ ബിദനൂർ സ്വതന്ത്രരാജ്യമായിരുന്നു. ആ സ്ഥിതി പുനഃസ്ഥാപിക്കേണ്ടതാവശ്യമല്ലേ?"

ബസപ്പാജി തലയാട്ടിയതല്ലാതെ പ്രത്യുത്തരം പറഞ്ഞില്ല. അയാൾ ചിന്താധീനനായി.

"കുടകരും ഗൗഡരും ശൈവരും എല്ലാം ചേർന്നാൽ അരലക്ഷം സൈനികരുണ്ടാകും. ഇക്കേരിയും മൈസൂരും ചേർന്നാൽ മറ്റൊരരലക്ഷവും കൂടിയാകും. മരങ്ങൾ തമ്മിലുരഞ്ഞാൽ അഗ്നിയുണ്ടാകും! ആ അഗ്നി കാട്ടുതീയായി മാറും! ആ ജ്വാലയിൽ പരദേശികൾ കരിഞ്ഞ് ചാമ്പലാകും?"

"ഇക്കേരിയിലുള്ളവർ സമ്മതം മൂളിയോ?"

"അവിടേക്കാണ് പുറപ്പെട്ടിരിക്കുന്നത്. ബേലൂരിലും പോകേണ്ടിയിരിക്കുന്നു. ആദ്യമായി നിങ്ങളെ കാണാമെന്നു കരുതിയാണ് വന്നത്."

"എന്നിൽ വച്ചുപുലർത്തുന്ന വിശ്വാസത്തിനു നന്ദി. ഈ കാര്യങ്ങളൊന്നും മറ്റാരുമറിയില്ല. കുതിരപ്പുറത്തേറാനോ തോക്കെടുക്കാനോ കഴിയാതെ നമ്മുടെ ആൾക്കാർ നിർവീര്യരായിരിക്കയാണ്. അവരെ ഉണർത്തണം. ചൈതന്യം കുത്തിവയ്ക്കണം. ശരി, വളരെ സൂക്ഷ്മതയോടെ വേണം മുന്നോട്ടു പോകുവാൻ."

സ്വാമികളുടെ പേരിലുള്ള സംശയം തികച്ചും നീങ്ങിപ്പോയി. ബസപ്പാജിയുടെ ഹൃദയം ജാഗരൂകമായി. തന്റെ മാർഗം ഇന്നതാണെന്ന് അയാൾ നിശ്ചയിച്ചുറച്ചു.

"ഇന്നുരാത്രി ചാമുണ്ഡേശ്വരിയുടെ സന്നിധിയിൽവച്ച് നമുക്ക് പ്രതിജ്ഞയെടുക്കാം." അപരംപാര പറഞ്ഞു.

"സമ്മതിച്ചിരിക്കുന്നു." ബസപ്പാജി പറഞ്ഞു.

44

അരസാൾ, അനന്തപൂർ, കപാലിദുർഗ് തുടങ്ങിയ ഓരോ സ്ഥലത്തിന്റെയും നാമം രോമാഞ്ചമുണ്ടാക്കുന്നതായിരുന്നു.

"സ്വാമികളെ, ഇത് മായാലോകമാണ്." സിദ്ദലിംഗ പറഞ്ഞു.

അത് അപരംപാരന് പരിചിതമായ സ്ഥലമാണ്. മുമ്പ് ദേശാടനം ചെയ്തുകൊണ്ട് ആ ഗ്രാമത്തിലും എത്തിയിരുന്നു. അവിടെയുള്ള ഒരു കർഷകന്റെ വീട്ടിൽ അപരംപാര സൽക്കാരത്തിന് ചെന്നിരുന്നു.

അപരംപാര ഒരു വീട്ടിനുമുന്നിൽ ചെന്നുനിന്നു.

"ശിവശംഭോ.... ശങ്കര....." സിദ്ദലിംഗ പറഞ്ഞു.

അപരംപാരന്റെ മുഖത്ത് ഒരു പുഞ്ചിരി വിടർന്നു. അയാൾ വാതിലിൽ മുട്ടി.

"ഗുരുമൂർത്തപ്പാ ഗുരുമൂർത്തപ്പാ....."

"വേണ്ടപ്പെട്ടവരുടെ വീട്ടിലാണ് എത്തിയതെന്ന് പറ." സിദ്ദലിംഗ ആശ്വസിച്ചു.

എട്ടുപത്ത് കൊല്ലങ്ങൾക്കുമുമ്പ് കണ്ടിരുന്ന അപരംപാരനെ മനസിലാക്കാൻ ഗുരുമൂർത്തപ്പന് ഒന്നുരണ്ട് നിമിഷം വേണ്ടിവന്നു.

തന്റെ പാദം കഴുകിക്കൊണ്ടിരുന്ന ഗുരുമൂർത്തപ്പനോട് അപരംപാര ചോദിച്ചു:

"സൂരപ്പ നായക് എവിടെയാണുണ്ടാവുക? ഒന്ന് കാണണമല്ലോ?"

"സ്വാമികൾ അറിയില്ലെന്ന് തോന്നുന്നു." ഗുരുമൂർത്തപ്പ എഴുന്നേറ്റു. "നായക് ഇപ്പോൾ കാട്ടിലാണ്. ഇംഗ്ലീഷുകാരുള്ള ഭാഗത്ത് അയാളെ കാണാൻ കിട്ടില്ല."

"ഞാനും അത് കേട്ടിരുന്നു. വെള്ളക്കാർ നായക്കിനെ അന്വേഷിച്ച് നടക്കയാണെന്നും അറിഞ്ഞിരുന്നു."

"സത്യമാണ്."

സൽക്കാരം സ്വീകരിക്കുന്നതിനിടയിൽ അപരംപാര ചുറ്റും തിക്കിത്തിരക്കി നിൽക്കുന്ന ജനങ്ങളെ ശ്രദ്ധിച്ചു.

"നമ്മുടെ ബന്ധുക്കളും വേണ്ടപ്പെട്ടവരുമാണെന്ന് തോന്നുന്നല്ലോ."

ഗുരുമൂർത്തപ്പ ഒന്ന് ചിരിക്കുക മാത്രം ചെയ്തു.

സംഭാഷണത്തിനുശേഷം സ്വാമികൾ യാത്രയ്ക്കൊരുങ്ങി. പെട്ടെന്ന് ഒരാൾ കടന്നുവന്ന് സ്വാമികളെ വണങ്ങി.

"ഞാൻ സൂരപ്പ."

"നല്ലതുവരട്ടെ. ഭാഗീരഥി ഇത്രയ്ക്ക് എളുപ്പത്തിൽ ലഭിക്കുന്നവളാണെന്ന് നാം കരുതിയിരുന്നില്ല. മിക്കവാറും ദേവഗംഗയുടെ സമീപത്തു തന്നെ നാം കഴിച്ചുകൂട്ടുന്നതുകൊണ്ടാണോ ഇങ്ങനെ തോന്നിയതെന്നറിയില്ല! വാ ഇരിക്ക്."

ഉന്നതമായ ശരീരം. മുഖത്തിന് വശ്യത ചേർക്കുന്ന മീശ. ഉത്തരീയംകൊണ്ട് പുതച്ചിരിക്കുന്നു. എങ്കിലും അചഞ്ചലമായ മനസും ബലിഷ്ഠമായ മാംസപേശികളും വ്യക്തമായി കാണപ്പെട്ടിരുന്നു.

"താങ്കളെക്കുറിച്ച് ഞാൻ മനസിലാക്കിയെന്ന് പറഞ്ഞാൽ ഒരുപക്ഷേ സ്വാമികൾക്ക് ആശ്ചര്യമുണ്ടായേക്കാം." സൂരപ്പ പറഞ്ഞു.

"ഗുരുമൂർത്തപ്പ പറഞ്ഞിരിക്കണം."

"ഇല്ല."

"വർഷങ്ങൾക്കുമുമ്പ് കൊടുങ്കാറ്റുപോലെ അങ്ങ് നാടുനീളെ ചുറ്റിത്തിരിഞ്ഞപ്പോൾ എന്റെ രഹസ്യചാരന്മാർ താങ്കളെ ശ്രദ്ധിച്ചിരുന്നു. ആവർത്തിയിലേക്ക് ഒരുതവണ വരണമെന്ന് വിചാരിച്ചിരുന്നതാണ്. സാധിച്ചില്ല. താങ്കളെ കാണാനുള്ള ആഗ്രഹം അപ്രതീക്ഷിതമായി ഇപ്പോൾ സാധിച്ചിരിക്കയാണ്."

"നിങ്ങളെ കാണാനാണ് നാമിങ്ങോട്ടുവന്നത്. ഇക്കേരിയും മൈസൂരും തമ്മിലുണ്ടായ ബന്ധം നിങ്ങൾക്കറിയാത്തതല്ലല്ലോ. സോമശേഖരനായക്കും വലിയ വീരരാജേന്ദ്ര അവർകളും പരസ്പരം ബന്ധപ്പെട്ടു കഴിഞ്ഞിരിക്കുന്നു."

"ഞാൻ അറിഞ്ഞിട്ടുണ്ട്."

"എന്നാലിപ്പോൾ."

സൂരപ്പ ചെവി കൂർപ്പിച്ചു. കുശാഗ്രമതിയായ അയാളോട് ഒന്നും വിസ്തരിച്ചു പറയേണ്ടിവന്നില്ല."

"മലയടിവാരത്തിലൂടെ അന്യജില്ലകളിലേക്ക് കൊണ്ടുപോകുന്ന തപാലുരുപ്പടികളും മറ്റും കൈക്കലാക്കുക, കാട്ടുവഴി യാത്രചെയ്യുന്ന ഇംഗ്ലീഷ് സംഘത്തെ ആക്രമിക്കുക. തുടങ്ങിയവയാണ് ഇപ്പോഴത്തെ എന്റെ പരിപാടി." സൂരപ്പ തന്റെ പ്രവർത്തനപദ്ധതി വിവരിച്ചു. "മൈസൂർ രാജാവ് പാവമാണ്. യുദ്ധം ചെയ്യാനൊന്നും അയാളെ കിട്ടില്ല. എന്നാൽ ബസപ്പാജി അങ്ങനെയല്ല. ബിദിനൂർ സ്വതന്ത്രമായിത്തന്നെ കഴിയണമെന്ന് ആഗ്രഹമുണ്ടായിരുന്നു. പറഞ്ഞിട്ടെന്തു ഫലം? ആ സ്വാതന്ത്ര്യം കാത്തുസൂക്ഷിക്കാൻ ആരും തയാറായില്ല. ഇനി അത് പുനഃസ്ഥാപിക്കാനാകുമോ എന്തോ? ചിക്‌വീരരാജനുമായും ഞാൻ ബന്ധപ്പെട്ടിട്ടുണ്ട്. ഒന്നിച്ച് പോരാടുന്നതിനെക്കുറിച്ച് ചർച്ച ചെയ്തിട്ടുണ്ട്. കഷ്ടകാലത്തിലാണ് കുടക് അസ്വതന്ത്രമായത്."

"ഇതെല്ലാം സത്യമാണ് നായകരേ." അപരംപാര തുടർന്നു: "ഇംഗ്ലീഷുകാരെ ഓടിക്കാനുള്ള യത്നം ഇപ്പോൾതന്നെ തുടങ്ങണമെന്ന് നാം പറയുന്നില്ല. തയാറെടുക്കുന്നതിന് സമയം വേണ്ടിവരും. ചക്കിൽ എള്ളിടാതെ എണ്ണ കിട്ടില്ലല്ലോ? വന്നല പാറ്റിയാൽ വിത്തും ലഭിക്കില്ല. ആദ്യം എള്ളും വിത്തും ശേഖരിക്കണം. നിലം പാകപ്പെടുത്തണം. എങ്കിലേ വിത്തിറക്കിയിട്ട് കാര്യമുള്ളൂ. കിണറ്റിലെ ജലം വലിച്ചെടുക്കാൻ കയറാണ് വേണ്ടത്, സോപാനമല്ല."

അപരംപാരന്റെ വാക്കുകളിൽ സൂരപ്പ അലിഞ്ഞിറങ്ങി. ദീർഘമായ ഒരു നെടുവീർപ്പ് അയാളിൽനിന്ന് പുറപ്പെട്ടു.

"ധർമം കൈവെടിഞ്ഞതുകൊണ്ടാണ് നാം നശിച്ചത്! സന്യാസിശ്രേഷ്ഠനായ അങ്ങ് രാജ്യസംബന്ധമായ ഇത്തരം ഹിതോപദേശങ്ങൾ നൽകുമ്പോൾ ഗ്രഹിക്കാൻ പ്രയാസം നേരിടുന്നില്ല. അഹങ്കാരികളായ നാം പാപികളാണ്. നമ്മുടെ ഐക്യമില്ലായ്മയാണ് നമ്മുടെ കുഴി തോണ്ടിയത്. വരുന്നതൊക്കെ വരട്ടെ. ഒന്നും വഴിയിൽ തങ്ങില്ലല്ലോ? എന്റെ കടമ ഞാൻ നിർവഹിക്കും."

കണ്ണുണ്ടായിട്ടും ജനങ്ങൾക്ക് ഒന്നും കാണാൻ കഴിയുന്നില്ല. കാതുണ്ടായിട്ടും കേൾക്കാൻ കഴിയുന്നില്ല. നാം അവരെ ഉണർത്തി വിടണം."

"താങ്കളുടെ വാക്കുകൾ ജനങ്ങൾ വിശ്വസിക്കാതിരിക്കില്ല."

"ആവശ്യമുള്ളപ്പോഴൊക്കെ നിങ്ങളുടെ സഹായം എനിക്ക് വേണ്ടി വരും."

"ഞാൻ സദാ കറങ്ങിക്കൊണ്ടിരിക്കും. എങ്കിലും ഗുരുമൂർത്തപ്പയ്ക്ക് എന്റെ സ്ഥാനം അറിവുണ്ടാകും."

"ഇക്കേരിയും കുടകും തമ്മിൽ ബന്ധം സ്ഥാപിച്ചുവെന്ന് ശിവലിംഗം സാക്ഷിയായി പറയാമല്ലോ?"

"പറയാം സ്വാമികളെ. കുടകിന്റെ പോരാട്ടത്തിൽ നാം ഒന്നിച്ചാണ്. പരദേശികൾക്കെതിരായി ആയുധമേന്തുമെന്ന് ശിവലിംഗം സാക്ഷിയായി പ്രതിജ്ഞചെയ്യുന്നു."

ദീർഘസംഭാഷണത്തിൽ ഇരുൾ ചെറുതായിത്തീർന്നു. പച്ചപിടിച്ച ബിദിനൂരിനും മീതെ പ്രഭാതകിരണങ്ങൾ നൃത്തംചെയ്തു.

സൂരപ്പനായകും കൂട്ടാളികളും നേരത്തെ ഉണർന്നിരുന്നു. അപരംപാരനെ വിളിച്ചുണർത്തി ആ പാദം തൊട്ടുവണങ്ങിക്കൊണ്ട് സൂരപ്പ യാത്രാനുമതി ആവശ്യപ്പെട്ടു.

"മഹേശ്വരൻ നിങ്ങളെ കാത്തുരക്ഷിക്കും" അപരംപാര പറഞ്ഞു.

നായക് പാദങ്ങളിൽ എന്തെല്ലാമോ കാഴ്ചവെച്ചു.

"എളിയ ഒരുപഹാരം. എന്നും അങ്ങയോടൊപ്പമിരിക്കട്ടെ."

ആ കാഴ്ചവസ്തു അപരംപാര കൈയിലെടുത്തു. നേരിയ മന്ദഹാസം ആ ചുണ്ടുകളിൽ വിടർന്നു.

"ഉം.... ജംഗമന്റെ വസ്ത്രത്തിനുള്ളിൽ തന്നെയുണ്ടാകും."

ഇംഗ്ലീഷുകാരിൽനിന്ന് കൈവശപ്പെടുത്തിയ ഒരു കൈത്തോക്കായിരുന്നു അത്.

45

ഗൗരമ്മയെഴുന്നേറ്റ്, സമീപത്ത് കിടന്നുറങ്ങുന്ന മകളുടെ പുതപ്പ് നേരെയാക്കി. ഇനി ഒന്നുരണ്ടുവർഷംകൂടി കഴിഞ്ഞാൽ പതിനാറിന്റെ പടിവാതിലെത്തുന്ന സുന്ദരാംഗി. കണ്ണേറ് പിടിച്ചുപറ്റുന്ന രൂപസൗകുമാര്യം. അമ്മയെന്ന താങ്ങിൽ പടർന്നുകയറിയ കോമളലത. ഒറ്റ ഇരുളുപോലും തനിച്ച് തള്ളിനീക്കാനാകാത്തവൾ.

ഇനി രണ്ടു നാഴിക കഴിഞ്ഞാലേ അവളുണരുകയുള്ളൂ.

എല്ലാവരേക്കാളും വൈകി ഉണരുന്നത് രാജാവാണ്. കണ്ണുതുറന്ന ഉടൻ അയാൾ മകളെ വിളിക്കും.

മകൾ ഉടനെ എഴുന്നേറ്റുചെന്ന് അച്ഛന്നരികിലായി കിടക്കയിലിരിക്കണം.

മകളുടെ തലയിലെഴുത്ത് വായിക്കുന്നവനെപ്പോലെ അൽപ്പസമയം

ആ നെറ്റിയിൽത്തന്നെ അയാൾ ദൃഷ്ടികൾ പതിപ്പിക്കും. തുടർന്ന് അയാളുടെ വലതുകരം മകളുടെ തലയിലൂടെ പതുക്കെ സഞ്ചരിക്കും.

"വെള്ളം ചൂടായി. എഴുന്നേൽക്കച്ഛാ." മകൾ പറയും.

ബേലൂരിലെ കോട്ടയ്ക്കുള്ളിൽ ചിക്‌വീരരാജന്റെ പ്രഭാതം ഇപ്രകാരം കഴിഞ്ഞുവരികയാണ്. ടിപ്പുവിന്റെ മരണശേഷം ഇയാളുടെ കുടുംബം കുറച്ചുകാലം അവിടെ താമസിച്ചിരുന്നു. ടിപ്പുവിന്റെ മക്കൾ രാഷ്ട്രീയത്തടവുകാരായാണ് കഴിഞ്ഞുകൂടിയിരുന്നത്. ചിക്‌വീരരാജനും തടവുകാരനാണോ? ആണെന്ന് ഉറപ്പിച്ച് പറയാനാകില്ല. വാതിൽക്കൽ ഇംഗ്ലീഷ് പടയാളി കാവൽനിൽക്കുന്നില്ല. അപ്പോൾ അയാൾ സ്വതന്ത്രനല്ലേ? കോട്ട ബ്രിട്ടീഷുകാരുടെ അധീനത്തിലാണ്. അതിന് ഭദ്രമായ കാവലുണ്ട്. മടിക്കേരിക്കോ ഇഷ്ടമുള്ള മറ്റിടത്തേക്കോ പോകാനുള്ള സ്വാതന്ത്ര്യവും ചിക്‌വീരരാജനില്ല.

അരമനയ്ക്കുചുറ്റും ചെറുതും വലുതുമായ അനേകം വീടുകളുണ്ട്. ചിക്‌വീരരാജനോടൊപ്പം വന്നവർ അവിടെയാണ് പാർക്കുന്നത്. കുടകിലെ പടയാളികളും സേനാനായകന്മാരും അരമനയിൽ തന്നെയുണ്ടായിരുന്നു. എങ്കിലും ആയുധത്തിന്റെ പൊടിപോലും അവരുടെ പക്കലുണ്ടായിരുന്നില്ല.

"അരിയും മറ്റു സാധനങ്ങളും ലഭിക്കും." ഇംഗ്ലീഷുകാർ പറഞ്ഞിരുന്നു.

"വേണ്ട. നമ്മുടെ കാര്യം നാംതന്നെ നോക്കിക്കൊള്ളാം." അഭിമാനിയായ ചിക്‌വീരരാജ പറഞ്ഞു.

രാജഭണ്ഡാരംകൂടെ കൊണ്ടുവന്നിരുന്ന ചിക്‌വീരരാജ യാതൊരു ന്യൂനതും വരുത്താതെ കാര്യങ്ങൾ നിർവഹിച്ചു.

അച്ഛൻ കുളിക്കാൻ ചെന്നപ്പോൾ മകൾ അമ്മയുടെ അടുത്തേക്ക് നടന്നു.

മുറിക്കു പിന്നിലെ മരത്തിലിരുന്ന് ഒരു കാക്ക ഉച്ചത്തിൽ കരഞ്ഞു.

"ആരോ വിരുന്ന് വരുന്നതുപോലെയുണ്ടല്ലോ." റാണി പറഞ്ഞു.

"അമ്മയ്ക്കെപ്പോഴും നാട്ടിന്റെ ഓർമയാണ്. ആരാണമ്മേ ഇത്ര ദൂരം വിരുന്ന് വരേണ്ടത്.?" മകൾ ചോദിച്ചു.

ആ സമയം ഒരു പടയാളി കടന്നുവന്നു.

"രണ്ട് സന്യാസിമാർ പുറത്തു നിൽക്കുന്നുണ്ട്. നാട്ടിലുള്ളവരാണെന്ന് തോന്നുന്നു."

"ബന്ധുക്കളല്ലെങ്കിലും സ്വാമികൾ വന്നല്ലോ. നടക്ക്."

ഗൗരമ്മയും മകളും പടയാളിയെ അനുഗമിച്ചു.

അമ്മയും മകളും സ്വാമികളുടെ പാദങ്ങളിൽ നമസ്കരിച്ചു.

"എഴുന്നേൽക്കമ്മേ. എഴുന്നേൽക്ക് സോദരീ. മഹാറാണിയും യുവറാണിയുമല്ലേ." അപരംപാര സ്വാമികൾ ചോദിച്ചു.

ഗൗരമ്മ പുളകിതയായി. അതേ ശബ്ദം.... അതേ കണ്ണുകൾ..... ആ പ്രൗഢി....

നമസ്കരിച്ചവരെ സിദ്ദലിംഗനും ആശീർവദിച്ചു.

ഗൗരമ്മയെഴുന്നേറ്റ് സാരിത്തലപ്പുകൊണ്ട് തലമൂടി. അന്ന് സ്വാമികൾ ഒറ്റയ്ക്കാണ് അരമനയിൽ വന്നിരുന്നത്. ഇയാളുണ്ടായിരുന്നില്ല.

"മടിക്കേരിയിൽ ഒരുതവണ സ്വാമികൾ എഴുന്നള്ളിയതായി ഓർക്കുന്നു." ഗൗരമ്മ പറഞ്ഞു.

"അതേ. അന്ന് വിളിച്ചിട്ടാണ് വന്നത്. ഇന്ന് ക്ഷണിക്കാതെയാണ് വന്നിരിക്കുന്നത്."

"അന്ന് ഒന്നും സ്വീകരിക്കാതെയാണ് അങ്ങ് പോയത്. കുടകിന്റെ ഐശ്വര്യലക്ഷ്മിയും അതോടെ പുറപ്പെട്ടുപോയി."

"അതിനും ഇതിനും തമ്മിൽ എന്ത് ബന്ധം?"

"സ്വാമികൾ പ്രസന്നനായാണ് വന്നിരിക്കുന്നത്. കുടകിന്റെ ഐശ്വര്യലക്ഷ്മിയും താമസിയാതെ തിരിച്ചുവരും." സിദ്ദലിംഗ പറഞ്ഞു.

ഗൗരമ്മയുടെ മിഴികൾ നിറഞ്ഞുതുളുമ്പി.

"അവിടുന്ന് ഇരിക്കണം. ഞാനുടനെ വിവരമറിയിച്ച് വരാം." ഗൗരമ്മ മകളോടൊപ്പം അകത്തേക്കുകടന്നു.

വളരെക്കാലമായി അകന്നിരിക്കയായിരുന്ന ബന്ധുവിന്റെ ആഗമനത്തിലെന്നപോലെ ചിക്വീരരാജ സന്തോഷിച്ചു. സ്വാമികളെ എതിരേൽക്കാൻ അയാൾ ഇറങ്ങി വന്നു. അപരംപാരനെ കണ്ട്! 'ഇയാൾ അയാൾ തന്നെയാണോ' എന്ന് ശങ്കിച്ചുനിന്നുപോയി.

താൻ തികച്ചും നിരാശ്രയനും നിസ്സഹായനുമാണെന്ന് ഒരുനിമിഷത്തേക്ക് അപരംപാരന് തോന്നി. വിശ്വംമുഴുവൻ സ്തബ്ധമായതുപോലെ. താനൊരു ശിലാവിഗ്രഹമാണ്.

അടുത്ത ക്ഷണത്തിൽ ചിക്വീരരാജ ആ പാദങ്ങൾ നമിച്ചു.

"എഴുന്നേൽക്ക് മഹാരാജാ." തിടുക്കത്തിൽ അപരംപാര പറഞ്ഞു.

രാജാവിന്റെ മനോദുഃഖം അസ്തമിച്ചു. അപരംപാരനെ നമസ്കരിച്ചശേഷം അയാൾ എഴുന്നേറ്റുനിന്നു.

സ്വാമികളേ, അധികാരം അനശ്വരമാണെന്ന് ഞാൻ ഭാവിച്ചിരുന്ന ഒരുകാലത്ത് അങ്ങ് എന്റടുക്കൽ വന്നിരുന്നു. അന്ന് വീരപ്പാജിയാണെന്ന് അങ്ങയെ സംശയിച്ചു. അക്കാരണത്താൽ അൽപ്പം നീരസത്തോടെയാണ് ഞാൻ പെരുമാറിയിരുന്നത്. ആ തെറ്റുകളെല്ലാം പൊറുത്തുകൊണ്ട് വീണ്ടും എഴുന്നള്ളിയിരിക്കയാണല്ലോ. ഞാൻ ഭാഗ്യവാനാണ്."

"ഇതെല്ലാം കഴിഞ്ഞ കഥകൾ! ഇനിയെന്തിന് ഓർക്കുന്നു? ശിവൻ ഗുരുവിന്റെ രൂപത്തിൽ വന്നാൽ ശരീരം നൽകണം. ലിംഗരൂപത്തിൽ വന്നാൽ മനസ്സ് ദാനംചെയ്യണം. ജംഗമനായി വന്നാൽ ധനമാണ് നൽകേണ്ടത്. മനസിലായോ?" അപരംപാര തന്റെ തൽക്കാല പാരവശ്യം നീക്കിക്കൊണ്ട് പറഞ്ഞു.

"ഇവിടെയുള്ളതെല്ലാം അങ്ങേക്കുള്ളതാണ്."

"ഈ ജംഗമന് വേണ്ടത് ധനമല്ല, ഒരു വാഗ്ദത്തമാണ്."

"പറഞ്ഞാലും സ്വാമികളെ വാക്കുതെറ്റി ഒരിക്കലും ഞാൻ നടക്കില്ല."

"പ്രജകൾ വന്നുവിളിച്ചാ നീ മടിക്കേരിയിലെത്തി വീണ്ടും അധികാരമേറ്റെടുക്കണം."

അപരംപാരന്റെ വാക്കുകൾ ആവർത്തിച്ചുകൊണ്ട് ചിക്‌വീരരാജ ചോദിച്ചു: "കുടകിന് ഏതുതരത്തിലുള്ള ദുഃസ്ഥിതി സംഭവിച്ചിരിക്കുന്നുവെന്നാണ് അങ്ങ് കരുതുന്നത്?"

"സുഖത്തിനുപകരം കഷ്ടപ്പെടാനായല്ലൊ എന്ന് ചിന്തിക്കാതിരിക്ക്. ആദ്യം സുഖമനുഭവിച്ചവർക്ക് പിന്നീട് കഷ്ടപ്പെടേണ്ടിവരാറുണ്ടല്ലോ."

"സത്യം. എങ്കിലും രാജ്യദ്രോഹികളുടെ വഞ്ചനമൂലമാണ് ഇങ്ങനെ സംഭവിച്ചത്."

"ചുടുകാട്ടിൽച്ചെന്ന് മാരിയെ പൂജിച്ച് ആട്ടിന്റെ കഴുത്തറുക്കുന്ന ക്രൂരന്മാരാണവർ. അവരെ മഹേശ്വരൻ ശിക്ഷിക്കും."

ഗൗരമ്മ വാതിൽക്കൽ വന്നുനിന്ന് മെല്ലെ ചോദിച്ചു: "ശിവ പൂജക്കുള്ള ഏർപ്പാട് ചെയ്യട്ടെ."

"ഉം.... ഉം....' ചിക്‌വീരരാജ മൂളി. "സോമയ്യനെയും അയ്യണ്ണനെയും വിളിക്കണം. തിമ്മണ്ണഗൗഡനോടും വരാൻ പറയുക. ഏ..... ആരവിടെ?"

"മഹാരാജാവേ നാം തമ്മിലുള്ള സംഭാഷണം മറ്റാരും അറിയാനിടവരരുത്...."

"ആകട്ടെ സ്വാമികളെ."

പൂജ കഴിഞ്ഞു പ്രസാദവും കഴിഞ്ഞു. പകൽ അവസാനിച്ചു. വളരെ ഇരുട്ടുന്നതുവരെ സംഭാഷണം തുടർന്നു.

"എന്റെ മനസും ദേഹവും ജഡപ്രായമായിരുന്നു. അങ്ങ് വീണ്ടും അതിൽ ചൈതന്യം നിറച്ചിരിക്കുന്നു." ഒടുവിൽ ചിക്‌വീരരാജ പറഞ്ഞു.

അപരംപാര പുഞ്ചിരിച്ചു.

"മഹേശ്വരൻ കനിഞ്ഞനുഗ്രഹിച്ചാൽ അതിന് അതിരുണ്ടാവില്ല മഹാരാജാവേ! നിറവേറാത്തതൊക്കെ അപ്പോൾ നിറവേറുന്നതായി കാണാം." തിരമാലകൾ ആഞ്ഞടിക്കുമ്പോൾ കര നനയാതിരിക്കില്ലല്ലോ. രാജകുടുംബം പുകഴ്ത്തപ്പെടും."

"സമ്പത്തോ ഐശ്വര്യമോ ഞാനാഗ്രഹിക്കുന്നില്ല. ഹാലേരിവംശത്തിനുപറ്റിയ കളങ്കം നീക്കം ചെയ്യണമെന്നേ എനിക്കാശയുള്ളൂ."

"ബ്രിട്ടീഷുകാർ ഇപ്പോൾ വഴിതെറ്റിയ മൃഗമാണ്. കുടകിലെ കാട്ടിൽ നിന്ന് അവർക്ക് രക്ഷപ്പെടാനാവില്ല. അവർ വലയിൽ വീഴുകതന്നെ ചെയ്യും. നിന്റെ ആഗ്രഹം സഫലമാകും." രാജാവിനെ നോക്കിക്കൊണ്ട് അപരംപാര പറഞ്ഞു.

46

ബേലൂരിൽനിന്നു പുറപ്പെട്ട അപരംപാര ചില ദിവസങ്ങൾക്കുള്ളിൽ മൈസൂരിലെത്തിച്ചേർന്നു.

അന്നത്തെ തപാലിൽ കാസ്സാമേജറെ ചിന്താമഗ്നനാക്കിത്തീർത്ത

ഒരു വാർത്തയുണ്ടായിരുന്നു. ബേലൂരിലെ കളക്ടർ മദ്രാസ് ഗവർണർക്കയച്ച കത്തിന്റെ തനിപ്പകർപ്പായിരുന്നു അത്.

"ഇക്കാര്യം അന്വേഷിച്ച് വിവരമറിയിക്കുക." കത്തിന്റെ അടിയിൽ മദ്രാസ് ഗവർണർ പ്രത്യേകം എഴുതിയിരുന്നു.

വാർത്തയിൽ കാസ്സാമേജർക്കുള്ളത് ഇപ്രകാരമായിരുന്നു:

"രണ്ട് സന്യാസിമാർ നാടുനീളെ ചുറ്റിത്തിരിയുന്നുണ്ട്. അവർ ജംഗമന്മാരോ ഭിക്ഷാടകരോ ആണെന്നും അറിയുന്നു. അവർ കോട്ടയ്ക്കുള്ളിൽ കടന്നെന്നും നമ്മുടെ തടവിൽ കഴിയുന്ന ചിക്വീരരാജനുമായി സംസാരിച്ചെന്നും ഒരുദിവസം അയാളോടൊപ്പം കഴിച്ചുകൂട്ടിയെന്നും മനസിലായിരിക്കുന്നു. ഒരാൾ അപരംപാര സ്വാമികളാണെന്നും മറ്റേയാൾ ശിക്ഷ്യനാണെന്നും രണ്ടുപേരും കുടകിലുള്ളവരാണെന്നും അറിവായിരിക്കുന്നു. അവർ ശിവഭക്തരായി വീടുകളിൽച്ചെന്ന് പൂജകഴിക്കുകയും അവിടെ താമസിക്കുകയും ചെയ്യുന്നുണ്ട്. ചിക്വീരരാജനുമായി അവർക്കുള്ള ബന്ധമെന്തെന്ന് അറിവായിട്ടില്ല. അയാളുമായി നടത്തിയ സംഭാഷണവും ഗ്രഹിക്കാൻ കഴിഞ്ഞിട്ടില്ല. രാജാവിന്റെ കൂടെയുള്ളവർ തങ്ങൾക്കൊന്നും അറിയില്ല. ഞങ്ങളൊന്നും കേട്ടില്ല എന്നാണ് പറയുന്നത്. നമ്മുടെ രഹസ്യചാരന്മാർ അവരെ പ്രത്യേകം ശ്രദ്ധിക്കേണ്ടിയിരിക്കുന്നു."

കാസ്സാമേജർ പ്രധാന ഗുമസ്തനെ വിളിച്ച് കൽപ്പിച്ചു:

"ഈ കത്തിന്റെ ഒരു നേർപകർപ്പ് മടിക്കേരിയിലേക്കയക്കണം. ഇക്കാര്യം അന്വേഷിച്ച് ഉടനെ അറിയിക്കുക എന്ന് പ്രത്യേകം അടിയിൽ ചേർക്കണം."

ഫ്രേസറിനുപകരം ക്യാപ്റ്റൻ ലീഹാർഡ് മടിക്കേരിയിലെ കമീഷണറായി അധികാരമേറ്റെടുത്തു. കുടകിൽ തങ്ങളോട് കൂറ് പുലർത്തുന്നവരെക്കുറിച്ച് ഫ്രേസർ പ്രത്യേകം ലീഹാർഡിന് റിപ്പോർട്ട് ചെയ്തിരുന്നെങ്കിലും ലീഹാർഡ് ഓരോ കാൽവയ്പ്പും വളരെ ശ്രദ്ധിച്ചാണ് നീക്കിയത്. പൊന്നപ്പനും ബോപ്പണ്ണനുമാണ് ദിവാന്മാർ. ലക്ഷ്മീനാരായണിനെ സംശയിക്കണമെന്ന് ഫ്രേസറുടെ റിപ്പോർട്ടിലുണ്ടായിരുന്നു. തന്റെ ജോലി വിജയകരമായി നിർവഹിച്ച് മേലധികാരിയുടെ പ്രശംസയ്ക്ക് പാത്രമായിത്തീരണമെന്നാണ് ലീഹാർഡ് ആഗ്രഹിക്കുന്നത്. എന്നാൽ വഞ്ചകരുടെ ഏതെങ്കിലും പടുകുഴിയിൽ താൻ വീണുപോകുമോ എന്ന ഭയവും അദ്ദേഹത്തിനുണ്ടായിരുന്നു.

കാസ്സാമേജറുടെ നിർദേശം ലീഹാർഡ് കൈപ്പറ്റി.

"ഈ സ്വാമി ആരാ....?"

"അപരംപാരനാണ്...." ബോപ്പണ്ണ പറഞ്ഞു. "ചിക്വീരരാജന്റെ ഒരു ബന്ധു ജംഗമനായി നടക്കുന്നതാണെന്ന് നാട്ടിൽ വാർത്ത പരന്നിരുന്നു. ഒടുവിൽ അത് കളവാണെന്ന് ബോധ്യമായി."

"ബന്ധുവോ.... ബന്ധുവിന്റെ അച്ഛനോ.... പിടിച്ചുകൊണ്ടുവന്ന് രണ്ട് കൊടുത്താൽ എല്ലാം വ്യക്തമാവും." പൊന്നപ്പ പറഞ്ഞു.

"നമ്മുടെ രഹസ്യചാരന്മാർ അവനെ കണ്ടുപിടിക്കട്ടെ." ലീഹാർഡ് കൽപ്പിച്ചു.

ആ സമയം അപരംപാര കാസർകോടിൽ അപ്പയ്യന്റെ ആതിഥ്യം സ്വീകരിക്കുകയായിരുന്നു. ബ്രിട്ടീഷുകാർക്കെതിരെ പടപൊരുതാൻ കാത്തിരിക്കുന്ന അപ്പയ്യ ആ നാട്ടിന്റെ തലവനാണ്.

അവിടെയിരുന്ന് അപരംപാര കാസ്സാമേജർക്കയക്കാൻ ഒരു കത്ത് തയാറാക്കി.

മൈസൂർ, ബിദിനൂർ, കുടക് തുടങ്ങിയ പ്രദേശങ്ങളുടെ പൂർവ ചരിത്രം ആ കത്തിൽ സ്പഷ്ടമായി വിവരിച്ചിരുന്നു. പരദേശികളായ വെള്ളക്കാർ ഭാരതത്തിൽ അതിക്രമിച്ചുകടന്നത് തെറ്റാണെന്നും ഈ രാജ്യങ്ങൾ അതാതിന്റെ ഉടമസ്ഥർക്ക് തിരികെയേൽപ്പിച്ച് സ്വന്തം നാട്ടിലേക്ക് പിന്തിരിയണമെന്നും ഇല്ലെങ്കിൽ ഫലം കയ്പ്പേറിയതായിരിക്കുമെന്ന് മുന്നറിയിപ്പ് നൽകുകയും ചെയ്തിരുന്നു.

കത്തെഴുതി അതിന്റെ അടിയിൽ "ഹാലേരി സംസ്ഥാനത്തിലെ രാജഗുരു" എന്ന് രേഖപ്പെടുത്തി ഒപ്പിട്ടു.

"ഈ കത്ത് ആരുടെ കൈവശമാണ് കൊടുത്തയക്കുക?" അപരംപാര അപ്പയ്യനോട് ചോദിച്ചു.

"ദൂതൻ ഞാനായിക്കൊള്ളാം. സ്വാമികളെ." സിദ്ദലിംഗ പറഞ്ഞു.

"അവർ പിടിച്ചുവെച്ചാലോ."

"അത്രയല്ലേ? അതു സാരമില്ല. എനിക്കെന്താ ഭാര്യയോ മക്കളോ കരയാനുണ്ടോ?"

"ശരി. ആദ്യം ബസപ്പാജി രാജാവിനെ കാണണം. കാര്യങ്ങൾ ധരിപ്പിക്കണം. പിന്നീടേ കാസ്സാമേജറെ കാണാവൂ."

"ഉം... വേണമെങ്കിൽ മദ്രാസിൽ പോയിവരാനും ഞാനൊരുക്കമാണ്. ഇനി അപ്പുറത്ത് കൽക്കത്തയിൽ പോകണോ. പറയൂ ആജ്ഞാപിച്ചാൽ സമുദ്രലംഘനത്തിനും തയാറാണ്."

"ഏതായാലും തേളിന്റെ മന്ത്രം പഠിക്കുന്നുണ്ടല്ലോ. പാമ്പിൻമാളത്തിൽ കൈയിടാൻ പറ്റുമോ എന്ന് നോക്ക്."

47

ബസപ്പാജി സിദ്ദലിംഗനെ എതിരേറ്റ് അകത്തേക്ക് കൂട്ടിക്കൊണ്ടുപോയി.

"ഏകദേശം ഒരുവർഷം കഴിഞ്ഞിരിക്കുന്നു. പോയവരുടെ വിവരമറിയാതെ വിഷമിച്ചിരിക്കയായിരുന്നു" അയാൾ പറഞ്ഞു.

എല്ലാ വിവരങ്ങളും സിദ്ദലിംഗ ബസപ്പാജിയെ വിശദമായി പറഞ്ഞു കേൾപ്പിച്ചു.

"സ്വാമികൾ എന്താണ് കൽപ്പിച്ചിരിക്കുന്നത്?"

"അദ്ദേഹത്തിനുവേണ്ടി ഞാൻ കൗരവസഭയിൽ ചെന്നുവരണമെന്ന്."

"എന്നു പറഞ്ഞാൽ?"

"ഇതാ കാസ്സാമേജർക്ക് സ്വാമികളെഴുതിയ കത്ത്."

ജിജ്ഞാസയോടെ ബസപ്പാജി ആ കത്ത് നിവർത്തി. വായിച്ചു തീർന്നിട്ടും ബസപ്പാജിയുടെ മുഖത്തുള്ള ചോദ്യചിഹ്നം മാഞ്ഞുപോയില്ല.

"ഇത് കൊടുക്കണമെന്ന് സ്വാമികൾ പറഞ്ഞോ? ഇത് എടുത്തുചാട്ടമായിപോകില്ലേ? ഇല്ലെങ്കിൽത്തന്നെ ചാരന്മാർ ചുറ്റും കാവലിരിക്കുകയാണ്."

"ചാരന്മാർ എന്തായാലും രഹസ്യം കണ്ടുപിടിക്കാതിരിക്കില്ല."

"അതും ശരിയാണ്."

"നാം ധർമം മാത്രമേ പ്രവർത്തിക്കുന്നുള്ളൂ. ജനങ്ങൾ ഈ വാർത്തയറിഞ്ഞാൽ ഉത്തേജിതരാകാതിരിക്കില്ല."

ബസപ്പാജിയുടെ പുരികങ്ങൾ ചുളിഞ്ഞു.

"ഏതായാലും വളരെ സൂക്ഷിക്കണം. ഈ കത്തു കൊടുത്ത് യാതൊരു ബുദ്ധിമുട്ടും കൂടാതെ മടങ്ങിയെത്തുമെന്നുതന്നെ കരുതട്ടെ. രാത്രി മലയടിവാരത്തിലെ കുളക്കരയിൽ കണ്ടുമുട്ടാം."

"ജംഗമനാണെങ്കിലും സൂക്ഷ്മതവേണമെന്ന് എനിക്കുമറിയാം. ഞാൻ പോയിവരാം. രാത്രിയിൽ കണ്ടുമുട്ടാം."

"ആകട്ടെ. ശത്രുകൂടാരത്തിൽ ചെന്ന് ദൗത്യം നിറവേറ്റുക."

സിദ്ദലിംഗ ബസപ്പാജിയോട് വിടവാങ്ങി.

ആ ദൗത്യം അപൂർവമായിരുന്നു.

"ശിവ ശംഭോ... മഹാദേവ" കാസ്സാമേജറുടെ ശിബിരത്തിനുമുന്നിൽ നിന്നുകൊണ്ട് സിദ്ദലിംഗ ഉച്ചത്തിൽ പറഞ്ഞു.

രാജ്യകാര്യസംബന്ധമായാണ് താൻ വന്നിരിക്കുന്നതെന്ന് അയാൾ കാസ്സാമേജറെ ധരിപ്പിച്ചു.

തന്റെ മുന്നിൽ നമസ്കരിക്കാതിരുന്ന ജംഗമന്റെ അഹങ്കാരത്തിൽ കാസ്സാമേജർ ക്രുദ്ധനായി.

"എന്താണെന്നുവച്ചാൽ വേഗത്തിൽ പറഞ്ഞ് തുലയ്ക്കാൻ പറ." മേജർ ദ്വിഭാഷിയോട് ആജ്ഞാപിച്ചു.

"സ്വാമികളെ കാര്യം വേഗത്തിൽ അറിയിക്കണമെന്ന്."

ദ്വിഭാഷിയുടെ വാക്കുകേട്ട് സിദ്ദലിംഗ കത്ത് മേജറുടെ മുന്നിൽവെച്ചു.

"കത്തോ? ആരിൽനിന്ന്?" മേജർക്ക് അത്ഭുതം തോന്നി.

ദ്വിഭാഷി കാത്തുവായിച്ചശേഷം അറിയിച്ചു:

"അപരംപാരസ്വാമികളുടെ കത്താണ്"

"ആരുടെ? അഭരംഭാരന്റെയോ? ആ മനുഷ്യനോ? ഏയ് നീ സ്വാമിയുടെ ബന്ധുവാണോ?"

"വിരക്തന്മാർക്ക് ബന്ധമോ? അതേ ഒരുതരത്തിൽ ഞങ്ങൾ ഉറ്റ ബന്ധുക്കളാണ്." സിദ്ദലിംഗ പറഞ്ഞത് ദ്വിഭാഷി മേജറെ ധരിപ്പിച്ചു.

"എഴുത്ത് ഹിന്ദിയിലോ കർണാടകത്തിലോ?"

"കർണാടകത്തിലാണ്."

"ഓരോ വാക്യവും വായിച്ച് പരിഭാഷപ്പെടുത്തി."

സിദ്ദലിംഗ വന്ന കാലിൽനിന്നു.

ദ്വിഭാഷി എഴുത്ത് വായിച്ച് പരിഭാഷ മേജറെ ധരിപ്പിച്ചു.

"ആ അഭരംഭാര സ്വാമി ഒരു വിഡ്ഢിയാണ്." മേശമേൽ ഇടിച്ചു കൊണ്ട് മേജർ പറഞ്ഞു: "പമ്പരവിഡ്ഢിയാണ്. അവൻ നമ്മെപ്പറ്റി എന്താണ് ധരിച്ചുവെച്ചിരിക്കുന്നത്?"

സിദ്ദലിംഗനു നേർക്ക് തിരിഞ്ഞ് മേജർ ഹിന്ദിയിൽ ചോദിച്ചു:

"ഏയ് സ്വാമീ..... നിനക്ക് മുഗൾഭാഷ അറിയോ?"

"പരദേശികളായ നിങ്ങൾക്കറിയുമെങ്കിൽ എന്താ എനിക്കും അറിയാൻ പാടില്ലേ? ഏ.... മേജറെ, നിങ്ങളുടെ സംസാരം എനിക്ക് മനസിലാവുന്നുണ്ട്. ഏകവചനത്തിലുള്ള ആ സംബോധന നിർത്തുന്നതാണ് നല്ലത്. ബഹുമാനത്തോടെ സംസാരിക്കണം."

"അടയ്ക്ക് വായ....! നാക്ക് ചുരുട്ടിവയ്ക്കുന്നതാണ് നല്ലത്."

"നാക്ക് ചുരുട്ടിവയ്ക്കാനോ നീട്ടിവയ്ക്കാനോ അല്ല ഞാൻ വന്നത്. ആവശ്യമുള്ളത്ര മാത്രമേ അത് നീളുകയുള്ളൂ."

"നിന്റെ സ്വാമിയുടെയടുക്കൽ എത്ര സൈന്യമുണ്ട്?"

"അപരംപാരസ്വാമികൾക്ക് സേനകളില്ല മേജറെ."

"പിന്നെ..." അവൻ മുന്നറിയിപ്പ് തന്നിരിക്കുന്നല്ലോ? ഭ്രാന്തോ മറ്റോ പിടിപെട്ടുപോയോ?"

"നീചപദങ്ങളുപയോഗിക്കുന്നത് ഞാൻ കേട്ടിരിക്കില്ല."

"നിനക്കിത്ര ധൈര്യമോ? ഉം.... കാണട്ടെ. നിന്നെ പിടിച്ച് തടവിലാക്കാൻ പോവുകയാണ്."

"പനിപിടിച്ചവൻ പാല് കുടിക്കാൻ സമ്മതിക്കില്ലല്ലൊ."

"എന്താണ് പറഞ്ഞത്?" മേജർ ഗർജിച്ചു.

"അങ്ങയ്ക്ക് ജ്വരമാണ്. അതുകൊണ്ട് പാല് തന്നാൽ കുടിക്കില്ലെന്നാണ് പറയുക." ദ്വിഭാഷി പരിഭാഷപ്പെടുത്തി.

"ഭ്രാന്തൻ? എനിക്ക് ജ്വരമോ? ബ്രിട്ടീഷ് കമ്പനിയോടാണോ നിന്റെ ഈ ചപ്പടാച്ചി."

"നിങ്ങളുടെ കമ്പനിയുടെ ശക്തി നിങ്ങളുടെ കൈയിൽത്തന്നെ ഇരിക്കുന്നതാണ് നല്ലത്?" സിദ്ദലിംഗ തുടർന്നു: "മറ്റുള്ളവരിൽ അത് പ്രയോഗിക്കാൻ ശ്രമിക്കേണ്ട."

"ഇത്ര ധിക്കാരമോ?"

"സ്വാമികളുടെ കത്തിന് മറുപടി തരണം."

"മറുപടി. ഉം... മറുപടി നമ്മുടെ സൈനികർ തരും."

"പാമ്പിന്റെ വായിലകപ്പെട്ട തവള പറക്കുന്ന ഈച്ചയെ മോഹിച്ചിട്ടെന്ത് ഫലം? വധശിക്ഷയ്ക്കു വിധിക്കപ്പെട്ട തടവുപുള്ളി പാലും നെയ്യും കഴിച്ചാലും എത്രകാലം ജീവിക്കും. നശ്വരമായ ശരീരത്തെ വിശ്വസിച്ച് അധർമം പ്രവർത്തിക്കാതിരിക്കുക."

"ഇയാൾ അങ്ങയെ വിമർശിക്കുകയാണ്." ദ്വിഭാഷി പറഞ്ഞു.

“നമ്മെ വിമർശിക്കുകയോ? ഉം.... കമ്പനി ദൂതനായ കരുണാകര മേനോനെ ചിക്വീരരാജ തടവിലാക്കിയതിനു പകരം നിന്നെയും ഇവിടെ തടവിലുടകയാണ്.”

“മേനോൻ ചാരവൃത്തി ചെയ്തിട്ടാണ് തടവിലായത്. ഞാനങ്ങനെ ചെയ്തിട്ടില്ല. ദൗത്യവുമായാണ് ഞാൻ വന്നത്.”

“ദൗത്യമോ....? അല്ല..... ഇത് നമുക്കുള്ള ഭീഷണിയാണ്. ആരവിടെ ഈ ഫക്കീറിനെ പിടിച്ച് കെട്ട്.”

“ശിവ ശിവ.... ശിവ ശിവ....” സിദ്ദലിംഗ ശരണംവിളിച്ചുകൊണ്ട് നിന്നു. ഒരുനിമിഷത്തേക്ക് അയാളുടെ പാദങ്ങൾ തളർന്നതുപോലെ അനുഭവപ്പെട്ടു. എങ്കിലും വീഴാതെ പിടിച്ചുനിന്നു.

കാവൽക്കാർ പാഞ്ഞെത്തി. സിദ്ദലിംഗന്റെ രണ്ടുകൈയും പിടിച്ച് കെട്ടാൻ തുടങ്ങി.

“അഹങ്കാരികളായ കമ്പനിക്കൂലിക്കാരെ.... ഇതിന്റെ ഫലം നിങ്ങൾ അനുഭവിക്കുകതന്നെ ചെയ്യും.” സിദ്ദലിംഗ വിളിച്ചുപറഞ്ഞു.

“തെമ്മാടി.” മേജർ പല്ലിറുമ്മി.

സിദ്ദലിംഗനെ പുറത്തേക്കുകൊണ്ടുപോയി. കൈച്ചങ്ങല മണിമുഴക്കിയപ്പോൾ അയാൾ തന്നത്താൻ പറഞ്ഞു: “ഭയപ്പെടണ്ട. കരയണ്ട. ഇവിടെ ഒന്നും ശാശ്വതമല്ലല്ലൊ? എല്ലാം മായ.”

കാസ്സാമേജർ ദ്വിഭാഷിക്ക് നിർദേശം കൊടുത്തു:

“ആ സ്വാമിയുടെ കത്ത് ഇംഗ്ലീഷിലാക്കുക. ഒരു കോപ്പി മദ്രാസിലേക്കും മറ്റൊന്ന് മടിക്കേരിക്കും അയക്കുക. നമ്മുടെ ചാരന്മാർ ഉടനെ ആ സ്വാമിയുള്ള സ്ഥലത്തേക്കയക്കുക. അവന്റെ ഓരോ ചലനവും നമുക്ക് റിപ്പോർട്ട് ചെയ്യാൻ പറയുക.”

ബസപ്പാജി മലയടിവാരത്തിലെ കുളക്കടവിൽ ചെന്നില്ല. ഒരു സന്യാസി തടവിലായ വിവരം സന്ധ്യക്കുമുമ്പെ അയാളറിഞ്ഞിരുന്നു.

ബസപ്പാജിയുടെ നിർദേശവുമായി ഒരു ദൂതൻ അപരംപാര സ്വാമികളുടെ അടുത്തേക്ക് പുറപ്പെട്ടു.

48

മൈസൂരിൽനിന്നു വന്ന വാർത്ത അപ്രതീക്ഷിതമായിരുന്നില്ല. എങ്കിലും വളരെക്കാലമായി തന്റെ സഹചാരിയായിരുന്ന സിദ്ദലിംഗ തടവിലായെന്നറിഞ്ഞപ്പോൾ അപരംപാരന്റെ ഹൃദയം വേദനിച്ചു. ദുഃഖം ഉള്ളിലൊതുക്കിക്കൊണ്ടുതന്നെ അയാൾ അപ്പയ്യനോട് പറഞ്ഞു:

“പീഠിക കഴിഞ്ഞു. ഇനി പർവം തുടങ്ങുകയായി.”

ബ്രിട്ടീഷ് ഭരണാധികാരികൾ കേന്ദ്രീകരിച്ചിരുന്നത് കുടകിലാണ്. അവരുടെ ഒരു റജിമെന്റ് അവിടെ സ്ഥിരമായി താവളമടിച്ചിട്ടുണ്ട്. കുടക് പിടിച്ചടക്കാനെത്തിയ പടയാളികൾ തിരികെ പോയി. അവർ ഇന്ത്യയിലെ മറ്റ് രാജാക്കന്മാരെ ആക്രമിക്കുവാൻ നിയോഗിക്കപ്പെട്ടു.

പൊന്നപ്പന്റെയും ബോപ്പണ്ണന്റെയും സഹായത്തോടെ വിശ്വസ്ത രായ തക്കരെയും നാട്ടുമുഖ്യരെയും കണ്ടുപിടിച്ച് അവരിലൂടെ തങ്ങ ളുടെ ഭരണം ജനങ്ങളിലേക്കെത്തിക്കാൻ ഇംഗ്ലീഷുകാർ യത്നിച്ചു. എന്നാൽ ആ യത്നം കേവലം ഒരു പുകമറയായിരുന്നു. ഇംഗ്ലീഷുകാർക്കു വേണ്ടിയിരുന്നത് കുടക് നാട്ടിലെ ഉൽപ്പന്നങ്ങളാണ്. ജാതിമതപരമായ എല്ലാ ആചാരാനുഷ്ഠാനങ്ങളും പാലിക്കുമെന്ന് ഉറപ്പുതന്നിരുന്നല്ലൊ പക്ഷേ, അതു പൊള്ളയാണെന്ന് ദിവസങ്ങൾക്കുള്ളിൽത്തന്നെ പ്രജകൾ മനസിലാക്കി.

"ഇനി അരിയും ധാന്യങ്ങളും മാത്രം അളന്നുതന്നാൽ പോരാ. നികുതി പണമായും നൽകണം." ഇംഗ്ലീഷുകാർ കൽപ്പിച്ചു.

ആ പുതിയ വ്യവസ്ഥ കർഷകരെ ഞെക്കിപ്പിഴിയുന്നതായിരുന്നു. തങ്ങളുടെ ഉൽപ്പന്നങ്ങൾ മുഴുവൻ വിറ്റാലും നികുതികൊടുക്കാനുള്ള പണം തികയുമായിരുന്നില്ല. ലിംഗരാജന്റെ കാലത്തെ ഭൂവ്യവസ്ഥകളെ ക്കുറിച്ച് ജനങ്ങൾ ദുഃഖത്തോടെ സ്മരിക്കാൻ തുടങ്ങി. തങ്ങൾക്ക് സംഭ വിച്ച ദുർഗതിയിൽ അവർ മനംനൊന്തു വിലപിച്ചു.

കുടകിനുള്ളിൽ പിറുപിറുപ്പും അസ്വസ്ഥതയും പൊട്ടിമുളച്ചുതുട ങ്ങി.

അപ്പോൾ അപരംപാര അവരുടെ മുന്നിൽ പ്രത്യക്ഷപ്പെട്ടു.

"ജലമണ്ഡപത്തിനുമീതെ എരിയുന്ന പന്തലിട്ട്, അതിൽ ആലിപ്പഴ ത്തിന്റെ കിടക്ക വിരിച്ചതുകൊണ്ടെന്തുകിട്ടാൻ? ഉള്ള സുഖം നഷ്ടപ്പെ ട്ടല്ലോ എന്ന് കരഞ്ഞിട്ടെന്തു ഫലം? വെറുതെ കാലം കളയുന്നത് ഉചിത മാണോ? എപ്പോഴാണ് നിങ്ങൾക്ക് മോക്ഷവും സുഖവും ലഭിക്കുക? ഈ ചീഞ്ഞുപോകുന്ന ശരീരത്തോടുള്ള മമത ഉപേക്ഷിക്കുക."

ജനങ്ങൾ അപരംപാരന്റെ വാക്കുകളിൽ അലിഞ്ഞുനിന്നു.

"അങ്കുശത്തിനുമാത്രമേ ആനയൊതുങ്ങുകയുള്ളൂ. പർവതം ഭയ ക്കുന്നത് വജ്രായുധത്തെയാണ്. പ്രകാശത്തിനുമാത്രമേ തമസ്സ് കീഴ്പ്പെ ടുകയുള്ളൂ. കാട് ഭയപ്പെടുന്നത് തീയാണ്. പഞ്ചമഹാപാപി ഭയക്കുന്നത് മഹേശ്വരന്റെ നാമത്തെയാണ്. പരദേശികളായ മർക്കടന്മാർ കാവേരി മക്കളുടെ ഉയർത്തെഴുന്നേൽപ്പിലാണ് നടുങ്ങുന്നത്."

പ്രജകൾ തലയാട്ടി. കുടകിന്റെ ഓരോ മുക്കിലും മൂലയിലും അപ രംപാര തന്റെ സന്ദേശമെത്തിച്ചു.

അപരംപാരനും കൂട്ടുകാർക്കും അഭൂതപൂർവമായ സ്വാഗതമാണ് ലഭിച്ചത്. കുടകിന്റെ വിമോചനത്തിനായി അവതരിച്ച മഹാപുരുഷനാണ് അപരംപാരനെന്ന് ജനങ്ങൾ പുകഴ്ത്തി.

തന്നെ പുകഴ്ത്തുന്നവരോട് അപരംപാര പറഞ്ഞു:

"ഞാനാണ് മഹാൻ, നീയാണ് മഹാൻ എന്നും മറ്റും പറഞ്ഞാലെ ന്താ? ഈ പ്രപഞ്ചത്തിൽ വലുപ്പംകൊണ്ടെന്തുനേടാൻ! ചെറിയവൻ വലി യവൻ എന്ന വ്യത്യാസം ഇല്ലാത്തവനാണ് അവൻ, മഹേശ്വരൻ."

താൻ പറഞ്ഞത് ഒന്നുകൂടി അപരംപാര വിശദീകരിച്ചു:

“സമുദ്രം വിശാലമായാലെന്താ? ഭൂമിയിൽ ഒതുങ്ങുന്നില്ലേ? ഭൂമി വിശാലമായാലെന്താ? നാഗരാജാവിന്റെ ഫണത്തിന്മേലാണല്ലൊ സ്ഥിതി ചെയ്യുന്നത്! നാഗരാജാവ് മഹാനും ഗംഭീരനുമായിട്ടെന്താ? പാർവതിയുടെ നടനമുദ്രയിലടങ്ങുന്നുണ്ടല്ലൊ? ആ പാർവതിയും മഹേശ്വരിയായാലെന്താ? പരമശിവന്റെ അർധാംഗിയാണല്ലൊ? അപ്പോൾ മഹത്വമുള്ളത് വലുപ്പമുള്ളത്, എന്നൊക്കെ പറഞ്ഞാലെന്താ? വലുപ്പത്തെക്കുറിച്ച് ചിന്തിക്കുന്നത് ഭ്രാന്താണ്. ഈ നിമിഷംമുതൽ നാം ഒന്നാണ്, നമ്മുടെ നാട് ഒന്നാണ്, നമ്മുടെ ലക്ഷ്യം ഒന്നാണ്. നമ്മുടെ നാട്ടിൽ നുഴഞ്ഞുകയറിയവനെ പുറത്താക്കുക.”

“ഈ നിമിഷത്തിൽതന്നെ ഞങ്ങൾ പുറപ്പെടാൻ തയാറാണ്.” ജനങ്ങൾ വിളിച്ചു പറഞ്ഞു.

“വീടുവീടാന്തരംചെന്ന് വിളക്കിൽ എണ്ണയൊഴിക്കുകയാണ്. തിരി നനയട്ടെ. വിളക്ക് കൊളുത്താനുള്ള സമയമായാൽ വിളിച്ചുപറയാം. അത് മലകളും കാനനങ്ങളും ഏറ്റുപറയും. അപ്പോൾ ഒന്നിച്ച് കുടകിൽ ആയിരക്കണക്കിന് ജ്യോതികൾ പ്രകാശിക്കും.”

ഹാരംഗിയിലുള്ള വെങ്കടപ്പ അപരംപാരന് പരിപൂർണസഹായം വാഗ്ദാനം ചെയ്തു.

“നമ്മുടെ ആൾക്കാർ അങ്ങിങ്ങായി തങ്ങിയിരിക്കണം. ഹാലേരി, ഹൊസഗളി, മടിക്കേരി തുടങ്ങിയ സ്ഥലങ്ങളിൽ ഒരിക്കൽക്കൂടി പോയി വരണം. ഒറ്റയ്ക്കു പോകുന്നതാണ് നല്ലതെന്ന് നാം കരുതുന്നു.” അപരംപാര പറഞ്ഞു.

വെങ്കടപ്പ ആശ്ചര്യപ്പെട്ടു. മടിക്കേരിയിലും പോണമെന്നോ? സിംഹത്തിന്റെ വായിൽ കൈയിടുകയോ.

“നാം ഗുസ്തി പിടിക്കാൻ പോകുന്നെന്നാണോ വിചാരിച്ചത്? നമ്മുടെ സന്ദർശനം പരമരഹസ്യമായിരിക്കും.”

“രണ്ടുപേർ അംഗരക്ഷയ്ക്ക് കൂട്ടത്തിൽവരട്ടെ. സ്വാമികൾ സമ്മതിക്കുന്നതായാൽ അവർ കാഷായം ധരിച്ച് വേഷംമാറും.” അപ്പയ്യ സൂചിപ്പിച്ചു.

“നമ്മുടെ അന്തരംഗം അനുവദിക്കുന്നില്ല.”

ഹാലേരിയിലെത്തിയ അപരംപാര അവിടത്തെ മുഖ്യസ്ഥരെ വിളിച്ചുചേർത്തു.

“അരമനയിലെ അന്നമാണ് ഞങ്ങൾ ഭക്ഷിച്ചത്. കൃതഘ്നരാകാൻ കഴിയുമോ? ഞങ്ങൾ ഇതാ ഒരുക്കമാണ്. സ്വാമികൾ നിർദേശിച്ചാൽ മാത്രം മതി.” അവർ പറഞ്ഞു.

അപരംപാരനെ സ്വീകരിച്ച ആ സന്ധ്യയിൽ മല്ലപ്പണ്ണ ആനന്ദംകൊണ്ട് മതിമറന്നു. സന്തോഷാശ്രുക്കൾ ധാരധാരയായൊഴുകി. അക്കമ്മയും ആനന്ദബാഷ്പം പൊഴിച്ചുകൊണ്ട് ഓടിച്ചാടി നടന്നു.

മല്ലപ്പണ്ണന് പഴയ വീരപ്പാജിയെ ഓർമവന്നു. കഞ്ഞിവെള്ളം കൊടുത്തു താൻ വളർത്തിയെടുത്ത ആ ജീവിയെവിടെ? കാണുന്നവർ

കാണുന്നവർ തലകുമ്പിടുന്ന ഈ മഹാമനുഷ്യനെവിടെ? രാജകുമാരന് ശിവഭ്രാന്താണെന്ന് അന്ന് തോന്നിയിരുന്നു. ഇന്നാണെങ്കിലോ, ലോകത്തെ മുഴുവൻ ഭ്രാന്ത് പിടിപ്പിക്കുന്ന അത്ഭുതപുരുഷനായിത്തീർന്നിരിക്കുന്നു.

വലിയ സദ്യവട്ടങ്ങളൊരുക്കണമെന്ന് മല്ലപ്പണ്ണനാഗ്രഹിച്ചു. എന്നാൽ അത് സാധിച്ചില്ല. അപരംപാര അത്തരം ആഡംബരങ്ങൾ ഇഷ്ടപ്പെട്ടിരുന്നില്ല.

സിദ്ദലിംഗ തടവിലായതറിഞ്ഞപ്പോൾ മുതൽ മല്ലപ്പണ്ണന്റെ മനസ്സ് തുടിക്കുകയാണ്. സ്വാമികൾ നീങ്ങുന്നത് മുള്ള് നിറഞ്ഞ മാർഗത്തിലൂടെയാണ്.

“അമ്മേ.... ഭിക്ഷയാചിക്കാൻ വന്നതാണ്.” അപരംപാര അക്കമ്മയോട് പറഞ്ഞു.

“സ്വാമികളെന്താ പറയുന്നത്? ഇവിടെയുള്ളത് മുഴുവൻ അവിടുത്തേക്കുള്ളതല്ലേ?” അക്കമ്മ മുഗ്ദ്ധയായി.

“മറ്റൊന്നും എനിക്കുവേണ്ട. മല്ലപ്പണ്ണനെ മതി. ഒന്നുരണ്ട് വർഷം കഴിഞ്ഞ് തിരിച്ചേൽപ്പിക്കാം.”

“സന്തോഷം സ്വാമികളേ. സന്തോഷം. മഹാദേവൻ എന്റെ മാംഗല്യം കാത്തുസൂക്ഷിക്കും.”

ഇരുളിന്റെ മറപറ്റി അവർ മടിക്കേരിയിലെത്തി. ഓങ്കാരേശ്വരക്ഷേത്രത്തിലെ കുളപ്പടവിൽ അപരംപാര ധ്യാനമഗ്നനായിരുന്നു. മല്ലപ്പണ്ണ ശങ്കരപ്പനെ വിളിച്ചുകൊണ്ടുവന്നു.

ധ്യാനനിവൃത്തനായ അപരംപാരന്റെ കാൽക്കൽ ശങ്കരപ്പ നമസ്കരിച്ചു.

“വരൂ.... ബന്ധു, ഇതുവരെ നിനക്കുവേണ്ടിയാണ് ഞാൻ കാത്തിരുന്നത്. എഴുന്നേൽക്ക്. വാ.”

“ദഹിക്കാത്ത അന്നം തിന്ന് നാളുകൾ തള്ളിനീക്കുകയായിരുന്നു. ഒടുവിൽ വന്നല്ലൊ. എന്റെ ജന്മം സാർഥകമായി. ഇനി ഈ പാദംവിട്ട് മറ്റൊരിടമില്ല.” ഗദ്ഗദകണ്ഠനായി ശങ്കരപ്പ പറഞ്ഞു.

ശങ്കരപ്പന്റെ കൈപിടിച്ച് എഴുന്നേൽപ്പിച്ചുകൊണ്ട് അപരംപാര ചോദിച്ചു:

“മടിക്കേരിയിലെ സ്ഥിതിഗതികൾ എന്തൊക്കെയാണ്? പറയൂ ശങ്കരപ്പാ കേൾക്കട്ടെ.”

49

കെഞ്ചമനെ മന്ദയ്യന്റെ ഗൃഹം. മുൻവശത്തെ വരാന്ത.

ഹാലേരി, തലക്കാവേരി, യാദവനാട്, നാല്നാട് തുടങ്ങിയ പ്രദേശങ്ങളിൽനിന്നും വന്നെത്തിയ പടയാളികളും പ്രമാണിമാരും അപരംപാരസ്വാമികളെ പ്രതീക്ഷിച്ചിരിക്കുകയാണ്.

ഒരു കുടകൻ ഇമ്പമേറിയ ഒരു നാടൻപാട്ട് ആലപിക്കുന്നുണ്ട്.

മിക്കവരും ആ പാട്ടിൽ അലിഞ്ഞു ചേർന്നിരിക്കയാണ്. ഏതാനും പേർ മാത്രം എന്തോ സ്വകാര്യം പറയുന്നുണ്ട്.

വരാന്തയുടെ മധ്യത്തിൽ ഒരു വിളക്ക് പ്രകാശിക്കുന്നുണ്ട്.

സമയം നീങ്ങിക്കൊണ്ടിരുന്നു. പെട്ടെന്ന് മെതയടിയൊച്ച.

ശങ്കരപ്പനും മന്ദയ്യയും അപരംപാരസ്വാമികളെ വരാന്തയിലേക്ക് നയിച്ചു. ഏവരും എഴുന്നേറ്റ് സ്വാമികളെ വണങ്ങി. സ്വാമികൾ പ്രത്യഭിവാദനം ചെയ്തു.

വരാന്തയുടെ പടിഞ്ഞാറുഭാഗത്തുള്ള പീഠത്തിൽ പൂർവാഭിമുഖമായി സ്വാമികളിരുന്നു.

മുൻകൂട്ടി ആസൂത്രണം ചെയ്ത് വിളിച്ചു ചേർത്ത ഒരു യോഗമാണിത്. മടിക്കേരിയിൽനിന്നു പുറപ്പെട്ടപ്പോൾ അത്തരമൊരു സഭ ഹാലേരിയിലും വിളിച്ച് ചേർക്കണമെന്ന് അപരംപാര ഉദ്ദേശിച്ചിരുന്നു. രാജകുടുംബത്തോട് കൂറുള്ളവർക്കെല്ലാം വിവരം കൊടുത്തയച്ചിരുന്നു.

വിത്തു മുളച്ചുകഴിഞ്ഞിരുന്നു. ഞാറ് പൊരിച്ചു നടേണ്ട ജോലിയാണിനിയുള്ളത്!

"ഇനി ആരംഭിക്കാം സ്വാമികളെ." മന്ദയ്യ പറഞ്ഞു.

നെല്ലിച്ചപ്പ് വീണാൽക്കൂടി കേൾക്കുന്ന നിശ്ശബ്ദത.

"കുടകിലെ ബഹുമാന്യരായ വ്യക്തികളെ, രാജ്യസ്നേഹികളായ വീരയോദ്ധാക്കളെ, ഇത് പ്രവചനമല്ല. കഥയാണ്. നമ്മുടെ ജന്മനാടിന്റെ കദനകഥ."

നഞ്ചരാജപട്ടണത്തിലെ ശിവാചാര്യസ്വാമികളുടെ സന്നിധിയിൽ നിന്ന് കേട്ട വാക്കുകൾ അപരംപാരസ്വാമികളുടെ സ്മൃതിപഥത്തിലോടിയെത്തി.. ആ വാക്കുകൾ അദ്ദേഹം ആവർത്തിച്ചു:

ജംഗമനായി വന്ന ഒരുവനെ കുടകർ തങ്ങളുടെ രാജാവായി സ്വീകരിച്ചതും. ചില പ്രഭുക്കളുടെ കീഴിലായിരുന്ന കുടകിനെ മോചിപ്പിച്ചതും വലിയ വീരപ്പന്റെ കാലത്ത് കുടകിനു കൈവന്ന ഉച്ചസ്ഥിതിയും മറ്റും മറ്റും.

"സദ്ഭക്തിയും സദാചാരവുമാണ് ഗുരുത്വത്തിന്റെ ലക്ഷണം. അതില്ലെങ്കിൽ സ്വന്തം അസ്ഥിത്വംതന്നെയുണ്ടോ.? യഥാർഥ ജംഗമനുണ്ടോ? സദാചാരമാണ് ഭക്തിയുടെ മൂലാധാരം. സ്വർഗസ്ഥനായ വലിയ വീരപ്പ ധർമിഷ്ഠനും നീതിമാനുമായിരുന്നു. അദ്ദേഹത്തിനു ശേഷം ഒരിക്കൽക്കൂടി കുടക് അനൈക്യത്തിന്റെ ചുഴിയിലകപ്പെട്ടു. അതിൽനിന്ന് കുടകിനെ രക്ഷപ്പെടുത്തിയത് വലിയ വീരരാജ അവർകളാണ്. കുടകിന്റെ ശ്രേയസ്സ് അദ്ദേഹം പുനഃസ്ഥാപിച്ചു. അദ്ദേഹമാണ് ബ്രിട്ടീഷുകാരുമായി മൈത്രീബന്ധം തുടങ്ങിവെച്ചത്. ശരിയായാലും തെറ്റായാലും കാലത്തിന്റെ ഗർഭപാത്രത്തിൽ അതിപ്പോഴും ഉറങ്ങിക്കിടക്കുന്നുണ്ട്. ടിപ്പുവിനെ തോൽപ്പിക്കുവാൻ ഇംഗ്ലീഷുകാർക്ക് കഴിഞ്ഞത് അദ്ദേഹത്തിന്റെ

സഹായംകൊണ്ടു മാത്രമാണ്. ഒന്നരലക്ഷം വരാഹം വിലവരുന്ന ധാന്യങ്ങളും മറ്റാഹാരസാധനങ്ങളും ഒറ്റക്കവടിപോലും വാങ്ങാതെ അദ്ദേഹം വെള്ളക്കാർക്കു നൽകി."

പ്രതിഫലം കിട്ടിയതോ...? ടിപ്പുവിനെ തോൽപ്പിച്ച് മൈസൂരിൽ അധികം ഏറ്റെടുത്ത കേണൽ ക്ലോസ് ഒരുത്തരവ് പുറപ്പെടുവിച്ചു. മൈസൂർ രാജ്യം നിങ്ങൾ കൊള്ളയടിച്ചുകൊണ്ടിരിക്കയായിരുന്നു. അതുകൊണ്ട് താഴെപറയുന്ന സാധനങ്ങൾ ഉടനെ നമ്മുടെ സന്നിധിയിലെത്തിക്കണം.

സാധനങ്ങളെന്തൊക്കെയാണ്? ചിരിക്കണ്ട. പറയാം. കേട്ടോളൂ. 67 സ്ത്രീകൾ, 34 പുരുഷന്മാർ, 11 ആൺകുട്ടികൾ, 10 പെൺകുട്ടികൾ, 1383 പശുക്കൾ, 574 എരുമകൾ, 834 കാളകൾ, 121 പശുക്കുട്ടികൾ, 729 കണ്ഠീരവ വരാഹങ്ങൾ, 315 പിച്ചളപ്പാത്രങ്ങൾ, 83 വെള്ളിയാഭരണങ്ങൾ, 93 ചെമ്പ് പാത്രങ്ങൾ, 67 തോക്കുകൾ, 6 കുതിരകൾ, 155 ആടുകൾ, 95 കഠാരികൾ, 60 കോടാലികൾ, 7 ഇരുമ്പ് പെട്ടികൾ, 73 കെട്ട് വസ്ത്രങ്ങൾ."

ശ്രോതാക്കൾക്ക് ചിരിവന്നു. സ്വാമികളും അതിൽ പങ്കു ചേർന്നു.

"എത്രയെത്ര അമൂല്യവസ്തുക്കൾ! കുടക് രാജാവ് ഒരു ഭയങ്കര കൊള്ളക്കാരനെന്ന നിലയ്ക്കാണ് ആ ക്ളോസ് ഇതെല്ലാം എഴുതിക്കൂട്ടിയിരിക്കുന്നത്. അതും ആർക്ക്? സൂര്യചന്ദ്രന്മാരുള്ളിടത്തോളം മൈത്രീബന്ധം തകരില്ലെന്ന് ഒപ്പുവെച്ച ഒരു സ്വതന്ത്രരാജ്യത്തിലെ രാജാവിന്! നമ്മുടെ രാജാവ് അയാൾക്ക് മറുപടി അയച്ചില്ല. പകരം മദ്രാസ് ഗവർണർക്കും കൽക്കത്ത ഗവർണർക്കും പരാതികളയച്ചു. ക്ളോസിന്റെ നടപടികളെക്കുറിച്ച് അതിൽ വിശദീകരിച്ചിരുന്നു.

പിന്നീടുണ്ടായതോ..? വെള്ളക്കാർ അടവു മാറ്റി. അതങ്ങനെയല്ല, ഇങ്ങനെയാണ്. തെറ്റിദ്ധാരണകൊണ്ടാണ് എല്ലാം സംഭവിച്ചത്. നമ്മുടെ മൈത്രിക്ക് കോട്ടം തട്ടരുത് എന്നും മറ്റും പറഞ്ഞ് അടുത്തുകൂടാൻ ശ്രമിച്ചു. ആ വർഗം അത്തരത്തിലാണ്. തട്ടിക്കളഞ്ഞാലും പറ്റിക്കൂടും. കുനിഞ്ഞാൽ മുതുകിൽ കയറിയിരിക്കും. അവർ കാലിൽ തൊടുന്നത് നമസ്കരിക്കാനല്ല, വലിച്ചിടാനാണ്."

പിന്നീടധികാരത്തിൽ വന്ന ലിംഗരാജ സ്വാതന്ത്ര്യം നഷ്ടപ്പെടുത്താതെ ഭരണം നടത്തി. വഴിയെ പോകുന്നവനെ വീട്ടിൽ വിളിച്ചിരുത്തിയതുമില്ല. സംയമിയായി രാജ്യം കാത്തുരക്ഷിച്ചു. അദ്ദേഹത്തിനുശേഷം മഹാനായ ചിക്വീരരാജ അവർകൾ സിംഹാസനത്തിലേറി. നിങ്ങൾക്കറിയാമല്ലോ. മഹാരാജാവിന്റെ വലിയച്ഛന്റെ മക്കൾ വസൂരി പിടിപെട്ട് മരിച്ചു പോയിരുന്നു!"

ശ്രോതാക്കൾ ചെവി കൂർപ്പിച്ചു. ഒരു തണുത്ത കാറ്റ് കടന്നുവന്നു.

ശങ്കരപ്പ കണ്ണുമിഴിച്ച് സ്വാമികളെത്തന്നെ നോക്കി. ഇയാൾ സാധാരണ മനുഷ്യനല്ല. ഏതോ ദിവ്യപുരുഷനാണ്.

അപരംപാര സ്വാമികൾ ചിക്വീരരാജന്റെ ബന്ധുവായ വീരപ്പാജി

യാണെന്ന് അസ്പഷ്ടമായി മനസിലാക്കിയിരുന്ന ചിലർ മുഖത്തോടു മുഖം നോക്കി.

"ഒറ്റച്ചാട്ടത്തിന് കിടങ്ങ് കടന്നു. ഇനി മുന്നോട്ടോടണം." എന്ന് അപരംപാര തിടുക്കപ്പെട്ടു.

"ചിക് വീരരാജന്റെ ഭരണം സുവർണലിപികളിൽ രേഖപ്പെടുത്തേണ്ട അധ്യായമായിരിക്കുമെന്ന് ജനങ്ങൾ കരുതി. എന്നാൽ സംഭവിച്ചതോ....? ഇംഗ്ലീഷുകാരുടെ കുടിലതന്ത്രം വിജയിച്ചു. അപ്പക്കഷണങ്ങളും പൊന്നും കൊടുത്ത് അവർ പടയാളികളെ വശപ്പെടുത്തി. ചോറു കൊടുത്ത കൈക്ക് കടിപ്പിച്ചു.

കഴുത കസ്തൂരി രുചിച്ചറിയില്ലല്ലോ? ദാസിക്ക് ഗുരുവാര്, ഉത്തമനാര് എന്നൊന്നും അറിയാനാകില്ലല്ലോ. സ്വതന്ത്രനായി ജീവിച്ചവനു മാത്രമേ അതിന്റെ രുചിയറിയൂ.

വീട് കൊള്ളയടിക്കപ്പെട്ടെന്ന് കരുതി തലയിൽ കൈവെച്ച് കരഞ്ഞിട്ടെന്തു ഫലം? കാട്ടുപുലികളായി നാം ആ കൊള്ളക്കാരെ ആക്രമിക്കണം. ആയുസ്സ് തീരാത്ത ആരും മരണപ്പെടുകയില്ല.. മരണത്തെ നാം ഭയപ്പെടുന്നതെന്തിന്? ഈ കത്തിക്കൊണ്ടിരിക്കുന്ന വിളക്ക് സാക്ഷി നിർത്തി നമുക്ക് പ്രതിജ്ഞയെടുക്കാം. ഈ മണ്ണിൽ നമുക്കിനി വിശ്രമമില്ല. അയ്യപ്പദേവനെ ധ്യാനിച്ചുകൊണ്ട് നാം വേട്ടയ്ക്ക് പോകാറുണ്ടല്ലോ. അതേപോലെ നമ്മുടെ മനസിൽ ഇപ്പോൾ മഹേശ്വരനുമാണ്. ആ നാമം ഓർമിച്ചുകൊണ്ട് കടലുകൾ കടന്നെത്തിയ പരദേശികളെ നാം വേട്ടയാടണം.

പ്രണവമന്ത്രം ശ്രവിച്ചാണ് ഞാനുണർന്നത്. എരിയുന്ന ജ്യോതിസ്സ് എന്റെ ദൃഷ്ടിക്ക് വിഷയീഭവിച്ചു. ചൊരിയുന്ന അമൃതധാര ഞാൻ നുകർന്നു. അതുമൂലം ജനനമരണങ്ങളെക്കുറിച്ചുള്ള ചിന്തയിൽനിന്ന് ഞാൻ മുക്തനായി. ഏകാഗ്രതയോടെ സേവ ചെയ്യുന്ന ഒരു ഭക്തനാണ്ണ് ഞാൻ. എനിക്കു ഭൂമിയും കൈലാസവും വെവ്വേറെയില്ല. ആയുധമേന്തി പരദേശികൾക്കെതിരെ പോരാടുവാൻ ആഹ്വാനം ചെയ്യുന്നതും എനിക്കുവേണ്ടിയല്ല. ധാരാളം സ്വർണം എനിക്കു ലഭിച്ചിട്ടുണ്ട്. അതെല്ലാം സ്വീകരിച്ചത് എനിക്കു വേണ്ടിയല്ല. നിങ്ങളോരോരാൾക്കും വേണ്ടിയാണ്. നിങ്ങളുടെ പ്രഥമനുവേണ്ടിയാണ്. അല്ലാതെ ദുർബലമാനസാനായി പരദ്രവ്യം ആശിച്ചതുകൊണ്ടല്ല. അങ്ങനെ ഞാനാശിച്ചിട്ടുണ്ടെങ്കിൽ. എന്നെ നരകത്തിൽ തള്ളിയിടാൻ ശിവനോട് പ്രാർഥിക്കയാണ്.

സൃഷ്ടിക്കുന്നവൻ ഞാനല്ല! സംരക്ഷിക്കുന്നതും ഞാനല്ല! എല്ലാം ആ മഹേശ്വരനാണ്! അദ്ദേഹത്തിന്റെ മായാലീലകളാണ്. നിങ്ങൾ നിങ്ങൾക്കു വേണ്ടി പൊരുതുക! നിങ്ങളുടെ മക്കൾക്കുവേണ്ടി പൊരുതുക!"

ആവേശംകൊണ്ട് മതിമറന്ന ശ്രോതാക്കൾ ഉച്ചത്തിൽ വിളിച്ചു:

"അപരംപാര സ്വാമികൾ ജയിക്കട്ടെ.. അപരംപാര സ്വാമികൾ ജയിക്കട്ടെ.."

"ചിക്‌വീരരാജ ജയിക്കട്ടെ എന്ന് വിളിക്ക്...." അപരംപാര നിർദേശിച്ചു.

ജനം ചിക്‌വീരരാജന് ജയ് വിളിച്ചു.

"ഹാലേരിവംശത്തിൽ പിറന്ന കുടക് സിംഹാസനാധീശൻ ചിക്‌വീരരാജ അവർകൾ ജയിക്കട്ടെ..."

50

കുടകിലെ കാട്ടരുവികളിലും മലഞ്ചെരിവുകളിലും പുതിയൊരുത്സാഹം നിറഞ്ഞൊഴുകി. ഒടുവിൽ അതൊരു മഹാസമുദ്രമായിത്തീർന്നു. അതിന്റെ അലയൊലി അന്തരീക്ഷത്തിൽ മുഖരിതമായി. മരങ്ങളിലും മലകളിലും അത് പ്രതിധ്വനിച്ചു.

അപരംപാരന്റെ ഉദ്ബോധനം കേട്ട് മടങ്ങുകയായിരുന്ന ധർമപ്പ അപ്പങ്കളത്തെത്തിച്ചേർന്നു. അയാളുടെ വാക്കുകൾകേട്ട് ഗംഗമ്മ ചിരിച്ചു. ജീവിതയാത്രയുടെ അന്ത്യയാമത്തിലെത്തിയ അവരുടെ നരബാധിച്ച തലമുടി കാറ്റിൽ പാറിപ്പറന്നു.

"ശിവനേ, നിന്റെ പാദത്തിൽ അഭയം തരണമെന്നപേക്ഷിച്ചിട്ട്‌വീണ്ടും വീണ്ടും പരിഹസിക്കയാണോ." ഗംഗമ്മ വിതുമ്മിക്കരഞ്ഞു.

നിറഞ്ഞൊഴുകുന്ന നദിയിലാണ് രാജമ്മാജി സഞ്ചരിച്ചുകൊണ്ടിരുന്നത്. തോണിയാണെങ്കിൽ ഉടഞ്ഞതാണ്. ഉള്ളിൽ വെള്ളം കയറിയാൽ അത് മുങ്ങിപ്പോകും. ജലത്തിൽ സമാധിയായേക്കാം. അവളാഗ്രഹിക്കുന്നതും അതാണ്. കുടകിൽ നടക്കുന്ന സംഭവങ്ങളൊന്നും അവളെ ബാധിച്ചില്ല. ഏതുതരം വാർത്തകൾക്കും അവളുടെ മനക്കോട്ടയെ കടന്നു ചാടാൻ കഴിഞ്ഞിരുന്നില്ല. ഒന്നിലും വിശിഷ്യാ താൽപ്പര്യമില്ലാതെ തോണി മുങ്ങുന്നതും നോക്കി അവൾ തുഴയുകയാണ്. പല വസ്തുക്കളും ഒഴുകി വരുന്നുണ്ട്. തകർന്ന വീടുകൾ, ജനങ്ങൾ, വളർത്തു മൃഗങ്ങൾ, വിഷജന്തുക്കൾ, കാട്ടുമരങ്ങൾ ഇവയൊന്നും രാജമ്മാജിയുടെ പ്രവാഹത്തെ തടസപ്പെടുത്തിയില്ല.

"മുമ്പിവിടെ ഒരു സ്വാമി വന്നിരുന്നു. ഇവളുടെ കൈ നോക്കി മാംഗല്യഭാഗ്യമുണ്ടെന്ന് പറഞ്ഞിരുന്നു. ഇവിടെനിന്ന് നേരെ മടിക്കേരിയിലേക്കാണ് പോയത്. അവിടെയെത്തുമ്പോഴോ കൊട്ടാരത്തിൽ കലഹം തുടങ്ങിയിരുന്നു പോലും. ആ സ്വാമിയാണ് അപരംപാരനെന്ന് ആളുകൾ പറയുന്നത് കേട്ടു."

"അതുതന്നെ അമ്മേ നമ്മുടെ ഈ സ്വാമികൾ പോകാത്ത സ്ഥലമില്ല. കാണാത്ത ആളുകളുമില്ല." ധർമപ്പ വിവരിച്ചു.

"ഈ സ്വാമിവീരപ്പാജിയാണെന്ന് കേൾക്കുന്നുണ്ടല്ലോ? അതിനെപ്പറ്റി വല്ലതും അറിയാമോ?"

"ഇല്ല, അങ്ങനെയൊന്നും ഞാൻ കേട്ടിട്ടില്ല."

അമ്മയും അപരിചിതനും തമ്മിലുള്ള സംഭാഷണം രാജമ്മാജിയും കേൾക്കുന്നുണ്ടായിരുന്നു.

സംസാരത്തിനിടയിൽ രാജമ്മാജിയുടെ കഴുത്തിലെ ഞരമ്പുകൾ തുടിച്ചു നിന്നെങ്കിലും മുഖത്ത് അത് ദൃശ്യമായില്ല.

"ഇംഗ്ലീഷുകാരെ ഓടിച്ച് രാജാവിനെ മടക്കിവിളിക്കാനാണ് സ്വാമികൾ ശ്രമിക്കുന്നതെന്ന് പറയൂ." ഗംഗമ്മ പറഞ്ഞു.

"അതേ അമ്മേ; പൊന്നപ്പനും ബോപ്പണ്ണനുമൊഴിച്ചുള്ള മറ്റെല്ലാവരും സ്വാമികൾക്ക് പിന്തുണ പ്രഖ്യാപിച്ചിട്ടുണ്ട്."

"ആ ചന്നബസപ്പന്റെ വിവരം വല്ലതുമുണ്ടോ? അപ്പങ്കളത്തേക്കു തന്നെ തിരികെ പോരുന്നോ എന്തോ?"

"കുടകിൽ കടക്കരുതെന്ന് ഇംഗ്ലീഷുകാർ അവനെ വിലക്കിയിരിക്കയാണ്. രണ്ടുപേരെയും ബങ്കളൂരേക്ക് മാറ്റിത്താമസിപ്പിക്കുന്നത്രെ. കീഴടങ്ങിയ പടയാളികളെല്ലാംതന്നെ ഇംഗ്ലീഷ് സൈന്യത്തിൽ ചേർന്നു പോലും.."

"രാജാവാകുമെന്ന് വിചാരിച്ച് ആശ്രയിക്കാൻ ചെന്നു. ഇനി അവരുടെ കീഴിൽ ജീവിക്കണം ഉം."

എന്തോ കരിഞ്ഞ് നാറുന്നത് കേട്ട് ഗംഗമ്മ ധൃതിയിൽ അടുക്കളയിലേക്ക് പോയി.

രാജമ്മാജി അവിടെത്തന്നെ നിന്നു.

ധർമപ്പ രാജമ്മാജിയെ ഒരുനിമിഷം ശ്രദ്ധിച്ചു. പാവം! റാണിയായിത്തീരേണ്ടവളായിരുന്നു. വിധിയെന്നല്ലാതെ. അയാൾ പോകാനൊരുങ്ങി.

"പോകയാണോ?" രാജമ്മാജി ചോദിച്ചു.

"ആ.. ഞാൻ പോകുന്നു."

"ആ സ്വാമികളെ ഇനിയും കാണുമോ?"

"കുറച്ചു ദിവസം കഴിഞ്ഞ് കാണും."

"ഒരുപകാരം ചെയ്യാമോ?"

"ആജ്ഞാപിച്ചാലും."

രാജമ്മാജി കഴുത്തിലുണ്ടായിരുന്ന രത്നമാല ഊരിയെടുത്തു.

"ഇത് സ്വാമികൾക്ക് കൊടുക്കണം."

വെയിലേറ്റ് മാല മിന്നിത്തിളങ്ങി. രണ്ടു കൈയും നീട്ടി ധർമപ്പ അത് വാങ്ങി.

"ആര് തന്നതാണെന്നാ പറയേണ്ടത്?"

"അപ്പങ്കളത്തെ മരുമകൾ തന്നതാണെന്ന് പറയുക."

"ആകട്ടെ."

"ഇനി ഇങ്ങോട്ട് വരില്ലേ?"

"പറയാനാകില്ല, യുദ്ധം ഉടനെ ആരംഭിച്ചേക്കും. അതിനു ശേഷമേ വരാൻ പറ്റുമെന്ന് തോന്നുന്നുള്ളൂ?"

"എപ്പോഴായാലും ഈ ഭാഗത്തെത്തിയാൽ ഇവിടെയെത്താൻ മറക്കരുത്."

രത്നമാല തന്റെ കോട്ടിനുള്ളിൽ ഭദ്രമായി വെച്ചശേഷം ധർമപ്പ യാത്ര പറഞ്ഞു.

യാതൊരു ഭാവഭേദവുമില്ലാതെ രാജമ്മാജി അയാളുടെ പോക്ക് നോക്കിനിന്നു.

51

കുടകിനുള്ളിലെ കിടങ്ങുകൾ ഗർജിച്ചപ്പോൾ ഇംഗ്ലീഷുകാർ നടുങ്ങിപ്പോയി? തങ്ങളുടെ സ്വപ്നലോകത്തിലെ നന്ദനവനമായ കുടകിൽ കാട്ടുതീയോ? കണ്ടറിയാത്തതും കേട്ടറിയാത്തതുമായ ഈ നാട്ടിൽ കറുത്തവർ തോണ്ടുന്ന കുഴികളാണ് താൻ സൂക്ഷിക്കേണ്ടത്.

ലീഹാർഡിന്റെ മുഖത്തെ മാംസപേശികളെഴുന്നുനിന്നു. സംശയത്തിന്റെ വലകൾ അദ്ദേഹം ആഞ്ഞുവീശി.

ഭരണകൂടം സുസ്ഥിരമാക്കാൻ കഴിയാത്ത തന്റെ നിസ്സഹായാവസ്ഥയിൽ അവരെല്ലാം ചിരിക്കുന്നുണ്ടാകണമെന്ന് ലീഹാർഡിന് തോന്നി. തന്റെ മുന്നിൽ തലവണങ്ങുന്നവരുടെ കുപ്പായക്കീശയിൽ കത്തിയോ തോക്കോ ഉണ്ടായേക്കാം.

പൊന്നപ്പനേയും ബോപ്പണ്ണനേയും വിളിപ്പിച്ചു. സംശയദൃഷ്ടിയോടെ അവരെ വീക്ഷിച്ചുകൊണ്ട് ലീഹാർഡ് ചോദിച്ചു:

"ചാരന്മാർ കൊണ്ടുവന്നിട്ടുള്ള വിവരങ്ങളെന്തൊക്കെയാണ്?"

"മന്ദയ്യന്റെ വീട്ടിൽ ഒരു യോഗം ചേർന്ന വിവരം നേരത്തെ അറിയിച്ചിരുന്നല്ലൊ? അതിനു ശേഷം വിശേഷിച്ച് ഒരു വാർത്തയും കൊണ്ടുവന്നിട്ടില്ല." പൊന്നപ്പ ഉത്തരം പറഞ്ഞു.

"ആ സ്വാമിയുമായി ബന്ധപ്പെടുന്നവരെയെല്ലാം എന്തുകൊണ്ടാ തടവിലാക്കാത്തത്?"

"എടുത്തുചാട്ടം വേണ്ടെന്ന് കരുതി. അതുമൂലം പ്രജകളുടെ ശത്രുതയ്ക്ക് മൂർച്ചകൂടുകയേയുള്ളൂ." ബോപ്പണ്ണ പറഞ്ഞു.

"അപ്പോൾ ഇനിയെന്താണ് ചെയ്യേണ്ടത്?"

"അങ്ങ് മനഃസമാധാനത്തോടെയിരിക്കണം. ഇത് മഴക്കാലത്തെ കലക്കമാണ്. പെട്ടെന്ന് ഒഴുകിത്തീരും."

"നാമും അതിൽ ഒഴുകിപ്പോയാലോ? പിന്നെ. പറഞ്ഞിട്ട് ഫലമില്ല?"

"പാറക്കല്ലുകൾ ഒഴുക്കിൽപ്പെടുകയില്ല." ബോപ്പണ്ണ ഉറപ്പിച്ചുപറഞ്ഞു.

"ആ സ്വാമി ഒരു തലതിരിഞ്ഞ ശിവഭക്തനാണ്. തന്നത്താനറിയാതെയാണ്അവൻ ഇങ്ങനെ അലഞ്ഞുതിരിയുന്നത്." പൊന്നപ്പ കൂട്ടിച്ചേർത്തു.

"അവനെ ഒറ്റയ്ക്കെങ്കിലും രാജ്യദ്രോഹക്കുറ്റം ചുമത്തി എന്തുകൊണ്ടുപിടിച്ചുകൂടാ?"

"അങ്ങ് അൽപ്പംകൂടി വിവേകം കാണിക്കണമെന്നാണ് ഈയുള്ളവന്റെ അഭിപ്രായം." പൊന്നപ്പ തുടർന്നു: "പ്രജകളുടെ ദൃഷ്ടിയിൽ അവൻ രാജ്യദ്രോഹിയല്ല. രാജ്യസ്നേഹിയാണ്. മഹാനായ കാസ്സാമേജറിനുപോലും അവൻ കത്തെഴുതിയിരുന്നല്ലോ? കൂടാതെ."

"എന്താ?"

"എന്താ?"

"ഇവർ രാത്രീഞ്ചരന്മാരാണ്. മുഖം മൂടിക്കൊണ്ടാണ് സഞ്ചരിക്കുന്നത്. കൂട്ടംകൂട്ടമായി അലയുന്ന കാട്ടാനകളാണിവർ."

"ചിക്വീരരാജ പോയതിനുശേഷം കാട്ടാനകളെ വേട്ടയാടുന്ന കഴിവ് കുടകരിൽ ഇല്ലാതായിരിക്കുന്നെന്ന് പറഞ്ഞിരുന്നല്ലോ?" ലീഹാർഡ് ചുണ്ടു കടിച്ചു.

"അങ്ങനെയല്ല. അങ്ങനെയല്ല." പൊന്നപ്പനും ബോപ്പണ്ണനും ഒന്നിച്ചു പറഞ്ഞു.

"അങ്ങനെയുമല്ല. ഇങ്ങനെയുമല്ല! പിന്നെങ്ങനെ? എല്ലാം സുലഭമാണെന്ന രീതിയിലാണല്ലോ നിങ്ങൾ സംസാരിക്കുന്നത്. ഇത് ശരിയല്ല." ലീഹാർഡിന്റെ ശബ്ദം ഉച്ചത്തിലായി: "കാട്ടിന് തീ പിടിച്ചിരിക്കുന്നു. അത് ആളിപ്പടരാതെ സൂക്ഷിക്കണം. മനസിലായോ?"

മനസിലായെന്നർഥത്തിൽ രണ്ടുപേരും തലയാട്ടി. എന്നാൽ പടരാതെ കാത്തുസൂക്ഷിക്കുകയെന്നത് അത്ര എളുപ്പമായിരുന്നില്ല.

മരങ്ങളിൽനിന്ന് മരങ്ങളിലേക്ക് ആ അഗ്നിജ്വാല പാറിപ്പിടിച്ചു. കമ്പനി ദൂതന്മാരുടെ കണ്ണിൽപ്പെടാതെ അത് ആളിപ്പടർന്നു.

അപരംപാരന്റെ സഹചരന്മാർ കുടകിലുടനീളം ഓടിനടന്നു. ആയുധങ്ങൾ സംഗ്രഹിച്ചു. ജനങ്ങളെ സജ്ജമാക്കി. ആയുധധാരികളായ കുടകർ അവസരം കാത്തിരിപ്പായി.

അപ്പങ്കളത്തുനിന്നു പുറപ്പെട്ട ധർമപ്പ ഒരുമാസത്തിനുശേഷമാണ് അപരംപാരനെ കണ്ടുമുട്ടിയത്.

"ധർമപ്പയല്ലെ വാ." അപരംപാര വിളിച്ചു.

ധർമപ്പ സ്വാമികളെ വന്ദിച്ചു. താൻ സന്ദർശിച്ച നാടുകൾ, കണ്ടുമുട്ടിയ വ്യക്തികൾ, ലഭിച്ച വാഗ്ദാനങ്ങൾ എല്ലാം അയാൾ സ്വാമികളെ വിശദീകരിച്ചു കേൾപ്പിച്ചു:

"അപ്പങ്കളത്തും ചെന്നിരുന്നു." ഒടുവിൽ ധർമപ്പ പറഞ്ഞു.

അപരംപാര ഒരുനിമിഷത്തേക്ക് വേദനകൊണ്ട് പുളഞ്ഞു പോയി. 'അവിടെ എല്ലാവർക്കും സുഖമല്ലെ,' എന്നു ചോദിക്കാനായി വായ തുറന്നെങ്കിലും 'അതെയോ?' എന്നു മാത്രം പുറത്തേക്കു വന്നു. ഒപ്പം ദീർഘമായൊരു നിശ്വാസവും.

"സ്വാമികൾ അവിടെ ചെന്നതായി ഗംഗമ്മ ഓർമിപ്പിച്ചു."

അപരംപാര വിദൂരതയിൽ കണ്ണുനട്ടിരുന്നു.

കോട്ടിന്റെ കീശയിൽനിന്ന് രത്നമാല പുറത്തെടുത്ത് സ്വാമികളുടെ നേർക്ക് നീട്ടിക്കൊണ്ട് ധർമപ്പ പറഞ്ഞു:

"സ്വാമികൾക്ക് തരാനായി അപ്പങ്കളത്തെ മരുമകൾ തന്നയച്ചതാണ്."

അപരംപാര ആ രത്നഹാരം ശ്രദ്ധിച്ചു. അതിന്റെ തിളക്കം കണ്ണിൽ തറച്ചുകയറുന്നതായി അയാൾക്കനുഭവപ്പെട്ടു. ഈ മാല.... എവിടെയോ കണ്ടിട്ടുണ്ടല്ലോ? അമ്മയുടെ ചേലത്തുമ്പ് പിടിച്ച് പിന്നാലെ കൂടിയിരുന്ന ഒരു ജീവിയുടെ കഴുത്തിൽ ഇത് തൂങ്ങിയിരുന്നല്ലോ? ആ രൂപം അപരംപാരന്റെ മുന്നിൽ തെളിഞ്ഞു വന്നു. ഉള്ളംകൈ നീട്ടിക്കാട്ടിയിരിക്കുന്ന പെൺകുട്ടി! 'സന്താനഭാഗ്യമുണ്ടോ' എന്ന് ഗംഗമ്മ ചോദിക്കുന്നു.

ഹോ....! തലച്ചോറ് പൊട്ടിത്തെറിക്കുകയാണോ? കണ്ണടച്ച് ചെവി പൊത്തിപ്പിടിച്ചുകൊണ്ട് അപരംപാര ഉച്ചത്തിൽ വിളിച്ചു: "ശങ്കരപ്പാ, ശങ്കരപ്പാ."

ശങ്കരപ്പ ഓടിയെത്തി.

"സ്വാമികളെ എന്താ എന്തുപറ്റി."

കണ്ണടച്ചുകൊണ്ടു തന്നെ അപരംപാര പറഞ്ഞു:

"അപ്പങ്കളത്തെ അരമനയിൽനിന്ന് വന്ന മാലയാണിത്. രാജഭണ്ഡാരത്തിലെ ഐശ്വര്യം. രാജഭണ്ഡാരത്തിലേക്കു തന്നെ ഇത് ചേരണം. അതുവരെ ഇത് സൂക്ഷിക്കണമല്ലോ?"

"ഞാൻ സൂക്ഷിച്ചോളാം." ശങ്കരപ്പ ധർമപ്പയുടെ കൈയിൽനിന്ന് മാലവാങ്ങി.

52

അന്നും അപരംപാര സ്വാമികളെ ദർശിക്കാൻ അപരിചിതനായ ഒരാൾ വന്നു. അയ്യണ്ണയെന്നാണയാളുടെ പേര്. കുടകിൽ വെള്ളക്കാർ തള്ളിക്കയറിയപ്പോൾ ഗ്രാമത്തിലേക്ക് രക്ഷപ്പെട്ട സേനാനായകരിൽ ഒരാളാണ് അയ്യണ്ണ. പുട്ടബസവ കൊടുത്തയച്ച ഒരോലയും കൊണ്ടാണ് അയാൾ വന്നിരിക്കുന്നത്.

ആ ഓല വായിച്ച് അപരംപാര സന്തുഷ്ടനായി.

"മഹാദേവൻ മുഷിഞ്ഞാൽ ആപത്തുകൾ കൂടെക്കൂടെ സംഭവിക്കും. അവൻ കനിഞ്ഞാൽ ശുഭമയമായിരിക്കും" അയാൾ പറഞ്ഞു.

പുട്ടബസവനാരാണ്..?

അയാൾ തന്നെ എഴുതിയിരുന്നു:

"ഞാൻ സ്വാമികൾക്ക് പരിചിതനല്ല. താങ്കളെ ഞാൻ കണ്ടിട്ടുണ്ട്. സ്വാമികൾ ഒരിക്കൽ മടിക്കേരിയിൽ വന്നിരുന്നല്ലോ. ഇനിയും താങ്കളെ ദർശിക്കുവാനും താങ്കളുടെ ആശീർവാദം സ്വീകരിക്കാനും ഉള്ള ഭാഗ്യം സിദ്ധിക്കുമെന്നും വിശ്വസിക്കുന്നു. ഈ കത്തെഴുതുന്നത് ചില ഉദ്ദേശ്യങ്ങൾ മുൻനിർത്തിയാണ്."

"കുടകിൽ നടന്നുവരുന്ന സംഭവവികാസങ്ങൾ ഞാനും എന്റെ കൂട്ടാളികളായ പുലികുന്തനഞ്ചയ, ചെട്ടി, കർത്തുസോദരർ തുടങ്ങിയവരും

അപ്പോഴപ്പോൾ മനസിലാക്കുന്നുണ്ട്. എന്റെ കൂട്ടാളികളിൽ വീരാഗ്രേസരരായ കുടിയ സഹോദരന്മാരുമുണ്ട്. അവരെ താങ്കളറിയുമായിരിക്കും. ചിക്‌വീരരാജനെ ആയുധവിദ്യകൾ അഭ്യസിപ്പിച്ചത് അവരാണ്. ഇംഗ്ലീഷുകാരെ ആട്ടിപ്പുറത്താക്കാനുള്ള കരുത്തും വ്യഗ്രതയും അവർക്കുണ്ട്. ദ്രോഹികളെ ദണ്ഡിച്ച്, വഞ്ചകരെ ശിക്ഷിച്ച് കുടകിന്റെ മുൻനില പുനഃസ്ഥാപിക്കണമെന്നാണവരുടെ അഭിപ്രായം. പ്രജകൾ ഇപ്പോൾ നിരാശരാണെങ്കിലും അവരെ ഉണർത്തിവിടാൻ കഴിയുമെന്നതിൽ സംശയമില്ല.

മലയടിവാരത്തിലെ താലൂക്കുകളിലുള്ള ജനങ്ങളും അസ്വസ്ഥരാണ്. ഇഗ്ലീഷ് ഭരണം അവർക്ക് മടുത്തിരിക്കുന്നു. അവരെ സജ്ജമാക്കാൻ എളുപ്പത്തിൽ നമുക്കു കഴിയും. മംഗലാപുരംവരെയുള്ള ആൾക്കാരെ നമുക്ക് ഒരുക്കി നിർത്താനായേക്കും. ഏതിനും ആദ്യം വേണ്ടത് താങ്കളുടെ ഉപദേശങ്ങളും നിർദേശങ്ങളുമാണ്. ഈ വിവരങ്ങളെല്ലാം ബേലൂരിലും അറിയിക്കുവാൻ ദയ കാണിക്കണം.

ചിക്‌വീരരാജന്റെ ഉപദേഷ്ടാവായിരുന്ന അബ്ബാസ് അലി മലയാളത്തിലേക്ക് മടങ്ങിപ്പോയെന്നാണ് തോന്നുന്നത്. ബസവയ്യ അവർകൾക്ക് എന്തു സംഭവിച്ചുവെന്നറിയില്ല. മാദണ്ട അപ്പച്ചുവും യാദവ നാട്ടിലെ കലിംഗയ്യയും ഉത്തയ്യയും ഇംഗ്ലീഷുകാരുടെ ചെരിപ്പുനക്കികളായിത്തീർന്ന കാര്യം അങ്ങ് അറിഞ്ഞിരിക്കുമല്ലോ. മറ്റുള്ളവരിലാരും തന്നെ പരദേശികളുടെ എച്ചിലെടുക്കാൻ പോയിട്ടില്ല. ബൈംഗുനാട്ടുകാരും താവു നാട്ടുകാരും നമ്മുടെ പക്ഷത്താണ്. തക്കരും മുദ്ദയ്യനും വാക്കുതന്നിട്ടുണ്ട്. ഇത്ര മാത്രമാണ് സംഗതി. ഇനിയെല്ലാം താങ്കളുടെ നിർദേശംപോലെ, ഞങ്ങൾ കാത്തിരിക്കും."

ആ ഓല അപ്പയ്യന്റെ കൈയിൽ കൊടുത്ത ശേഷം അപരംപാര പറഞ്ഞു:

"നാടെല്ലാം കാവൽക്കാരായാൽ കള്ളന് പോകാനിടമുണ്ടാകില്ലല്ലോ! ഓർമയിരിക്കട്ടെ. അയ്യണ്ണാ, നീയും മനസിലാക്കണം. കുടക് ഭൂമി മുഴുവൻ കാവൽപ്പടയാളികളായിത്തീർന്നിരിക്കുന്നു. ഇതിനുള്ളിൽ കടന്ന കള്ളൻ എങ്ങനെയാണ് പുറത്ത് കടക്കുക? കർപ്പൂരം കത്തിച്ചാൽ ചാരമുണ്ടാവില്ലല്ലോ. പരദേശികളുടെ കർപ്പൂരക്കുന്നുകൾക്ക് നാം തീകൊളുത്തണം. അപ്പോൾ ഒന്നും ബാക്കിയുണ്ടാവില്ല."

അയ്യണ്ണ ഓരോ വാക്കിനും മനസിലായി എന്നർഥത്തിൽ തലയാട്ടി.

ഒരുനിമിഷത്തെ ആലോചനയ്ക്കുശേഷം അപരംപാര തുടർന്നു:

"ദിവ്യമായ ചിന്ത, നാം ഇവിടെനിന്ന് തീക്കൊള്ളിയിടാം. പുട്ടബസവനും കൂട്ടാളികളും താഴെ പന്തങ്ങളുമേന്തി നിൽക്കട്ടെ. മൈസൂരും ഇക്കേരിയും ജ്വലിച്ചുകൊണ്ടെഴുന്നേൽക്കണം. അപ്പോൾ മഹാദേവൻ തൃക്കണ്ണ് തുറന്നത് പോലെയാകും. ആ വെളിച്ചത്തിൽ ഇന്ത്യയിലെ എല്ലാ ജനങ്ങളും തങ്ങളുടെ മാർഗം കണ്ടുപിടിക്കും. ശരിയല്ലേ. അപ്പയ്യാ?"

"ശരിയാണ് സ്വാമികളെ." അപരംപാരന്റെ സന്തോഷത്തിൽ പങ്കു ചേർന്നുകൊണ്ട് അപ്പയ്യ പറഞ്ഞു.

"എങ്കിൽ പുട്ടബസവന് ഒരു മറുപടി എഴുതണം. എന്താ."

ഓം....

ശ്രീ.... ശ്രീ.... ശ്രീ.... അപരംപാര സ്വാമികൾ. ഭക്താഗ്രണിയായ പുട്ടബസവന് എഴുതുന്നതെന്തെന്നാൽ....

സുഖം തന്നെ.... ഓല വായിച്ച് അത്യധികം സന്തോഷിക്കുന്നു.

എല്ലാം ചിന്തിച്ചതിനുശേഷം നാം അഭിപ്രായപ്പെടുന്നതെന്തെന്നാൽ........

53

എരിയുന്ന തീനാളം കണ്ട് ലീഹാർഡി തരിച്ചു നിന്നു. അതിന്റെ പുക കാസ്സാമേജറുടെ കണ്ണിൽ അടിച്ചു കയറി.

"ഇതെന്തു കഥ...." മദ്രാസ് ഗവർണർ അത്ഭുതപ്പെട്ടു.

"അവിടെ എന്താണ് നടക്കുന്നത്?" കൽക്കത്താ ഗവർണർ വിളിച്ചു ചോദിച്ചു.

ആയിരത്തെണ്ണൂറ്റി മുപ്പത്താറിലാണ് ഇത് നടന്നത്.

കാസ്സാമേജർക്കു പകരം സ്റ്റോക്സ് എന്ന പുതിയ ഭരണാധികാരി മൈസൂരിന്റെ ചാർജ് വഹിക്കാനെത്തിച്ചേർന്നു.

രാജ്യയന്ത്രം ആകെ ഇളകിയതായി സ്റ്റോക്സ് കണ്ടെത്തി. അയാൾ താമസിച്ചില്ല. ആണികളിട്ട് ചക്രങ്ങളെല്ലാം മുറുക്കി. ഗവർണർക്ക് അയാൾ റിപ്പോർട്ട് സമർപ്പിച്ചു.

"കഴിയുന്നതും വേഗം ഭരണകേന്ദ്രം ബങ്കളൂരേക്ക് മാറ്റണം. മൈസൂരിന്റെ മഹത്വം കുറച്ചുകൊണ്ടുവരുന്നതാണ് ഉത്തമം. അപ്പോൾ വിഷസർപ്പങ്ങളുടെ പല്ലുകളെല്ലാം കൊഴിഞ്ഞതുപോലെയാകും...."

കാസ്സാമേജർ ദുർബലനായിരുന്നു. താനും അയാളും ഒരുപോലെയല്ലെന്ന് മേലധികാരികളെ ബോധിപ്പിക്കാനുള്ള വ്യഗ്രത അയാൾക്കുണ്ടായി. അതുകൊണ്ട് മറ്റൊരു തീരുമാനംകൂടി സ്റ്റോക്സ് കൈകൊണ്ടു. രാജ്യകാര്യങ്ങളിൽ താൽപ്പര്യമില്ലെന്നും രാജ്യദ്രോഹികളുമായി ബന്ധപ്പെടുന്നെന്നും ആരോപിച്ച് ദിവാൻ വെങ്കടരമണയ്യനെ അയാൾ താഴെത്തിറക്കി. ഈ പ്രവൃത്തി മറ്റുള്ളവരിൽ ഭയവും അതൃപ്തിയും ഉളവാക്കി.

ലീഹാർഡിന് സ്റ്റോക്സ് എഴുതി:

"ഞാൻ മൈസൂർ ഭരണം ഏറ്റെടുത്ത വിവരം നിങ്ങൾക്കറിയാമല്ലോ. അപരംപാര സ്വാമിയെയും കൂട്ടാളികളെയും ഉടനെ തടവിലാക്കണം. ഒട്ടും താമസിക്കരുത്. അക്കാര്യത്തിൽ വല്ല സഹായവും ആവശ്യമുണ്ടെങ്കിൽ ഉടനെ അറിയിക്കുക."

എന്നാൽ ഒരു കാര്യം സ്റ്റോക്സ് അറിഞ്ഞിരുന്നില്ല. അയാൾ ആ കത്തെഴുതുമ്പോൾ അപരംപാര സ്വാമികൾ മൈസൂർ പട്ടണത്തിൽ പ്രവേശിച്ചു കഴിഞ്ഞിരുന്നു. കൂടെ അപ്പയ്യ, വെങ്കടപ്പ മറ്റ് പ്രമുഖരും ഉണ്ടായിരുന്നു. എല്ലാവരും വേഷപ്രച്ഛന്നരായി സത്രത്തിൽ താമസിച്ചു.

ഇരുൾ വ്യാപിച്ചപ്പോൾ ബസപ്പാജി അപരംപാരനെ കൂട്ടിക്കൊണ്ടുപോകാനെത്തി.

"എല്ലാം സ്വാമികൾ അറിഞ്ഞിരിക്കുമല്ലോ. അനുമോദിക്കുന്നത് തെറ്റോ ശരിയോ എന്നറിയില്ല. വേണ്ടത്ര ചെയ്യാൻ എനിക്കു കഴിഞ്ഞില്ലെന്ന കുറവേയുള്ളൂ." വിനീതനായി ബസപ്പാജി അറിയിച്ചു.

"എല്ലാം ഒന്ന് ശരിപ്പെടുത്താനാണ് നാം വന്നത്. ധാന്യമണികളുടെ ഭാരംമൂലം ചെടികൾ കുമ്പിടാൻ തുടങ്ങിയിരിക്കുന്നു. കൊയ്യാൻ വരുമെന്ന് പറഞ്ഞിരുന്നല്ലോ. ഇനി കൂടുതൽ താമസമില്ല." അപരംപാര പറഞ്ഞു.

"തന്ന വാക്കിന് മാറ്റമില്ല. കൊയ്ത്തിന് ഞാനൊരുങ്ങിക്കഴിഞ്ഞു. കൂടെ വിശ്വസ്തരായ കുറേപ്പേരും കാണും."

"ഇവിടെ ആക്രമണം തുടങ്ങുന്നതിന്റെ കാര്യമെന്തായി?"

ഉത്തരത്തിന് ബസപ്പാജിക്ക് അൽപ്പസമയം ആലോചിക്കേണ്ടി വന്നു.

"ഒരു തീരുമാനത്തിൽ എത്തിച്ചേർന്നിട്ടില്ല. അക്കാര്യം എല്ലാവരും ചർച്ചചെയ്തുകൊണ്ടിരിക്കയാണ്."

"നല്ലത്. എല്ലാം നിങ്ങളുടെ കൈയിലാണ്."

"ഉം...." ബസപ്പാജി ഒന്നു മൂളുക മാത്രം ചെയ്തു.

കുറച്ചു നേരത്തെ നിശ്ശബ്ദതയ്ക്കുശേഷം അപരംപാര പറഞ്ഞു:

"നമുക്ക് കൃഷ്ണരാജനെ കണ്ടാൽ കൊള്ളാമെന്നുണ്ട്."

"അതിനെന്താ വഴിയുണ്ടാക്കാം."

"നാം സത്രത്തിൽ കാത്തിരിക്കും."

"വിരോധമില്ലെങ്കിൽ ഇവിടെത്തന്നെ ഇരുന്നാൽ മതി. യാതൊരു ബുദ്ധിമുട്ടും ഉണ്ടാവില്ല. വേണമെങ്കിൽ അംഗരക്ഷയ്ക്ക് ഒരാളെ നിർത്തിക്കൊണ്ടാലും. ഇവിടം തികച്ചും സുരക്ഷിതമാണ്."

"ശരി. സത്രത്തിലുള്ള നമ്മുടെ ആൾക്കാരെ വിവരമറിയിക്കണം. ശങ്കപ്പ നമ്മോടൊപ്പം നിൽക്കട്ടെ."

അപരംപാരസ്വാമികൾ വീണ്ടും മൗനം ഭജിച്ചു. നിമിഷങ്ങൾ ഇഴഞ്ഞു നീങ്ങി. ഏതോ ആലോചനയിൽനിന്നും നിവൃത്തനായതുപോലെ അദ്ദേഹം ചോദിച്ചു:

"സിദ്ദലിംഗന്റെ വല്ലവിവരവുമുണ്ടോ? അയാളെ എവിടെയാണ് തടവിലിട്ടിരിക്കുന്നതെന്നറിയാമോ?"

"കഴിഞ്ഞവർഷം ശ്രീരംഗപട്ടണത്തേക്ക് മാറ്റിയതായി കേട്ടിരുന്നു."

"അയാൾക്കൊരു സന്ദേശമെത്തിക്കണമല്ലോ?"

"എത്തിക്കാമല്ലോ."

"മോചനത്തിന്റെ നാളുകൾ അടുത്തിരിക്കുന്നു. എന്ന് നാം അറിയിച്ചതായി സിദ്ദലിംഗനെ അറിയിക്കണം."

കേവലം ഒരു ദൂതനായ സിദ്ദലിംഗനോട് സ്വാമികൾ പ്രദർശിപ്പിച്ച കാരുണ്യം ബസപ്പാജിയെ മുഗ്ധനാക്കിത്തീർത്തു. അദ്ദേഹം പറഞ്ഞു:

"സ്വാമികളെ, സന്ദേശമെത്തിക്കാനുള്ള ഏർപ്പാട് ഞാൻ തന്നെ ചെയ്യാം."

54

സൂര്യാസ്തമയത്തിനുശേഷം മൂന്നുനാലു നാഴിക കഴിഞ്ഞിരിക്കണം.

മുമ്മുഡി കൃഷ്ണരാജന്റെ കൊട്ടാരത്തിനു മുന്നിലെ പൂന്തോട്ടത്തിലൂടെ ആരെല്ലാമോ നീങ്ങുന്നതുപോലെ കാവൽക്കാരനു തോന്നി.

"ആരത്?"

അവരിലൊരാൾ ബസപ്പാജിയായിരുന്നു. സ്വരം മയപ്പെടുത്തി അയാളുത്തരം പറഞ്ഞു:

"ഞങ്ങളാണ്. മഹാരാജാവ് വരാൻ കൽപ്പിച്ചിരുന്നു."

ആ ശബ്ദം കാവൽക്കാരന് പരിചിതമായിരുന്നു.

"ആരാണെന്നറിയാൻ ചോദിച്ചതാണ്. നിങ്ങളാണെന്നറിഞ്ഞില്ല."

കാവൽക്കാരൻ തന്റെ പാട്ടിനു പോയി.

തോട്ടത്തിന്റെ ഒരു മൂലയ്ക്ക് കൃഷ്ണരാജ ഇരിക്കയായിരുന്നു. കാവൽക്കാരന്റെ ചോദ്യവും ബസപ്പാജിയുടെ മറുപടിയും അയാൾ ശ്രദ്ധിക്കയായിരുന്നു.

വ്യക്തികൾ അടുത്തെത്താറായെന്ന് ബോധ്യമായപ്പോൾ കൃഷ്ണരാജ എഴുന്നേറ്റു നിന്നു. ആ ഹൃദയം അസ്വസ്ഥമായിരുന്നു. പലവിധ ചിന്തകളും അവിടെ കലങ്ങിമറിയുകയായിരുന്നു. അസഹ്യതയോടെ അയാൾ ഉലാത്താൻ തുടങ്ങി.

ബസപ്പാജിയും കൂട്ടരും രാജാവിനെ സമീപിച്ചു.

"വന്നിട്ട് വളരെ നേരമായോ."

"ഇല്ല. ഇപ്പോളെത്തിയതേയുള്ളൂ."

"ഇദ്ദേഹമാണ് അപരംപാര സ്വാമികൾ."

അപരംപാര മൂടിപ്പുതച്ചിരുന്ന കമ്പിളി വസ്ത്രം എടുത്തുമാറ്റി. തന്റെ മുന്നിൽ നിന്ന കാഷായ വസ്ത്രധാരിയെ കൃഷ്ണരാജ ശ്രദ്ധിച്ചു.

"നമസ്കാരം."

"നമസ്കാരം മഹാരാജാ."

അയ്യപ്പയെയും വെങ്കടപ്പനെയും ബസപ്പാജി പരിചയപ്പെടുത്തി. അവർ അൽപ്പമകലെയായി ഇരുന്നു.

കിരീടമില്ലെങ്കിലും കൃഷ്ണരാജ രാജകീയവസ്ത്രങ്ങളാണ് ധരിച്ചിരുന്നത്. വല്ലവരും തങ്ങളെ കാണുന്നുണ്ടോ എന്ന് അയാൾ ചുറ്റും നോക്കിക്കൊണ്ടേയിരുന്നു.

പതിഞ്ഞതെങ്കിലും ഗാംഭീര്യമാർന്ന സ്വരത്തിൽ അപരംപാര പറഞ്ഞു:

"ഈ സന്ദർശനത്തിന്റെ ഉദ്ദേശ്യം മഹാരാജാവിനറിയാമല്ലോ."

പീഠിക അനാവശ്യമാണെന്ന് തോന്നുമാറ് അസഹ്യത പ്രകടിപ്പിച്ചുകൊണ്ട് കൃഷ്ണരാജ പറഞ്ഞു:

"ബസപ്പാജി പറഞ്ഞിരുന്നു. നമ്മെക്കൊണ്ട് വേണ്ടതെന്തെന്നുവെച്ചാൽ ഉടനെ പറയുക."

"ജന്മമെടുത്തവരെല്ലാം മഹാപുരുഷന്മാരാകാറില്ല." അപരംപാര തുടർന്നു. "എങ്കിലും ജനിച്ചവരെല്ലാം ദൈവത്വം പ്രാപിക്കാനായി പ്രയത്നിക്കണം. സാധിക്കുമോ ഇല്ലയോ എന്നുള്ളത് വേറെ കാര്യമാണ്. ഞങ്ങൾ കുറേപ്പേർ പ്രയത്നിച്ചുകൊണ്ടിരിക്കയാണ്. അക്കാര്യം താങ്കൾക്കറിവുള്ളതാണ്. മൈസൂരിൽ അന്യായം നടന്നപ്പോഴേ ഞങ്ങൾ കരുതിയിരിക്കുന്നതാണ് കുടകിലും ഈ ദുർഗതി സംഭവിക്കുമെന്ന്. അതു തന്നെ നടന്നു. അത് തിരുത്തിക്കുറിക്കാനാണ് ഇപ്പോൾ ശ്രമിക്കുന്നത്."

"ബസപ്പാജിക്ക് എല്ലാ കാര്യവുമറിയാം. നമ്മുടെ ഖജാന ഇപ്പോൾ നിറഞ്ഞിരിക്കയാണ്. കമ്പനിക്കാർ തരുന്നതുകൊണ്ട് കൊട്ടാരച്ചെലവെല്ലാം നടക്കും. അതുകൊണ്ട് നമ്മെക്കൊണ്ടാകുന്ന സഹായം നാം ചെയ്യുന്നതാണ്."

"പണത്തിന്റേതല്ല കാര്യം." അപരംപാര പുഞ്ചിരിച്ചു. "താങ്കളോട് ഇംഗ്ലീഷുകാർ കാട്ടുന്ന അനീതി ജനങ്ങളെ അറിയിക്കണം. അപ്പോൾ അവർ രോഷത്തോടെ ഉണർന്നെണീക്കും. താങ്കളുടെ സേനാനായകൻ വഴികാട്ടിക്കൊടുത്താൽ മതി. പ്രജകൾതന്നെ ബ്രിട്ടീഷുകാരെ പാഠം പഠിപ്പിച്ചുകൊള്ളും."

"ഇംഗ്ലീഷുകാർക്കെതിരെ വിപ്ലവം തുടങ്ങണമെന്നല്ലേ നിങ്ങൾ പറയുന്നത്?"

"അതേ, അതു സാധിച്ചാൽ നാം ധന്യരായി."

"ചിന്തിക്കാം. ഇക്കേരിയിലെ സൂരപ്പനായക് നിങ്ങളോടൊപ്പമുണ്ടെന്ന് കേട്ടു."

അതേ. മൈസൂരും ഇക്കേരിയും കുടകും വീണ്ടും സ്വതന്ത്രരാജ്യമാകുന്നതു കണ്ടിട്ടു വേണം കൃതാർഥനാവാൻ."

"ഒരു കാര്യം മുൻകൂട്ടി പറയുന്നത് നല്ലതാണെന്ന് നാം കരുതുന്നു." ഒരുനിമിഷത്തെ ആലോചനയ്ക്കുശേഷം കൃഷ്ണരാജ പറഞ്ഞു.

"പറഞ്ഞാലും."

"ഇക്കേരി മൈസൂരിന്റെ ഭാഗമാണ്."

"ഹൈദറിന്റെ വിജയത്തോടെയാണ് അങ്ങനെയായത്. ഇപ്പോൾ ഇക്കേരിയും മൈസൂരും ഇംഗ്ലീഷുകാരുടെ കൈയിലാണ്. രണ്ടും സ്വതന്ത്രമായാൽ പരസ്പരം സ്നേഹത്തോടെ കഴിയാമല്ലോ?"

"ആലോചിച്ച് പറയേണ്ടുന്ന കാര്യമാണിത്."

"ആകട്ടെ. ഈ അർധരാത്രി ഇങ്ങനെ ബുദ്ധിമുട്ടിച്ചതിൽ ക്ഷമിക്കണം...."

"സാരമില്ല. എനിക്ക് മറ്റെന്തു ജോലിയാണുള്ളത്? ഷിമോഗയിൽ നിന്ന് യക്ഷഗാന സംഘം വന്നിട്ടുണ്ട്. ഇന്ന് കളി നടത്താനിരുന്നതാണ്. നാളേക്ക് മാറ്റിവയ്ക്കണമെന്ന് ബസപ്പാജി ആവശ്യപ്പെട്ടു. സമ്മതിച്ചു. ഇന്ന് ഇത് നടന്നു. നാളെ യക്ഷഗാനം."

ഇനി എഴുന്നേൽക്കാമെന്ന് അപരംപാര വിചാരിച്ചു. താനാദ്യം എഴുന്നേൽക്കുന്നത് ബഹുമാനക്കേടിന് കാരണമാകുമോ എന്ന് കരുതി മിണ്ടാതിരുന്നു. ബസപ്പാജി കാര്യം ഗ്രഹിച്ചു.

"ഇനി എഴുന്നേൽക്കുകയല്ലേ?"

കൃഷ്ണരാജ എഴുന്നേറ്റു. അഭിവാദനവും പ്രത്യഭിവാദനവും കഴിഞ്ഞു.

അപരംപാര കമ്പിളിവസ്ത്രം മൂടിപ്പുതച്ചു.

"സ്വാമികൾക്ക് നിരാശ തോന്നുന്നുണ്ടോ?" തോട്ടത്തിൽനിന്ന് പുറത്തുകടന്നപ്പോൾ ബസപ്പാജി ചോദിച്ചു.

"ഇല്ല നഷ്ടപ്പെട്ട സ്വാതന്ത്ര്യം വീണ്ടെടുക്കാൻ എത്രമാത്രം ബുദ്ധിമുട്ടുണ്ടെന്ന് ഒരിക്കൽക്കൂടി ബോധ്യമായി."

എന്നാൽ മറ്റൊരനുഭവംകൂടി അടുത്ത ദിവസം തന്നെ അപരപാര സ്വാമികൾക്കുണ്ടായി.

സമയം അർധരാത്രിയോടടുത്തിരിക്കണം. മല്ലപ്പണ്ണ ഓടിക്കിതച്ചു വന്നു.

"ഇംഗ്ലീഷുകാർ സത്രം വളഞ്ഞിരിക്കുന്നു! ഞാൻ ദൂരെ മറഞ്ഞിരിക്കയായിരുന്നു." ദീർഘശ്വാസം വിട്ടുകൊണ്ട് അയാൾ പറഞ്ഞു.

അപരംപാര പിടഞ്ഞെണീറ്റു.

"സത്രത്തിലാരൊക്കെയുണ്ട്?"

"നമ്മുടെ ആൾക്കാരെല്ലാം യക്ഷഗാനം കാണാൻ പോയിരിക്കയായിരുന്നു. ഇന്ന് യക്ഷഗാനം ഇല്ലായിരുന്നെങ്കിൽ എല്ലാവരും കെണിയിൽപ്പെട്ടേനേ."

"അപ്പയ്യയേയും വെങ്കടപ്പനേയും വിവരമറിയിച്ചോ?"

"അറിയിച്ചു. അവർ പുറത്തുണ്ട്. ഇനിയത്തെ നടപടിയെന്താണെന്നറിയാനാണ് ഞാൻ വന്നത്."

"സത്രത്തിൽ നമ്മുടെ വല്ല സാധനവുമുണ്ടോ?"

"ഒന്ന് രണ്ട് ചെറിയ കെട്ടുകളേയുള്ളൂ."

"ഉം....ബസപ്പാജി, നാം ഉടനെ പുറപ്പെടുകയാണ്. അടുത്ത താവളത്തിലെത്തിയാൽ വിവരമറിയിക്കാം."

ബസപ്പാജി സ്തംഭിച്ചു നിൽക്കയായിരുന്നു. അയാളുടെ തൊണ്ട വറ്റിപ്പോയിരുന്നു.

"എനിക്ക് മാപ്പു തരണം. അങ്ങയെ കൃഷ്ണമണിപോലെ കാത്തു രക്ഷിക്കാൻ കഴിയാതെപോയി. അങ്ങ് ദൈവപുരുഷനാണ്." ബസപ്പാജി ഗദ്ഗദകണ്ഠനായി പറഞ്ഞു.

"കൊട്ടാരത്തിലുള്ളവർ ഒറ്റിക്കൊടുത്തെന്ന് വിചാരിച്ച് നിങ്ങൾ ദുഃഖിക്കുന്നതെന്തിന്?"

"ഉണ്ണുന്ന ചോറിൽ മണ്ണുവാരിയിടുന്നവർ ഇവിടെയുമുണ്ടായല്ലോ! ഇനി ചിന്തിച്ചിട്ട് ഫലമില്ലല്ലോ!"

"നിങ്ങൾ സ്വന്തം രക്ഷ ഉറപ്പുവരുത്തുക. അനന്തര നടപടികളെന്തൊക്കെയാണെന്ന് ഉടനെ മനസിലാകും. നാം ഇറങ്ങുകയാണ്."

ബസപ്പാജിയുടെ മിഴികൾ കലങ്ങി. അദ്ദേഹം പുറത്തിറങ്ങി ചുറ്റുപാടും നിരീക്ഷിച്ചു. ആരും ഇല്ലെന്ന് ഉറപ്പുവരുത്തിയശേഷം സ്വാമികളെ പുറത്തേക്കാനയിച്ചു. ഓരോ കാൽവെപ്പിലും അയാൾ പറഞ്ഞുകൊണ്ടിരുന്നു:

"സ്വാമികളെ ഇനിയെപ്പോഴാണ് കാണുക? എപ്പോഴാണ് കാണുക?"

55

അപരംപാരസ്വാമികളുടെ മുഖ്യതാവളം കാസർകോഡായിത്തീർന്നു. അവിടെയിരുന്നുകൊണ്ട് തന്റെ സഹയാത്രികർക്ക് അദ്ദേഹം നിർദേശങ്ങളും ഉപദേശങ്ങളും നൽകി.

ഇംഗ്ലീഷ് ഭരണകൂടത്തിന് അപരംപാര ഒരു തലവേദനയായി മാറി.

"നമ്മുടെ ആൾക്കാർ മലമ്പാതകളിലും രാജമാർഗങ്ങളിലും കാവലിരിക്കട്ടെ. എല്ലാ തപാലുകളും പിടിച്ചെടുക്കുക. ഒറ്റ കടലാസുപോലും അങ്ങോ ഇങ്ങോ നീങ്ങാൻ പാടില്ല. ഇരുഭാഗത്തും ജാഗ്രതയോടെ കാവലിരിക്കണം. പടത്തലവന്മാർതന്നെ പണവും കൈകാര്യം ചെയ്യട്ടെ." അപരംപാര നിർദേശിച്ചു.

മറ്റൊരു നിർദേശം ഇപ്രകാരമായിരുന്നു:

"നമ്മുടെ ഈ മഹത്തായ സംരംഭം കൊണ്ടുതന്നെ കുടക് കിടുകിടാ വിറയ്ക്കണം. ഇവിടെ വേരൂന്നിയ ഇംഗ്ലീഷ് ഭരണകൂടം വെന്ത് വെണ്ണീറാകണം. ഒരു കാര്യം എല്ലാവരും ഓർക്കുന്നത് നല്ലതാണ്. യുദ്ധത്തിൽ ഇരുഭാഗത്തും നാശനഷ്ടങ്ങൾ സംഭവിച്ചേക്കാം. നിരവധിപേർ മരിച്ചു വീണേക്കാം. അപ്പോഴൊക്കെ നിരാശരാകാതെ, പിന്തിരിഞ്ഞോടാതെ വീറോടെ പൊരുതുകയാണ് നാം ചെയ്യേണ്ടത്."

ഈ നിർദേശങ്ങൾ അനുസരിക്കുന്നവരോടെല്ലാം നമുക്ക് പറയാനുള്ളതിതാണ്. മൂഢരെപ്പോലെ ചിന്തിച്ച് സമയം കളയരുത്. എല്ലാം ആ മഹേശ്വരനിലാണ്. അതുകൊണ്ട് ഉണർന്നെണീക്കൂ. അണിനിരക്കൂ. പോരാടൂ. പന്നിയുടെ കൈയിൽ വജ്രായുധം കൊടുത്തിട്ട് ഫലമുണ്ടോ? മർക്കടന്റെ കൈയിൽ മാണിക്യം കൊടുത്തിട്ട് എന്ത് ഫലം? മനുഷ്യൻ വിശേഷബുദ്ധിയുള്ളവനാണ്. വജ്രായുധം പ്രയോഗിക്കേണ്ടതെങ്ങനെയെന്നും എവിടെയെന്നും അവനറിയാം. കണ്ണാടിയിൽ നോക്കി തങ്ങളുടെ സ്വത്വം ഉറപ്പുവരുത്തുക. സ്വാതന്ത്ര്യത്തിനുവേണ്ടി ഉറഞ്ഞുതുള്ളുക."

ദിവസങ്ങൾ കഴിയുന്തോറും ജനങ്ങൾ ഇളകിക്കൊണ്ടിരുന്നു.

ആക്രമണം തുടങ്ങാൻ ഇനി അധികനാളില്ലെന്ന് എല്ലാവരും കണക്കുകൂട്ടി.

ഒരുദിവസം വളരെ നേരത്തെ ധ്യാനത്തിനുശേഷം അപരംപാര ചോദിച്ചു; "ഇന്ന് ഏത് ദിവസമാണ്? എന്താ തിഥി?"

ഉത്തരം ലഭിച്ചപ്പോൾ കൈവിരലുകൾ മടക്കി അയാൾ കൂട്ടി നോക്കി.

"ആക്രമണം തുടങ്ങാനുള്ള ദിവസം നിശ്ചയിച്ചു. ഓലയെഴുത്തുകാരനെ ഉടനെ വിളിക്ക്."

സന്ദേശം വളരെ സംക്ഷിപ്തമായിരുന്നു.

"തൃതീയ പക്ഷത്തിന്."

അശ്വാരൂഢന്മാർ ആ സന്ദേശവുമായി നാടിന്റെ നാനാഭാഗത്തേക്കും പാഞ്ഞുപോയി.

56

ആയിരം വീരയോദ്ധാക്കൾ കാസർകോഡിൽ എത്തിച്ചേർന്നു. തോക്കുകളേന്തിയവർ, അമ്പും വില്ലും ധരിച്ചവർ, കുന്തങ്ങളേന്തിയവർ അങ്ങനെ പലരും അക്കൂട്ടത്തിലുണ്ടായിരുന്നു.

ആക്രമണം തുടങ്ങാൻ നിശ്ചയിച്ചിരുന്നതിനു മുമ്പുള്ള അർധരാത്രി.

അപ്പയ്യയും അപരംപാരയും ചേർന്ന് പരിപാടികൾക്ക് അന്തിമരൂപം നൽകുകയാണ്.

പ്രഭാതത്തിൽ പുറപ്പെടണം. ഹാരംഗി വഴി ഉച്ചയ്ക്കുമുമ്പേ ഗൗഡള്ളിയിലെത്തണം. ഭക്ഷണവും വിശ്രമവും അവിടെ. വെങ്കടപ്പന്റെ സംഘം ഹാരംഗിയിൽ വെച്ച് കൂടിച്ചേരണം. ബാക്കിയുള്ളവരെല്ലാം അവിടന്നങ്ങോട്ട് മടിക്കേരിയിലെത്തുന്നതിനുമുമ്പ് ഒന്നിച്ചുചേരണം. മലയടിവാരത്തിലെ ജോലി കഴിഞ്ഞാലുടൻ പുട്ടബസവനും സംഘവും മടിക്കേരിയിലെത്തിച്ചേരണം. കൊട്ടാരമാണ് നമ്മുടെ ലക്ഷ്യം.

"ഗൗഡള്ളിക്കുള്ള യാത്രയിൽ ഏതെങ്കിലും കുളമുണ്ടാകുമോ? നമുക്ക് സ്നാനം ചെയ്തു ശിവപൂജ നടത്തണം." അപരംപാര പറഞ്ഞു.

"ഗൗഡള്ളിയിൽനിന്ന് രണ്ടു മൂന്നു നാഴിക ഇപ്പുറത്തായി വലതുഭാഗത്തേക്കൽപ്പം പോയാൽ ഒരു കുളമുണ്ട്." അപ്പയ്യ പറഞ്ഞു.

"ശങ്കരപ്പന് വഴിയറിയോ."

"വഴിയറിയുന്ന ഒരാളെ കൂടെ അയച്ചാൽ പോരെ."

മുറിയുടെ പുറത്ത് അങ്ങുമിങ്ങും നടന്നിരുന്ന ഒരു യോദ്ധാവിനെ അപ്പയ്യ അകത്തേക്ക് വിളിച്ചു:

"നീ എന്ത് ചെയ്യുകയാ അവിടെ?"

"വെറുതെ നിൽക്കയായിരുന്നു."

"നിന്റെ പേരെന്താ?"

"മഞ്ചണ്ണ"

"നാട്?"

"ഹാരംഗിക്കടുത്താണ്."

"ഗൗഡള്ളിയിലേക്കുള്ള വഴിയറിയോ നിനക്ക്?"

"ഓ, അറിയാം."

"രണ്ടു മൂന്നു നാഴിക ഇപ്പുറത്തായി ഒരു കുളം കണ്ടിട്ടുണ്ടോ?"

"ഓ, കണ്ടിട്ടുണ്ട്."

"കുതിരസവാരിയറിയില്ലേ?"

"ഓ, അറിയാം."

"നാളെ പ്രഭാതത്തിൽ നീയും സ്വാമികളോടൊപ്പം പുറപ്പെടണം. ആ കുളം സ്വാമികൾക്ക് കാട്ടിക്കൊടുക്കണം."

"ഓ."

"ശങ്കരപ്പനും ഉണ്ടാകും. പൊയ്ക്കൊ, അൽപ്പസമയം ഉറങ്ങിക്കൊ. രാവിലെ എഴുന്നേൽക്കണം."

"എല്ലാം തീരുമാനിച്ചില്ലേ! ഇനി ഉറക്കം വരില്ല." അപരംപാര തുടർന്നു. "എങ്കിലും ശരീരത്തിന് അൽപ്പം വിശ്രമം വേണം."

ഇരുൾ അലിഞ്ഞുതീർന്നുകൊണ്ടിരുന്നു.

കോഴി കൂവുന്നതിനു മുമ്പു തന്നെ യോദ്ധാക്കളെല്ലാം തയാറായി.

"ബന്ധുക്കളെ" അപരംപാര അവരോട് പറഞ്ഞു: "നാം ധർമ സമരത്തിനാണ് പുറപ്പെടുന്നത്. നമ്മുടെ മാർഗം സത്യത്തിന്റെയും നീതിയുടെയുമാണ്. അനീതിയുടെയും അധർമത്തിന്റെയും പതാക വലിച്ച് താഴത്തിടാനാണ് നാം ശ്രമിക്കുന്നത്."

ഒരുനിമിഷം അപരംപാര ഏവരെയും ശ്രദ്ധിച്ചു. ആ മുഖങ്ങളിൽ തുടിച്ചു നിൽക്കുന്ന പൗരുഷം അദ്ദേഹത്തെ ഉത്തേജിതനാക്കിത്തീർത്തു.

"മേഘത്തിലൊളിഞ്ഞിരിക്കുന്ന മിന്നൽക്കൊടിപോലെ; അന്ധകാരത്തിനു പിന്നിലെ ജ്യോതിസുപോലെ; ജാഗ്രതയോടെ, സൂക്ഷ്മതയോടെ, ശത്രുപാളയത്തെ നാം ആക്രമിക്കണം. ഐക്യം നമ്മുടെ പ്രേരക ശക്തിയായിരിക്കണം. നാമിപ്പോൾ സുഗന്ധവാഹിയായ മന്ദമാരുതനാണ്. എന്നാൽ ഉടൻ തന്നെ വൃക്ഷങ്ങളെ കടപുഴക്കുന്ന കൊടുങ്കാറ്റായിത്തീരും. വഞ്ചകരും ധൂർത്തന്മാരുമായ ശത്രുക്കളെ നാം തുരത്തിയോടിക്കും. മഹേശ്വരൻ നമ്മെ അനുഗ്രഹിക്കും. അവരുടെ ഭാഗത്തുള്ളത് പിശാചുക്കളാണ്. അസുരന്മാരാണ്. ഇത് ഒരു ദേവാസുര യുദ്ധമാണ്. ദേവന്മാർ ജയിക്കും. അസുരന്മാർ മണ്ണ് കപ്പും. എല്ലാവരും ഉച്ചത്തിൽ വിളിക്കുക. ഹരഹരമഹാദേവ."

"ഹരഹരമഹാദേവ." ആയിരം കണ്ഠങ്ങളിൽനിന്നും ജയഘോഷം പുറപ്പെട്ടു.

"അപരംപാര സ്വാമികൾ വിജയിക്കട്ടെ." അവർ വിളിച്ചു പറഞ്ഞു.

"പറയൂ. ചിക്‌വീരരാജ ജയിക്കട്ടെ." അപരംപാര നിർദേശിച്ചു.

"ചിക്‌വീരരാജ ജയിക്കട്ടെ, ചിക്‌വീരരാജ ജയിക്കട്ടെ" യോദ്ധാക്കൾ ഏറ്റുവിളിച്ചു.

57

അപ്പയ്യന്റെ നേതൃത്വത്തിൽ പൊടിപടലങ്ങളുയർത്തിക്കൊണ്ട് ആ സംഘം യാത്ര പുറപ്പെട്ടു.

ആ സംഘത്തിനു പിന്നിലായി മൂന്നു കുതിരകൾ വേറെയും സഞ്ചരിച്ചുകൊണ്ടിരുന്നു.

വിദൂരതയിൽ ദൃഷ്ടിപതിപ്പിച്ചുകൊണ്ട് കുതിരപ്പുറത്തു നിവർന്നിരിക്കുന്ന മഞ്ചണ്ണ ശങ്കരപ്പനെ ആശ്ചര്യപ്പെടുത്തിക്കൊണ്ടിരുന്നു. ഹാരംഗിയെക്കുറിച്ചുള്ള അപരംപാരന്റെ ചോദ്യങ്ങൾക്കെല്ലാം ചുണയോടെ അയാൾ ഉത്തരം പറഞ്ഞു.

മഞ്ചണ്ണനെപ്പറ്റി അപരംപാര സ്വാമികൾക്ക് അഭിമാനം തോന്നി. "ഇവൻ അതിസമർഥനാണെന്ന്" അയാൾ മനസിൽ കരുതി.

സൂര്യൻ ഉദിച്ചുപൊങ്ങി. വെയിൽനാളം കണ്ണിൽ വീണു തുടങ്ങി.

അപ്പയ്യനും സംഘവും കുറെ മുന്നോട്ട് നീങ്ങിക്കഴിഞ്ഞിരുന്നു.

"അതാ.... വലതു ഭാഗത്തേക്ക് വഴികാണുന്നില്ലേ? അതിലെയാണ് നമുക്ക് പോകേണ്ടത്." മഞ്ചണ്ണ കൈചൂണ്ടിക്കാട്ടി.

"അപ്പയ്യ പറഞ്ഞ കുളം ആ ഭാഗത്താണ്. അല്ലേ?" ശങ്കരപ്പ ചോദിച്ചു.

"അതേ."

മഞ്ചണ്ണ കുതിരയെ വലത്തോട്ട് നയിച്ചു. അപരംപാരസ്വാമികളും ശങ്കരപ്പനും പിന്തുടർന്നു.

സുന്ദരമായ പ്രദേശം. പച്ചപിടിച്ച മലനിരകൾ. കാട്ടുപൂക്കളുടെ സുഗന്ധം പേറുന്ന കുളിർകാറ്റ്. കളകള ശബ്ദംകൊണ്ട് സ്വാഗതമോതുന്ന പക്ഷികൾ. ചേതോഹരമായ ആ അന്തരീക്ഷം അപരംപാരസ്വാമികളെ വശീകരിച്ചു.

"ഇവിടത്തെ കാട്ടുമൃഗങ്ങൾപോലും ശാന്തപ്രകൃതരാണ്. അതാ പശുക്കൾ മേയുന്നത് കാണുന്നില്ലേ? നരികളും പുലികളും അവയെ ഉപദ്രവിക്കാറില്ല." മഞ്ചണ്ണ വിശദീകരിച്ചു.

"ആശ്ചര്യം...! നയനമോഹനമായ ഈ പ്രകൃതിയും ഇവിടത്തെ ജന്തുക്കളും മഹാദേവന്റെ സൃഷ്ടിയാണ്. സംശയമില്ല." അപരംപാര പറഞ്ഞു.

"നിത്യവും ഈ വഴിയിലൂടെ ജനങ്ങൾ സഞ്ചരിക്കാറുണ്ടെന്ന് തോന്നുന്നു." ശങ്കരപ്പ പറഞ്ഞു.

മഞ്ചണ്ണ അതിനുത്തരം പറഞ്ഞില്ല. മൂന്നുപേരും കുളക്കരയിലെത്തിച്ചേർന്നു.

വിശാലമായ കുളം. സ്ഫടിക തുല്യമായ ജലം. കുളക്കരയിൽ പ്രായം ചെന്ന ഏതാനും ആൽമരങ്ങൾ.

കുളക്കരയിൽ കാലടിപ്പാടുകൾ പതിഞ്ഞിരിക്കുന്നത് ശങ്കരപ്പന്റെ ദൃഷ്ടിയിൽപ്പെട്ടു. കഴിഞ്ഞ രാത്രി ആരോ ഇവിടെ വിശ്രമിച്ചിരിക്കണം. അതാ... ഭക്ഷണം പാകം ചെയ്യാനുപയോഗിച്ച അടുപ്പ്. വെണ്ണീർ ചുറ്റും ചിതറിയിരിക്കുന്നു. കരിക്കൊള്ളികൾ അടുപ്പിനരികിൽത്തന്നെ കിടപ്പുണ്ട്.

"ശങ്കരപ്പാ, കണ്ടോ? മഹേശ്വരൻ പ്രസാദിച്ചതിന്റെ ലക്ഷണം! വിഭൂതി വർഷിച്ചിരിക്കയാണ്." അപരംപാര പറഞ്ഞു.

ശങ്കരപ്പ ഒന്നും മിണ്ടിയില്ല. അയാളുടെ മിഴികൾ കുളത്തിനു ചുറ്റും സഞ്ചരിക്കുകയായിരുന്നു.

മൂന്നുപേരും കുതിരപ്പുറത്തു നിന്നിറങ്ങി.. മഞ്ചണ്ണ കുതിരകളെ ഒരു മരത്തോടു ചേർത്തു കെട്ടി. അപരംപാര വസ്ത്രമഴിച്ചുവെച്ച് വെള്ളത്തിലിറങ്ങി.

മഞ്ചണ്ണ ആൽമരം ശ്രദ്ധിക്കുന്ന ഭാവത്തിൽ അങ്ങിങ്ങായി നടന്നു. പെട്ടെന്ന് ഒരു മരത്തിനു കീഴിൽ അയാൾ നിന്നു.

"ശങ്കരപ്പാ..., വേഗം വാ... നോക്ക് ഒരു കുരങ്ങ്. മനുഷ്യനെപ്പോലെയുണ്ട്. ഇങ്ങോട്ട് വാ."

"ശങ്കരപ്പാ.. അത് സാക്ഷാൽ ഹനുമാനായിരിക്കും. ഇത് കിഷ്കിന്ധയാണ്. സംശയമില്ല. തോക്കുയർത്തേണ്ട." കുളത്തിലിറങ്ങിയ അപരംപാര വിളിച്ചു പറഞ്ഞു.

ശങ്കരപ്പ മഞ്ചണ്ണന്റെ സമീപത്തേക്കു നടന്നു. മുകളിലേക്ക് നോക്കിയെങ്കിലും അയാൾ കുരങ്ങിനെ കണ്ടില്ല.

"എവിടെ... കാണുന്നില്ലല്ലോ."

"അതാ... നോക്ക്... അവിടെ."

ശങ്കരപ്പ സൂക്ഷിച്ചു നോക്കി.

നിമിഷത്തിനുള്ളിൽ എല്ലാം സംഭവിച്ചു.

മഞ്ചണ്ണ ഊവിയിട്ടു

ശങ്കരപ്പ പുരികം ചുളിച്ച് തിരിഞ്ഞുനിൽക്കാൻ ശ്രമിക്കുന്നതിനു മുമ്പു തന്നെ മഞ്ചണ്ണന്റെ ബലിഷ്ഠമായ കരങ്ങൾക്കുള്ളിൽ അയാളമർന്നു കഴിഞ്ഞിരുന്നു.

"വിട്.. വിട്..! സ്വാമികളേ.. ചതി.. ചതി.." ശങ്കരപ്പ വിളിച്ചു പറഞ്ഞു.

വെള്ളത്തിലായിരുന്ന അപരംപാര തിടുക്കത്തിൽ കരയ്ക്കു കയറി. പെട്ടെന്നു മൂന്നുപേർ അയാളുടെ മുന്നിൽ ചാടിവീണു.

അപരംപാര മുന്നോട്ടോടി വസ്ത്രത്തിനുള്ളിലെ തോക്കെടുക്കാൻ ശ്രമിച്ചു. പക്ഷേ, ആ ശ്രമം വിഫലമായതേയുള്ളൂ. അൽപ്പനേരത്തേക്ക് അവർ തമ്മിൽ ചെറിയൊരു സംഘട്ടനം നടന്നു. അപരംപാര സ്വാമികൾക്ക് ഒറ്റയ്ക്ക് ആ മൂന്നുപേരെ എതിരിടാൻ കഴിയുമായിരുന്നില്ല. മറുഭാഗത്ത് മഞ്ചണ്ണനെ കൂടാതെ മറ്റ് മൂന്നുപേരുമായി ശങ്കരപ്പനും ഏറ്റുമുട്ടുകയായിരുന്നു.

ഇതിനിടയിൽ മഞ്ചണ്ണ തോക്ക് കൈക്കലാക്കി. ആകാശത്തേക്ക് നിറയൊഴിച്ചുകൊണ്ട് അയാൾ ഗർജിച്ചു:

"സൂക്ഷിച്ചോ! രക്ഷപ്പെടാൻ ശ്രമിച്ചാൽ ഇവിടെത്തന്നെ ചുട്ടുകരിക്കും."

"വിഡ്ഢീ! ചുട്ടുകരിക്കാൻ മഹേശ്വരന് മാത്രമേ സാധിക്കൂ." അപരംപാര പറഞ്ഞു.

അത് പറഞ്ഞു തീരുന്നതിനു മുമ്പെ ഒരു ദൃഷ്ടി ആ മുഖത്ത് ആഞ്ഞ് പതിച്ചു. അയാൾ പിന്നോക്കം മറിഞ്ഞു വീണു. മൂന്നുപേർ അയാളെ ബലമായി പിടിച്ചു. മറ്റൊരാൾ ആ വായിൽ തുണി തിരുകിക്കയറ്റി.

ശങ്കരപ്പന്റെ വായിലും തുണി കുത്തിത്തിരുകി.

അപരംപാര സ്വാമികളുടെ കൈകളും കാലുകളും ചങ്ങലകൊണ്ട് ബന്ധിച്ചു.

ശങ്കരപ്പനെ ആൽമരത്തോട് വരിഞ്ഞു കെട്ടി. മഞ്ചണ്ണ കുതിരകളെ അഴിച്ചു കൊണ്ടുവന്നു. അപരംപാരനെ ഒരു കുതിരപ്പുറത്തു കമിഴ്ത്തിക്കിടത്തി. കയറുകൊണ്ട് ബലമായി കെട്ടി. സംഘത്തിലെ പ്രധാനി ആ കുതിരപ്പുറത്തു കയറി. മഞ്ചണ്ണ തന്റെ കുതിരപ്പുറത്തും കയറി.

സംഘത്തലവൻ കുതിരപ്പുറത്തിരുന്നുകൊണ്ട് വിളിച്ചു പറഞ്ഞു:

"നാമണ്ണാ നീ കുതിരപ്പുറത്ത് കയറിക്കോ. ബാക്കിയുള്ളവർ പിന്നാലെ വരട്ടെ. ഉം വേഗം."

തലവന്റെ കൽപ്പനകേട്ട് ഒരാൾ മുന്നോട്ടു വന്ന് ശങ്കരപ്പന്റെ കുതിരപ്പുറത്ത് ചാടിക്കയറി. "സ്വാമികളെ.... സ്വാമികളെ..." കൂക്കി വിളിക്കണമെന്ന് ശങ്കരപ്പന് തോന്നിയെങ്കിലും നാക്ക് അനക്കാൻ കഴിഞ്ഞില്ല. തന്റെ പ്രിയപ്പെട്ട സ്വാമികളെയും കൊണ്ട് അവർ ഓടിമറയുന്നത് ശങ്കരപ്പ നിസ്സഹായതയോടെ നോക്കിനിന്നു.

58

തടവുപുള്ളിയെ കണ്ട് ലീഹാർഡി പൊട്ടിച്ചിരിച്ചു. അയാളുടെ ആനന്ദത്തിന് അതിരുണ്ടായിരുന്നില്ല.

"അങ്ങ് പറഞ്ഞ പുള്ളിയിതാ. ജീവനോടെ കൊണ്ടുവന്നിരിക്കുന്നു. ഇത് ഇവന്റെ കൈയിലുണ്ടായിരുന്ന കൈത്തോക്കാണ്. ഇവന്റെ കൂട്ടുകാരനെ അവിടെ മരത്തിൽ പിടിച്ച് കെട്ടിയിട്ടിട്ടുണ്ട്." സംഘത്തലവൻ പറഞ്ഞു.

"ആരാണവൻ? അവനെ കൊല്ലാഞ്ഞതെന്തേ..?" ലീഹാർഡി ഇടയിൽ കടന്നു ചോദിച്ചു.

"അവൻ ഇവന്റെ അംഗരക്ഷകനാണ്. കൊന്നില്ലെങ്കിലും അവൻ മരിച്ചതിനു തുല്യമാണ്. കാട്ടുമൃഗങ്ങൾ അവന്റെ കഥ കഴിച്ചോളും. ഇല്ലെങ്കിൽ ഭക്ഷണം കിട്ടാതെ വിശന്നുവലഞ്ഞ് കണ്ണടച്ചോളും. വെടിയുടെ ശബ്ദം കേട്ട് കൂടെയുള്ളവർ തിരിച്ചറിയേണ്ടെന്ന് കരുതിയാണ് തോക്കുയർത്താതിരുന്നത്. യാതൊരു ഒച്ചപ്പാടും കൂടാതെ കാര്യം നിർവഹിച്ചു."

"ഭേഷ് ഭേഷ്...." ലീഹാർഡി തലവനെ അഭിനന്ദിച്ചു. "നിന്നെ സുബേദാറാക്കി മാറ്റുന്നതാണ്."

"തിരുമനസുപോലെ."

കൈകാലുകൾ ചങ്ങലയ്ക്കിട്ട അപരംപാര നിസ്സഹായനായി നിലകൊണ്ടു. കൊട്ടാരത്തിലെ സഭാമന്ദിരമാണ്. ബ്രിട്ടീഷ് പ്രഭുക്കളുടെ എണ്ണ

ഛായാ ചിത്രങ്ങൾ ചുമരിലിരുന്ന് താഴേക്ക് നോക്കിക്കൊണ്ടിരുന്നു. വെള്ളക്കാരെക്കൊണ്ടും അവരുടെ ദാസന്മാരായ കറുത്തവരെക്കൊണ്ടും അവിടം തിങ്ങിനിറഞ്ഞിരുന്നു.

അപരംപാര സ്വാമികളെ പിടികൂടിയ വാർത്ത നാട്ടിലെല്ലാം കാട്ടുതീപോലെ പരന്നു.

മടിക്കേരി ജനത ഞെട്ടിവിറച്ചു. ആയിരക്കണക്കിന് ജനങ്ങൾ കൊട്ടാരത്തിനു ചുറ്റും തടിച്ചു കൂടി. ഉള്ളിലുള്ളവർക്ക് ശ്വാസംമുട്ടി.

ബന്ധനത്തിലാണെങ്കിലും ധീരനായ അപരംപാരന്റെ വ്യക്തിത്വം ഉജ്വലമായി കാണപ്പെട്ടു. ഇടിയേറ്റ് മുഖം അൽപ്പം വീർത്തിട്ടുണ്ട്. എങ്കിലും ഏതോ ഒരദമ്യഭാവം അയാളിൽ പ്രകടമായിരുന്നു.

"ഏയ് ഫക്കീർ! നിന്റെ വിപ്ലവമൊക്കെ എന്തായി?" ലീഹാർഡി പരിഹസിച്ചു.

അപരംപാര അയാളെ തുറിച്ചുനോക്കിയതല്ലാതെ ഉത്തരം ഒന്നും പറഞ്ഞില്ല.

"ഏയ് സ്വാമീ....! എന്താ നിന്റെ നാക്ക് ഇറങ്ങിപ്പോയോ? അല്ല ശിവനെ ധ്യാനിക്കയാണോ? മൈസൂർകാർക്കും ഇക്കേരിക്കാർക്കും ചിക് വീരരാജാവിനും സിംഹാസനം കൊടുക്കാമെന്ന് പറഞ്ഞിട്ടെന്തായി? എല്ലാവർക്കും പട്ടം കിട്ടിയോ."

"ധിക്കാരപരമായ ഈ ചോദ്യത്തിനുത്തരം ഈ രാജ്യത്തിലെ ജനങ്ങൾ തരും. ഇതൊക്കെ ചോദിക്കാൻ നീയാരാ? നിന്നെയും നിന്റെ ഭരണത്തെയും ഞാൻ ബഹുമാനിക്കുന്നില്ല. ദിവാന്മാരെ വിളിക്ക്." അപരംപാര ഉത്തരം പറഞ്ഞു.

"എടാ....! നീയെന്നോ? ഏകവചനപ്രയോഗം! നീ രാജഗുരുവല്ലേടാ....? ദിവാന്മാരെ വിളിക്കണോ? അവർ നമ്മുടെ സേനയോടൊപ്പം ഹാരംഗിയിലേക്ക് പോയിരിക്കയാണ്. മനസിലായോ? നിന്റെ ഭക്തന്മാരൊക്കെ ഏതാനും നിമിഷങ്ങൾക്കുള്ളിൽ ഇവിടെ എത്തിച്ചേരും."

"നീചനായ പരദേശി, നീ അത്രയ്ക്ക് ഞെളിയുകയൊന്നും വേണ്ട. മഹാദേവൻ ഇതിന് പകരം ചോദിക്കും."

"വായടക്ക്..." കാവൽക്കാർ അപരംപാരനെ പേടിപ്പിച്ചു.

"ശിവശിവ ശിവശിവ..." അപരംപാര ഉച്ചത്തിൽ ജപിച്ചു.

"ഇവനെ ചിറയിലടയ്ക്കുക. ഈ ചങ്ങല അഴിക്കണ്ട. മായാവിയായി പൊയ്ക്കളയും. ജാഗ്രത വേണം." ലീഹാർഡി കൽപ്പിച്ചു. പുറത്തേക്ക് നോക്കിക്കൊണ്ട് അയാൾ ചോദിച്ചു:

"അതെന്താ ഒരു ബഹളം? ആ ആട്ടിൻപ്പറ്റത്തെ അടിച്ചോടിക്കുക. ചെറുത്തുനിൽക്കാൻ വരുന്നവരെ പിടിച്ചുകെട്ടുക."

മദയാനയെപ്പോലെ നടന്നിരുന്ന അപരംപാരനെ കൊട്ടാരത്തിന്റെ പ്രധാന കവാടത്തിൽക്കൂടി പുറത്തേക്ക് കൊണ്ടുവന്നു.

അർഥമില്ലാത്ത ചില ആർത്തനാദങ്ങൾ ജനങ്ങളിൽനിന്നുയർന്നു പൊങ്ങി. പ്രയാസത്തോടെ അവർ ദീർഘശ്വാസം വിട്ടു.

അപരംപാരനെ തടവറയിലേക്ക് കൊണ്ടുപോയി.

സ്വാതന്ത്ര്യസമരത്തിന്റെ ആ ശിൽപ്പിയെ അകത്താക്കിക്കൊണ്ട് കാരാഗൃഹം കണ്ണടച്ചു.

തടവറ....! വെള്ളം കിട്ടാതെ, ആഹാരമില്ലാതെ നരകിച്ച സ്ഥലം!

അപരംപാരന്റെ ഓർമകൾ വർഷങ്ങൾ പിന്നിട്ട് ഏതോ ദുഃഖസംഭവത്തിൽ തങ്ങിനിന്നു!

കഴിഞ്ഞ ജന്മത്തിലെ കഥകൾ! അന്ന് ശങ്കരപ്പന്റെ കൈയിൽ കിടന്ന തന്റെ ശരീരത്തിന് ചൂടില്ലായിരുന്നെങ്കിൽ, എങ്കിൽ ഇന്നു താൻ ജീവിച്ചിരിക്കുമായിരുന്നോ? അപരംപാരനാകുമായിരുന്നോ?

അന്ന് താനൊരു പുഴുവായിരുന്നു.

ഇന്ന് പുഴുവല്ല... പുലിയാണ്... പെരുമ്പുലി...!

59

അപരംപാര സ്വാമികൾ നേതൃത്വം നൽകിയ സ്വാതന്ത്ര്യസമരം നിഷ്ഫലമായിത്തീർന്നു.

കുളിച്ച് ശിവധ്യാനം ചെയ്യാൻ കുളത്തിലേക്ക് ചെന്ന അപരംപാര സ്വാമികൾ വന്നെത്താത്തതു കണ്ട് അപ്പയ്യയും സംഘവും പരിഭ്രമിച്ചു. അവർ ഉടനെ കുളക്കരയിലേക്ക് പാഞ്ഞുചെന്നു. അവിടെയെത്തിയപ്പോൾത്തന്നെ സംഗതിയുടെ കിടപ്പ് ഏതാണ്ട് ബോധ്യമായിക്കഴിഞ്ഞിരുന്നു.

അബോധാവസ്ഥയിലായിരുന്ന ശങ്കരപ്പനെ മോചിപ്പിച്ച് തങ്ങളുടെ താവളത്തിലേക്ക് കൂട്ടിക്കൊണ്ടു പോയി.

വീരയോദ്ധാക്കൾ ഇളകിമറിഞ്ഞു. അവരിൽ പലരും പൊട്ടിക്കരഞ്ഞു. പ്രതികാരദാഹം അവരിൽ ആളിക്കത്തി. ഇംഗ്ലീഷ് കമ്പനിയുടെ സേവകരാണ് അപരംപാരസ്വാമികളെ പിടികൂടിയത്. വഴികാട്ടിയായി അടുത്തുകൂടിയ മഞ്ചണ്ണ അവരിലൊരാളായിരുന്നു.

മുൻപിൻ നോക്കാതെ പ്രവർത്തിച്ചതുകൊണ്ടാണല്ലോ ഇങ്ങനെ വന്നു കൂടിയതെന്ന് അപ്പയ്യ പരിതപിച്ചു. താൻ തന്നെ സ്വാമികളെ സിംഹക്കൂട്ടിലേക്ക് തള്ളിയിട്ടു.

എങ്കിലും അപ്പയ്യ സ്വയം നിയന്ത്രിച്ചു. അടുത്ത നടപടികളെക്കുറിച്ച് അയാൾ ചിന്തിച്ചുറച്ചു.

മല്ലപ്പണ്ണന്റെ നേതൃത്വത്തിൽ നാല് അശ്വാരൂഢരെ ഉടനെ മടിക്കേരിയിലേക്കയച്ചു.

കുതിരകൾ ബാണങ്ങളായി! പക്ഷേ, മുന്നിൽ പോയവരുടെ പൊടിപോലും കണ്ടെത്താൻ അവർക്ക് കഴിഞ്ഞില്ല. തങ്ങളുടെ സ്വാമികളെ രക്ഷപ്പെടുത്താൻ അവർക്ക് സാധിച്ചില്ല.

അപ്പയ്യന്റെ നേതൃത്വത്തിൽ ആ യോദ്ധാക്കൾ ഹാരംഗിയിലേക്ക് നീങ്ങി. അവിടെവച്ച് വെങ്കടപ്പനുമായി ചേരാനായിരുന്നു നിശ്ചയം.

എന്നാൽ അതിനു മുമ്പുതന്നെ ഇംഗ്ലീഷ് സൈന്യം അവരുടെ മീതെ തുള്ളിവീണു കഴിഞ്ഞിരുന്നു.

നരഭോജികളുടെ തോക്കുകൾ ഗർജിച്ചു. പലരും പിന്തിരിഞ്ഞോടി കാട്ടിനുള്ളിൽ അഭയംതേടി. ചെറുത്തുനിന്നവർ വധിക്കപ്പെടുകയും ബന്ധനസ്ഥരാക്കപ്പെടുകയും ചെയ്തു.

അതേസമയം മറ്റൊരു സംഘം ബ്രിട്ടീഷ് സേന വെങ്കടപ്പനുമായും ഏറ്റുമുട്ടുകയായിരുന്നു.

കൊടുങ്കാറ്റ് അടങ്ങിയപ്പോൾ ഇന്ത്യൻ ഗവർണർജനറൽ ആശ്വാസത്തോടെ നിശ്വസിച്ചു.

“അപരംപാരനെ ബങ്കളൂരിലെ ജയിലിലടയ്ക്കുക.” ഗവർണർജനറൽ കൽപ്പിച്ചു.

വാർത്ത മൈസൂരിലെത്തിയപ്പോൾ സ്റ്റോക്സ് അഭിപ്രായപ്പെട്ടു:

“ലീഹാർഡി തരക്കേടില്ല. മിടുക്കൻ തന്നെ.”

“ഇങ്ങനെയൊക്കെ വരുമെന്ന് നമുക്ക് മുമ്പേ അറിയാം.” കൃഷ്ണരാജ കൂട്ടിച്ചേർത്തു.

“ഇതും സംഭവിച്ചോ? സത്യത്തിനും നീതിക്കുംവേണ്ടി പോരാടുന്നവർ സദാ ക്രൂശിക്കപ്പെടുകയാണല്ലോ പതിവ്.” ബസപ്പാജി പറഞ്ഞു.

ഗുരുമൂർത്തപ്പനിൽനിന്ന് വിവരമറിഞ്ഞ സൂരപ്പനായക് നടുങ്ങിപ്പോയി.

“നടക്കേണ്ടത് നടന്നു കഴിഞ്ഞല്ലോ! എന്നാൽ കഥയുടെ അന്ത്യം ഒരിക്കലും ഇതായിരിക്കില്ല. ഞാനിന്നും ജീവനോടെയിരിക്കുന്നത്രെ.” അയാൾ പറഞ്ഞു.

ബേലൂരിലായിരുന്ന ചിക്വീരരാജനും കുടുംബവും കണ്ണീരൊഴുക്കി.

“നമുക്ക് ഭാഗ്യമില്ല.” റാണി ഗൗരമ്മ പറഞ്ഞു.

അടുത്ത ദിവസം തന്നെ ബേലൂർ കലക്ടർ ചിക്വീരരാജനെ സമീപിച്ചു.

“നിങ്ങൾ കമ്പനി ഗവൺമെന്റിന്റെ അതിഥിയായി കാശിയിലോ കൽക്കത്തയിലോ ചെന്ന് സുഖമായി ബാക്കിയുള്ള ജീവിതകാലം കഴിച്ചുകൂട്ടണമെന്ന് ഗവർണർ ജനറൽ അപേക്ഷിച്ചിരിക്കയാണ്.” കലക്ടർ പറഞ്ഞു.

ചിക്വീരരാജ ആലോചനയിൽ മുഴുകിയിരുന്നു.

അപ്പങ്കളത്ത് ഗംഗമ്മ തലമുടിയഴിച്ചിട്ട് കരയുകയും പൊട്ടിച്ചിരിക്കുകയും ചെയ്തു. ഭ്രാന്തിയെപ്പോലെ അവർ തന്നത്താൻ പറഞ്ഞുകൊണ്ടിരുന്നു:

“നശിച്ചുപോയി! നശിച്ചുപോയി! ഇനിയൊന്നും ബാക്കിയില്ല.” രാജമ്മാജി ദീർഘമായി നിശ്വസിച്ചു. തന്റെ തോണി ചുഴിയിൽ അകപ്പെട്ടിരിക്കയാണെന്ന് അവൾക്ക് തോന്നി.

നഞ്ചരാജ പട്ടണത്തിൽ വാർത്തയെത്തിയ ദിവസം പൂജാകർമങ്ങൾ പോലും പഞ്ചാക്ഷരി മറന്നുപോയി.

ശിവാചാര്യ സ്വാമികളുടെ നില വളരെ ശോചനീയമായിരിക്കയാണ്.

'പറയണോ വേണ്ടയോ' എന്ന ശങ്കയോടെ അയാൾ നിമിഷങ്ങൾ തള്ളിനീക്കി. ഒടുവിൽ ആ വീർപ്പുമുട്ടലിന് വിരാമമിടാൻ തന്നെ അയാൾ തീരുമാനിച്ചു.

"ഗുരുക്കളേ...." അർധോക്തിയിൽ വിരമിച്ചുകൊണ്ട് പഞ്ചാക്ഷരി തുടരുന്നു: "മടിക്കേരിയിൽനിന്ന് അമംഗളകരമായ വാർത്ത വന്നിരിക്കുന്നു."

വിദൂരതയിൽ മിഴിനട്ടു കിടന്നിരുന്ന സ്വാമികൾ പതുക്കെ പറഞ്ഞു: "ഞാനറിഞ്ഞു."

അത് അദ്ദേഹത്തിന്റെ ചുണ്ടിൽനിന്ന് പുറപ്പെട്ട അവസാനത്തെ ശബ്ദമായിരുന്നു.

ക്രിസ്ത്വാബ്ദം 1837ലാണ് ഈ സംഭവങ്ങളെല്ലാം നടന്നത്.

ബ്രിട്ടീഷുകാരെ ചെറുത്തുനിന്ന കുടക് വീരന്മാർക്ക് ജീവപര്യന്തം തടവുശിക്ഷ ലഭിച്ചു. ചിലർക്ക് മൂന്നും നാലും വർഷത്തെ ശിക്ഷയെ ലഭിച്ചുള്ളൂ. മറ്റു ചിലരെ വെറുതെ വിടുകയും ചെയ്തു.

അപരംപാര സ്വാമികളെ ബങ്കളൂരിലേക്ക് കൊണ്ടുപോയി.

കാളവണ്ടിയിലാണ് അയാളെ കൊണ്ടുപോയത്. ചുറ്റും ബ്രിട്ടീഷ് കുതിരപ്പട കാവൽ നിന്നിരുന്നു. മുന്നിലും പിന്നിലും കറുത്തവരായ പടയാളികളും സഞ്ചരിച്ചിരുന്നു.

മടിക്കേരി ജനത ഇതറിയരുതെന്ന് കരുതി രാത്രിയിലാണ് ഈ യാത്ര നടന്നത്.

പെരിയാപട്ടണത്തിനു സമീപം അൽപ്പനേരം ഈ സംഘം തങ്ങി.

അശ്വാരൂഢരിൽ ഒരാൾ വണ്ടിക്കടുത്തേക്ക് നീങ്ങി അപരംപാരനെ സൂക്ഷിച്ചു നോക്കുന്നത് കണ്ടു. അപരംപാര അയാളുടെ നേർക്ക് കഴുത്ത് ചെരിച്ചു.

"ഞാനും മല്ലപ്പണ്ണനും കൂട്ടത്തിലുണ്ട്.." അയാൾ പറഞ്ഞു.

കൂടുതലൊന്നും പറയാൻ നിൽക്കാതെ അയാൾ അകന്നു നിന്നു. അത് ശങ്കരപ്പനായിരുന്നു.

ഇംഗ്ലീഷുകാരുടെ വേഷത്തിൽ മല്ലപ്പണ്ണനും ശങ്കരപ്പനും ആ സംഘത്തോടൊപ്പം മുന്നോട്ടു നീങ്ങി.

60

കുടകിൽനിന്നും മൈസൂരിൽനിന്നും പരദേശികളെ പുറന്തള്ളാനുള്ള അപരംപാര സ്വാമികളുടെ യത്നം സഫലമായില്ല. അതേത്തുടർന്ന് പുട്ടബസവനും സംഘവും നടത്തിയ പോരാട്ടവും പരാജയത്തിലാണ് കലാശിച്ചത്.

പുട്ടബസവ കല്യാണസ്വാമിയെന്ന പേര് സ്വീകരിച്ച് സമ്പാജി മല വഴി സുള്യയിലെത്തി. അയാൾക്ക് ചുറ്റും ജാതിമതഭേദമില്ലാതെ ജനങ്ങൾ തടിച്ചു കൂടി. ആയുധങ്ങളേന്തിയിരുന്ന അവർ അക്ഷമരായി.

കല്യാണസ്വാമിയുടെ നേതൃത്വത്തിലുള്ള സൈന്യത്തെ കണ്ട് ഇംഗ്ലീഷുകാർ നെറ്റി ചുളിച്ചു.

ബെല്ലാരി, പുത്തൂർ, ബണ്ട്വാൾ വഴിക്ക് ആ സംഘം മംഗലാപുരത്തെത്തിച്ചേർന്നു. എന്നാൽ ബ്രിട്ടീഷുകാർ തലശ്ശേരിയിൽനിന്ന് കടൽവഴി കൂടുതൽ സേനകളെയും മറ്റായുധങ്ങളും കൊണ്ടുവന്നിരുന്നു.

മറുഭാഗത്ത് ലീഹാർഡിയാൽ അപമാനിക്കപ്പെട്ട ബോപ്പണ്ണ, ആക്രമണകാരികളെ അമർച്ച ചെയ്യാതെ ഇനി മടക്കേരിക്കില്ലെന്ന പ്രതിജ്ഞയുമായി ഒരു സംഘം സൈനികരോടൊപ്പം മലയിറങ്ങി വന്നു. ബോപ്പണ്ണനെ സംബന്ധിച്ചിടത്തോളം അത് അഗ്നിപരീക്ഷയായിരുന്നു. അതിൽ ജയിച്ച് തന്റെ നിഷ്കളങ്കത തെളിയിക്കണം.

ഇങ്ങനെ ഇരുഭാഗത്തുനിന്നും കല്യാണസ്വാമിയുടെ പടയെ ആക്രമിച്ചു. ആ സംഘം തകർന്ന് തരിപ്പണമായി.

കല്യാണസ്വാമിയെയും അയാളുടെ കൂട്ടാളിയായ ലക്ഷ്മപ്പബംഗരാജനെയും മംഗലാപുരത്തുവച്ച് തൂക്കിക്കൊന്നു. വേറെ പതിനാലു പേർക്കും മരണശിക്ഷ ലഭിച്ചു. അനേകംപേർ തടവിലായി, ചെട്ടിയെയും കർത്തുസഹോദരന്മാരെയും സാഗരത്തിനപ്പുറത്തുള്ള സിംഹാപുരത്തേക്കു കൊണ്ടുപോയി.

ഇംഗ്ലീഷ് കമ്പനി നേടിയ വിജയത്തിന്റെ മുഖ്യ ശില്പികൾ പൊന്നപ്പനും ബോപ്പണ്ണനുമായിരുന്നു. കമ്പനി അവരെ പലവിധ പാരിതോഷിതങ്ങളും നൽകി ബഹുമാനിച്ചു. പൊന്നപ്പന്റെ ബഹുമാനാർഥം കുടകിലെ ഒരു പ്രദേശത്തിന് “പൊന്നംപേട്ടെ” എന്ന പേരിട്ടു. സഹായികളായവർക്ക് ഭൂമിയും പണവും ലഭിച്ചു.

ലീഹാർഡി ദിവാനദ്വയ്യരെ വിളിപ്പിച്ചു.

“ഗവർണർ നിങ്ങളെയെല്ലാം അഭിനന്ദിച്ച് കത്തയച്ചിട്ടുണ്ട്. യുദ്ധത്തിൽ നമുക്കുവേണ്ടി വീരചരമം പ്രാപിച്ചവരുടെ കുടുംബങ്ങൾക്ക് മൂന്നു തലമുറകളോളം മാസപെൻഷൻ നൽകാനും ഗവർണർ ഉത്തരവായിട്ടുണ്ട്.”

“മഹാനായ ഗവർണർ സാഹേബ് ദയയുള്ളവനാണ്” പൊന്നപ്പ പറഞ്ഞു.

“ഇതു മാത്രമല്ല...” ലീഹാർഡി തുടർന്നു: പോരാട്ടത്തിൽ പങ്കെടുത്തവർക്കെല്ലാം സ്വർണമെഡൽ നൽകാനും തീരുമാനിച്ചിരിക്കുന്നു.”

‘‘കുടക് ജനത ഇതുമൂലം അത്യധികം സന്തുഷ്ടരാകും.”

“ആ സ്വർണമെഡലിന്റെ ഒരുഭാഗത്ത് – For distinguished conduct and loyalty to the British Government, coorg, April 1837 എന്ന് രേഖപ്പെടുത്തിയിരിക്കും. മറുഭാഗത്ത് ഇതിന്റെ കർണാടക പരിഭാഷയും അടയാളപ്പെടുത്തും.”

“അവിടുത്തേക്ക് നന്ദിപറയാൻ ഞങ്ങളുടെ കൈയിൽ വാക്കുകളില്ല....”

“ബോപ്പണ്ണനെന്താ മിണ്ടാതിരിക്കുന്നത്? സ്വർണമെഡലിന് എന്ത് തൂക്കം വരുമെന്ന് പറയാമോ?”

"അങ്ങുതന്നെ പറയണം." ബോപ്പണ്ണ പറഞ്ഞു.

"പതിനൊന്നര തോല!"

"പതിനൊന്നര തോല!" ബോപ്പണ്ണ ആശ്ചര്യപ്പെട്ടു. തുറന്ന വായ അടയ്ക്കാൻ അയാൾ മറന്നുപോയി.

ബ്രിട്ടീഷുകാരുടെ അതൃപ്തിക്ക് പാത്രമായത് ദിവാൻ ലക്ഷ്മീ നാരായണയായിരുന്നു.

കുടകിന് സംഭവിച്ച ദുഃസ്ഥിതിക്ക് താനും കാരണക്കാരനാണല്ലോ. ചിക്‌വീരരാജനെതിരെ ബോപ്പണ്ണ ഗൂഢാലോചന നടത്തിയപ്പോൾ തനിക്കതിനെ എതിർക്കാമായിരുന്നു. ബ്രിട്ടീഷുകാർക്കെതിരെ പോരാടാനെങ്കിലും താൻ ശ്രമിക്കണമായിരുന്നു. രാജകുമാരിക്കെങ്കിലും സിംഹാസനം നേടിക്കൊടുക്കാൻ പരിശ്രമിക്കണമായിരുന്നു. ഒന്നും ചെയ്യാൻ തന്നെക്കൊണ്ടായില്ല. ഇനിയിപ്പോൾ എല്ലാം ചിന്തിച്ചിട്ടെന്ത് ഫലം?

ലക്ഷ്മീനാരായണ അസ്വസ്ഥനായി. ഉദ്യോഗത്തിൽ താൽപ്പര്യമില്ലാതായി. ഒരുതരം നിരാശ അയാളെ ബാധിച്ചു.

കുടകിലുടനീളം പ്രത്യാക്രമണം തുടങ്ങിയപ്പോൾ ലക്ഷ്മീനാരായണ അൽപ്പം ആശ്വസിച്ചിരുന്നു. ചാരന്മാർവഴി ആക്രമണത്തിന്റെ ഗതിവിഗതികൾ അയാളറിഞ്ഞുകൊണ്ടിരുന്നു. എന്നാൽ മറ്റ് ദിവാന്മാർ ഇത് മനസിലാക്കിയപ്പോൾ അവർക്ക് വിശദീകരണം നൽകാനോ ലീഹാർഡിയെ ചെന്നുകണ്ട് സംഗതിയുടെ ഗൗരവം ലഘുവാക്കാനോ അയാൾ മിനക്കെട്ടില്ല.

ലക്ഷ്മീനാരായണ അലസനും ശമ്പളത്തിനു മാത്രം ജോലിചെയ്യുന്നവനുമാണെന്ന് ലീഹാർഡി കണ്ടെത്തി. അയാൾ കുപിതനായി. ഇയാൾക്ക് വിദ്രോഹികളുമായി ബന്ധമുണ്ടാകുമെന്ന് സംശയിച്ചു. രാജ്യദ്രോഹ കുറ്റം ചുമത്തി ഇയാളെ ശിക്ഷിക്കുന്നതാണുചിതമെന്നും ലീഹാർഡിക്ക് തോന്നി. ഇംഗ്ലീഷുകാരോടെതിർത്താൽ ഗതി ഇതായിരിക്കുമെന്ന് മറ്റുള്ളവരും അറിയട്ടെ.

മൈസൂരിൽ ദിവാൻ വെങ്കടരമണയ്യ മാത്രമാണ് സ്ഥാനഭ്രഷ്ടനായത്. കുടകിൽ ലക്ഷ്മീനാരായണനും അതേ ഗതിവന്നുപെട്ടു.

"നീ നീചനും ദേശദ്രോഹിയുമാണ്...." പൊന്നപ്പനും ബോപ്പണ്ണനും നോക്കിയിരിക്കെ ലീഹാർഡി ലക്ഷ്മീനാരായണനെ വിചാരണ ചെയ്തു.

"നീചനാണോ അല്ലയോ എന്ന് പറയാനാകില്ല" ലക്ഷ്മീനാരായണ ശാന്തമായി പറഞ്ഞു: "ദേശദ്രോഹിയാണെന്ന് പറയുന്നത് ശരിയാണ്."

ലീഹാർഡി പുരികം ചുളിച്ച് പൊന്നപ്പനെയും ബോപ്പണ്ണനെയും നോക്കി.

"കേട്ടില്ലേ! ദേശദ്രോഹകുറ്റം സ്വയം ഏറ്റെടുത്തിരിക്കയാണ്."

"അതേ! പാലൂട്ടിയ കൈക്ക് കടിച്ചുകൊണ്ടാണ് നിങ്ങൾക്കിവിടെ വേരൂന്നാൻ അവസരമുണ്ടാക്കിത്തന്നത്. ഇത് ദേശദ്രോഹമല്ലെങ്കിൽ മറ്റെന്താണ്."

അടിയേറ്റ പാമ്പു പോലെ ലീഹാർഡി പുളഞ്ഞു.

“തെമ്മാടി....! നിന്നെ അറസ്റ്റുചെയ്തിരിക്കുന്നു.”

മുഖംകുനിച്ച് കൈകൾ മുന്നോട്ടുനീട്ടിക്കൊണ്ട് ലക്ഷ്മീനാരായണ പറഞ്ഞു:

“സമ്മതിച്ചിരിക്കുന്നു. വിലങ്ങുവെച്ചാലും.”

ലക്ഷ്മീനാരായണ തടവിലാക്കപ്പെട്ടു.

കുറച്ചുകാലം ബങ്കളൂരിലും മടിക്കേരിയുമായി കത്തിടപാടുകൾ നടന്നു.

മാസങ്ങൾക്കുശേഷം ലക്ഷ്മീനാരായണനെ ബങ്കളൂരിലെ തടവറയിലേക്ക് മാറ്റിപ്പാർപ്പിച്ചു.

61

ബങ്കളൂരിലെ ഇരുട്ടടഞ്ഞ തടവറയിൽക്കിടന്ന് അപരംപാര വീർപ്പുമുട്ടി. തന്റെ ശരീരത്തിനു വന്ന മാറ്റം അയാളെ വിസ്മയംകൊള്ളിച്ചു. ചുണ്ടെലി കരണ്ടുതിന്നതുപോലെയായല്ലൊ ഇത്....!

ഇന്ന് ഏത് ദിവസമാണ്? മാസമേതാണ്? തിഥിയേത്? അറിയുന്നവരാരുണ്ട്? ആരോടാണ് ചോദിക്കുക?

രാവും പകലുമെന്ന ചക്രം കറങ്ങിക്കൊണ്ടേയിരിക്കുന്നു. സൂര്യഗോളം എരിഞ്ഞു തുടങ്ങുമ്പോൾ മുകളിലത്തെ ഓടിനടിയിലൂടെ ഒന്നുരണ്ടു കിരണങ്ങൾ ഉള്ളിലേക്ക് കടന്നു വരും. ചന്ദ്രികയുള്ള രാവാണെങ്കിൽ അൽപ്പം പ്രകാശം മങ്ങിയെത്തിയെന്നു വരും. ഇല്ലെങ്കിൽ കൂരാക്കൂരിരുട്ട്!

ജയിലധികാരി നിത്യവും അപരംപാരനെ സന്ദർശിച്ചുകൊണ്ടിരുന്നു.

“എന്തു ചെയ്യുകയാ സ്വാമീ?” ഹിന്ദിയിൽ അയാൾ ചോദിക്കും.

ആദ്യമാദ്യം അപരംപാര ചുണ്ടിളക്കിയില്ല. പിന്നീട് മനുഷ്യപ്രയത്നം വിജയിച്ചു. ഒറ്റവാക്കിൽ ഉത്തരം കൊടുത്തു തുടങ്ങി.

“ശിവനെ ധ്യാനിക്കുവാണോ?”

“ഉം.”

“ഊണ് കഴിച്ചോ?”

“ഉം”

“നിങ്ങളുടെ ആൾക്കാർ തോറ്റുവെന്ന് സമ്മതിക്കുന്നോ?”

“ഭ്രാന്ത്? തോറ്റവരാര്? ജയിച്ചവരാര്.”

“എന്നുവച്ചാൽ.”

“ജനഹൃദയം ജയിക്കാത്തവൻ പരാജിതൻ തന്നെയാണ്.”

“നീയൊരു ബുദ്ധിമാനാണ്. എന്നിട്ടും ഈ മുട്ടാളപ്പണിക്ക് പോയല്ലോ.”

“കള്ളത്തരം പ്രയോഗിച്ച് കൈക്കലാക്കിയിട്ട് ഇപ്പോൾ ഞെളിയുകയാണോ?”

ഇത്തരത്തിലുള്ളതായിരുന്നു സംഭാഷണം.

കുടകിൽ മാത്രമല്ല. കർണാടക ജില്ലയിലും തന്റെ ആൾക്കാർ പരാജയപ്പെട്ട വിവരം ആ അധികാരിയിൽനിന്നാണ് അപരംപാര ഗ്രഹിച്ചത്.

"ഇപ്പോഴെങ്കിലും തോൽവി സമ്മതിക്കുന്നോ."

"ചിലരെ കൊന്നതുകൊണ്ട് സ്വാതന്ത്ര്യദാഹം ഇല്ലാതാകുമോ?"

"നീയൊരു ഭ്രാന്തനാണ്."

"സത്യമാണ്! എനിക്ക് സ്വാതന്ത്ര്യബ്ഭ്രാന്താണ്."

മറ്റൊരു ദിവസം ജയിലധികാരി പറഞ്ഞു:

"ദിവാൻ ലക്ഷ്മീനാരായണനെ അറിയുമോ?"

"നിങ്ങളുടെ കിങ്കരനല്ലേ? അവനെ പുലി പിടിച്ചോ?"

"പുലിയല്ല സിംഹം! നമ്മുടെ അതിഥിയായി ഇവിടെ വന്നിട്ടുണ്ട്. ആദ്യത്തെ മുറിയിൽ അടച്ചിട്ടുണ്ട്."

"ഓ....! സ്വന്തക്കാരിൽപ്പോലും സംശയത്തിന്റെ വല വീശിത്തുടങ്ങിയോ?"

"നിങ്ങളുടെ ആൾക്കാരെ അയാൾ സഹായിച്ചില്ലെന്നാണോ?"

"ദ്രോഹികളെ വിശ്വസിച്ച് സ്വാതന്ത്ര്യസമര പോരാട്ടത്തിൽ യോദ്ധാക്കളിറങ്ങാറില്ല."

അപരംപാരന്റെ ചിന്ത പലവഴിക്കും പാഞ്ഞുചെന്നു. ലക്ഷ്മീനാരായണ ബന്ധനത്തിലായെന്നു പറഞ്ഞാൽ? അതിനർഥം? അങ്ങനെയെങ്കിൽ ജ്യോതി അണഞ്ഞിട്ടില്ല! പ്രത്യാക്രമണം തുടരുന്നുണ്ടാകണം. അല്ല. എല്ലാം അവസാനിച്ചു പോയോ? ചന്ത കഴിഞ്ഞ് നിലമടിച്ചു വാരി ചപ്പുചവറുകളെല്ലാം കുപ്പക്കുഴിയിലിടുകയാണോ?

"ശിവനേ! എന്റെ പരിഭവം നീ കാണുന്നില്ലേ?" അപരംപാരന്റെ മനസ്സ് കരഞ്ഞു.

ഇംഗ്ലീഷുകാർ കുടക് വശപ്പെടുത്തിയപ്പോൾ രാജഭണ്ഡാരത്തിൽ ഒന്നരലക്ഷം പവൻ നിധിയുണ്ടായിരുന്നു. അതുകൊണ്ട് തൃപ്തരായ ഇംഗ്ലീഷുകാർ നാണയഭണ്ഡാരം ചിക്‌വീരരാജനെടുത്തപ്പോൾ എതിർക്കാൻ ചെന്നില്ല. കൂടാതെ വലിയവീരരാജ അവർകൾ എൺപതിനായിരം പവനും ധാരാളം പണവും ഇംഗ്ലീഷ് കമ്പനിക്ക് നൽകുകയും ചെയ്തിരുന്നു. പന്ത്രണ്ടര ശതമാനം പലിശ നൽകാനും വ്യവസ്ഥയുണ്ടായിരുന്നു. എന്നാൽ ആ പലിശ കമ്പനിക്കാർ ലിംഗരാജന്റെ കാലത്ത് നൽകിയിരുന്നില്ല. മൂലധനം തിരിച്ചേൽപ്പിക്കുകയും ചെയ്തില്ല. ചിക്‌വീരരാജ രാജാവായകാലത്തും സ്ഥിതി ഇതുതന്നെയായിരുന്നു. കുടക് തങ്ങളുടെ അധീനതയിലായപ്പോൾ ആ പണവും തങ്ങൾക്ക് സ്വന്തമായിത്തീർന്നെന്ന് ഇംഗ്ലീഷുകാർ നിശ്ചയിച്ചു.

"കൽക്കത്തയിലേക്കോ? കാശിയിലേക്കോ? ബേലൂരിലെ കലക്ടർ വീണ്ടും വീണ്ടും ചോദിച്ചു.

റാണിയോടും സോമയ്യ–തിമ്മണ്ണ, ഗൗഡ മുതലായവരോടും ചർച്ച ചെയ്ത ചിക്‌വീരരാജ അറിയിച്ചു:

"രാജ്യം നഷ്ടപ്പെട്ടു. എന്നിട്ടുകൂടി നമുക്ക് സ്ഥിരമായൊരിടത്തിരിക്കാൻ കഴിയുന്നില്ലെന്നോ?"

“ദക്ഷിണേന്ത്യയിൽ നിങ്ങളാരും ഉണ്ടാകരുത്. സന്യാസിമാരും മറ്റും നിങ്ങളെ കാണാൻ വന്നുകൊണ്ടിരിക്കും. നിങ്ങൾക്കും ബുദ്ധിമുട്ടാകും. നമുക്കും ബുദ്ധിമുട്ടാകും.”

അതുകൊണ്ടാണ് നമ്മുടെ ക്ഷേമകാര്യങ്ങളിൽ നിങ്ങളിത്ര ശ്രദ്ധ പതിപ്പിക്കുന്നത്! ടിപ്പുവിന്റെ മക്കളെയും മക്കളുടെ മക്കളെയും നിങ്ങൾ കൽക്കത്തയിൽ താമസിപ്പിച്ചിരുന്നല്ലോ?

“അതെ.”

“ഇവിടെത്തന്നെ കഴിയാൻ തീരുമാനിച്ചാൽ നമ്മെ ബലം പ്രയോഗിച്ച് എടുത്തുകൊണ്ട് പോകുമോ?”

“അത്തരം കയ്പ്പേറിയ ഘടനകളുണ്ടാകാതിരിക്കണമെന്നാണ് നാം ആഗ്രഹിക്കുന്നത്.”

“ആകട്ടെ. കാശിയിൽ കഴിയാനാണ് നമുക്കിഷ്ടം. അല്ലെങ്കിലും അവിടെ വിശ്വേശ്വരനുണ്ടല്ലോ.”

“സന്തോഷം. ആറായിരം പവൻ വാർഷിക പെൻഷൻ നൽകാനാണ് കമ്പനി തീരുമാനിച്ചിരിക്കുന്നത്.”

“ആറായിരമോ? നമ്മുടെ പരിവാരത്തിൽ ഇരുന്നൂറിലധികം ജനങ്ങളുണ്ട്.”

“കുറേപ്പേർ ഇവിടെത്തന്നെ കഴിയട്ടെ. അവർക്കിവിടെ ജോലി കൊടുക്കാം.”

“പെറ്റമ്മയ്ക്ക് മക്കളൊരിക്കലും ഭാരമാവില്ല. ഇവരെല്ലാം നമ്മോടൊപ്പം തന്നെ വരും. പെൻഷൻകാര്യം പിന്നീട് തീരുമാനിക്കാം.”

“നല്ലത്.”

“നിങ്ങളുടെ കാവലിനുള്ള സൈന്യം തയാറായിട്ടുണ്ട്.”

“ഏതു പ്രസ്താവം നടത്തുന്നതിനു മുമ്പും ഉചിതമായ ഏർപ്പാടുകൾ മുൻകൂട്ടി ചെയ്തിരിക്കും. അല്ലേ?”

“നാളെ പുറപ്പെടുന്നോ?”

“ജ്യോത്സ്യരെ വിളിച്ച് മുഹൂർത്തം നോക്കണം.”

“തീർച്ചയായും നോക്കണം. അടുത്ത രണ്ടു മൂന്നു ദിവസത്തിനകം ഏതെങ്കിലുമൊരു നിമിഷത്തിൽ നിങ്ങൾക്ക് പുറപ്പെടാം.”

* * * * * * * *

പത്നിയോടൊപ്പം ബങ്കളൂരെത്തിയ ചന്നബസപ്പ കമ്പനി പ്രതിനിധിയെ കണ്ട് തങ്ങളുടെ ഗതിയെന്തായെന്നന്വേഷിച്ചു.

“ചിക്വീരരാജനോടൊപ്പം കാശിക്കു പോകുന്നോ?” അധികാരി ചോദിച്ചു.

കൈയിൽ തോക്കുണ്ടായിരുന്നെങ്കിൽ ആ അധികാരിയെ അപ്പോൾ തന്നെ ചന്നബസപ്പ ചുട്ടുകരിക്കുമായിരുന്നു. കഴുത്തു ഞെരിച്ച് കൊന്നാലോ എന്ന് അയാൾ ചിന്തിച്ചു. അയാൾ ദേവമ്മാജിയെ നോക്കി, അവളുടെ നിറഞ്ഞ മിഴികൾ അയാളെ തളർത്തിക്കളഞ്ഞു.

"സിംഹാസനത്തിന് നമുക്കുള്ള അധികാരത്തെപ്പറ്റി ചോദിക്കാനാണ് വന്നത്." പതുങ്ങിയ ശബ്ദത്തിൽ അയാൾ പറഞ്ഞു.

"നിങ്ങൾക്കറിയാമല്ലോ" നിങ്ങളുടെ രാജ്യത്തിലെ പ്രജകളും പ്രമാണികളും ചേർന്ന് നമുക്കൊരു നിവേദനം സമർപ്പിച്ചിട്ടുണ്ടല്ലോ. ഹാലേരി വംശത്തിലുള്ളവർ രാജാവാകുന്നതിൽ അവർ വിസമ്മതം പ്രകടിപ്പിച്ചിരിക്കുന്നു. ആ സ്ഥിതിക്ക് പ്രജകളുടെ അതിമതത്തിനെതിരായി പ്രവർത്തിക്കാൻ നാം തയാറല്ല."

മുമ്പായിരുന്നെങ്കിൽ ചന്നബസപ്പ അധികാരിയെ ഭയപ്പെടുത്തുമായിരുന്നു. ഇപ്പോൾ ഒന്നും നടക്കില്ല.

നിമിഷങ്ങളോളം മൗനമായിരുന്നശേഷം ചന്നബസപ്പ പറഞ്ഞു:

"ഇത് നിങ്ങളുടെ അവസാനത്തെ തീരുമാനമാണെന്ന് തോന്നുന്നു."

"അതേ."

"നാട്ടിൽച്ചെന്ന് മരിക്കണമെന്ന് എനിക്കാശയുണ്ട്." ദേവമ്മാജി ഉണർത്തിച്ചു.

അധികാരി ആ രാജപുത്രിയെ ആപാദചൂഡം ശ്രദ്ധിച്ചു. അപ്പോഴെല്ലാം ചന്നബസപ്പന്റെ കൈ ചൊറിയുകയായിരുന്നു.

"മരണമോ? നിങ്ങളിപ്പോഴും ചെറുപ്പമാണല്ലോ?"

അധികാരി കൂടുതൽ സംസാരിക്കുന്നതിനു മുൻപേ ചന്നബസപ്പ വായ തുറന്നു.

"നമ്മുടെ പത്നി വളരെക്കാലത്തിനുശേഷം ഗർഭവതിയായിരിക്കയാണ്. പ്രസവത്തിന് അപ്പങ്കളത്ത് പോകണമെന്നാണവളുടെ ആശ."

സ്ത്രീയോട് ദയതോന്നി അവളുടെ ആഗ്രഹം സാധിപ്പിക്കണമെന്ന് അധികാരി നിശ്ചയിച്ചു. ഒപ്പംതന്നെ ഇവൾക്കൊരാൺകുഞ്ഞ് പിറന്നാൽ ഭാവിയിൽ തങ്ങൾക്കൊരു തലവേദനയായിരിക്കുമെന്ന് ശങ്കിക്കാനും അയാൾ മറന്നില്ല. അയാൾ ചിന്തിച്ചു: പോകട്ടെ. ഇവരെക്കൊണ്ടെന്താകാൻ? തങ്ങളുടെ രാജാവിന് ദ്രോഹം ചെയ്ത ഇവനെ ആരും ഇഷ്ടപ്പെടുകയില്ല. ജ്യേഷ്ഠനെ വിഷമിപ്പിച്ച അനുജത്തിയുടെ കാര്യത്തിലും ഫലമതുതന്നെയായിരിക്കും. ഇനി ഭാവിയിൽ വല്ല ദ്രോഹവും കാണിച്ചാൽ പിടിച്ച് പുറത്താക്കാനെന്താ വിഷമമാണോ? പുറംനാട്ടിൽ നമുക്കെതിരെ പ്രചരണം നടത്താനും ഇവൻ ശ്രമിച്ചുകൂടായ്കയില്ല. ഇതെല്ലാം ഗവർണറോട് സൂചിപ്പിച്ചാൽ മതിയാകും. അപ്പങ്കളത്തേക്കയക്കാനുള്ള തന്റെ തീരുമാനം ശരിയാണെന്ന് അവർ സമ്മതിക്കും.

ദേവമ്മാജിയെ നോക്കി സ്വരം മയപ്പെടുത്തി അധികാരി പറഞ്ഞു: "രാജപുത്രിയുടെ ആഗ്രഹം പോലെയാകട്ടെ. അപ്പങ്കളത്തേക്ക് പുറപ്പെട്ടോളൂ."

പുറപ്പെടാൻ നേരത്ത് ദേവമ്മാജി ഭർത്താവിനോട് പറഞ്ഞു:

"നല്ല ആളാണെന്ന് തോന്നുന്നു. ഇംഗ്ലീഷുകാരെല്ലാം ഇങ്ങനെയായിരുന്നെങ്കിൽ നമുക്ക് ഈ ഗതി വരുമായിരുന്നില്ല."

“വിശ്വാസവഞ്ചകർ! ആ ചുവന്ന താടിക്കാരെ പുകഴ്ത്തുന്നത് എനിക്കിഷ്ടമല്ല.” ദീർഘനിശ്വാസം വിട്ടുകൊണ്ട് ചന്നബസപ്പ പറഞ്ഞു. അയാളുടെ ഹൃദയം തുടിച്ചുകൊണ്ടിരുന്നു. ദേവമ്മാജിയെ അപ്പങ്കളത്ത് കൊണ്ടു ചെന്നാക്കി. ചന്നബസപ്പ മടിക്കേരിയിൽ ചെന്ന് ലീഹാർഡിയെ കണ്ടു.

“നിങ്ങളുടെ വരുമാനത്തിന്റെ ഒരു കണക്ക് സൂക്ഷിക്കണം. വർഷത്തിൽ ഒരംശം നമ്മുടെ ഖജനാവിലേക്കടയ്ക്കണം. എത്രയാണെന്ന് പിന്നീടറിയിക്കാം.”

“അപ്പോൾ ഞങ്ങൾ നിങ്ങളുടെ കുടിയാന്മാരാവുകയാണെന്ന് പറ.”

“ഛെ....! ഛെ......! നിങ്ങളെ രക്ഷിക്കുന്നതിനുള്ള പ്രതിഫലമാണത്.”

അസഭ്യവാക്കുകൾ നാവിൻതുമ്പത്തെത്തിയെങ്കിലും തടഞ്ഞുകൊണ്ട് ചന്നബസപ്പ പറഞ്ഞു:

“നല്ലത്. ഈ സംരക്ഷ സൂര്യചന്ദ്രന്മാരുള്ളിടത്തോളം ഉണ്ടാകട്ടെ.”

“നിശ്ചയമായും ഉണ്ടാകും.”

ലീഹാർഡിയിൽനിന്ന് വിടവാങ്ങി പുറത്തിറങ്ങിയ ചന്നബസപ്പ ദിവാന്മാരെ കണ്ടു മുട്ടി.

“കൈകൊടുത്താലും.” അയാൾ ഹസ്തദാനത്തിനു മുതിർന്നു.

“മിണ്ടാതെ പോകുന്നതാ നല്ലത്! ഇല്ലെങ്കിൽ പുറത്തുനിന്ന് സംസാരിക്കേണ്ടി വരും.” പൊന്നപ്പ പറഞ്ഞു.

“അനുജാ, നിന്റെ നന്മയ്ക്ക് ഒരു കാര്യം പറയാം. ആരോടും നാക്കു നീട്ടി സംസാരിക്കരുത്” ബോപ്പണ്ണ ഉപദേശിച്ചു.

“ശരി ഞാൻ നാവടക്കിവച്ചോളാം. നിങ്ങൾ സുഖമായി ജീവിച്ചോളൂ.” ചന്നബസപ്പ തിടുക്കത്തിൽ നടന്നു നീങ്ങി.

അപ്പങ്കളത്ത് ഗംഗമ്മ ഒരേതരം വാശിയിലായിരുന്നു. ദേവമ്മാജി വരുന്നതിനു മുമ്പേ തുടങ്ങിയതാണ് ആ ശാഠ്യം.

“ഇനി ഇവിടെ നിൽക്കണ്ടാ. നമുക്ക് ഗ്രാമത്തിലേക്ക് പോകാം.”

നിത്യവും ഇതേ പല്ലവി. രാജമ്മാജി നൽകിയത് ഒരേ ഉത്തരമാണ്.

“ഇത് എന്റെ ഭർത്താവിന്റെ വീടാണ്. ഞാൻ ഇവിടെത്തന്നെ കഴിഞ്ഞോളാം.”

ദേവമ്മാജി വന്നതിനുശേഷം ഗംഗമ്മയുടെ ശാഠ്യത്തിന് ഊക്ക് വർധിച്ചു വന്നു.

“ഇവിടത്തെ സൗഭാഗ്യം അനുവദിച്ചുതീർത്തില്ലേ? വാ നമുക്ക് പോകാം.”

രാജമ്മാജിയുടെ മറുപടിയിൽ യാതൊരു മാറ്റവും ഉണ്ടായില്ല.

“ഇത് എന്റെ ഭർത്താവിന്റെ വീടാണ്. ഞാനിവിടെത്തന്നെ കഴിഞ്ഞോളാം.”

“ഭ്രാന്തിക്കവ്യാമോഹം.” ഒടുവിൽ ഗംഗമ്മ പറഞ്ഞു:

“വിവാഹം കഴിച്ചു കൊടുത്തു. ഭാര്യാഭർത്താക്കന്മാർ സുഖമായി ജീവിക്കുന്നതും കണ്ടു. പേരക്കിടാങ്ങളെ മടിയിലിരുത്തി ലാളിച്ചു. ഇനിയും ഞാനെന്തിന് ഇവിടെ കഴിയണം? ഞാൻ പുറപ്പെടുകയാണ്.”

ഗംഗമ്മ പുറപ്പെട്ടു പോയി. മലമ്പാത. പല്ലക്കില്ല. അമാലന്മാരില്ല. രാജഭടന്മാരില്ല. ഒറ്റയ്ക്കുള്ള യാത്ര. അതും കാൽനടയായി.

അമ്മ പോയതിൽ രാജമ്മാജി കരഞ്ഞില്ല.

62

പെരിയാ പട്ടണത്തിനടുത്തുവച്ചാണ് ശങ്കരപ്പയുടെ ശബ്ദം കേട്ടത്. മല്ലപ്പണ്ണനും താനും കൂടെയുണ്ടെന്നാണല്ലോ പറഞ്ഞത്? കമ്പനി പട്ടാളക്കാരുടെ ഈ വേഷം അവർക്ക് ലഭിച്ചതെങ്ങനെ?

ഒരുപക്ഷേ, തന്റെ ഭ്രമമായിരിക്കണം. ശങ്കരപ്പനെപ്പോലെ ആരോ സംസാരിച്ചതായിരിക്കണം. അയാളെ അന്ന് മരത്തിൽ വരിഞ്ഞ് കെട്ടിയതാണല്ലോ. വല്ലവരും അയാളെ രക്ഷപ്പെടുത്തിയിട്ടുണ്ടാകുമോ?

അല്ല അവർ കമ്പനിക്കാരുടെ ദാസരായിത്തീർന്നോ? ഛെ.... ഛെ.... അതൊരിക്കലും സംഭവിക്കയില്ല. ചിന്തകൾക്ക് കടിഞ്ഞാണില്ലാതാകുന്നു. പ്രശ്നങ്ങൾ പെരുകി വരുന്നു. ഉത്തരമില്ലാത്ത പ്രശ്നങ്ങൾ.

ഒരു ദിവസം.

ജയിലിലെ ഭക്ഷണ സമയം. അപ്പോൾ ബഹളമുണ്ടായിരിക്കും. വരിവരിയായി നീണ്ടുകിടക്കുന്ന ജയിൽ മുറികളുടെ വാതിക്കൽ തടവുകാർ പാത്രങ്ങളുമായി വന്നു നിൽക്കും. പാചകക്കാരൻ നിശ്ചിതമായ അളവിൽ ഭക്ഷണം ഓരോപാത്രത്തിലും വിളമ്പിക്കൊടുക്കും. അയാൾക്കു പിന്നാലെ വെള്ളവുമായി മറ്റൊരാൾ വരും. തടവുമുറികളിലെ മൺപാത്രങ്ങളിൽ അയാൾ വെള്ളം ഒഴിച്ചു കൊടുക്കും. ഇത് നിത്യവൃത്തിയാണ്.

കള്ളന്മാരും പിടിച്ചുപറിക്കാരും അനാശാസ്യപ്രവർത്തകരും രാഷ്ട്രീയത്തടവുകാരും എല്ലാം ആ ജയിൽ മുറികളിലുമുണ്ടായിരുന്നു. പാചകക്കാരനെക്കണ്ടാൽ മതി അവർ ബഹളംകൂട്ടാൻ തുടങ്ങും. തിന്നാനാകാത്തതെങ്കിലും, തിന്നാതെ നിവൃത്തിയില്ലാത്ത ചോറ്. ചിലർ പാത്രങ്ങൾ വാതിലിൽ മുട്ടി ഒച്ചയുണ്ടാക്കും. മറ്റുചിലർ എന്തെല്ലാമോ വിളിച്ചുപറയും. പാചകക്കാരൻ ഒന്നും കേട്ടതായോ കണ്ടതായോ നടിക്കില്ല.

അപരംപാരന് ആദ്യത്തെ ചില ദിവസങ്ങളിൽ ഭക്ഷണം ലഭിച്ചിരുന്നില്ല. പിന്നീട് ലഭിച്ചു തുടങ്ങിയെങ്കിലും അയാൾ ഭക്ഷിച്ചില്ല. വെള്ളം മാത്രം കുടിച്ച് വിശപ്പടക്കി.

"ഇത് പ്രസാദമാണ്. എങ്ങനെ നിരസിക്കും." ഒടുവിൽ ഭക്ഷണം കഴിക്കാൻ തുടങ്ങി.

അന്നും ബഹളം തുടങ്ങി.

പാചകക്കാരൻ തന്റെ മുറിക്കു വെളിയിലെത്തിയപ്പോൾ അപരംപാര പാത്രം നീട്ടിക്കാണിച്ചു.

"കുറച്ചുമതി."

"കുറച്ചുമതിയോ? ഉപവാസമെടുത്ത് ചത്തുപോവാനോ! തിന്ന്." പാചകക്കാരൻ ഭയപ്പെടുത്തി.

പാചകക്കാരൻ നടന്നുനീങ്ങി. വെള്ളം വരുന്നതും കാത്ത് അപരം പാര നിന്നു.

"വെള്ളം, വെള്ളം" തടവുകാർ കൂക്കിവിളിക്കുകയാണ്.

കുറേക്കഴിഞ്ഞപ്പോൾ ഒരാൾ വെള്ളവുമായെത്തി.

"എന്താടാ, കിണറ് കുഴിച്ചിട്ട് എടുത്തുകൊണ്ടുവരികയാണോ? കള്ളസുവർ." ചില തടവുകാർ ചീത്തവിളിച്ചു.

"എന്താടാ വഴി മറന്നുപോയോ?" ചിലർ ചോദിച്ചു.

"നിന്റെ അമ്മയ്ക്ക്."

"മൺചട്ടി ഈടര്യാ ഇള്ളത് നോക്ക്."

"ഇവൻ പുതുക്കക്കാരനാണല്ലോടാ."

പുതിയ മനുഷ്യൻ അപരംപാരന്റെ മുറിയുടെ മുന്നിലെത്തി. വെള്ള മൊഴിക്കുന്നതിനിടയിൽ അയാൾ അപരംപാരനെ നോക്കി ഒന്ന് പുഞ്ചി രിച്ചു.

ആ ചിരിയുടെ പിന്നിലെ മുഖം പരിചയമുള്ളതായിരുന്നു. വെള്ള മൊഴിക്കുന്നതിനിടയിൽ ബദ്ധപ്പെട്ട് അയാൾ പറഞ്ഞു:

"സ്വാമികളെ, രാത്രി പന്ത്രണ്ടുമണിക്ക് മല്ലപ്പ പൂട്ടുതുറക്കും. അയാൾ പോയാൽ നിമിഷങ്ങൾക്കകം അങ്ങ് പുറപ്പെടണം. ഇടത്തേക്ക് തിരിയ ണം. മൂലയിലെത്തിയാൽ വീണ്ടും ഇടത്തോട്ടു തിരിഞ്ഞ് നേരെ നടക്ക ണം. അവിടെ മല്ലപ്പ കാത്തിരിക്കുന്നുണ്ടാകും. ഞാനും മറുഭാഗത്ത് തയാ റായിരിക്കും. ഓർമിക്കണം. രാത്രി പന്ത്രണ്ടാണ്. ഇടത്തേക്ക്. വീണ്ടും ഇടത്തോട്ട്. നേരെ."

"എന്ത്നാടാ പറഞ്ഞോണ്ടിരിക്ക്നത്. വെള്ളം താടാ." അടുത്ത മുറിയിലെ തടവുകാരൻ വിളിച്ചു പറഞ്ഞു.

ഒരുനിമിഷം അപരംപാര സ്വാമികൾ സ്തബ്ധനായി നിന്നുപോയി. സംസാരിച്ചവൻ ശങ്കരപ്പനാണ്. തന്നെ രക്ഷപ്പെടുത്താൻ അവർ പദ്ധതി യിട്ടിരിക്കുന്നു. ഹൃദയം ശക്തിയായി മിടിച്ചുകൊണ്ടിരുന്നു.

അടുത്ത നിമിഷത്തിൽത്തന്നെ അപരംപാര ഉണർന്നെണീറ്റു. പുതിയ ചിന്തകൾ ആ മസ്തിഷ്കത്തിൽ ഉടലെടുത്തു.

ഈ പ്രയത്നം സഫലമായാൽ വീണ്ടും കുടകിനെ മോചിപ്പിക്കാ നായേക്കും. പോരാട്ടം തുടരാൻ കഴിഞ്ഞേക്കും.

എന്നാൽ മല്ലപ്പണ്ണന് അത് സാധിക്കുമോ? മതിൽ ചാടിക്കടക്കുന്ന തെങ്ങനെ? അതിനപ്പുറത്ത് ഓടിപ്പോവാനുള്ള എന്ത് ഏർപ്പാടാണ് ശങ്ക രപ്പ ചെയ്തിട്ടുള്ളത്?

എല്ലാം ചോദിക്കാനവസരം കിട്ടിയില്ല. ശങ്കരപ്പ കൂടുതൽ നേരം നിന്നിരുന്നെങ്കിൽ മറ്റുള്ളവർക്ക് സംശയമുണ്ടാകുമായിരുന്നു.

ഭക്ഷണം മുന്നിൽവച്ച് അപരംപാര ചിന്താധീനനായിരുന്നു. ആലോ ചന ശിവധ്യാനത്തിൽ ചെന്നുനിന്നു. അതുകഴിഞ്ഞപ്പോൾ മനസ്സ് ശാന്ത മായി.

"നിന്റെ ഇച്ഛപോലല്ലേ വരൂ മഹാദേവാ." അയാൾ പറഞ്ഞു.

പകൽ ഒരു യുഗംപോലെ ദീർഘിച്ചു. സൂര്യനസ്തമിച്ചിട്ടും വരാൻ മടിക്കുന്ന ഇരുട്ട്. ഇരുണ്ടിട്ടും കിഴവനെപ്പോലെ ഇഴയുന്ന നിമിഷങ്ങൾ. അപരംപാര നാഴികകളും വിനാഴികകളും എണ്ണിത്തിട്ടപ്പെടുത്തി.

മറുഭാഗത്ത് മല്ലപ്പണ്ണനും ശങ്കരപ്പയും അക്ഷമരായി നിമിഷങ്ങൾ എണ്ണിത്തീർക്കുകയായിരുന്നു.

ഒരു നാഴികയ്ക്ക് എത്ര മണിക്കൂർ? ഒരു മണിക്കൂറിന് എത്ര നാഴിക?

അതാ മണിയടിക്കുന്ന ഒച്ച. ഒന്ന്.... രണ്ട്..... മൂന്ന്. പത്തിൽ ചെന്നു നിന്നല്ലൊ.

പത്തിനുശേഷം പതിനൊന്ന്. പിന്നെ പന്ത്രണ്ട്. ദൂരത്തെവിടെയോ ഒരു നായ കുരയ്ക്കുന്നു. ഇരുളിനെ കീറിപ്പിളർക്കുന്ന ചീവീടുകളുടെ കിലുകിലാരവം. അക്ഷമയോടെ കൈവിരലുകൾ ചുരുട്ടിക്കൊണ്ട് അപരംപാര അങ്ങുമിങ്ങും നടന്നു.

മണിയൊച്ച.

എണ്ണേണ്ടുന്ന ആവശ്യമുണ്ടായിരുന്നില്ല. പതിനൊന്നിനുശേഷം പന്ത്രണ്ടാണ്. എങ്കിലും അപരംപാര വിരലുകൾ നിവർത്തി.

ടപ് ടപ് ടപ് ടപ്

ചെരിപ്പിന്റെ ഒച്ച. കാവൽക്കാരാണോ? അല്ല. മല്ലപ്പണ്ണനോ?

ശബ്ദം പെട്ടെന്ന് നിന്നു. നിമിഷങ്ങൾക്കുശേഷം വീണ്ടും കേട്ടു. വീണ്ടും നിലച്ചു.

അങ്ങിങ്ങ് നിന്ന് തിരിഞ്ഞും മറിഞ്ഞും നോക്കി വരികയാകണം.

ടപ് ടപ് ടപ് ടപ്

പുറത്തു മങ്ങിയ പ്രകാശമുണ്ട്. വാതിൽക്കൽനിന്ന് അൽപ്പംമാറി അപരംപാര നിലകൊണ്ടു.

അടുത്തെത്തി അവസാനിച്ച കാലൊച്ച.

കാവൽക്കാരന്റെ വസ്ത്രം. കൈയിൽ തോക്ക്.

മറ്റവസരത്തിലായിരുന്നെങ്കിൽ 'മല്ലപ്പണ്ണാ' എന്ന് ഹൃദയം തുറന്ന് വിളിക്കുമായിരുന്നു.

പുറത്തുകണ്ട രൂപം ഉള്ളിലേക്കെത്തിനോക്കി. അപരംപാരനുറങ്ങിയില്ലെന്നുകണ്ട് ആശ്വസിച്ചു. മെല്ലെ മുറിയുടെ പൂട്ട് തുറന്നു.

ടപ് ടപ് ടപ് ടപ്

ആ ഒച്ച അകന്നകന്നുപോയി.

അപരംപാരനോർമിച്ചു. ഇടത്തേക്ക്.... വീണ്ടും ഇടത്തേക്ക്..... നേരെ. അയാളെ പിന്തുടരണം.

അപരംപാര വാതിലിൽ സ്പർശിച്ചു. അത് കരഞ്ഞ് ഒച്ചയുണ്ടാക്കി.

ഈ ശബ്ദം മറ്റുള്ളവരെ ഉണർത്തില്ലേ? താനെന്താണ് ചെയ്യേണ്ടത്? ഈ ഒച്ച ഇല്ലാതാക്കുന്നതെങ്ങനെ?

ടപ് ടപ് ടപ് ടപ്

വീണ്ടും ചെരിപ്പിന്റെ ശബ്ദം ഇതെന്താ? മല്ലപ്പണ്ണ തിരികെ വരികയാണോ?

അല്ല! ഇത് ആ ഭാഗത്തുനിന്നാണല്ലോ? വേറെ ആരോ ആണ്....! അയാൾ പോകുന്നതുവരെ കാത്തിരിക്കാം. അയാൾ തന്നെ കണ്ടാൽ.

'പ്രാന്താ വേഗം ഓടിപ്പോയ്ക്കോ....' അടുത്ത മുറിയിലുള്ളവർ പതുക്കെ പറഞ്ഞു. അയാൾക്ക് അതിന് ഭാഗ്യമുണ്ടായിരുന്നില്ല. കൂട്ടത്തിലുള്ള ഒരുവനെങ്കിലും രക്ഷപ്പെടട്ടെയെന്ന് കരുതിയാകണം അയാളങ്ങനെ പറഞ്ഞത്.

ടപ്..... ടപ് ശബ്ദം നിലച്ചു.

അയാൾ തിരികെ പോയിരിക്കണം. ഇനി ഒട്ടും താമസിക്കരുത്. അപരംപാര വാതിൽ വലിച്ചുതുറന്ന് പുറത്തേക്കോടി. ഇടത്തോട്ട്.... വീണ്ടും ഇടത്തോട്ട്.

പെട്ടെന്ന് വിസിൽ മുഴങ്ങി.

"നിൽക്കവിടെ.... നിൽക്കവിടെ..."

വീണ്ടും വിസിൽ..... പ്രത്യുത്തരമായി മറുഭാഗത്തുനിന്നും വിസിൽ.

അപകടമണിമുഴങ്ങി.

"നിൽക്ക്.... നിൽക്ക്...."

ഓടുന്ന ശബ്ദം.

"ഭലേ ഭേഷ്.... സമർഥൻ....." ഏതോ തടവുപുള്ളി വിളിച്ചുപറഞ്ഞു.

ഇരുട്ടിലൂടെ അപരംപാര മുന്നോട്ടോടി. പുറംമതിലിനു താഴെ മല്ലപ്പണ്ണ നിന്നിരുന്നു.

"സ്വാമികളേ കൈനീട്ട്.... ഈ കയറ് പിടിച്ചോ...."

മതിലിൽനിന്ന് തൂങ്ങിനിന്നിരുന്ന ഉറപ്പുള്ള കയറിൽ അപരംപാര തൂങ്ങിപ്പിടിച്ചു.

"കയറിക്കോ."

"നിൽക്കവിടെ കയറിയാൽ വെടിവയ്ക്കും." പിന്നിൽനിന്ന് ഉറച്ച സ്വരമുയർന്നു.

മല്ലപ്പണ്ണ ഞൊടിയിടകൊണ്ടുതന്നെ അപരംപാരന്റെ മുന്നിലെത്തിയ കാവൽഭടന്റെ കൈയിലെ തോക്ക് തട്ടിപ്പറിച്ച് തിരിഞ്ഞുനിന്ന് കാഞ്ചിവലിക്കാൻ ശ്രമിച്ചു.

പക്ഷേ.... അതിനുമുമ്പുതന്നെ.

'ഡും....' വെടിപൊട്ടി.

മല്ലപ്പണ്ണന്റെ തോക്കിൽ നിന്നല്ല.

ആ വെടിയുണ്ട മല്ലപ്പണ്ണന്റെ മാറിൽ തുളച്ചുകയറി.

"ഹാ...." മല്ലപ്പണ്ണ കമഴ്ന്നടിച്ചുവീണു.

"മല്ലപ്പണ്ണാ...... മല്ലപ്പണ്ണാ...." അപരംപാര സ്വാമികൾ മല്ലപ്പണ്ണനെ കടന്നുപിടിച്ചു.

"സ്വാമികളേ.... ഞാൻ.... പോ....കു....ന്നു.... ശിവ....ശിവ....."

"മല്ലപ്പണ്ണാ.... മല്ലപ്പണ്ണാ" അപരംപാര പൊട്ടിക്കരഞ്ഞു. "അയ്യോ... എന്തായിപ്പോയി.... മല്ലപ്പണ്ണാ! ഇതെന്തായിപ്പോയി?"

കാവൽക്കാർ ഓടിക്കൂടി. പന്തങ്ങൾ പ്രകാശിച്ചു.

"പിടിക്കവനെ."

"ഇവൻ കുടകിലെ ജംഗമനാണ്! പിടിച്ചുകെട്ട്! ചങ്ങലകൊണ്ടാ! കാലിനും കൈക്കും."

"ആ വിളക്കിങ്ങോട്ട് നീട്ടിക്കാണിക്ക്. ഇതുകണ്ടോ കയറ്!"

"ഒന്നുരണ്ടുപേർ പുറത്തേക്കോട്. ഇവന്റെ സഹായി അപ്പുറത്തുണ്ടാകും."

അപരംപാരന്റെ തലച്ചോറിൽ മിന്നലുണ്ടായി. ഇവർ അങ്ങോട്ടുപോയാൽ..... ശങ്കരപ്പ പിടിക്കപ്പെടും.

"ഞാനൊറ്റയ്ക്കാണ്. എന്നെപ്പിടിച്ചോ...." അയാൾ പറഞ്ഞു.

"നിന്നെയും പിടിക്കും.... നിന്റച്ഛനീം പിടിക്കും.... തെമ്മാടി....."

അപരംപാര മനസിൽ പറഞ്ഞു. ശങ്കരപ്പ പിടിക്കപ്പെടുകയില്ല. വെടിയൊച്ച കേട്ടപ്പോഴേ അയാൾ രക്ഷപ്പെട്ടിരിക്കും.

"ഈ ഉടുപ്പിട്ടവനാരാ? നമ്മുടെ ആളെത്തന്ന്യാണോ ഞാൻ കൊന്നത്?"

വെടിയേറ്റു മരിച്ചുകിടക്കുന്നവന്റെ അടുത്തേക്ക് പന്തം നീട്ടിപ്പിടിച്ചു.

"ഓ ഇവനാണോ?" ആ കാവൽഭടൻ തുടർന്നു: "ഇവനെനിക്ക് നല്ല മണമുള്ള പുകയില തന്നിരുന്നു. നമ്മുടെ കൂട്ടത്തിലുള്ളവനാണെന്നേ കരുതിയിരുന്നുള്ളൂ. അതു തിന്നപ്പോൾ എന്തോ ഒരു മയക്കം അനുഭവപ്പെട്ടു. ഉണർന്നപ്പോൾ താക്കോൽക്കൂട്ടം കാണാനില്ലായിരുന്നു. ഇവൻ തന്നെയാണതെടുത്തത്. സംശയമില്ല."

ചങ്ങല കൊണ്ടുവന്നു. അപരംപാരന്റെ കൈകാലുകളിൽ അതണിയിച്ചു.

ജയിൽ സൂപ്രണ്ടും മറ്റുദ്യോഗസ്ഥരും ഓടിയെത്തി.

"എടാ സന്യാസി...." സൂപ്രണ്ട് അപരംപാരനെ തുറിച്ചുനോക്കി.

മരിച്ചുകിടക്കുന്നവനെയും അയാൾ ശ്രദ്ധിച്ചു.

"ഇത് രാജ്യകാര്യമാണ്. ഉടനെ ചീഫ് കമീഷണർക്ക് റിപ്പോർട്ട് ചെയ്യണം. ഈ മരിച്ചവനെക്കുറിച്ചും സൂചിപ്പിക്കണം. ഇതിന്റെ പിന്നിൽ ഭയങ്കര ഗൂഢാലോചനയുണ്ടാകും. ഈ സന്യാസിയെ ഓഫീസിനടുത്തുള്ള മുറിയിൽ പാർപ്പിക്കുക. ഞാൻ ചീഫ് കമീഷണറുമായി ബന്ധപ്പെടട്ടെ."

പുറത്തേക്കുചെന്ന കാവൽഭടന്മാർ വെറും കൈയോടെ തിരിച്ചെത്തി. കോട്ടമതിലിനുപുറത്തുള്ള മരത്തിൽ കെട്ടിയ കയറല്ലാതെ മറ്റൊന്നും അവർക്ക് കണ്ടുകിട്ടിയില്ല.

മല്ലപ്പണ്ണ മരിച്ചപ്പോൾ അപരംപാരന്റെ മിഴികളിൽ നിന്നുതിർന്ന കണ്ണീർ ഉറച്ചു കട്ടിയായി. ആ കണ്ണുകൾ തീജ്വാലകളായി മാറി.

ചങ്ങലയുടെ ഝണ ഝണാരവത്തോടൊപ്പം മദയാനയെപ്പോലെ അയാൾ നടന്നു.

63

പ്രഭാതം മുതൽക്കേ ആകാശം മൂടിക്കെട്ടിയിരുന്നു. മൂന്നുനാല് നാഴിക ചെന്നിട്ടും സൂര്യന്റെ മുഖം ഭൂമിയിൽ ദൃശ്യമായില്ല.

ഒമ്പതുമണിയാവുമ്പോഴേക്കും വിചാരണ അവസാനിച്ചു.

മല്ലപ്പണ്ണ, 'മഹാദേവൻ' എന്നപേരിലാണ് ഇംഗ്ലീഷ് ഭടന്മാരോടൊപ്പം സഞ്ചരിച്ചിരുന്നത്. ശങ്കരപ്പ ശംഭു എന്ന പേരിലും. ചുരുങ്ങിയ സമയത്തിനുള്ളിൽത്തന്നെ ഇവരുടെമേൽ സംശയത്തിന്റെ വലകൾ വീണുകഴിഞ്ഞിരുന്നു.

മരിച്ചുവീണ വ്യക്തിയെ 'മല്ലപ്പണ്ണാ' എന്ന് അപരംപാര വിളിക്കുന്നത് എല്ലാവരും കേട്ടതാണ്.

"അവന്റെ ശരിയായ പേരെന്താ....?"

അപരംപാര ഉത്തരം പറഞ്ഞില്ല.

"ഈ ഗൂഢാലോചനയിൽ വേറെയാരെല്ലാം പങ്കുചേർന്നിട്ടുണ്ട്?"

വീണ്ടും മൗനം.

"പൊട്ടനായിപ്പോയോ? നിൽക്ക്. നിന്നെ കുരുടനും കൂടിയാക്കിയേക്കാം."

നിമിഷത്തിനുശേഷം ആജ്ഞ പുറപ്പെട്ടു.

"അപരംപാരന്റെ രണ്ട് കണ്ണുകളും തുരന്നെടുക്ക്."

വെള്ളപ്പട്ടാളക്കാരുടെ മിഴികൾ തിളങ്ങി. കറുത്തവരുടെ മുഖം കൂടുതൽ കറുത്തു.

ആജ്ഞ നടപ്പാക്കാൻ രണ്ട് ഇംഗ്ലീഷ് പടയാളികൾ നിയോഗിക്കപ്പെട്ടു.

അപരംപാരനെ ജയിലിനുമുന്നിലുള്ള മുറ്റത്തേക്കിറക്കി നിർത്തി.

അപരംപാര ക്ഷമ ചോദിക്കട്ടെ. ഒന്നു ഭയപ്പെടുത്താം. എന്നുകരുതിയാണോ ആ കൽപ്പന പുറപ്പെടുവിച്ചത്?

ഇംഗ്ലീഷുകാരുടെ ശിക്ഷാരീതികളറിയുന്നവർക്ക് ആ സംശയമുണ്ടായിരുന്നില്ല.

ഒരാൾമാത്രം ആ സംശയം വെച്ചുപുലർത്തി. ഡോക്ടർ കാമ്പ്ബെൽ. അടുത്തകാലത്ത് ഇന്ത്യയിൽ വന്ന ഇംഗ്ലീഷ് യുവാവ്, അയാൾ ബാംഗ്ലൂരിൽ ദർബാർ ഡോക്ടറായി നിയമിക്കപ്പെട്ടിരിക്കയാണ്.

മല്ലപ്പണ്ണന്റെ ശവശരീരം പരിശോധിക്കാനാണ് അയാൾ ജയിലിലെത്തിയത്. വിചാരണ നടക്കുന്ന സമയം മുഴുവൻ അയാൾ അവിടെത്തന്നെയുണ്ടായിരുന്നു.

വിപ്ലവത്തിന്റെ നായകനായ - ഒരു വിരക്തനായ - അപരംപാര സ്വാമികളെ കാണാനുള്ള കുതൂഹലം അയാളിൽ നാമ്പിട്ടിരുന്നു.

എന്നാൽ അവസാനത്തെ ആജ്ഞ പുറപ്പെട്ടപ്പോൾ അയാൾ നടുങ്ങിപ്പോയി.

"അറ്റൻഷൻ."

ബൂട്ടുകൾ ശബ്ദിച്ചു.

പുറത്തേക്ക് വരാൻ ശ്രമിക്കാതെ ആദിത്യൻ കാർമേഘങ്ങൾക്കിടയിൽത്തന്നെ ഒളിച്ചുകൂടി.

"ജാക്സൻ.... മാർച്ച്.....!!"

മുന്നോട്ടുകുതിച്ച ബയനറ്റ് അപരംപാരന്റെ ഇടതുകണ്ണിൽ ആഞ്ഞു തറച്ചു.

"മഹേശ്വരാ....!" അപരംപാര വിളിച്ചു.

ആജ്ഞ വീണ്ടും ഉയർന്നു.

"ജോൺസ്.... മാർച്ച്....!!"

കൃഷ്ണമണി പുറത്തായി ഇടതുകണ്ണിൽനിന്ന് രക്തം പ്രവഹിച്ചു കൊണ്ടിരിക്കുന്ന അപൂർണചിത്രം.

മറ്റൊരു ബയനറ്റ് ആ ചിത്രത്തെ പൂർണമാക്കി.

"മഹേശ്വരാ....."

കാമ്പ്ബെൽ വേദനയോടെ കണ്ണുപൊത്തി.

ആ മുറിവുകളിൽ മരുന്നുവെച്ചുകെട്ടാൻ കാമ്പ്ബെല്ലിനോടാജ്ഞാ പിക്കപ്പെട്ടു.

പൈശാചികമായ ഈ ക്രൂരകൃത്യം നടക്കുമ്പോഴും അചഞ്ചലനായി ഗാംഭീര്യം വിടാതെ നിലകൊണ്ട അപരംപാരന്റെ വ്യക്തിത്വത്തോട് കാമ്പ്ബെല്ലിന് ബഹുമാനം തോന്നി.

"രോഗി ഇരിക്കണം." ഡോക്ടർ മരുന്ന് വെച്ചുകെട്ടാൻ തയാറായി.

ഒരു ഭടൻ ഒരു പീഠം കൊണ്ടുവന്നു. "ഇരുന്നാലും." ആ പടയാളി പറഞ്ഞു. അറിയാതെതന്നെ ബഹുവചനപ്രയോഗം.

രണ്ടുപേർ അപരംപാരനെ പിടിച്ചിരുത്തി.

"ശിവ.... ശിവ.... ശിവ.....'

"ഞാൻ ഡോക്ടറാണ്. എന്റെ കർത്തവ്യമാണ് ചെയ്യുന്നത്. കണ്ണിൽ മരുന്നുവയ്ക്കട്ടെ."

"മരുന്നോ? എന്തിന്? അന്ധനാക്കിയിട്ട് പാദപൂജയോ? വേണ്ട വേണ്ട....." അപരംപാര എഴുന്നേൽക്കാൻ ശ്രമിച്ചു.

രണ്ടുപേർ അയാളെ അമർത്തിപ്പിടിച്ചു.

"തൊടാതെ.... തൊടാതെ. കറപുരണ്ട കൈകൊണ്ട് എന്നെ മലിന പ്പെടുത്താതെ."

ചെറുത്തുനിൽപ്പ് വകവയ്ക്കാതെ മരുന്ന് വെച്ചുകെട്ടി.

മുറിവുണങ്ങുന്നതുവരെ കൈച്ചങ്ങല അഴിക്കണ്ട." കാമ്പ്ബെൽ നിർദേശിച്ചു.

മറ്റുള്ളവരിൽ നിന്നകന്ന് ഒറ്റയ്ക്കുനിൽക്കുന്ന ഒരു തടവുമുറിയിൽ അപരംപാരനെ പാർപ്പിക്കണമെന്ന് കൽപ്പിക്കപ്പെട്ടു.

കാൽച്ചങ്ങല അഴിക്കപ്പെട്ടു.

"നടക്ക്...."

അപരംപാര തലയുയർത്തി എഴുന്നേറ്റുനിന്നു. ആ ശരീരം വിറയ്ക്കു കയായിരുന്നു. "ഇയാളാണ് ജയിച്ചത്." കാവൽക്കാർ മനസിൽ പറഞ്ഞു.

കണ്ണില്ലെങ്കിലും പ്രൗഢി കൈവിടാതെ അപരംപാര നടന്നു.

മേഘപടലങ്ങൾ നീങ്ങിപ്പോയി. സൂര്യൻ മിന്നിത്തിളങ്ങി.

പക്ഷേ.... അപരംപാരനെ സംബന്ധിച്ചിടത്തോളം സൂര്യൻ എന്നെ

ന്നേക്കുമായി അസ്തമിച്ചുകഴിഞ്ഞിരിക്കുന്നു. രാപ്പകലില്ലാത്ത അനന്ത മായ കാലം അയാൾക്കുമുന്നിൽ നീണ്ടുകിടന്നു.

64

ദിവസങ്ങൾ കൊഴിഞ്ഞുവീണുകൊണ്ടിരുന്നു. അപരംപാരന്റെ മുറി വുണങ്ങി. മനസിനേറ്റ മുറിവുമാത്രം നീറിപ്പുകഞ്ഞുകൊണ്ടിരുന്നു.

ഇംഗ്ലീഷുകാർ കഠിനഹൃദയരാണെന്ന് കരുതിയിരുന്ന അപരംപാ രനെ ഡോക്ടർ കാമ്പ്ബെല്ലിന്റെ ആർദ്രഹൃദയം ആശ്ചര്യംകൊള്ളിച്ചു. ഒരിക്കൽ ഡോക്ടറോട് അദ്ദേഹം ചോദിച്ചു:

"നിങ്ങൾ സത്യത്തിൽ ഇംഗ്ലണ്ടുകാരൻ തന്നെയാണോ?"

"അതേ സ്വാമിജി. എന്താ ചോദിച്ചത്?"

"വെറുതെ. വിശ്വാസം വരുന്നില്ല."

"ഞാൻ കള്ളം പറയുകയല്ല. ഞാൻ ഇംഗ്ലീഷുകാരൻ തന്നെയാണ്!"

ഭാരതീയർ അശിക്ഷിതരും അപരിഷ്കൃതരുമാണ്. അവരെ സമു ദ്ധരിക്കാനാണ് ക്രിസ്ത്യൻ മിഷണറിമാർ പ്രത്യേകിച്ച് ഇംഗ്ലീഷുകാർ ഇന്ത്യയിലെത്തിയതെന്ന് കാമ്പ്ബെൽ ഉറച്ചുവിശ്വസിച്ചിരുന്നു. എങ്കിലും അപരംപാരന്റെ കണ്ണ് കുത്തിപ്പൊട്ടിച്ചപ്പോൾ കുരിശിലേറിയ യേശുവിനെ യാണ് അദ്ദേഹത്തിനോർമ വന്നത്. കുരിശിന്മേൽ കൈകാലുകളിൽ ആണിയടിക്കപ്പെട്ട രക്തം വാർന്നൊഴുകുന്ന ശ്രീയേശു....! തന്റെ കണ്ണി ലേക്ക് ബയനറ്റ് ആഞ്ഞിറങ്ങിയപ്പോഴും ആ മുഖത്ത് ദൃശ്യമായ നിശ്ചല തയുടെ രഹസ്യമെന്ത്....? ആ അന്തഃകരണത്തിന്റെ മഹിമയെന്ത്....? സത്യ മാണോ? ധർമമാണോ? ദൈവികത്വം സിദ്ധിച്ച അസാമാന്യ വ്യക്തിത്വ മാണോ?

രാജ്യകാര്യങ്ങളിൽ മുഴുകിയിരിക്കുന്ന സ്വദേശീയരായ ബന്ധുക്ക ളോട് ചർച്ചചെയ്യാവുന്ന വിഷയമല്ലിത്. എങ്കിലും അന്തരംഗത്തിൽ ആ ചിന്ത അയാളെ അസ്വാസ്ഥ്യപ്പെടുത്തിക്കൊണ്ടിരുന്നു.

"നാളെ സംഭവിക്കേണ്ടത് ഇന്നുതന്നെ സംഭവിപ്പിച്ചുകൂടെ? ഇന്നു സംഭവിക്കേണ്ടത് ഈ നിമിഷത്തിൽതന്നെ." അപരംപാര ദൈവത്തോട് പ്രാർഥിച്ചുകൊണ്ടിരുന്നു.

അതുവരെയുള്ള സ്വജീവിതത്തെ അയാൾ അവലോകനം ചെയ്തു നോക്കി.

തീയില്ലാതെ അഗ്നിയിൽ വെന്തുരുകി മുറിവില്ലാതെ പ്രാണവേദന അനുഭവിച്ചു. പിടിയില്ലാത്ത ആയുധം! ആണിയില്ലാത്ത കത്രിക! രണ്ടും നിഷ്പ്രയോജനം....! ആകൃതിയില്ലാത്ത ബുദ്ധിമാൻ.....! ഭീരുവെന്ന ബിരുദം സമ്പാദിച്ചു. പരിഹാസത്തിന് പാത്രമായിത്തീർന്നു.

ഉം. അപരംപാര തന്നത്താൻ സമാശ്വസിപ്പിച്ചു.

"മനുഷ്യാ, നിന്റെ വേദനകളെക്കുറിച്ചാണോ ചിന്തിക്കുന്നത്?"

അപരംപാരസ്വാമികളെ രക്ഷപ്പെടുത്താനുള്ള ശ്രമം വിഫലമായതിൽ ശങ്കരപ്പ അത്യധികം ദുഃഖിച്ചു. പിന്നീടുണ്ടായ ഞെട്ടിപ്പിക്കുന്ന വാർത്തകൾ രണ്ടുമൂന്നുദിവസം കഴിഞ്ഞാണ് ശങ്കരപ്പ ശ്രവിച്ചത്.

"അയ്യോ....? ശിവനേ, അതും സംഭവിച്ചോ?" അയാൾ പൊട്ടിക്കരഞ്ഞു.

മല്ലപ്പണ്ണ മരണപ്പെട്ടു. സ്വാമികളുടെ കണ്ണുകൾ കുത്തിപ്പൊട്ടിച്ചു. ആ സംഭവങ്ങളുണ്ടാക്കിയ ആഘാതത്തിൽനിന്ന് കരകേറുവാൻ അദ്ദേഹത്തിന് വളരെ സമയം വേണ്ടിവന്നു.

മല്ലപ്പണ്ണന്റെ ശവശരീരം മറവുചെയ്ത സ്ഥലം ശങ്കരപ്പ കണ്ടുപിടിച്ചു. ഒരു രാത്രി അവിടെച്ചെന്ന് അശ്രുപൂജനടത്തി ആശ്വാസം നേടി.

ഇനിയെന്ത്....? ഇനിയെന്ത്....?

മടിക്കേരിയിലുള്ള ജീവിതം ഇനി സാധ്യമല്ല.

പാമ്പിൻകൂട്ടിലെ കോഴിക്കുഞ്ഞിന് എത്രനാൾ സുഖമായിരിക്കാനാകും?

കുടുംബത്തോടൊപ്പം ബങ്കളൂരേക്ക് താമസംമാറ്റിയാലോ? നാളെ പരിതഃസ്ഥിതി എങ്ങനെ രൂപംകൊള്ളുമെന്ന് ആർക്കറിയാം? ബങ്കളൂരിൽതന്നെ കഴിയുന്നതായാൽ ഒരുപക്ഷേ, സ്വാമികൾക്ക് വല്ല സഹായവും ചെയ്യാനൊത്തേക്കും.

അവസാനത്തെ തീരുമാനത്തിൽ അയാളുറച്ചുനിന്നു.

ചാരന്മാരുടെ കണ്ണിൽപ്പെടാതെ കുടുംബത്തെ ബങ്കളൂരേക്ക് കൊണ്ടുവരണം. അതിനുമുമ്പ് ഹൊസങളിയിൽ ചെല്ലണം. മല്ലപ്പണ്ണന്റെ മരണം അക്കമ്മയെ അറിയിക്കണം. ഹൊസങളിയിൽചെന്ന് അക്കമ്മയെ കാണുന്ന രംഗം മനസിലോർത്തപ്പോൾ ശങ്കരപ്പ ഭയന്നുവിറച്ചു. 'എന്നിലുള്ള ആശ ഇനി നിനക്കുവേണ്ട' എന്ന് സ്വന്തം പത്നിയോട് പറയാനാകും. മറ്റൊരു സ്ത്രീയോട് 'നിന്റെ ഭർത്താവ് മരിച്ചുപോയി' എന്ന് എങ്ങനെ പറയും?

എന്നാൽ ശങ്കരപ്പ ഭയന്നതുപോലെ അതത്ര ദുഃസാധ്യമായിരുന്നില്ല. ഒരു വ്യാപാരിയുടെ വേഷത്തിൽ അയാൾ ഹൊസങളിയിലെത്തി.

"ജ്യേഷ്ഠത്തീ, ഞാനെന്ത് പാപമാണോ ചെയ്തത്? ഒറ്റയ്ക്കാണ് തിരികെ വന്നത്."

അക്കമ്മ നെറ്റിയിലെ കുങ്കുമം മായ്ച്ചുകളഞ്ഞു. താലി പൊട്ടിച്ചെടുത്തു. അപരംപാരസ്വാമികൾക്ക് ലഭിച്ച ശിക്ഷയറിഞ്ഞപ്പോൾ മാത്രം അവരുടെ കരച്ചിലിന്റെ കെട്ടുപൊട്ടി.

മല്ലപ്പണ്ണന്റെ സാഹസികത ശങ്കരപ്പ വിവരിച്ചു. മിഴിതുടച്ചുകൊണ്ട് അക്കമ്മ എല്ലാം കേട്ടു.

ശങ്കരപ്പ മടിക്കേരിയിൽനിന്ന് തിരികെപോയപ്പോൾ അയാളുടെ ഭാര്യ അയൽപക്കക്കാരോട് പറഞ്ഞു:

"എനിക്കിനി ആരും ആശ്രയമില്ല. മക്കളേയുംകൊണ്ടു ഞാൻ മൈസൂരേക്ക് പോകുന്നു. അവിടെച്ചെന്ന് വല്ല ജോലിയും ചെയ്ത് ജീവിക്കാം."

ഒരുദിവസം ഒരു കാളവണ്ടിയിൽ ശങ്കരപ്പന്റെ കുടുംബം മൈസൂരിലേക്ക് യാത്ര പുറപ്പെട്ടു. മൈസൂരിൽ ശങ്കരപ്പ കാത്തുനിന്നിരുന്നു.

ബങ്കളൂരിലെ നാട്ടിൻപുറത്ത് അയാളൊരു കുടില് കെട്ടി താമസം തുടങ്ങി.

ശങ്കരപ്പ കടല വിൽപ്പന ആരംഭിച്ചു. അതിൽനിന്നു കിട്ടുന്നതു കൊണ്ട് നിത്യവൃത്തി നടത്തിപ്പോന്നു.

അപ്പങ്കളത്ത് ദേവമ്മാജി ഒരു പെൺകുഞ്ഞിന് ജന്മം നൽകി.

“ഹാലേരിവംശത്തിൽ പെണ്ണാണു കൂടുതൽ. ഞാൻ രാജാവായിരുന്നെങ്കിൽ എന്റെ മകൾക്ക് ഒരു വരനെ കണ്ടുപിടിക്കാമായിരുന്നു. എനിക്കതിന് കഴിവില്ലല്ലൊ.” ചന്നബസപ്പ ദുഃഖിച്ചു.

അടുത്തവർഷം ദേവമ്മാജിക്ക് ഒരാൺകുഞ്ഞ് പിറന്നു.

“ഇവന്റെ മുഖത്ത് രാജലക്ഷണം കാണ്മാനുണ്ടോ.” ചന്നബസപ്പ കുതൂഹലപ്പെട്ടു.

ദേവമ്മാജിയുടെ ദുഃഖത്തിൽ പങ്കുചേരാനുണ്ടായിരുന്നത് രാജമ്മാജി മാത്രമാണ്.

“ജ്യേഷ്ഠത്തി ദുഃഖിക്കരുത്. എല്ലാറ്റിനും ഭാഗ്യം വേണം. അല്ലേ....?” രാജമ്മാജി സമാധാനിപ്പിച്ചു.

ഇതിനിടയിൽ ഗംഗമ്മയുടെ മരണവാർത്ത അപ്പങ്കളത്തെത്തി.

നാട്ടിലെത്തിയ ഗംഗമ്മ ഭ്രാന്തിയെപ്പോലെയാണ് കഴിഞ്ഞുവന്നിരുന്നത്. കഴിഞ്ഞമാസം രോഗം മൂർധന്യദശയിലെത്തുകയുണ്ടായത്രെ! ഒടുവിൽ പെട്ടെന്നൊരു ദിവസം ബോധക്കേടുണ്ടായി. പിന്നീട് ബോധം തെളിയുകയുണ്ടായില്ല.

അമ്മയുടെ മരണവാർത്തകേട്ട് രാജമ്മാജി കരഞ്ഞില്ല. രണ്ടുദിവസം മൂകയായി കഴിഞ്ഞുകൂടി. മൂന്നാംദിവസം സാധാരണപോലെ വീട്ടുജോലിയിൽ മുഴുകി.

“എന്റെ അമ്മ എന്തെല്ലാം മനക്കോട്ടകളാണ് കെട്ടിയിരുന്നത്? ഒറ്റ ദിവസംപോലും ആ ജീവി സുഖമനുഭവിച്ചിട്ടില്ല. പാവം.”

65

ഇരുന്ന് തിന്നാൻ തുടങ്ങിയാൽ ഒരു കുടുക്കപ്പൊന്ന് എത്ര ദിവസത്തേക്ക് തികയും? ചിക്‌വീരരാജന്റെ പക്കൽ ഏതാനും പൊന്നിൻകുടുക്കകളുണ്ടായിരുന്നു. എന്നാൽ ആ നിധി നിത്യമെന്നോണം കുറഞ്ഞുകൊണ്ടിരുന്നു.

രാജ്യം തിരികെ ലഭിക്കുമെന്ന ആശ കേവലം സ്വപ്നമായി പരിണമിച്ചു.

കമ്പനി വാഗ്ദാനം ചെയ്ത ആറായിരം പവൻ സ്വീകരിക്കാൻ തന്നെ ചിക്‌വീരരാജ തീരുമാനിച്ചു.

“നമുക്കുവേണ്ടിയല്ല. നമ്മുടെ പരിവാരങ്ങൾക്കായിക്കൊണ്ട്.” അയാൾ പറഞ്ഞു.

ഋതുക്കൾ മാറിമാറി വരികയും പോകയും ചെയ്തു.

"നാമിവിടെ പറ്റിക്കൂടിയിട്ടെന്തുഫലം? ഇനി രാജാവ് തരികെ പോകുമെന്ന് തോന്നുന്നില്ല." ചിക്വീരരാജനോടൊപ്പം വന്നവർ ചിന്തിച്ചുതുടങ്ങി.

കുറച്ചുപേരെ തിരികെ അയക്കണമെന്ന് രാജാവിനും തോന്നിത്തുടങ്ങിയിരുന്നു. അത് നിഷ്ഠൂരമായ പ്രവൃത്തിയായിരിക്കുമല്ലോ എന്ന് കരുതി മിണ്ടാതിരിക്കയായിരുന്നു. ഒപ്പം വന്നവർ ഇങ്ങനെ ചിന്തിക്കാൻ തുടങ്ങിയപ്പോൾ ചിക്വീരരാജന്റെ ജോലി എളുപ്പമായി. അയാൾ സന്തോഷിച്ചു.

എല്ലാവിധ ബഹുമതികളോടുംകൂടി കുറെപ്പേരെ അയാൾ കുടകിലേക്ക് തിരികെയയച്ചു.

അധികാരമില്ലെങ്കിലും രാജാവിന്റെ പ്രൗഢിക്ക് യാതൊരു കുറവുമുണ്ടായിരുന്നില്ല. റാണിയെയും രാജകുമാരിയെയും ശുശ്രൂഷിക്കാൻ ദാസിമാർ, ദ്വാരപാലകന്മാർ, അംഗരക്ഷകർ, കുതിരക്കാർ, സഹപത്നിമാർ. ഇങ്ങനെ കൊട്ടാരത്തിന്റെ ഗാംഭീര്യം നിലനിർത്തിക്കൊണ്ടുതന്നെ ചിക്വീരരാജ ദിനങ്ങൾ തള്ളിനീക്കി.

സഹപത്നിമാരിലും രാജാവിന് മക്കളുണ്ടായി.

മടിക്കേരിയിൽനിന്ന് പോരുമ്പോൾ രാജാവിന്റെ പക്കൽ അമൂല്യരത്നങ്ങളും സ്വർണാഭരണങ്ങളുമടങ്ങിയ ഒരു പെട്ടിയുമുണ്ടായിരുന്നു. ആ സമ്പത്തിന് അവകാശിയായത് റാണി തന്നെയാണ്.

റാണിയുടെ ആരോഗ്യനില മോശമായിരുന്നു. എങ്കിലും വീട്ടുകാര്യങ്ങളെല്ലാം നടത്തിക്കൊണ്ടുവന്നത് അവൾ തന്നെയായിരുന്നു.

മകളെ ചിക്വീരരാജ ജീവനുതുല്യം സ്നേഹിച്ചിരുന്നു. അവളിപ്പോൾ യുവതിയാണ്. അവൾക്കെങ്കിലും കുടക് റാണിയാകാനുള്ള അവസരം ലഭിക്കുമെന്ന് തന്നെ അയാൾ വിശ്വസിച്ചിരുന്നു. വിശാലമായ ഇംഗ്ലണ്ട് ഭരിക്കുന്നത് വിക്ടോറിയ മഹാരാജ്ഞിയാണല്ലോ? അതേപോലെ തന്റെ മകൾക്കും കുടക് ഭരിച്ചുകൂടെ?

രാജകുമാരിയെ എല്ലാവരും യുവറാണിയെന്നാണ് വിളിച്ചിരുന്നത്.

"ഇവൾ കൊച്ച് ഗൗരമ്മയാണ്" റാണിയുമായി നർമസല്ലാപങ്ങളിൽ ഏർപ്പെടുമ്പോൾ രാജാവ് പറയും.

മകളുടെ വിദ്യാഭ്യാസത്തിന് അയാൾ ഒരു ബ്രിട്ടീഷ് വനിതയെ നിയമിച്ചു. മാറിവരുന്ന സമൂഹത്തിൽ പാശ്ചാത്യവിജ്ഞാനം നേടിയിരിക്കേണ്ടത് അത്യാവശ്യമാണെന്ന് രാജാവിന് തോന്നിയിരുന്നു.

ഈസ്റ്റിന്ത്യൻ കമ്പനിയിലെ പ്രമുഖരായ പല അധികാരികളും ചിക്വീരരാജനിലേക്ക് ആകർഷിക്കപ്പെട്ടു. പത്തു വർഷംമുമ്പ് തങ്ങൾ താഴത്തിറക്കിയ രാജാവാണിതെന്ന കാര്യം മറന്ന് ലോർഡ് ഏലെൻബറോവും ഗവർണർ ജനറലുടെ പ്രതിനിധിയായ ലഫ്റ്റനന്റ് കേണൽ കാർപെന്ററും അയാൾക്കുശേഷം ആ സ്ഥാനം വഹിച്ച മേക്ഗ്രിഗോറും ചിക്വീരരാജനുമായി ഉറ്റമൈത്രീബന്ധം സ്ഥാപിച്ചു.

വലിയ വീരരാജ രോഗാതുരനായിക്കിടന്നപ്പോൾ അയാളെ ചികിത്സിച്ചത് മദ്രാസിൽനിന്നും വന്ന ഡോക്ടർ മെഗ്ലിംഗാണ്. കുടക് ജനങ്ങൾ അയാളെ അത്യധികം സ്നേഹിക്കയും ബഹുമാനിക്കയും ചെയ്തിരുന്നു. ചിക്വീരരാജ അധികാരമേറ്റെടുത്ത ശേഷവും ഒന്നുരണ്ട് തവണ അയാൾ മടിക്കേരി സന്ദർശിച്ചിരുന്നു. പിന്നീടയാൾ കൽക്കത്തയിലേക്ക് മാറിപ്പോകയാണുണ്ടായത്.

ഉദ്യോഗത്തിൽനിന്ന് പിരിഞ്ഞ മേഗ്ലിംഗ് സ്വദേശത്തേക്ക് മടങ്ങുന്നതിനുമുമ്പ് ചിക്വീരരാജനെ കാണാൻ കാശിയിലെത്തി.

"വരൂ ഡോക്ടർ മുമ്പ് സ്വീകരിച്ചതുപോലെ അങ്ങയെ സ്വീകരിക്കാൻ ഞാനശക്തനാണ്. ഇത് ദരിദ്രന്റെ ആതിഥ്യമാണ്. സ്വീകരിച്ചാലും."

"മഹാരാജാവേ...., ഇങ്ങനെ സംഭവിക്കാൻ പാടില്ലായിരുന്നു. എനിക്ക് അതിയായ ഖേദമുണ്ട്." മേഗ്ലിംഗ് പറഞ്ഞു.

രാജാവിനും കുടുംബത്തിനും സംഭവിച്ച പതനത്തിൽ അയാൾ ആത്മാർഥമായി സഹതപിച്ചു.

"എല്ലാം കഴിഞ്ഞ കഥകൾ മറക്കാം." ചിക്വീരരാജ ദാസിയെ വിളിച്ച് കൽപ്പിച്ചു: "മേഗ്ലിംഗ് വന്നിട്ടുണ്ടെന്ന് റാണിയെ അറിയിക്കൂ..."

കുശലപ്രശ്നങ്ങൾക്കുശേഷം മേഗ്ലിംഗ് പറഞ്ഞു....

"മഹാരാജാവേ.... അങ്ങ് ഇംഗ്ലണ്ടിലേക്ക് വരണം. റാണിയെയും മകളെയും കൂട്ടി അവിടെവന്ന് നമ്മുടെ അതിഥിയായി സുഖമായി കഴിഞ്ഞുകൂടണം. അങ്ങയ്ക്ക് നീതിലഭിക്കാനുള്ള സർവ ഏർപ്പാടുകളും ഞാൻ ചെയ്യാം. അരുതെന്ന് പറയരുത്."

"ഇംഗ്ലണ്ടെവിടെ.....? കാശി എവിടെ?" റാണി ഗൗരമ്മ പറഞ്ഞു.

"റാണിയമ്മേ.... നല്ലവണ്ണം ആലോചിച്ചുനോക്കൂ. ഇതുകൊണ്ട് രാജകുടുംബത്തിന് പ്രയോജനമുണ്ടാകുമെന്നത് തീർച്ചയാണ്. ഞാനിപ്പോൾ സ്വതന്ത്രനാണ്. കുടക് രാജ്യം മഹാരാജാവിന് തിരികെ കിട്ടുന്നതുവരെ ഞാനടങ്ങിയിരിക്കയില്ല. എന്റെ ആത്മശാന്തിക്കു വേണ്ടിയെങ്കിലും ഞാനിതിന് വാദിക്കും."

"ഡോക്ടർ.... നിങ്ങളുടെ സങ്കൽപ്പം വിശാലമാണ്. എങ്കിലും ഇതേപ്പറ്റി നല്ലപോലെ നാം ചിന്തിക്കട്ടെ. പിന്നീട് കത്തയയ്ക്കാം."

മേഗ്ലിംഗ് ഇംഗ്ലണ്ടിലേക്ക് മടങ്ങി.

ചിക്വീരരാജന്റെ ഹൃദയത്തിൽ അയാൾ വിതച്ചിരുന്ന വിത്ത് മുളപൊട്ടി.

ഇംഗ്ലണ്ടിൽച്ചെന്ന് നീതിന്യായ കോടതിവഴി രാജ്യം തിരികെ ലഭിക്കുന്നതിന് ശ്രമം നടത്തുന്നതാണ് ഉചിതം. അല്ലാതെ വേറെ ഏത് മാർഗമാണ് അവശേഷിച്ചിട്ടുള്ളത്?

ഗൗരമ്മയുടെ ആരോഗ്യസ്ഥിതിയാണ് തടസമായിരുന്നത്.

"സമുദ്രയാത്രയാണ്. എനിക്ക് അത് തരണംചെയ്യാനാകുമെന്ന് തോന്നുന്നില്ല. നടുക്കടലിൽ വെച്ചാണ് കണ്ണടയുന്നതെങ്കിലോ? കടലിലെറിയുമോ? ഇവിടെക്കിടന്നുതന്നെ മരിക്കണമെന്നാണെന്റെ ആഗ്രഹം." ഗൗരമ്മ പറഞ്ഞു.

ഭാര്യയുടെ ക്ഷീണിച്ച മുഖഭാവം ചിക്‌വീരരാജന്റെ ഹൃദയത്തെ ആർദ്രമാക്കിത്തീർത്തു. തൽക്കാലം ഇംഗ്ലണ്ടിന്റെ വിചാരം അയാൾ മാറ്റി വെച്ചു.

എന്നാൽ പരിതഃസ്ഥിതി മാറിക്കൊണ്ടിരുന്നു.

ഒരുദിവസം ഗൗരമ്മയ്ക്ക് കലശലായ പനി പിടിപെട്ടു. സ്വതവേ ശോഷിച്ചുവന്നിരുന്ന ആ ശരീരത്തിന് ഈ ആഘാതം തടുക്കാൻ പ്രയാസമായിത്തീർന്നു. മരുന്നുകൾ സേവിച്ചിട്ടും പനിക്ക് കുറവുണ്ടായില്ല.

ഒരു സന്ധ്യക്ക് പനി അൽപ്പം കുറഞ്ഞു. മുഖത്ത് സന്തോഷം നിഴലിച്ചു.

പുറത്ത് ഏകനായി ചിന്തിച്ചിരിക്കയായിരുന്ന ചിക്‌വീരരാജനെ വിളിക്കാൻ മകൾ ഓടിച്ചെന്നു.

"അച്ഛാ അച്ഛാ.... അമ്മയുടെ പനികുറഞ്ഞു. അച്ഛനെ വിളിക്കുന്നു. വേഗം വരണം."

ഗൗരമ്മയെ സംബന്ധിച്ചിടത്തോളം ജീവിതത്തിലെ എല്ലാ കെട്ടുപാടുകളിൽ നിന്നുമുള്ള മോചനമാണ് മരണം. അത് സംഭവിച്ചാൽ താൻ അധീരനായിപ്പോകരുതെന്ന് രാജാവ് ചിന്തിച്ചുറയ്ക്കുകയായിരുന്നു. മകളുടെ സന്തോഷപ്രകടനങ്ങൾ അയാളുടെ ചിന്തയെ പിടിച്ചുനിർത്തി.

ഭർത്താവിനെ ഒരുനിമിഷം സൂക്ഷിച്ച് നോക്കിയശേഷം ഗൗരമ്മ പറഞ്ഞു:

"ഇവിടെയിരിക്ക്.... ഈ തല അൽപ്പസമയം ആ മടിയിലെടുത്ത് വയ്ക്ക്."

ഇങ്ങനെ പരവശപ്പെടരുത്, വേണ്ട. എന്ന് പറയാനാണ് രാജാവിന് തോന്നിയതെങ്കിലും ഭാര്യയുടെ കുഴിഞ്ഞ മിഴികളിൽ കത്തിത്തീരുന്ന ആശയുടെ നാളങ്ങൾ അയാളെ കട്ടിലിലിരിക്കാൻ പ്രേരിപ്പിച്ചു. പത്നിയുടെതല മടിയിലെടുത്തുവച്ച് തലോടിക്കൊണ്ട് ആ മുഖത്തുതന്നെ ദൃഷ്ടി പതിപ്പിച്ചു. ഗൗരമ്മയുടെ വദനത്തിൽ ആശ്വാസത്തിന്റെ കിരണങ്ങൾ പ്രകാശിച്ചു.

"ഡോക്ടർ വെളിയിൽ കാത്തുനിൽക്കുന്നു. അകത്തേക്ക് വരാൻ അനുവാദം ചോദിക്കുന്നു." ഒരു ദാസി കടന്നുവന്നറിയിച്ചു.

"വേണ്ടെന്ന് പറയൂ....." ഗൗരമ്മ പറഞ്ഞു. ആ ചുണ്ടുകളിൽ ക്ഷീണിച്ച ഒരു മന്ദഹാസം വിടർന്നു.

"അവിടെത്തന്നെ ഇരിക്കാൻ പറ." രാജാവ് പറഞ്ഞു.

ദാസി കടന്നുപോയി.

"വിളക്ക് കത്തിക്ക്. ഈ മുഖം എനിക്ക് നല്ലപോലെ ഒന്നു കാണണം." ഗൗരമ്മ ആവശ്യപ്പെട്ടു.

സൂര്യനസ്തമിച്ചിരുന്നില്ല. എങ്കിലും അമ്മയുടെ നിർദേശാനുസരണം മകൾ വിളക്കുകൊളുത്തി.

ഗൗരമ്മ ഭർത്താവിന്റെ മുഖം കൺകുളിർക്കെ നോക്കിക്കണ്ടു.

"മകളേ.... ഇങ്ങടുത്തുവാ.... ഇവിടെയിരിക്ക്."

രാജകുമാരി കട്ടിലിൽ ഇരുന്നു.

"മഹാരാജാ.... ഞാൻ പോവുകയാണ്. ഇവൾ അമ്മയില്ലാത്തവളായിത്തീരും. ഒരിക്കലും ഇവൾ ദുഃഖിക്കരുത്. ഇവളോടുള്ള സ്നേഹം കൊണ്ട് മറ്റു കുട്ടികളെ അവഗണിക്കരുത്. മകളോടൊപ്പം ഇംഗ്ലണ്ടിലേക്ക് പോകണം. രാജ്യം കിട്ടിയാൽ ഇവളെ റാണിയാക്കണം. നല്ലൊരു വരനെ കണ്ടെത്തി വിവാഹം നടത്തിക്കണം."

"ഭവതി... പരിഭ്രമിക്കാതിരിക്കണം. കൂടുതൽ സംസാരിക്കണ്ട. രോഗം വർധിക്കും."

"ഭവതിക്കുപകരം നീ എന്ന് വിളിക്ക്."

ചിക്‌വീരരാജന്റെ ദുഃഖം അണപൊട്ടിയൊഴുകി. ഗദ്ഗദസ്വരത്തിൽ അയാൾ പറഞ്ഞു:

"ഉം."

"എന്റെ പേരിൽ ഓങ്കാരേശ്വരന് വർഷംതോറും പൂജ നടത്തണം."

"നടത്തിക്കാം."

"ഇത്രേയുള്ളൂ, വേറൊന്നും ഇല്ല."

ശബ്ദം ഇറങ്ങി. തൊണ്ടയിൽ ഗൊറ ഗൊറ ശബ്ദമുണ്ടായി.

"മോളേ... ഗംഗാജലം കൊണ്ടുവാ."

രാജകുമാരി ഓടിച്ചെന്ന് ഗംഗാജലം കൊണ്ടുവന്നു.

"ആ....ജ്ഞ.... ത....ന്നാ.....ലും...." ഗുഹയുടെ ആഴത്തിൽനിന്നു ഗൗരമ്മയുടെ സ്വരം കേട്ടു.

ഒരു കവിൾ വെള്ളം കൂടി.

"മ....ഹാ....ദേ....വാ....! മ....ഹാ....ദേ....."

ഗൗരമ്മയുടെ പ്രാണൻ ആ ശരീരത്തെ വിട്ടകന്നു. മടിയിലിരുന്ന തല ഒരു ഭാഗത്തേക്ക് ചെരിഞ്ഞു.

"അമ്മേ" രാജകുമാരി കട്ടിലിൽ വീണ് പൊട്ടിക്കരഞ്ഞു. ചിക്‌വീരരാജ തുഴയറ്റ തോണിപോലെയായിത്തീർന്നു.

കുടകിൽനിന്ന് സാധാരണ പലരും കാശിയിൽ വരാറുണ്ടായിരുന്നു. വന്നവർ ചിക്‌വീരരാജന്റെ വസതിയിലാണ് താമസിച്ചിരുന്നത്.

ഭാര്യയുടെ നാമത്തിൽ ഓങ്കാരേശ്വരന് വിശേഷപൂജ നടത്താനുള്ള ഏർപ്പാടുകൾ അയാൾ ചെയ്തു. അതിനുവേണ്ടി കുടകിലേക്ക് തിരികെ പോകുന്നവരുടെ കൈയിൽ വേണ്ടത്ര സ്വർണനാണയങ്ങൾ കൊടുത്തയച്ചു.

1850 ക്രിസ്ത്വാബ്ദത്തിലാണ് ഇതെല്ലാം സംഭവിച്ചത്.

66

ഭാരതത്തിൽനിന്ന് പുറപ്പെട്ട ആ പായ്ക്കപ്പൽ ആറുമാസത്തെ ദീർഘയാത്രയ്ക്കുശേഷം ആയിരത്തിഎണ്ണൂറ്റി അമ്പത്തിരണ്ടിൽ ഇംഗ്ലണ്ടിലെ ഥേംസ് നദീതീരത്തടുത്തു.

ആ കപ്പലിൽ ഈസ്റ്റിന്ത്യൻ കമ്പനിയിലെ ഉദ്യോഗസ്ഥരും മറ്റ് സേനാംഗങ്ങളും ഉണ്ടായിരുന്നു. മിക്കവരും ഉദ്യോഗത്തിൽനിന്ന് പിരിഞ്ഞ് സ്വദേശത്തേക്ക് പുറപ്പെട്ടവരാണ്. കൂടാതെ ഭാരതത്തിലെയും പൂർവേഷ്യൻ രാജ്യങ്ങളിലെയും വിലപിടിച്ച ചരക്കുകളും ആ കപ്പലിലുണ്ടായിരുന്നു. അവയിൽ ഏറിയ ഭാഗവും കുറഞ്ഞവിലയ്ക്ക് വാങ്ങിയതാണ്. ബാക്കിയുള്ളതാകട്ടെ ബലംപ്രയോഗിച്ച് സമ്പാദിച്ചതും. ആ കപ്പലിൽ രണ്ട് ഇന്ത്യക്കാരുമുണ്ടായിരുന്നു. കുടക് രാജാവായിരുന്ന ചിക്വീര രാജനും അയാളുടെ മകളുമായിരുന്നു അവർ. അവരുടെ കാര്യങ്ങളന്വേഷിക്കാൻ കമ്പനി ഗവൺമെന്റ് ഒരു പ്രത്യേക ഉദ്യോഗസ്ഥനെയും നിയമിച്ചിരുന്നു.

അമൂല്യവസ്ത്രങ്ങളും രത്നാഭരണങ്ങളുമണിഞ്ഞ രാജകുമാരിയെയും ഗാംഭീര്യം വിടാതെയിരിക്കുന്ന സ്ഥൂലകായനായ ചിക്വീരരാജനെയും ഇതരയാത്രക്കാർ ആദ്യമാദ്യം കൗതുകത്തോടെ നോക്കിക്കണ്ടു. അവരുടെ പ്രൗഢിയിൽ അസൂയപ്പെട്ടു.

ചിലർ അവരുടെ സ്നേഹം സമ്പാദിക്കാൻ അടുത്തുകൂടി. മറ്റുചിലരാകട്ടെ വർണവിദ്വേഷംമൂലം മുഖം കനപ്പിച്ചിരുന്നു.

യുവതി ഇംഗ്ലീഷിൽ സംസാരിച്ചിരുന്നു. അച്ഛന് അൽപ്പസ്വൽപ്പം അറിയാമായിരുന്നെങ്കിലും ഹിന്ദിയിലാണ് സംസാരിച്ചത്. അക്കൂട്ടത്തിലുള്ളവർക്കെല്ലാം ഹിന്ദി അറിയാമായിരുന്നു.

ദിനങ്ങൾ കഴിഞ്ഞപ്പോൾ സസ്യഭുക്കുകളായ അച്ഛനും മകളും മറ്റുള്ളവരുടെ പ്രീതി പിടിച്ചുപറ്റി. തന്റെ പ്രൗഢി നിലനിർത്തിക്കൊണ്ടുതന്നെ ചിക്വീരരാജ സംസാരിച്ചു.

“വയസൻ പെണ്ണിന് ആളെ അന്വേഷിച്ചിറങ്ങിയതാണ്” ചിലർ അന്യോന്യം പരിഹസിച്ചു.

“രാജ്യം പോയിട്ടും ധിക്കാരം വിട്ടിട്ടില്ല” മറ്റുചിലർ പറഞ്ഞു.

ലണ്ടൻ പട്ടണത്തിലെ ചെടികളും മരങ്ങളും കപ്പലിറങ്ങിയവരെ പുഞ്ചിരിയോടെ എതിരേറ്റു.

വൃദ്ധനായ മേഗ്ലിംഗും അവിടെ കാത്തുനിന്നിരുന്നു.

“ഞാൻ വളരെ സന്തുഷ്ടനായി. ഞാൻ വളരെ സന്തുഷ്ടനായി.” ചിക്വീരരാജനെയും മകളെയും സ്വീകരിച്ചുകൊണ്ട് മേഗ്ലിംഗ് പറഞ്ഞു.

മേഗ്ലിംഗ്, വർവിക് റോഡിൽ ഒരു കെട്ടിടം വാടകയ്ക്കെടുത്ത് രാജാവിനും മകൾക്കും താമസിക്കാൻ വേണ്ട ഏർപ്പാട് ചെയ്തു. ആ കെട്ടിടത്തിന് ‘ക്ലിഫ്ടൻവില്ല’ എന്ന് നാമകരണം ചെയ്തു.

പാദചാരികളും അശ്വാരൂഢരും കുതിരവണ്ടികളും നിറഞ്ഞു നിൽക്കുന്ന ലണ്ടൻ പട്ടണം. ഇന്ത്യയിൽ ഇംഗ്ലീഷുകാർ പ്രദർശിപ്പിച്ചിരുന്ന പ്രൗഢിയോ ഗാംഭീര്യമോ ഇല്ലാത്ത ലണ്ടൻ ജനത സരള ജീവിതമാണ് നയിച്ചിരുന്നത്.

പഴയ മാളികകളും കൊട്ടാരങ്ങളും ദേവാലയങ്ങളും തലയുയർത്തി നിൽക്കുന്ന ആ ദ്വീപിലെ ഓരോ ഇഞ്ച് ഭൂമിയും ഉപയോഗത്തിൽ വരു

ത്തിയിരിക്കുന്നു. ലോകത്തിന്റെ നാനാഭാഗത്തുനിന്നും കൊള്ളയടിച്ചു കൊണ്ടുവന്ന സമ്പത്ത് ആ പട്ടണത്തിൽ നിറഞ്ഞുനിന്നിരുന്നു.

മേഗ്‌ലിംഗ് ഓരോ സ്ഥലവും ചിക്‌വീരരാജന് പരിചയപ്പെടുത്തിക്കൊടുത്തു.

"ഇത് ഹൈഡ്പാർക്ക്, ഞങ്ങളുടെ നാട്ടിലെ പ്രസിദ്ധമായ ഉദ്യാനമാണ്. അതാ, അതാണ് നൈറ്റ്സ് ബ്രിഡ്ജ്. ഇത് കെൻസിങ്ടൻ റോഡ്. അത് പൂന്തോട്ടം. മുമ്പ് ഇതെല്ലാം ചക്രവർത്തിമാരുടെ സ്വത്തായിരുന്നു. അവരിലൊരാൾ പൊതുപയോഗത്തിനായി ഇതെല്ലാം വിട്ടുകൊടുക്കുകയാണുണ്ടായത്."

ക്ലിഫ്ടൻവില്ല ചിക്‌വീരരാജന് ഇഷ്ടപ്പെട്ടു. വെള്ളക്കാരും നീഗ്രോകളുമായിരുന്നു വേലക്കാർ. കുതിരകളും കുതിരവണ്ടികളും മനോഹരമായിരുന്നു.

"എന്റെ വീട് ഇവിടെ അടുത്തുതന്നെയാണ്" മേഗ്‌ലിംഗ് പറഞ്ഞു. "ആദ്യമായി ഞാൻ ഭാരതത്തിലെത്തിയപ്പോൾ എല്ലാം ചിത്രവിചിത്രമായി തോന്നിയിരുന്നു. ഇപ്പോൾ നിങ്ങൾക്കും ആ അനുഭവമായിരിക്കും."

രാജകുമാരി പുഞ്ചിരിച്ചു. ഇംഗ്ലീഷിൽ അവൾ പറഞ്ഞു:

"ലണ്ടൻ നഗരത്തെക്കുറിച്ച് ഞാൻ കേട്ടറിഞ്ഞിരുന്നു. വായിച്ച് മനസിലാക്കുകയും ചെയ്തിട്ടുണ്ട്. കുട്ടിക്കാലത്ത് കണ്ടുമറന്ന നാട്ടിൽ തിരിച്ചെത്തിയ അനുഭവമാണ് എനിക്കുണ്ടാകുന്നത്."

"ഓ....! എത്ര സുന്ദരമായ കൽപ്പന."

ചിക്‌വീരരാജ അഭിമാനത്തോടെ മന്ദസ്മിതം തൂകി.

അൽപ്പകാലം അച്ഛനും മകളും ലണ്ടൻ പട്ടണം ചുറ്റിക്കാണുന്നതിന് ചെലവഴിച്ചു. പ്രമുഖരായ പല വ്യക്തികളുമായും അവർ പരിചയപ്പെട്ടു.

ഈസ്റ്റിന്ത്യൻ കമ്പനിയുടെ പ്രതിനിധികൾ സദാ ചിക്‌വീരരാജനെ നിരീക്ഷിച്ചിരുന്നു.

ലോർഡ് എലെൻബറോ നിര്യാതനായി. ലെഫ്റ്റനന്റ് കേണൽ കാർപെന്റർ ചിക്‌വീരരാജന്റെ ആഗമനത്തിൽ സന്തോഷം പ്രകടിപ്പിച്ചു.

ഇന്ത്യയിലേക്ക് പുതുതായി വരുന്നവരും അവിടെനിന്ന് സ്വദേശത്തേക്ക് തിരിച്ചെത്തുന്നവരും ക്ലിഫ്ടൻവില്ല സന്ദർശിച്ചു. ചിക്‌വീരരാജന്റെ ആതിഥ്യം ലണ്ടനിൽ സംസാരവിഷയമായിത്തീർന്നു.

67

ചിക്‌വീരരാജനെക്കുറിച്ച് ഭരണതലങ്ങളിൽ നല്ല അഭിപ്രായം സൃഷ്ടിക്കാൻ മേഗ്‌ലിംഗ് ആത്മാർഥമായി ശ്രമിച്ചു. ബ്രിട്ടീഷ് മേധാവികൾ ചിക്‌വീരരാജനെ അഭിനന്ദിച്ചുകൊണ്ടെഴുതിയ കത്തും അയാൾ എല്ലാവരെയും കാണിച്ചു.

1841 ൽ ലോർഡ് എലെൻബറോ എഴുതിയതായിരുന്നു അതിലൊന്ന്.

"താങ്കളുമായി ബന്ധപ്പെടാൻ ഭാഗ്യം സിദ്ധിച്ച എല്ലാ ഇംഗ്ലീഷുകാരും താങ്കളുടെ ഗുണങ്ങളെയും കാശിയിലെ ജീവിതരീതികളെയും പ്രശംസിച്ചിരിക്കുന്നു. ആ അഭിപ്രായപ്രകടനങ്ങൾ താങ്കളെ കൂടുതൽ എന്നിലേക്കടുപ്പിച്ചിരിക്കയാണ്. താങ്കളുടെയും താങ്കളുടെ വംശത്തിന്റെയും അന്തസ്സിനും ഗൗരവത്തിനും കോട്ടം തട്ടാത്തവിധം വല്ലതും ഉടനെ ചെയ്യാൻ കഴിയുമെന്നാണ് ഞാൻ വിശ്വസിക്കുന്നത്."

1848 ൽ കാർപെന്റർ എഴുതിയ മറ്റൊരു കത്ത് ഇപ്രകാരമായിരുന്നു.

"കുടക് മഹാരാജാവിനോട് വിടപറയുന്ന ഈ സന്ദർഭത്തിൽ അദ്ദേഹത്തിന്റെ ശാന്തവും സരളവുമായ ജീവിതത്തെക്കുറിച്ച് മൗനം ഭജിക്കാനാകില്ല. അദ്ദേഹത്തിന്റെ സ്നേഹവാക്കുകൾ എന്നെ അത്യധികം സന്തോഷിപ്പിച്ചിരിക്കുന്നു."

മേക്ഗ്രിഗർ 1849 ൽ എഴുതിയതാണ് വേറൊരു കത്ത്:

"ശാന്തവും അന്യാദൃശവുമായ പെരുമാറ്റംകൊണ്ട് താങ്കൾ എന്റെ സ്നേഹത്തിനും പ്രശംസയ്ക്കും പാത്രീഭൂതനായിത്തീർന്നിരിക്കുന്നു."

കത്തുകൾ വായിച്ച സുഹൃത്തുക്കൾ മേഗ്ലിംഗിനോടഭിപ്രായപ്പെട്ടു:

"നിങ്ങളുടെ സുഹൃത്തിനോട് കാണിച്ചിരിക്കുന്നത് അനീതിതന്നെയാണ്. എങ്കിലും ഈസ്റ്റിന്ത്യൻ കമ്പനിയുടെ തീരുമാനത്തെ മറികടക്കുവാനാർക്കു കഴിയും? രാജ്യത്തിനുവേണ്ടി പ്രയത്നിക്കുന്നതിനുമുമ്പ് വേറെ വല്ല വഴിയും ഉണ്ടോ എന്നന്വേഷിക്കുന്നത് നല്ലതാണ്."

അവർ പഞ്ചാബിലെ ദിലീപ്സിങ്ങിന്റെ കാര്യം സൂചിപ്പിച്ചു. ഈസ്റ്റിന്ത്യൻ കമ്പനിക്കാർ പഞ്ചാബ്സിംഹം രൺജിത്സിങ്ങിനെ തോൽപ്പിച്ച് രാജ്യം പിടിച്ചടക്കി. അയാളുടെ ഒമ്പതുവയസുള്ള മകൻ ദിലീപായിരുന്നു ഏക രാജ്യാവകാശി. ദിലീപനെ ഇംഗ്ലീഷുകാർ അമ്മയിൽനിന്നും വേർപ്പെടുത്തി ലണ്ടനിലേക്ക് കൊണ്ടുവന്നു. ഇംഗ്ലീഷ് വിദ്യാഭ്യാസം സിദ്ധിച്ച ദിലീപ് ക്രിസ്തുമതത്തിൽ ചേർന്നു. സമീപ ഭാവിയിൽത്തന്നെ അയാൾ പഞ്ചാബ് ഭരിച്ചേക്കും.

ചിക്‌വീരരാജനും തന്റെ മകളെ ചക്രവർത്തിക്ക് വിട്ടുകൊടുക്കട്ടെ. ഭാവിയിൽ കുടക്റാണിയാകാനുള്ള ഭാഗ്യം അവൾക്ക് ലഭിക്കാതിരിക്കില്ല.

ഇക്കാര്യം മേഗ്ലിംഗിനും തോന്നിയിരുന്നു. പക്ഷേ, ഇതെങ്ങനെ രാജാവിനോട് പറയും? രാജാവിനെ വേദനിപ്പിക്കേണ്ടെന്ന് കരുതി മിണ്ടാതിരിക്കയായിരുന്നു.

സുഹൃത്തുക്കളുടെ നിർദേശം മേഗ്ലിംഗിനെ ധൈര്യപ്പെടുത്തി. ദിലീപ് സിങ്ങിനോടൊപ്പം അയാൾ ക്ലിഫ്ടൻവില്ല സന്ദർശിച്ചു.

ചിക്‌വീരരാജ സസന്തോഷം അതിഥികളെ സ്വാഗതം ചെയ്തു.

കുശലപ്രശ്നങ്ങൾക്കിടയിൽ ചിക്‌വീരരാജ ദിലീപ്സിങ്ങിനോട് പറഞ്ഞു:

"പഴയ കഥയാണ്. നിങ്ങളുടെ പിതാവുമായി മൈത്രീബന്ധം സ്ഥാപിക്കുന്നതിന് നാം ഒരു ദൂതനെ ലാഹോറിലേക്കയച്ചിരുന്നു. അയാൾ

അവിടെ എത്തിയിരുന്നോ ഇല്ലയോ എന്നറിവില്ല. പിന്നീട് കഥയെല്ലാം മാറിപ്പോയല്ലൊ."

അച്ഛന്റെ പ്രസ്താവം ദിലീപ്സിങ്ങിനെ അസ്വസ്ഥനാക്കിയതു പോലെ തോന്നി.

ഒരുനിമിഷത്തെ മൗനത്തിനുശേഷം അയാൾ പറഞ്ഞു:

"ഇതും പഴയ കഥയാണ്. അന്ന് എന്തൊക്കെയോ സംഭവിച്ചിട്ടുണ്ട്. അതൊന്നും ഓർത്തിട്ടോ. പറഞ്ഞിട്ടോ ഇനി പ്രയോജനമില്ല."

മേഗ്‌ലിംഗ് ചിക്‌വീരരാജന്റെ ഓരോ ചലനങ്ങളും നിരീക്ഷിച്ചു. തന്റെ അനുഭവപാഠങ്ങൾ അയാൾ രാജാവിന്റെ മുന്നിൽ നിരത്തിവച്ചു.

ഇംഗ്ലണ്ടിലെത്തിയതിനുശേഷമുള്ള തന്റെ കഥകളും അനുഭവ ങ്ങളും ദിലീപ്സിങ് വിസ്തരിച്ച് പ്രതിപാദിച്ചു.

ദിലീപ്സിങ് പോയതിനുശേഷം മേഗ്‌ലിംഗ് പറഞ്ഞു.

"ചുറുചുറുക്കുള്ള പയ്യൻ. ഒറ്റയ്ക്കായിട്ടും നല്ലപോലെ തഴച്ച് വളർന്നി രിക്കുന്നു. മുതിർന്നവരുടെ രക്ഷയിലായിരുന്നെങ്കിൽ ഇതിനേക്കാൾ സമർഥനായിത്തീരുമായിരുന്നു."

"ഉം.... നിങ്ങളുടെ വിദ്യാഭ്യാസപദ്ധതി മനുഷ്യനെ പൂർണമായും മാറ്റിത്തീർക്കുന്നതാണ്."

അന്ന് ചർച്ച പൂർത്തിയായില്ല. മറ്റൊരു ദിവസംകൂടി മേഗ്‌ലിംഗ് വന്നു.

"ഇവിടെ വന്നിട്ട് രണ്ട് വർഷമായി. നമ്മുടെ അധികാരപ്രശ്നം ഇനിയും ഒന്നുമായിട്ടില്ല." സങ്കടത്തോടെ ചിക്‌വീരരാജ പറഞ്ഞു.

"പ്രശ്നം എളുപ്പത്തിൽ പരിഹരിക്കണമെങ്കിൽ ഒറ്റ വഴിയേയുള്ളൂ. രാജകുമാരിയിൽ ചക്രവർത്തിയുടെ കൃപാകടാക്ഷം പതിയണം."

"അതെങ്ങനെ കഴിയും?"

"രാജകുമാരിയെ ചക്രവർത്തിയുടെ കാൽക്കൽ അടിയറവയ്ക്കണം. 'ഇവൾക്ക് മാതാവില്ല. രാജമാതാവായി കൽപ്പിക്കാൻ ദയവുണ്ടാകണം' എന്ന് അഭ്യർഥിക്കണം."

"നമ്മുടെ മകളെ ഉപേക്ഷിക്കണമെന്നാണോ?"

"ഛെ.... ഛെ ഉപേക്ഷിക്കയൊന്നും വേണ്ട. ഒരു പേരുവിളിക്കൽ ചടങ്ങുമാത്രമാണിത്."

"യുവറാണിക്ക് മറ്റൊരു പേരോ?"

"ഉള്ള പേരിനോടൊപ്പം മറ്റൊന്നുകൂടി."

"മതംമാറ്റത്തെപ്പറ്റിയാണോ സൂചിപ്പിക്കുന്നത്?"

മേഗ്‌ലിംഗ് പുഞ്ചിരിച്ചു.

"ഭാരതത്തിൽ നിരവധിപേർ മതം മാറിയിട്ടുണ്ട്. പക്ഷേ, നിങ്ങളുടെ മകളെ മതപരിവർത്തനം നടത്തിയിട്ട് എനിക്ക് സ്വർഗത്തിൽ പ്രത്യേക സ്ഥാനമൊന്നും കിട്ടാൻ പോകുന്നില്ല. ചക്രവർത്തി കനിഞ്ഞ് കുടക് നിങ്ങൾക്കുതന്നെ ലഭിക്കുമാറാകട്ടെയെന്നാണ് എന്റെ പ്രാർഥന."

"ഇന്നുരാത്രി നമുക്കുറക്കം വരില്ല." ചിക്‌വീരരാജ പറഞ്ഞു.

അന്നുമാത്രമല്ല, തുടർന്നുള്ള പല രാത്രികളിലും ചിക്‌വീരരാജന് ഉറക്കംവന്നില്ല.

മഞ്ഞുപെയ്തുകൊണ്ടിരുന്ന ആ സന്ധ്യക്ക് ചിക്‌വീരരാജ ലണ്ടൻ പാലത്തിലൂടെ അൽപ്പദൂരം നടന്നു. ഇംഗ്ലീഷ് രീതിയിലുള്ള വസ്ത്രധാരണമായതിനാൽ പ്രത്യേകിച്ചാരും അയാളെ ശ്രദ്ധിച്ചില്ല. മഞ്ഞുപെയ്യുന്നതുമൂലം ആളുകളെ തിരിച്ചറിയാനും പ്രയാസമായിരുന്നു. പാലത്തിന്റെ മധ്യത്തിൽനിന്നുകൊണ്ട് പാഞ്ഞൊഴുകുന്ന നദിയെ അയാൾ ശ്രദ്ധിച്ചു. കാവേരിയും ഗംഗയും ആ സ്മരണയിലോടിയെത്തി. ലണ്ടനിലെ പുണ്യനദിയാണ് ഥേംസ്. ചരിത്രപരമായും ധാർമികമായും അതിന് മഹത്വമുണ്ട്. ക്ളോഡിയൻ എന്ന റോമൻ സമ്രാട്ട് ഇംഗ്ലണ്ടിനെ ആക്രമിക്കാൻ നിർമിച്ചതാണ് ഈ പാലം. മുമ്പൊരിക്കൽ ഈ രാജ്യവും പരതന്ത്രതയിൽപ്പെട്ടുഴന്നിരിക്കണം. ഇപ്പോൾ ഇതേ രാജ്യവും മറ്റുള്ളവരുടെ സ്വാതന്ത്ര്യം അപഹരിച്ചെടുക്കുന്നു!

താനൊരു തടവുപുള്ളിയാണെന്ന് ചിക്‌വീരരാജന് തോന്നി. ലക്ഷ്യമില്ലാതെ ജീവിതസമുദ്രത്തിൽ അലഞ്ഞുതിരിയുന്ന തോണി. ബേലൂരിലെ കൊട്ടാരവും ഈ ക്ലിഫ്ടൻവില്ലയും തമ്മിൽ എന്ത് വ്യത്യാസം? ഈ പാലത്തിൽനിന്ന് താഴേക്ക് ചാടിയാലോ? സാധ്യമാകുമോ? ആത്മഹത്യ ചെയ്യാൻ തനിക്കാകുമോ? തന്റെ മകളുടെ ഗതി? ഏതായാലും പരാജിതനായി ഈ നാട്ടിൽനിന്ന് മടങ്ങാനാകില്ല. നഷ്ടപ്പെട്ട രാജ്യം സമ്പാദിക്കുകതന്നെ വേണം. എങ്ങനെ? ഇവർ മതഭ്രാന്തരാണ്! ഒരു കണക്കിന് എല്ലാ മതവും ഒന്നുതന്നെയല്ലെ. ഇവരുടെ ആഗ്രഹംതന്നെ നടക്കട്ടെ! അതുകൊണ്ടെന്താ പാപിയായിത്തീരുമോ? അന്ന് വലിയച്ഛനുള്ളപ്പോൾ മടിക്കേരിയിൽ സാധിക്കാതിരുന്നത് ഇപ്പോൾ ഈ മേഗ്‌ലിംഗ് പൂർത്തിയാക്കുകയാണോ? അല്ല. അയാളെ സംശയിക്കരുത്. പാവം. അയാളെ ക്കൊണ്ടെന്താകാൻ! അയാളുടെ പ്രേരണമൂലമാണല്ലൊ ഇവിടെയെത്തിയത്. ഇപ്പോൾ അയാളെ നിസ്സാരനാക്കിപ്പറയുന്നത് ശരിയാണോ? ഇതുവരെ അയാൾ പറഞ്ഞതും എന്താണ്. പേര് വിളിക്കണം. അത്രയല്ലെ? ഇതിലിത്ര പ്രയാസപ്പെടാനെന്താണുള്ളത്?

ഏതായാലും മകളോട് ചോദിക്കാം. അവളുടെ അഭിപ്രായത്തിനനുസരിച്ച് പ്രവർത്തിക്കാം.

ക്ലിഫ്ടൻവില്ലയിൽ തിരിച്ചെത്തിയപ്പോൾ മേഗ്‌ലിംഗ് കാത്തിരിക്കയായിരുന്നു.

"അന്ന് നിങ്ങളുടെ മനസ്സ് വേദനിപ്പിച്ചതിന് ക്ഷമചോദിക്കാനാണ് ഞാൻ വന്നത്" അയാൾ പറഞ്ഞു.

"രാജകുമാരിയുടെ അഭിപ്രായംപോലെ പ്രവർത്തിക്കാൻ നാം നിശ്ചയിച്ചുകഴിഞ്ഞു" ചിക്‌വീരരാജ അറിയിച്ചു.

68

ചിക്‌വീരരാജന്റെ അപേക്ഷ ബ്രിട്ടീഷ് രാജ്ഞി സ്വീകരിച്ചു.

കുടക് രാജകുമാരി 'വിക്ടോറിയ ഗൗരമ്മ' എന്ന പുതിയ പേര് സ്വീകരിച്ചു. കൊട്ടാരത്തിനുള്ളിലെ ക്ഷേത്രത്തിൽ ക്ഷണിക്കപ്പെട്ടവരുടെ

മുന്നിൽവെച്ച് ആ ചടങ്ങ് നടന്നു. ചിക്‌വീരരാജ ദൃഷ്ടാവിനെപ്പോലെ നിന്നതേയുള്ളൂ. വിക്ടോറിയാ മഹാറാണി 'മകളേ' എന്നുവിളിച്ചുകൊണ്ട് രാജകുമാരിയെ തലോടി. ഇതൊരു പുതിയ ബന്ധത്തിന്റെ നാന്ദിയാണെന്ന് ചിക്‌വീരരാജന് തോന്നി.

'മകൾ' അമ്മയ്ക്ക് അനർഘ രത്നങ്ങൾ കാഴ്ചവെച്ചു. ചിക്‌വീര രാജ മഹാറാണിയെ മുട്ടുകുത്തി നമസ്കരിച്ചു. ഇത്രമാത്രം....

കാലം കടന്നുപോയി.

ദിലീപ്സിങ് പഞ്ചാബ് രാജാവായില്ല. വിക്ടോറിയ ഗൗരമ്മ കുടകിലെ റാണിയായതുമില്ല.

"താങ്കൾ വെറുതെയിരിക്കരുത്. ഇത് അനീതിയാണ്. കമ്പനിക്കാരുടെ കൈവശമുള്ള നിധി ലഭിക്കുന്നതിന് ന്യായാസനത്തിൽ അപേക്ഷിക്കുന്നത് നല്ലതാണ്. അതിനുമുമ്പ് ഇക്കാര്യങ്ങളെല്ലാം പത്രത്തിൽ പ്രസിദ്ധം ചെയ്യണം. പാർലമെന്റിലെ ചില മെമ്പർമാരെയും കാണണം. പണച്ചെലവുണ്ടാകുമെങ്കിലും മടിക്കരുത്." കാർപെന്റർ നിർദേശിച്ചു.

ലണ്ടനിലെ പത്രങ്ങളിൽ ചിക്‌വീരരാജന്റെ കത്ത് പ്രസിദ്ധം ചെയ്യപ്പെട്ടു.

1856 ലെ *ഡെയിലി ന്യൂസിൽ* വന്ന വാർത്ത സത്യസ്ഥിതി പുറത്തുകൊണ്ടുവരാൻ സഹായകമായിത്തീർന്നു.

"കുടക് ജനത ഈസ്റ്റിന്ത്യൻ കമ്പനിയുടെ ആധിപത്യം ഇഷ്ടപ്പെടുന്നുവെന്നുള്ളത് സത്യമല്ല. അവർ തലകുനിച്ചെന്നുള്ളത് ശരിയാണ്. എന്നാൽ എന്തുകൊണ്ട് അവരങ്ങനെ ചെയ്തു? തങ്ങളുടെ രാജാവിനെ അവർക്കു നഷ്ടപ്പെട്ടു. പെട്ടെന്നുള്ള ആക്രമണമായതിനാലും നേതൃത്വമേറ്റെടുക്കാനാളില്ലാത്തതിനാലുമാണ് മനസ്സ് പണയപ്പെടുത്തിയിട്ടാണെങ്കിലും ശക്തരായ എതിരാളികൾക്ക് അവർ കീഴടങ്ങിയത്. നാം പുറത്താക്കപ്പെട്ടപ്പോൾ, ഇംഗ്ലീഷുകാരുടെ സഹാനുഭൂതിക്കും ഗൗരവത്തിനും അർഹനല്ലാത്ത വ്യക്തിയായി നമ്മെ ചിത്രീകരിച്ചിരുന്നു. എന്നാൽ പത്രാധിപരേ, യാതൊരു തെറ്റും ചെയ്യാത്ത മനഃസാക്ഷിയോടുകൂടിയാണ് നാമിവിടെ കഴിയുന്നത്. നമ്മുടെ രാജ്യം പിടിച്ചെടുക്കുകയാണുണ്ടായത്. നമ്മുടെ പ്രജകൾ നമ്മുടെ നിസ്സഹായതയിൽ കരഞ്ഞുകൊണ്ടിരിക്കെയാണ് പെട്ടെന്ന് നമ്മെ പുറംരാജ്യത്തേക്ക് കൊണ്ടുവന്നത്."

പാർലമെന്റിലെ ചില അംഗങ്ങൾ കമ്പനിക്കെതിരെ പ്രസ്താവന പുറപ്പെടുവിച്ചു.

ചാൻസറിയിൽ ചിക്‌വീരരാജ ഹർജി കൊടുത്തു.

(ഇരുപത്തഞ്ചുവർഷംമുമ്പ് രാജ്യം നഷ്ടപ്പെട്ട മൈസൂർ രാജാവായ കൃഷ്ണരാജനുവേണ്ടിയും വക്കീലന്മാർ ചാൻസറിയിൽ വാദം നടത്തിക്കൊണ്ടിരുന്നു.)

ചിക്‌വീരരാജന്റെ പ്രശ്നം ഇംഗ്ലണ്ട് ജനതയുടെ ശ്രദ്ധ പിടിച്ചുപറ്റി.

ഈസ്റ്റിന്ത്യൻ കമ്പനി രോഷംപൂണ്ടു. രാജാവിനു നൽകിയിരുന്ന വാർഷിക പെൻഷൻ നിർത്തൽ ചെയ്തു. ഇന്ത്യയിലേക്ക് തിരികെപോകണമെന്ന് അവരാവശ്യപ്പെട്ടു.

ചിക്‌വീരരാജ കമ്പനി ആസ്ഥാനത്തിലേക്ക് മറുപടി അയച്ചു:

"കുറച്ചുകാലംകൂടി നാമിവിടെ കഴിയുന്നതുകൊണ്ട് ബഹുമാനപ്പെട്ട കമ്പനിക്ക് എന്ത് അപായമാണ് വരുന്നതെന്ന് മനസിലാകുന്നില്ല. നാമിപ്പോൾതന്നെ ഭാരതത്തിലേക്ക് മടങ്ങിയാൽ ചാൻസറിയിലുള്ള നമ്മുടെ കേസ്‌വിചാരണ നിർത്തിവയ്ക്കപ്പെടും.

ദിലീപ്സിങ്ങിന് നമ്മെക്കാൾ നാൽപ്പതുശതമാനം കൂടുതൽ പെൻഷൻ നൽകുന്നുണ്ടല്ലോ? അതെല്ലാം ചെലവഴിക്കാനും അവകാശമുണ്ട്. അയാളുടെ ജീവിതത്തിന് യാതൊരു കടിഞ്ഞാണുമില്ല. നമ്മുടെ വിഷയത്തിൽമാത്രം ഈ കടുംപിടുത്തമെന്തിന്?

നമ്മുടെ പ്രശ്നം ശാന്തമായി ചിന്തിച്ചു നോക്കൂ! വൃദ്ധനായ കുടക് രാജാവിന്റെ പെൻഷൻ നിർത്തണം. ആ വൃദ്ധനെ ഉടനെ ഭാരതത്തിലേക്ക് തിരിച്ചയക്കണം. അയാളെ മകളിൽനിന്ന് വേർപെടുത്തണം. ചാൻസറിയിലുള്ള കേസ് വിചാരണ നിർത്തിവെപ്പിക്കണം. എന്നൊക്കെ നെഞ്ചിൽ കൈവച്ച് ഉത്തരവിടാൻ താങ്കൾക്ക് കഴിയുമോ?

ഒറ്റയ്ക്ക് ചെയ്യാനാകാത്ത ഇക്കാര്യം കൂട്ടായി നമ്മിലടിച്ചേൽപ്പിക്കാനാണോ താങ്കളുടെ ഭാവം! മറ്റുള്ളവർ എങ്ങനെ പെരുമാറണമെന്ന് നീ കരുതുന്നുവോ. അതുപോലെ നീയും പെരുമാറുക.' എന്നല്ലേ ക്രിസ്തു വചനം. ഇതെല്ലാം പരിഗണിച്ച് നമ്മുടെ കാര്യം പുനഃപരിശോധിക്കണമെന്ന് ആവശ്യപ്പെടുകയാണ്."

കമ്പനി ആസ്ഥാനത്തിലുള്ളവർ തങ്ങൾ ബധിരരാണെന്ന ഭാവത്തിൽ ഇരുന്നതേയുള്ളൂ. എങ്കിലും ചാൻസറിയിലുള്ള കേസ് കഴിയുന്നതുവരെ ഇവിടെത്തന്നെ കഴിഞ്ഞോട്ടെ. എന്ന് അവർ ഉത്തരവിട്ടു.

പെൻഷൻകാര്യം കമ്പനി പുനഃപരിശോധിച്ചില്ല.

കേസ് അവസാനിക്കാറായപ്പോൾ ചിക്‌വീരരാജ വിക്ടോറിയ മഹാറാണിക്ക് ഒരു ഹർജി സമർപ്പിച്ചു:

"നിർവാസിതനായ നമ്മെ കഴിഞ്ഞ ഇരുപത്തിനാല് വർഷങ്ങളായി തടവുപുള്ളിയെപ്പോലെയാണ് ഗണിച്ചുവന്നിട്ടുള്ളത്. ഇനിയെങ്കിലും വ്യക്തിപരമായ സ്വാതന്ത്ര്യം നമുക്ക് ലഭിക്കണം. ഭാരതത്തിലേക്ക് മടങ്ങണമെന്ന് നിർബന്ധിക്കരുത്. ഭാരതത്തിലേക്ക് പോകണമെന്ന ആഗ്രഹം ഇല്ലാതില്ല. അവിടെയെത്തി മക്കളോടൊപ്പം ഇവിടേക്കുതന്നെ വരണമെന്നാണ് ആശിക്കുന്നത്. അതുകൊണ്ട് ഭാരതത്തിലേക്കും ലണ്ടനിലേക്കും യഥേഷ്ടം സഞ്ചരിക്കാനുള്ള സ്വാതന്ത്ര്യം നമുക്ക് അനുവദിക്കണം. പെൻഷൻ നിർത്തിവച്ചതിനുപകരം ഇനിയുള്ള നമ്മുടെ ജീവിതത്തിന് ആവശ്യമായ ഭദ്രത ഉറപ്പുവരുത്തണമെന്നും അപേക്ഷിക്കുന്നു."

പക്ഷേ, സമയം ചിക്‌വീരരാജനോട് ക്രൂരമായാണ് പെരുമാറിയത്.

69

ആയിരത്തി എണ്ണൂറ്റി അൻപത്തി ഏഴ് ഇന്ത്യയെ സംബന്ധിച്ചിടത്തോളം അവിസ്മരണീയമായ ഒരു വർഷമാണ്.

രാഷ്ട്രീയമായ ഉയിർത്തെഴുന്നേൽപ്പുകളുണ്ടായി. പരദേശികളെ തടഞ്ഞുനിർത്താൻ യത്നിച്ചു. അങ്ങിങ്ങായി സംഘട്ടനങ്ങൾ നടന്നു. തീപ്പുക ആകാശത്തിൽ നിറഞ്ഞുനിന്നു.

ബ്രിട്ടീഷുകാരുടെ ദാസന്മാരായിത്തീർന്ന സ്വദേശീയരാണ് ഇന്ത്യക്കാരുടെ പരാജയത്തിന് ഹേതുവായിത്തീർന്നത്.

ബ്രിട്ടീഷുകാർക്കെതിരെ ചെറുത്തുനിന്നവർക്ക് ഏകരാഷ്ട്രം എന്ന സങ്കൽപ്പം ഉണ്ടായിരുന്നെങ്കിലും അവരുടെ പോരാട്ടങ്ങൾ ദേശാഭിമാനികളെ ആവേശംകൊള്ളിക്കുകയും സ്വാതന്ത്ര്യസമരത്തിലേക്ക് ഉണർത്തിവിടുകയും ചെയ്തു. തങ്ങൾ അജയ്യരാണെന്ന് വിശ്വസിച്ചിരുന്ന ഇംഗ്ലീഷുകാരെ ഇത് വിഷമിപ്പിച്ചു.

രാജാക്കന്മാരും പ്രജകളും ഹിന്ദുക്കളും മുസ്ലിങ്ങളും എല്ലാം ഒരേ ലക്ഷ്യത്തിനുവേണ്ടി അണിനിരന്ന ആ സംഭവം അഭൂതപൂർവമായിരുന്നു.

എങ്കിലും ഇംഗ്ലീഷുകാർ ജയിച്ചു.

വെള്ളപ്പൊക്കത്തിൽ മുങ്ങിപ്പോവുമോ എന്ന് അവർ സംശയിച്ചിരുന്നു. എന്നാൽ താമസിയാതെ കൊടുങ്കാറ്റടങ്ങി. വെള്ളമിറങ്ങി തോണി നീന്തിക്കളിച്ചു.

ഭാരതത്തിൽനടന്ന പോരാട്ടങ്ങളെ ഏകീകരിപ്പിച്ച് മുന്നോട്ടു നീക്കാൻ സാധിച്ചിരുന്നില്ല. അതിന് ശ്രമിക്കാനാരും മുതിർന്നില്ലെന്നതാണ് സത്യം. വേണ്ടത്ര സന്നാഹമോ സംഘടനാശേഷിയോ ഇല്ലാതെ അങ്ങിങ്ങായി ചിലർ പോരാടിയെന്നേയുള്ളൂ. പോരാടിയവർ പൊരുതി മരിച്ചു. അതോടെ ആക്രമണവും അവസാനിച്ചു. അവരുടെ സ്ഥാനം ഏറ്റെടുക്കാൻ ഒരു പിൻനിര തയാറുണ്ടായിരുന്നില്ല.

ഇന്ത്യയിലെ സ്ഥിതിഗതികൾ ഇംഗ്ലണ്ടിനെ വിഷമിപ്പിച്ചിരുന്നെങ്കിലും ഗണ്ഡാന്തരമൊഴിഞ്ഞപ്പോൾ സമാധാനത്തോടെ നിശ്വസിച്ചു.

വിക്ടോറിയാ മഹാറാണി ഇന്ത്യൻ ഭരണാധികാരം സ്വയം ഏറ്റെടുത്തു.

1858-ാമാണ്ട് അവസാനത്തോടെ മഹാറാണി വിളംബരം പുറപ്പെടുവിച്ചു.....

"ഇന്ത്യൻ ജനതയുടെ യോഗക്ഷേമങ്ങളിൽ നമ്മുടെ പൂർണ ശ്രദ്ധയുണ്ടായിരിക്കും. അവരുടെ സംതൃപ്തി ചോർന്നുപോകാതെ കാത്തുസൂക്ഷിക്കും. അവരുടെ കൃതജ്ഞതയാണ് നമ്മുടെ ഏറ്റവും മഹത്തായ പ്രതിഫലം."

ഉദാത്തമായ ചിന്തകൾ!

ഇന്ത്യൻ ജനതയെ മുഴുവൻ ഭദ്രമാക്കുന്ന ഈ അവസ്ഥയിൽ ചിക് വീരരാജന്റെ കാര്യം പ്രത്യേകം ചൂണ്ടിക്കാട്ടാനാരുണ്ട്?

ഡൽഹിയിലെ ബഹാദുർഷാഹിനുപോലും സാധിക്കാത്തത് ചിക് വീരരാജന് കഴിയുന്നതെങ്ങനെ?

ആയുധസമരത്തിൽ പരാജിതനായവൻ നിയമയുദ്ധത്തിലും തോറ്റുപോയി.

ഇന്ത്യയിലേക്ക് മടങ്ങിപ്പോകുന്നതിനെക്കുറിച്ചും ഈസ്റ്റിന്ത്യൻ കമ്പനി ഇപ്പോൾ മൗനംപാലിച്ചിരിക്കയാണ്.

തന്റെ ജീവിതത്തിൽ എത്രയോ ജനങ്ങൾക്ക് സ്വത്തും നിലവും നൽകിയിരുന്ന ചിക്വീരരാജന്, ബ്രിട്ടീഷ് രാജ്ഞി ഒറ്റത്തുണ്ട് ഭൂമി പോലും നൽകാനുള്ള ദയ കാണിച്ചില്ല.

കുടക് രാജകുമാരിയായ വിക്ടോറിയ ഗൗരമ്മ ഒരു ഇംഗ്ലീഷ് ക്യാപ്റ്റനെ വിവാഹം കഴിച്ചു.

നല്ല വരനെ കണ്ടുപിടിച്ച് വിവാഹം കഴിപ്പിക്കണമെന്നത് റാണി ഗൗരമ്മയുടെ അന്തിമാഭിലാഷമായിരുന്നു. നല്ല വരനാണോ അയാൾ? റാണിയുണ്ടായിരുന്നെങ്കിൽ ഇതിന് സമ്മതിക്കുമായിരുന്നോ?

വിവാഹത്തോടനുബന്ധിച്ച് ചിക്വീരരാജ നടത്തിയ വിരുന്ന് സൽക്കാരത്തിൽ ലണ്ടൻ നഗരത്തിലെ ആയിരക്കണക്കിന് വിശിഷ്ട വ്യക്തികൾ പങ്കുകൊണ്ടു.

തന്റെ കൈയിൽ ശേഷിച്ച രത്നങ്ങൾ രാജാവ് വിവാഹസമ്മാന മായി മകൾക്ക് നൽകി.

ഇതെല്ലാം കഴിഞ്ഞപ്പോൾ അനാരോഗ്യം ചിക്വീരരാജനെ പിടികൂടി. മരണം ദൂരെനിന്ന് അയാളെ വിളിച്ചുകൊണ്ടിരുന്നു.

ജ്യേഷ്ഠത്തിയേയുംകൂട്ടി അച്ഛൻ തിരികെ വരണമെന്ന് കാണിച്ച് ചിക്വീരരാജന്റെ ഇളയമകൻ സോമശേഖരൻ പലതവണ കത്തയച്ചു.

കാശിയിൽച്ചെന്ന് മക്കളുടെ കുടുംബകാര്യങ്ങളിൽ പങ്കുചേരണ മെന്ന് രാജാവിനും തോന്നിയിരുന്നു. എന്നാൽ അസ്വാസ്ഥ്യം അയാളെ മുറുക്കിപ്പിടിച്ചുകൊണ്ടിരുന്നു.

മേഗ്‌ലിംഗിന്റെ നേതൃത്വത്തിൽ പ്രമുഖരായ ഡോക്ടമാർ ചിക്വീര രാജന്റെ ശുശ്രൂഷയിൽ നിരതരായി. മകൾ ഒരു കുഞ്ഞിനെപ്പോലെ അച്ഛനെ പരിചരിച്ചു. എന്നാൽ അവരുടെ ശ്രമങ്ങളെല്ലാം പാഴിലാവുക യാണുണ്ടായത്. അന്ത്യനിമിഷം സമീപിച്ചു.

“താങ്കളെ ഇവിടേക്ക് കൊണ്ടുവരികവഴി ഞാൻ വലിയൊരു തെറ്റാണ് ചെയ്തിരിക്കുന്നത്. ഞാൻ വിചാരിച്ചതെന്ന്, ദൈവം വരുത്തി ക്കൂട്ടുന്നത് വേറൊന്ന്.” മേഗ്‌ലിംഗ് ദുഃഖിതനായി.

ഇങ്ങനെയൊന്നും പറയരുത് എന്നർഥത്തിൽ രാജാവ് കൈയാട്ടി. മരുമകൻ ഒരു പാതിരിയെ വിളിച്ചുകൊണ്ടുവന്നു.

“അമ്മാവാ...., മരിക്കുന്നതിനുമുമ്പ് ഇത് ചെയ്യാനനുവദിച്ചാലും.”

ചിക്വീരരാജ പാതിരിയെ സൂക്ഷിച്ചുനോക്കിയശേഷം ശാന്തമായി പറഞ്ഞു:

“ക്ഷമിക്കണം....”

മകളുടെ നേർക്ക് ദൃഷ്ടിപായിച്ചുകൊണ്ട് അയാൾ തുടർന്നു:

“നീ നല്ലനിലയിലെത്തിക്കാണാൻ കഴിഞ്ഞില്ല.”

“അങ്ങനെയൊന്നും പറയരുതച്ഛാ.”

“സോമശേഖരനെ ഇങ്ങോട്ട് കൂട്ടണം.”

"ആ."

ഒന്നുരണ്ട് നിമിഷങ്ങൾ കടന്നുപോയി.

"ഗംഗാജലം താ...."

എട്ടുകൊല്ലം മുമ്പ് കാശിയിൽനിന്ന് കൊണ്ടുവന്ന ഗംഗാജലം ആ നിമിഷത്തിനുവേണ്ടി കാക്കുകയായിരുന്നു. പ്രയാസപ്പെട്ട് ഒരു കവിൾ അകത്താക്കി. കൈ മേലോട്ടുയർത്താൻ അയാൾ ശ്രമിച്ചു.

"മഹാ.... ദേവാ....., മഹാ...."

അൽപ്പമുയർന്ന കൈ താഴത്ത് വീണു.

അറുപതു തികഞ്ഞ ചിക്‌വീരരാജ നിത്യശാന്തിയിൽ മുഴുകി. കെൻസാൽഗ്രീൻ ശ്മശാനത്തിൽ ആ മൃതദേഹം സംസ്കരിച്ചു. അടുത്ത വർഷം സോമശേഖരൻ ലണ്ടനിലെത്തി.

"ജ്യേഷ്ഠത്തി നാട്ടിലേക്ക് വരുന്നോ....?"

"സോമാ.... ഇത് എന്റെ ഭർത്താവിന്റെ വീടാണ്. ഞാൻ ഇവിടെ കഴിയുന്നതാണ് ധർമം. അല്ലേ....." ജ്യേഷ്ഠത്തി പറഞ്ഞു.

അച്ഛന്റെ വാളും കിരീടവുംകൊണ്ട് സോമശേഖരൻ കാശിയിൽ തിരിച്ചെത്തി. അവിടെ അമ്മയുടെ സമാധിക്കരികിൽത്തന്നെ അച്ഛനും ഒരു സ്മാരകം പണിതു.

70

ജയിലിൽനിന്ന് രക്ഷപ്പെടാൻ തുനിയുന്നതുവരെ അപരംപാര സ്വാമികളോട് അധികാരികൾ നല്ല നിലയിലാണ് പെരുമാറിയിരുന്നത്. അയാളുമായി സംഭാഷണത്തിന് പലരും ഇടയ്ക്കിടെ വരുമായിരുന്നു. എന്നാൽ ആ സംഭവത്തിനുശേഷം അദ്ദേഹത്തെ കാണാൻ ആരും വന്നില്ല. അന്ധതയോടൊപ്പം ആ ഏകാന്തതയും അയാളെ വീർപ്പുമുട്ടിച്ചു.

"അവനോട് കൂടുതൽ അടുക്കരുത്. നശിച്ച വർഗത്തിൽപ്പെട്ടതാണ്. ഇവന്മാരുടെയൊക്കെ നിറംമാറുന്നത് ആർക്കും കാണാനാകില്ല. സൂക്ഷിക്കണം." ഡോക്ടറോട് ജയിലധികാരി പറഞ്ഞു.

"നന്ദി. അന്ധനായ ആ മനുഷ്യൻ എന്തുചെയ്യാൻ. എങ്കിലും ഞാൻ ശ്രദ്ധിച്ചോളാം." കാമ്പ്ബെൽ മറുപടി പറഞ്ഞു.

ആഴ്ചതോറും അയാൾ ജയിൽ സന്ദർശിച്ചിരുന്നു. അപ്പോഴൊക്കെ സ്വാമികളെ കാണാനും സംസാരിക്കാനും അയാൾ മറക്കാറില്ല.

ബൂട്ടിന്റെ ഒച്ചകൊണ്ടുതന്നെ ആഗതനെ അപരംപാര മനസിലാക്കി.

"നമസ്കാരം സ്വാമിജി."

"നമസ്കാരം ഡോക്ടറെ."

"സ്വാമിജി എന്ത് ചെയ്യുകയാ?"

"നിങ്ങളെ നോക്കിക്കൊണ്ടിരിക്കുന്നു."

കാമ്പ്ബെല്ലിന്റെ ഹൃദയം വേദനിച്ചു.

"അസുഖമൊന്നുമില്ലല്ലോ?"

"ഇല്ല."

"എന്തെങ്കിലും ആവശ്യമുണ്ടോ?"

"ആവശ്യമുള്ളത് തരുമോ?"

"പറയൂ എന്താ വേണ്ടത്?"

"സ്വാതന്ത്ര്യം!! നമുക്ക് സ്വാതന്ത്ര്യം വേണം!! നമ്മുടെ നാട്ടിന് സ്വാതന്ത്ര്യം വേണം!! പറയൂ.... നിങ്ങൾക്കത് തരാൻ കഴിയുമോ?"

കാമ്പ്ബെൽ സ്തബ്ധനായിപ്പോയി.

"എന്താ മൗനംപൂണ്ടത്? അത് നിങ്ങളുടെ കൈയിലില്ലെന്ന് നമുക്കറിയാം. ഇനി ആർക്കും അത് തരാനാകുമെന്നും തോന്നുന്നില്ല." ആ ശബ്ദം ഇടറിയിരുന്നു.

പഞ്ജരത്തിനുള്ളിലെ ആ ഏകാന്തജീവിതം അപരംപാരന് മടുത്തുകഴിഞ്ഞിരുന്നു. ഒറ്റമുറിയുള്ള കെട്ടിടം. പകൽ അൽപ്പസമയം സൂര്യരശ്മികൾ കടന്നുവരും. മാസത്തിൽ രണ്ടോ മൂന്നോ ദിവസം ചന്ദ്രികയും ഒളിഞ്ഞുനോക്കിയെന്നിരിക്കും. വർഷകാലത്തെ നിലയാണ് ഏറ്റവും പരിതാപകരം. ചാറൽജലം അകത്തേക്കടിച്ചുകയറും. കുത്തിയിരിക്കാൻ പോലും ഇടമുണ്ടാകില്ല. അത്തരം രാത്രികളിൽ ശിവരാത്രി വ്രതമാണെന്ന് കരുതി ഉറക്കമൊഴിച്ചിരിക്കും. മഴവെള്ളം അടിച്ചുകയറുമ്പോൾ കാവേരി സ്നാനമാണെന്ന് വിചാരിക്കും.

ഇരുളിന്റെ തോടിനുള്ളിൽ എത്രനാൾ ഇങ്ങനെ കഴിഞ്ഞുകൂടും? ചിന്തകൾ കുന്നുകൂടിവരും. ഭ്രാന്ത് പിടിപെടുമോ എന്നുപോലും തോന്നും. മാനസിക സമ്മർദത്തിന്റെ അത്തരം നിമിഷങ്ങളിൽ അയാൾ ഉച്ചത്തിൽ വിളിച്ചുപറയും:

"ചിന്താപിശാചുക്കളേ.... ദൂരെപ്പോ...... ദൂരെപ്പോ.....!"

അഗ്നിപർവതം പൊട്ടിത്തെറിക്കും. ലാവ ഒലിച്ചിറങ്ങും. കുറച്ചുസമയത്തിനുള്ളിൽ പർവതം ശാന്തമാകും. പിന്നീട് ഉറക്കെയുള്ള ശിവഭജനാലാപമാണ്.

മറ്റ് മുറികളിൽ കഴിയുന്ന തടവുകാരും ആ ശരണംവിളി കേൾക്കും. അതിൽ പങ്കുചേർന്ന് അവരും പരമാനന്ദമടയും.

ഏകാന്തതയും വ്യാകുലതയുംകൊണ്ട് മനസ്സ് ക്ഷുബ്ധമാകുമ്പോൾ അപരംപാര ഉച്ചത്തിൽ വിളിച്ചുകൂവും. "ഏ.... ഏ.... പാപം ചെയ്യുന്നവനേ."

കാവൽക്കാർ ഓടിവരും.

"സ്വാമിക്ക് തലയിളകീന്നാ തോന്നുന്നത്." അവർ പരിഹസിക്കും.

എത്രകാലമായി ഇതേ ദിനചര്യ? ഇനിയെത്രകാലം ഇത് തുടരണം?

കാവൽക്കാരുടെ സംഭാഷണങ്ങളിൽനിന്ന് പുറംലോകത്ത് നടക്കുന്ന സംഗതികൾ അപരംപാര ഊഹിച്ചെടുത്തിരുന്നു. നാട്ടിൽ നടന്ന ലഹളകളെക്കുറിച്ച് കാവൽക്കാർ ഉൽക്കണ്ഠയോടെ പലതും പറയുമായിരുന്നു. അതു കേൾക്കുമ്പോഴൊക്കെ അപരംപാരന്റെ ഹൃദയം ചിന്നം വിളിക്കുമായിരുന്നു. അത്തരം രാവുകളിൽ നിദ്രവന്നിരുന്നില്ല.

ഈ പഞ്ജരത്തിൽനിന്നും പുറത്തു കടക്കണമെന്ന ഉൽക്കടമായ ചിന്ത കൂടുതൽ കൂടുതൽ അപരംപാരനെ അലട്ടിക്കൊണ്ടിരുന്നു.

ആ ആഴ്ച കാമ്പ്ബെൽ വന്നില്ല. അടുത്തയാഴ്ച അയാൾ എത്തിയപ്പോൾ അപരംപാര ചോദിച്ചു:

"ഡോക്ടറെ, എന്തൊക്കെയാണ് പുറത്ത് നടക്കുന്നത്?"

"ഒന്നുമില്ല സ്വാമിജി. എവിടെയോ ലഹള നടക്കുന്നുണ്ടത്രെ! ഇവിടെയോ നിങ്ങളുടെ നാട്ടിലോ ഒന്നുമല്ല."

അപരംപാരന്റെ മുഖം തുടുത്തു. ഇയാൾ തന്നോട് കള്ളം പറയുകയാണ്. അന്ന് അപരംപാര മറ്റൊന്നും സംസാരിച്ചില്ല.

മാസങ്ങൾ കഴിഞ്ഞുപൊയ്ക്കൊണ്ടിരുന്നു.

കാമ്പ്ബെൽ ലീവെടുത്ത് നാട്ടിലേക്കുപോയി.

കാമ്പ്ബെല്ലിനുപകരം വന്ന ഡോക്ടർ സാധാരണ ജയിൽ സന്ദർശിച്ചിരുന്നില്ല. ഇനി സന്ദർശിച്ചാൽത്തന്നെ അപരംപാരനെ കാണാനോ സംസാരിക്കാനോ ചെന്നിരുന്നില്ല. അപരംപാരനെ സംബന്ധിച്ചിടത്തോളം ഇത് അജ്ഞാതവാസമായിത്തീർന്നു.

കാമ്പ്ബെൽ അവധികഴിഞ്ഞ് തിരിച്ചെത്തിയപ്പോൾ ഇംഗ്ലണ്ടിൽനിന്ന് പല പുതിയ വാർത്തകളും കൊണ്ടുവന്നിരുന്നു. അതിലൊന്ന് ചിക്വീരരാജന്റെ ഇംഗ്ലണ്ടിലുള്ള താമസത്തെക്കുറിച്ചായിരുന്നു.

"ഇംഗ്ലണ്ടിലുള്ളവരെല്ലാം നിങ്ങളുടെ രാജാവിനെ പ്രശംസിക്കുകയാണ്." കാമ്പ്ബെൽ പറഞ്ഞു.

യാതൊരു വികാരഭേദവുമില്ലാതെ ഡോക്ടറുടെ വാക്കുകൾ അപരംപാര കേട്ടിരുന്നു. എല്ലാം വളരെ കയ്പ്പേറിയതായിരുന്നു.

"അനാരോഗ്യംമൂലം ചിക്വീരരാജ മരണപ്പെട്ടു. ഞാൻ വന്ന കപ്പലിൽ അയാളുടെ വാളും കിരീടവും കൊണ്ടുവന്നിട്ടുണ്ട്." ഒടുവിൽ ഡോക്ടർ പറഞ്ഞു.

"ഡോക്ടറെ, ധാരാളം പറഞ്ഞല്ലോ. ഇനി നിർത്തിക്കൂടെ" സഹിക്കാനാകാതെ അപരംപാര പറഞ്ഞു.

കാമ്പ്ബെൽ ആശ്ചര്യപ്പെട്ടു. ഇത് വേദനിക്കുന്ന ജീവിയാണെന്ന് അയാളോർത്തു. ഇയാളുടെ ഹൃദയം നീറുന്നുണ്ടാകണം. കൂടുതൽ ഇയാളോട് സംസാരിക്കുന്നത് നല്ലതല്ല. ഡോക്ടർ തന്റെ വസതിയിലേക്ക് നടന്നു.

അപരംപാര വിചാരാധീനനായിത്തീർന്നു. കഴിഞ്ഞകാല സംഭവങ്ങൾ ഓരോന്നായി ആ ഹൃദയത്തിൽ ഉയർന്നുവന്നു. അവ വികൃതസ്വരം പുറപ്പെടുവിച്ചുകൊണ്ട് അയാൾക്കുചുറ്റും നൃത്തംവെച്ചു.

"ഞാൻ തളരില്ല..... തളരില്ല....." ആ ഹൃദയം വിലപിച്ചു. ആ നാക്കിൽനിന്ന് ഒരു ശിവസൂക്തം ഒഴുകിയിറങ്ങി.

71

ലീഹാർഡിനുപകരം പുതിയൊരാൾ കുടകിൽ ചാർജെടുത്തു.

പൊന്നപ്പ വാർധക്യം ബാധിച്ച് അന്തരിച്ചു. ബോപ്പണ്ണനും പൊന്നപ്പനെ പിന്തുടർന്നു.

മരണപ്പെട്ട ദിവാന്മാർക്കു പകരം പുതിയ ദിവാന്മാർ നിയമിക്കേണ്ടെന്ന് വൈസ്രോയി നിർദേശിച്ചു.

അതിനിടയിൽ ഇംഗ്ലണ്ടിലെ വ്യാപാരികൾ കുടക് സന്ദർശിച്ചു. കാപ്പി കൃഷിക്കു പറ്റിയ മണ്ണാണിതെന്ന് അവർ കണ്ടെത്തി. കാപ്പിത്തോട്ടം സ്ഥാപിക്കുന്നതിനെപ്പറ്റി അവർ ഭരണാധികാരിയുമായി ചർച്ചനടത്തി. തോട്ടത്തിൽ പണിയെടുക്കാൻ ധാരാളം ആൾക്കാർ വേണ്ടിയിരുന്നു.

കുടക് ഭരണാധികാരി അതിനും വഴി കണ്ടെത്തി. തടവിൽക്കഴിയുന്ന മിക്ക കുടകരെയും അയാൾ മോചിപ്പിച്ചു. സ്വതന്ത്രരായ കുടകർ കാപ്പിത്തോട്ടത്തിൽ പണിയെടുക്കാൻ തയാറായി.

പതിനാലുകൊല്ലം മൈസൂർ ഭരണം നടത്തിവന്നിരുന്ന കേണൽ കബൻ, ലോർഡ്പദവി ലഭിച്ചതിനെത്തുടർന്ന് 1861 ൽ സ്ഥാനത്തുനിന്ന് വിരമിക്കുകയും ബാംഗ്ലൂരിൽ സ്ഥിരതാമസമാക്കുകയും ചെയ്തു.

കബനു പകരം മൈസൂർ ഭരണമേറ്റെടുത്തത് ബഹറിങ്ങാണ്. ബഹറിങ് അധികാരമേറ്റെടുത്ത് അഞ്ചുകൊല്ലം കഴിഞ്ഞപ്പോൾ മൈസൂർരാജ്യം മുമ്മുഡി കൃഷ്ണരാജനു തന്നെ തിരിച്ചേൽപ്പിക്കാൻ ഇംഗ്ലീഷുകാർ തീരുമാനിച്ചു.

മുമ്മുഡി കൃഷ്ണരാജ യുവാവായിരുന്നപ്പോഴാണ് അയാളെ താഴത്തിറക്കിയത്. മുപ്പത്താറു കൊല്ലങ്ങൾക്കുശേഷം പടുവൃദ്ധനായ ആ എൺപതുവയസുകാരനെ കൈപിടിച്ച് സിംഹാസനത്തിലിരുത്തി.

യദുവംശരാജാവിന് രാജ്യം ലഭിച്ചതിൽ ജനത ആഹ്ലാദിച്ചു.

"ശ്രീകൃഷ്ണ രാജഭൂപൻ വീട്ടിലെ വിളക്കാണ്." ജനങ്ങൾ പറഞ്ഞു.

രാജാവിന്റെ പട്ടാഭിഷേകം ആഘോഷപൂർവം നടന്നു. രാജ്യം മുഴുവൻ ആഘോഷച്ചടങ്ങുകൾ സംഘടിപ്പിച്ചു.

അന്ന് മലമുകളിലെ ചാമുണ്ഡേശ്വരിക്കും ശ്രീരംഗപട്ടണത്തെ രംഗനാഥനും നഞ്ചനഗോഡിലെ നഞ്ജുണ്ടേശ്വരനും വിശേഷപൂജ നടത്തപ്പെട്ടു.

ഒപ്പംതന്നെ അപകടകാരികളല്ലെന്ന് ഇംഗ്ലീഷുകാർക്കു തോന്നിയ മുഴുവൻ പേരെയും മോചിപ്പിക്കുകയും ചെയ്തു.

ശ്രീരംഗപട്ടണത്തെ ജയിലിൽനിന്ന് പുറത്തുവന്നവരിൽ നടുവളഞ്ഞ, ഒരു വൃദ്ധ സന്യാസിയുമുണ്ടായിരുന്നു.

"ഇന്നെന്താ ഉത്സവം. എന്തിനാ ഞങ്ങളെ വിട്ടത്. ഉള്ളിൽ സുഖമായിരുന്നല്ലോ." അയാൾ കാവൽക്കാരനോട് ചോദിച്ചു.

"ഇന്ന് മഹാരാജാവിന്റെ പട്ടാഭിഷേകമാണ്."

"ഏത് മഹാരാജാവിന്റെ?"

“കൃഷ്ണരാജ മഹാരാജാവിന്റെ. അയാളെക്കുറിച്ച് കേട്ടിട്ടുണ്ടോ?”

“ഒരാൾക്കെങ്കിലും പട്ടംകിട്ടിയല്ലോ. മൈസൂരെങ്കിലും സ്വതന്ത്രമായല്ലോ.”

അയാൾ മെല്ലെ നടന്നുതുടങ്ങി.

നഞ്ചരാജ പട്ടണത്തേക്ക് പോകണം. വഴിയേത്? സ്വാമികൾക്ക് എങ്ങനെയുണ്ടോ എന്തോ? ആരോട് ചോദിച്ചാലാണറിയുക?

അഞ്ചാമത്തെദിവസം അയാൾ കാവേരിതീരത്തിൽ കാണപ്പെട്ടു.

യാത്ര തുടരണമെന്ന് കരുതി അയാൾ ഒരു ഊന്നുവടി സമ്പാദിച്ചു. എന്നാൽ അയാളുടെ ശക്തി ക്ഷയിച്ചുകൊണ്ടിരുന്നു. ആറാംദിവസം ഊന്നുവടിമാത്രം തീരത്ത് കാണപ്പെട്ടു. അയാളെ കാണാനുണ്ടായിരുന്നില്ല.

72

ഋതുക്കൾ മാറിമാറി വന്നുകൊണ്ടിരുന്നു.

ഒരു രാത്രി അപരംപാര ദുഃസ്വപ്നംകണ്ട് ഞെട്ടിയുണർന്നു. ഭയങ്കരമായ ദുഃസ്വപ്നം.

സ്വപ്നത്തിൽ രണ്ടുകൈകൾ തന്റെ മുന്നിൽ നീങ്ങിവരുന്നതായി അപരംപാര കണ്ടു. ഏതോ സ്ത്രീയുടേതെന്ന് തോന്നിക്കുന്ന കൈകൾ! കോമളമായ ആ കൈപ്പത്തികളിലെ വരകൾ സ്പഷ്ടമായി കാണുന്നു. കൈകൾക്കു പിന്നിൽ മറ്റവയവങ്ങളൊന്നുമില്ല. പെട്ടെന്ന് ഒരു വിങ്ങിപ്പൊട്ടൽ. ഒരു നിമിഷം. ആ കൈകൾ നീങ്ങിത്തുടങ്ങി. ഒടുവിൽ. അത പ്രത്യക്ഷമായി.

അപരംപാര എഴുന്നേറ്റിരുന്നു.

കാഴ്ചശക്തി നഷ്ടപ്പെട്ടിട്ടും കൈകൾ സ്വപ്നം കാണുന്നു. അതിന്റെയർഥം!

സ്വപ്നം യാഥാർഥ്യമാകാറുണ്ട്. അപ്പോൾ അപ്പോൾ.

താൻ സ്വപ്നം കാണുകയല്ലായിരുന്നോ? ആ കൈകൾ ഇവിടെയെവിടെയെങ്കിലുമുണ്ടോ?

ഒന്നും വ്യക്തമല്ല.

എങ്ങും അപൂർണത.

ആ തേങ്ങിക്കരച്ചിൽ.... ആരെങ്കിലും ഇവിടെ വന്നിരുന്നോ?

തന്റെ മുന്നിൽ ആ ജീവി വിലപിക്കുന്നതെന്തിന്?

ഓ.... ആ കൈകൾ.... മുമ്പെവിടെയോ കണ്ടതുപോലെ.....! ശരിയാണ്.... കണ്ടിട്ടുണ്ട്..... കണ്ടിട്ടുണ്ട്.....!

സ്വപ്നത്തിൽ ആ കൈകൾ കാണപ്പെട്ടതെന്തുകൊണ്ട്....?

എന്തോ കാരണമുണ്ട്....! ഓർക്കുമ്പോൾതന്നെ ഞെട്ടിപ്പോകുന്ന ഏതോ കാരണം....!

ചുമര് ചാർന്നിരുന്ന് അയാൾ ശിവഭജനം ചൊല്ലി. പുലരാൻ ഇനിയും നാഴികകളുണ്ട്. അതുവരെ മനസ്സ് ശാന്തമാക്കണം.

അപരംപാര സ്വപ്നംകണ്ടുകൊണ്ടിരുന്നപ്പോൾ അങ്ങ് വിദൂരതയിൽ അപ്പങ്കളത്ത് രാജമ്മാജി പ്രാണൻ വെടിയുകയായിരുന്നു.

മധ്യവയസ്സ് കഴിഞ്ഞിരിക്കണം. തലമുടി പാടേ നരച്ചു പോയിരിക്കുന്നു. എങ്കിലും മുഖത്ത് എന്തോ ഒരു നിശ്ചലത.

ഒരിക്കൽപോലും രാജമ്മാജി രോഗംബാധിച്ച് കിടന്നിട്ടില്ല.

ദേവമ്മാജി കിടപ്പിലായതിൽപ്പിന്നെ അപ്പങ്കളത്തെ ജോലിമുഴുവൻ രാജമ്മാജിയാണ് ചെയ്തുവന്നത്. അപ്പങ്കളത്തെ ശേഷിച്ചിരുന്നവരെല്ലാം കാപ്പിത്തോട്ടത്തിൽ ജോലിക്കുപോയി. ഒരു വൃദ്ധൻമാത്രം പോകാതെ ബാക്കിയായി. വീട്ടുജോലികൾ കഴിഞ്ഞ് കിടക്കാറാകുമ്പോൾ രാത്രി നന്നേ ഇരുട്ടുമായിരുന്നു.

"നീ കരിങ്കല്ലാണോ മകളെ....?" ദേവമ്മാജി ചോദിക്കും.

രാജമ്മാജി ഉത്തരം പറയില്ല. തന്റെ മനസ്സ് ഇപ്പോൾ കരിങ്കല്ലാണെന്ന് അവൾക്കുതന്നെ ബോധ്യമുണ്ട്.

അന്നും പതിവുപോലെ രാജമ്മാജി വീട്ടുജോലികളിൽ മുഴുകിയിരുന്നു. ചന്നബസപ്പനും ദേവമ്മാജിയും ഊണ് കഴിഞ്ഞ് കിടപ്പായി. വൃദ്ധൻ വാതിലിനു വെളിയിൽ കാത്തിരുന്നു.

രാജമ്മാജി പറമ്പിലുള്ള കിണറ്റിൽച്ചെന്ന് വെള്ളംകോരിക്കൊണ്ടുവന്നു. വലിയ കുടമായിരുന്നു. വളരെ പ്രയാസപ്പെട്ടാണ് അത് ചുമന്നുകൊണ്ടുവന്നത്. എന്നാൽ മുറിയിലെത്തേണ്ട താമസം. ഇടനെഞ്ചിലൊരു വേദന. അതു വകവയ്ക്കാതെതന്നെ രാജമ്മാജി മറ്റു ജോലികളിൽ മുഴുകി.

നിമിഷന്തോറും വേദന വർധിച്ചുവന്നു.

മുറി വൃത്തിയാക്കാനായി ചൂല് കൈയിലെടുത്തതേയുള്ളൂ, ഒരു നിലവിളിയോടെ അവൾ നിലത്തുവീണു.

"അയ്യോ....! അമ്മാജി വീണേ.... അമ്മാജി വീണേ....." വൃദ്ധൻ പരിഭ്രമത്തോടെ വിളിച്ചുപറഞ്ഞു.

ദേവമ്മാജി ധൃതിയിലെഴുന്നേറ്റുവന്നു.

"രാജമ്മാജി എന്തുപറ്റീ?"

"നെഞ്ചിൽ വല്ലാത്ത വേദന...." നെഞ്ച് തിരുമ്മിക്കൊണ്ട് രാജമ്മാജി കിടന്നു പുളഞ്ഞു.

അരനിമിഷത്തെ വെപ്രാളം.

ചന്നബസപ്പനും ദേവമ്മയും വൃദ്ധനും നോക്കിനിൽക്കെ രാജമ്മാജിയുടെ വായിൽനിന്ന് രക്തം കട്ടയായി പുറത്തേക്ക് വീണു.

അതോടെ ആ ദേഹം നിശ്ചലമായിത്തീർന്നു.

മൂന്നുപേരും പരസ്പരം നോക്കി. വൃദ്ധന്റെ മിഴികൾ നിറഞ്ഞൊഴുകി. ദേവമ്മാജിയും മുഖംപൊത്തിക്കരഞ്ഞു.

അരമനയെന്ന് പേരുള്ള ആ പഴയ കെട്ടിടത്തിന്റെ പിന്നിലായി ഒരു കുഴി കുഴിക്കപ്പെട്ടു.

ചന്നബസപ്പനും ദേവമ്മാജിയും ചേർന്ന് മൃതദേഹം കുളിപ്പിച്ചു. കോടിയുടുപ്പിച്ച് അലങ്കരിച്ചു. അവർതന്നെ ആ ശരീരം കുഴിയിലിറക്കി വെച്ചു.

എല്ലാമവസാനിച്ചപ്പോൾ ദേവമ്മാജി വൃദ്ധനോട് പറഞ്ഞു:

"നീ അകത്തേക്ക് ചെല്ല്. എല്ലാം ഒന്ന് വൃത്തിയാക്ക്. ഇനി മടിച്ചു നിൽക്കേണ്ട. നമ്മളെല്ലാം ഇനി ഒന്നാണെന്ന് കരുതിയാൽ മതി."

ബാംഗ്ലൂരിൽ താമസമാക്കിയ ശങ്കരപ്പന്റെ ജീവിതം ദിനന്തോറും ദുഷ്കരമായിക്കൊണ്ടിരുന്നു. മക്കൾ വേറെ വേറെ താമസമാക്കി. വൃദ്ധരായ അച്ഛനുമമ്മയ്ക്കും ഒറ്റയ്ക്ക് കഴിയേണ്ടിവന്നു. ജീവിക്കാൻവേണ്ടി ശങ്കരപ്പ നിലക്കടല വിൽപ്പന തുടങ്ങി. അതിൽനിന്ന് ലഭിക്കുന്ന തുച്ഛമായ വരുമാനംകൊണ്ട് അരിഷ്ടിച്ച് ദിവസങ്ങൾ തള്ളിനീക്കുകയാണ്.

കുടകിൽ കാപ്പിത്തോട്ടം തുടങ്ങിയതും ആളുകൾ അവിടേക്ക് ജോലി ചെയ്യാൻ പോയ്ക്കൊണ്ടിരുന്നതും ശങ്കരപ്പനും അറിഞ്ഞിരുന്നു. ഒരുദിവസം അയാൾക്കും ആഗ്രഹമുണ്ടായി കാപ്പിത്തോട്ടത്തിൽ പണിക്കു ചേർന്നാലോ? നാട്ടിൽനിന്ന് വന്നിട്ട് മുപ്പതുകൊല്ലം കഴിഞ്ഞിരിക്കുന്നു. ഇനി തന്നെ ആരും തിരിച്ചറിയുകയില്ല.

രണ്ടാഴ്ചയ്ക്കുള്ളിൽ തിരികെയെത്താമെന്ന് പറഞ്ഞയാൾ വീട്ടിൽ നിന്നിറങ്ങി. ഭാര്യയെ ഇളയ മകന്റെ വീട്ടിൽ താമസിപ്പിച്ചു.

മടിക്കേരിക്ക് പുറപ്പെട്ട ശങ്കരപ്പന് അപ്പങ്കളത്ത് പോകണമെന്ന് തോന്നി. അൽപ്പം വളഞ്ഞ വഴിയാണ്. എന്നാലെന്താ? അയാൾ തന്റെ കോട്ടിന്റെ പോക്കറ്റിൽ തപ്പിനോക്കി. ഉണ്ട്! അത് ഭദ്രമായിത്തന്നെയുണ്ട്. പറ്റിയാൽ ഈ ഭാരം അപ്പങ്കളത്തിറക്കിവയ്ക്കണം.

അപ്പങ്കളത്തെ പഴയ കൊട്ടാരം പേടിപ്പെടുത്തുന്നതായി ശങ്കരപ്പന് തോന്നി.

കൊട്ടാരത്തിന്റെ മുന്നിലെ കൽപ്പടവിൽ ഒരു വൃദ്ധൻ ഇരുന്നിരുന്നു. ശങ്കരപ്പനെ കണ്ട് ആ വൃദ്ധൻ മെല്ലെ മുഖമുയർത്തി. എന്തുവേണമെന്നർഥത്തിൽ അയാൾ ശങ്കരപ്പനെ നോക്കി.

"എല്ലാവർക്കും സുഖംതന്നെയോ....?" ശങ്കരപ്പ ചോദിച്ചു.

വൃദ്ധൻ ഒന്നും മിണ്ടിയില്ല. ആ മുഖം മെല്ലെ താണു.

"രാജമ്മാജി അകത്തുണ്ടോ?"

"എന്തിനാ?"

"ഒരു കാര്യം പറയാനുണ്ടായിരുന്നു."

"അതിന്... ഇനി.... ആ ലോകത്ത് ചെല്ലണം." വൃദ്ധൻ മേലോട്ട് മിഴികളുയർത്തി.

ശങ്കരപ്പനും അറിയാതെ മുകളിലേക്ക് നോക്കിപ്പോയി.

"ഇന്നേക്ക് എട്ടുദിവസമായി.... രക്തം ഛർദിച്ചിട്ടാണ്."

ശങ്കരപ്പ തിരിഞ്ഞു നടന്നു. നടക്കുന്നതിനിടയിൽ ഒരിക്കൽക്കൂടി അയാൾ മുകളിലേക്ക് നോക്കി.

73

കുടകിലെത്തിയ ശങ്കരപ്പ അത്ഭുതസ്തബ്ധനായിപ്പോയി. താനൊരു പുതിയ ലോകത്താണെത്തിയിരിക്കുന്നതെന്ന് അയാൾക്കു തോന്നി. തന്റെ പഴയനാട് എങ്ങോ പോയ്മറഞ്ഞിരിക്കുന്നു.

സന്ദർഭം മുതലെടുത്തവരുടെ വംശപരമ്പരകളാണ് എങ്ങും നിറഞ്ഞുനിൽക്കുന്നത്. അവർ ഭരണകൂടത്തിന്റെ വക്താക്കളാണ്. അവരുടെ താളത്തിനൊത്ത് തുള്ളുന്നവരാണ്. ഇതൊന്നും ഇഷ്ടപ്പെടാത്തവർ സ്വന്തം പാടുനോക്കിയിരിക്കുന്നു.

ഒന്നുരണ്ട് കാപ്പിത്തോട്ടങ്ങൾ ശങ്കരപ്പ നടന്നുകണ്ടു. കുടക്ജനത കഴുതകളെപ്പോലെ അധ്വാനിക്കുകയാണ്. ഇംഗ്ലീഷ് അധികാരി ചാട്ടവാറും കൈയിലേന്തി കുതിരപ്പുറത്ത് അങ്ങുമിങ്ങും സഞ്ചരിക്കുന്നു.

ശങ്കരപ്പന്റെ കണ്ണിൽ തീപ്പൊരി ചിതറി. പക്ഷേ പറഞ്ഞിട്ടെന്തു ഫലം?

അയാൾ ബങ്കളൂരിലേക്കുതന്നെ തിരികെപ്പോയി.

"കാപ്പിത്തോട്ടത്തിലെ പണി നമുക്കു പറ്റിയതല്ല." അയാൾ പത്നിയോട് പറഞ്ഞു.

ദിവാൻ ലക്ഷ്മീനാരായണനെ വിടുവിക്കാൻ മക്കൾ പ്രയത്നിച്ചുകൊണ്ടിരുന്നു. മൈസൂർ രാജാവിനും ബ്രിട്ടീഷ് റസിഡന്റിനും അവർ നിവേദനങ്ങൾ സമർപ്പിച്ചു.

"ഇത് കുടകിന്റെ കാര്യമാണ്." കൃഷ്ണരാജ രാജാവ് പറഞ്ഞു.

"ഞങ്ങൾ ബങ്കളൂരിലെ താമസക്കാരാണ്. അവിടുത്തെ പ്രജകളുമാണ്. ഞങ്ങൾ അങ്ങയോടല്ലാതെ മറ്റാരോടാണ് സങ്കടംപറയുക." മക്കൾ പറഞ്ഞു.

കൃഷ്ണരാജ ആ നിവേദനത്തിന്റെ അടിയിൽ! 'കുടകിന്റെ കാര്യമാണിത്. തിരുമനസിലേക്ക് സമർപ്പിക്കുന്നു. ദയ കാണിക്കുമെന്ന് കരുതിയാണ് അങ്ങയുടെ മുമ്പിൽ സമർപ്പിക്കുന്നത്.' എന്നെഴുതി ബൗറിങ്ങിന് എത്തിച്ചുകൊടുത്തു.

ബൗറിങ് ആ നിവേദനം വായിച്ചു.

'കുടക്.....! ഓ....! ആ അലമാരിയിൽ ഇനിയും എല്ലിൻകൂടുകൾ ബാക്കിയുണ്ടെന്നോ....?' ബൗറിങ് അത്ഭുതപ്പെട്ടു.

അയാൾ ഫയലുകൾ വരുത്തിച്ചു.

"ഡോക്ടർ ഈ തടവുപുള്ളിയുടെ ഒരു മെഡിക്കൽ റിപ്പോർട്ട് വേണം."

കാമ്പ്ബെല്ലിനോട് ബൗറിങ് നിർദേശിച്ചു.

"ലക്ഷ്മീനാരായണ വൃദ്ധനാണ്. ആരോഗ്യം വളരെ മോശമാണ്" ഡോക്ടർ റിപ്പോർട്ട് ചെയ്തു.

മറ്റൊരു കാര്യംകൂടി ഡോക്ടർ അതിൽ രേഖപ്പെടുത്തിയിരുന്നു.

"വൃദ്ധനായ മറ്റൊരു തടവുകാരനിലുംകൂടി അങ്ങയുടെ കാരുണ്യം പതിയേണ്ടിയിരിക്കുന്നു. അപരംപാര സ്വാമി എന്നാണയാളുടെ പേര്. അന്ധനാണ്. ഒരുവർഷംമുമ്പ് അയാളൊരു ദുഃസ്വപ്നം കണ്ടുവത്രെ. അന്നുമുതൽ അയാൾ ശോഷിച്ചുവരികയാണ്. അയാളെയും വിട്ടയക്കാൻ ദയവുണ്ടാകണമെന്നപേക്ഷിക്കുന്നു."

ഡോക്ടറുടെ റിപ്പോർട്ടിന്റെ അടിസ്ഥാനത്തിൽ ബൗറിങ് അപരം പാര സ്വാമികളെപ്പറ്റി രേഖപ്പെടുത്തിയ വിവരം പരിശോധിച്ചു. ആ വിവര ങ്ങൾ ബൗറിങ്ങിനെ സംബന്ധിച്ചിടത്തോളം അസാധാരണമായിരുന്നു.

"ഈ സന്യാസിക്ക് നാടോ വീടോ ഇല്ല. വിടണമെന്നപേക്ഷിക്കാനും ആരുമില്ല. ഈ വൃദ്ധന്മാരെയൊക്കെ ഇവിടെ എന്ത് പ്രയോജനത്തിനാണ് വെച്ചുകൊണ്ടിരിക്കുന്നത്?"

"ഈ രണ്ടുപേരെയും ഉടനെ മോചിപ്പിക്കുക." ബൗറിങ് കൽപ്പന പുറപ്പെടുവിച്ചു.

നിശ്ചിത ദിവസത്തിനുമുമ്പേ ബൂട്ടിന്റെ ഒച്ചകേട്ട് അപരംപാര സ്വാമി കൾ ആശ്ചര്യപ്പെട്ടു.

"നമസ്കാരം സ്വാമിജി."

"നമസ്കാരം."

"സന്തോഷകരമായ ഒരു വാർത്തയുംകൊണ്ടാണ് ഞാൻ വന്നിരി ക്കുന്നത്."

"നമ്മെ സംബന്ധിച്ചിടത്തോളം ഇനി ആ പദത്തിന് പ്രസക്തി യുണ്ടോ ഡോക്ടറെ....? നിങ്ങളുടെ മരുന്നുകൾ കയ്ക്കുന്നതാണെങ്കിലും വാക്കുകൾക്ക് മാധുര്യമുണ്ട്."

"സ്വാമിജിയെ മോചിപ്പിക്കാൻ ഉത്തരവായിരിക്കുന്നു."

അപരംപാരന്റെ ചുണ്ടുകൾ വലിഞ്ഞുമുറുകി. മുഖം വിളറി. രക്ത പ്രസാദം ചോർന്നുപോയതുപോലെ.

"എന്താ സ്വാമിജി.....? നിങ്ങളിനി സ്വതന്ത്രരല്ലേ.....? അൽപ്പസമയ ത്തിനുള്ളിൽത്തന്നെ നിങ്ങളെ വിട്ടയക്കും.....?"

ദീർഘമായ ഒരു നിശ്വാസത്തിനുശേഷം അപരംപാര പറഞ്ഞു:

"മഹേശ്വരന്റെ പരീക്ഷണം അവസാനിച്ചില്ലെന്ന് തോന്നുന്നു. ഉം.... ഈ തടവറയിൽനിന്ന് മറ്റൊന്നിലേക്ക്." അർദ്ധോക്തിയിൽ വിരമിച്ചശേഷം അപരംപാര ചോദിച്ചു: "ഡോക്ടറെ.... നമ്മുടെ സഹവാസം നിങ്ങൾക്കും മടുത്തുവോ?"

ഡോക്ടറുടെ ഹൃദയം മുറിപ്പെട്ടു. സ്വര വൈക്ലബ്യത്തോടെ അയാൾ പറഞ്ഞു:

"അങ്ങനെയല്ല സ്വാമിജി. വേർപാട് എപ്പോഴും ദുഃഖകരമാണ്. എങ്കിലും നിങ്ങൾ ഈ തടവറയിൽനിന്ന് പുറത്തുകടക്കുന്നതിൽ ആത്മാർഥമായി സന്തോഷിക്കുന്നവനാണ് ഞാൻ."

"നമ്മെ വിടണമെന്ന് പറഞ്ഞത് നിങ്ങളാണോ?"

"ആരായാലെന്താ? സ്വാമിജിക്ക് വല്ലതും ആവശ്യമുണ്ടോ?"

"സഹായം അല്ലെ?" അപരംപാര ഒന്ന് ചിരിച്ചു. "ഈ അജ്ഞാത വാസം തുടങ്ങിയിട്ട് മുപ്പത്തിരണ്ട് വർഷങ്ങൾ കഴിഞ്ഞിരിക്കുന്നു! ഇതി നിടയിൽ ഒരിക്കൽപ്പോലും ആരോടും സഹായം അഭ്യർഥിച്ചിട്ടില്ല. ഇപ്പോൾ നിങ്ങളെന്നെ സഹായിക്കാൻ തയാറായി നിൽക്കയാണ്. ഉം.... ആകട്ടെ. നിങ്ങൾ ഇങ്ങ് നീങ്ങിനിൽക്ക്. നല്ലവണ്ണം ഒന്ന് കാണട്ടെ."

വിസ്മയത്തോടെ ഡോക്ടർ സ്വാമികളുടെ അരികിൽ ചെന്നുനിന്നു. സ്വാമികളുടെ ഉണങ്ങിയ വിരലുകൾ ഡോക്ടറുടെ ശരീരത്തിൽ അടി മുടി സഞ്ചരിച്ചു.

"ഓ..... മുഖത്ത് ചുളിവുകൾ വീണിട്ടുണ്ടല്ലോ. നമ്മെപ്പോലെ വയ സായിപ്പോയോ." ഒരുനിമിഷത്തെ മൗനത്തിനുശേഷം അയാൾ തുടർന്നു, "നമുക്ക് ഒന്ന് ക്ഷൗരം ചെയ്യണം. ആരെക്കൊണ്ടെങ്കിലും രണ്ടുകുടം വെള്ളം ദേഹത്തിലൊഴിപ്പിക്കയും വേണം. ഈ ജയിൽ വസ്ത്രങ്ങൾ ഇവിടെത്തന്നെ ഉപേക്ഷിക്കുകയാണ്. പകരം പുതിയതൊന്ന് വാങ്ങിത്ത രണം. ഇത്രമാത്രം. ഈ സഹായമാണ് നാം ഡോക്ടറോട് യാചിക്കു ന്നത്. ഒരു പടുവൃദ്ധന്റെ അന്ത്യാഭിലാഷമാണെന്ന് കരുതിയാൽമതി."

കാമ്പ്ബെല്ലിന്റെ മിഴികളിൽ അശ്രുക്കൾ തങ്ങിനിന്നു.

"ശരി. ഊന്നുവടി വേണ്ടേ....?"

"അക്കാര്യം നാം വിട്ടുപോയി. അന്ധന് ഊന്നുവടിയില്ലാതെ നട ക്കാനാകില്ലല്ലൊ?"

"എവിടേക്ക് പോകാനാണ് സ്വാമിജി ഉദ്ദേശിക്കുന്നത്?"

"മറ്റെവിടേക്ക്. കുടകിലേക്കുതന്നെ?"

"അത് വളരെ ദൂരെയല്ലേ? ഒറ്റയ്ക്കെങ്ങനെ പോകും...? എനിക്ക് സാധിക്കുമായിരുന്നെങ്കിൽ അവിടംവരെ എത്തിക്കാനുള്ള ഏർപ്പാടുകൾ ചെയ്തുതരുമായിരുന്നു."

"നമുക്കതറിയാം. പോട്ടെ. സാരമില്ല. നാം നടന്നുതന്നെ പൊയ്ക്കൊ ള്ളും."

"വേണമെങ്കിൽ ഇവിടത്തെ ആശ്രമംവരെ സ്വാമിജിയെ എത്തിക്കാ നുള്ള ഏർപ്പാട് ചെയ്യാം."

"കാവൽക്കാരുടെ അകമ്പടിയോടെയുള്ള യാത്ര! വീരനായ ജംഗമ നാണല്ലൊ! ആകട്ടെ. ആകട്ടെ."

"നിങ്ങൾ ആവശ്യപ്പെട്ടതെല്ലാം ഉടനെ ലഭിക്കും. ഇനി നാം തമ്മിൽ കണ്ടുമുട്ടുമെന്ന് തോന്നുന്നില്ല. ഞാൻ വരട്ടെ."

"ഈശ്വരൻ നിങ്ങളെ അനുഗ്രഹിക്കും ഡോക്ടറെ. നാമും പോയി വരാം." അപരംപാരന്റെ ശബ്ദം ഇടറിയിരുന്നു.

"വരികയാണ് മഹേശ്വരാ.... വരികയാണ്...." അയാൾ തന്നത്താൻ പറഞ്ഞു.

74

ശുഷ്കിച്ചുനീണ്ട ശരീരം. കാഴ്ചശക്തി നഷ്ടപ്പെട്ടിരിക്കുന്നു. മുഴ ങ്കാൽവരെ നീണ്ടുകിടക്കുന്ന കാഷായവസ്ത്രം. മെതിയടിയൊച്ച.

അപരംപാര ആവശ്യപ്പെട്ടില്ലെങ്കിലും ഡോക്ടർ മെതിയടിയും കൊണ്ടുവന്നിരുന്നു.

ഊന്നുവടി കുത്തിനടക്കുന്ന അപരംപാരനോട് കാവൽക്കാർ പറ ഞ്ഞുകൊണ്ടിരുന്നു:

"അങ്ങോട്ട്.... ദാ.... ഈ ഭാഗത്തേക്ക്.... നേരെ."

താനന്ധനല്ലെന്ന് തോന്നിക്കുന്നവിധം അപരംപാര നടന്നു.

"കൈപിടിക്കണോ സ്വാമി....?"

"വേണ്ട."

കാവൽക്കാരുടെ സഹായത്തോടെ നീങ്ങുന്ന സന്യാസിയെ കണ്ട് ജനങ്ങൾ ചുറ്റുംകൂടി. കണ്ണുകാണാത്ത ഈ ജംഗമനെപ്പറ്റി അവർ പലതും പറഞ്ഞു.

"കള്ള സന്യാസിയാകണം." ആരോ അഭിപ്രായപ്പെട്ടു.

"കട്ടിട്ട് പിടിച്ചുകൊണ്ട് പോകയാണ്." മറ്റുചിലർ പറഞ്ഞു.

നടന്നുകൊണ്ടിരുന്ന അപരംപാര പെട്ടെന്ന് നിന്നു. ആരോ വിങ്ങിക്കരയുന്നുണ്ടെന്ന് അയാൾക്ക് തോന്നി.

"ആരാ കരയുന്നത്?"

"ആരും കരയുന്നില്ല. സ്വാമിക്ക് തോന്നിയതാണ്."

നടത്തം തുടർന്നു.

ഇതിനിടയിൽ ആൾക്കൂട്ടത്തിൽനിന്ന് നിലക്കടല വിറ്റുകൊണ്ടിരുന്ന ഒരാൾ ഓടിവന്ന് അപരംപാരന്റെ കാൽക്കൽ വീണു.

"സ്വാമികളെ സ്വാമികളെ....." അയാൾ പൊട്ടിക്കരഞ്ഞു.

അപരംപാര നിന്നു.

കാൽക്കൽവീണ മനുഷ്യൻ 'സ്വാമികളെ.... സ്വാമികളെ....." എന്ന് വീണ്ടും വീണ്ടും വിളിച്ചുകൊണ്ടിരുന്നു.

അമ്മയുടെ അടുത്തെത്തിയ പശുക്കുട്ടിയെപ്പോലെ അയാൾ ആശ്വസിച്ചു.

"ശങ്കരപ്പാ.... എഴുന്നേൽക്ക്."

"സ്വാമികൾ വന്നോ....? എന്റെ സ്വാമികൾ വന്നോ.....?"

"വന്നു ശങ്കരപ്പാ.... വന്നു... എഴുന്നേൽക്ക്."

വിറയലോടെ ശങ്കരപ്പ എഴുന്നേറ്റുനിന്നു. ഇടതുകൈകൊണ്ട് അയാൾ കണ്ണീരൊപ്പി.

"ഇനി നിങ്ങൾക്കുപോകാം." കാവൽക്കാരോട് അപരംപാര പറഞ്ഞു.

"മഠത്തിലെത്തിക്കണമെന്നാണ് കൽപ്പന."

"നമുക്കിപ്പോൾ കാഴ്ചശക്തി തിരിച്ചുകിട്ടി. ഇനി നടക്കാൻ വിഷമമില്ല. നിങ്ങൾ പൊയ്ക്കൊള്ളൂ."

വർഷങ്ങളായി തങ്ങൾ പാറാവ് നിന്നിരുന്ന ആ ജംഗമനെ കാവൽക്കാർ നമസ്കരിച്ചു. തങ്ങളുടെ ജോലി തീർന്നല്ലോ എന്ന സമാധാനത്തോടെ അവർ തിരികെ നടന്നു.

ശങ്കരപ്പ സ്വാമികളെ ആപാദചൂഡം നോക്കിക്കണ്ടു. താൻ കേട്ടത് സത്യമായിരുന്നെന്ന് അയാൾക്ക് ബോധ്യമായി. കുരുടനായാലെന്താ മുടന്തനായാലെന്താ. ഇത് എന്റെ സ്വാമികളാണ്. എന്റേതുമാത്രം. ഈ ദേഹത്ത് ജീവനുള്ളതുവരെ സ്വാമികൾ വിഷമിക്കുകയില്ല.

"എന്റെ വീട്ടിലേക്ക് പോകാം."

"ഇവിടെ നിനക്ക് വീടുണ്ടോ."

"ഉണ്ട്.... സ്വാമികളെ."

"ഉം.... നടക്ക്. വഴിയിൽ ക്ഷേത്രമുണ്ടെങ്കിൽ പറയണം. ഒന്ന് കൈകൂപ്പിയിട്ട് പോകാം."

"ഞാൻ കൂട്ടിക്കൊണ്ട് പോകാം." ശങ്കരപ്പ നിലക്കടലസഞ്ചി താഴത്തിട്ടു.

"എന്താ താഴത്തിട്ടത്?"

"നിലക്കടല സഞ്ചിയാണ്."

"നീ കച്ചവടം ചെയ്യുന്നുണ്ടോ?"

"വയറ് നിറയ്ക്കാനെന്തെങ്കിലും വേണ്ടേ?"

"ശരിയാണ്. ആ സഞ്ചിയെടുത്തോ."

ശങ്കരപ്പ സഞ്ചിയെടുത്തു തോളത്തിട്ടു. അപരംപാര സ്വാമികളുടെ കരംഗ്രഹിച്ചുകൊണ്ട് അയാൾ മുന്നോട്ടുനടന്നു. വഴിയിൽ കൂടിനിൽക്കുന്നവരോട് അയാൾ വിളിച്ചുപറഞ്ഞു:

"വഴിവിട്..... വഴിവിട്."

"മഹാസ്വാമികൾ എഴുന്നള്ളുകയാണ്. ജാഗ്രത. ജാഗ്രത." എന്ന ധ്വനി ശങ്കരപ്പന്റെ വാക്കുകളിൽ നിഴലിച്ചതുപോലെ തോന്നി.

75

ശങ്കരപ്പന്റെ പത്നി സ്വാമികളെ സ്വീകരിച്ച് സൽക്കരിച്ചു. വിശ്രമിക്കാനിരുന്ന സ്വാമികൾ ശങ്കരപ്പനോട് ചോദിച്ചു:

"കൈയിൽ പൈസയില്ലല്ലോ. കടല തരുമോ.... ശങ്കരപ്പാ?"

"സ്വാമികളെ, ഇതെന്ത് വാക്കാണ്."

ശങ്കരപ്പ കടലസഞ്ചി സ്വാമികളുടെ മുന്നിൽ വച്ചു. കടല രുചിച്ചുകൊണ്ട് അപരംപാര പറഞ്ഞു.

"നല്ല രുചി. ഇതൊക്കെ തിന്നു നടക്കേണ്ട പ്രായം കഴിഞ്ഞുപോയി. നാമിപ്പോൾ കുട്ടികളല്ലല്ലോ? വായിലാണെങ്കിൽ പല്ലും ശേഷിച്ചിട്ടില്ല."

ആ സംസാരം ശങ്കരപ്പനെ രസിപ്പിച്ചു. അയാൾ ഉള്ളുതുറന്ന് ചിരിച്ചു. അയാളുടെ വായിൽ കൊഴിയാതെ കിടന്നിരുന്ന ഏതാനും പല്ലുകൾ വെളിക്കു കാണപ്പെട്ടു. പക്ഷേ അപരംപാര സ്വാമികൾക്ക് അത് കാണാൻ കഴിഞ്ഞില്ല.

ഉണ്ണാനിരുന്നപ്പോൾ സ്വാമികളുടെ വിരലുകൾ ഇലയിൽ പരതി നടന്നു. ഒന്നുരണ്ട് ഉരുള മാത്രമേ തൊണ്ടയിലിറങ്ങിയുള്ളൂ.

"മതി ശങ്കരപ്പാ.... മതി! തൊണ്ടയിലിറങ്ങുന്നില്ല."

കൈകഴുകി ചുമര് ചാരിയിരുന്ന അപരംപാരന്റെ ഹൃദയം കുടകിലെത്താൻ ബദ്ധപ്പെടുകയായിരുന്നു.

"ശങ്കരപ്പാ, നമുക്കുടനെ കുടകിലെത്തണം. വസ്ത്രം ഇതുതന്നെ മതി. അല്ലെങ്കിൽ അന്ധനെന്തിന് വസ്ത്രത്തെപ്പറ്റി ചിന്തിക്കണം. അതുവരെ നീ നമ്മുടെ കൂടെ വരുന്നോ?"

"എന്തൊരു ചോദ്യമാണിത് സ്വാമികളേ? ഈ ദേഹത്ത് ജീവനുള്ളതുവരെ അങ്ങ് ഒറ്റക്കായിരിക്കയില്ല...."

"എങ്കിൽ നാളെ പ്രഭാതത്തിൽ പുറപ്പെടാം."

"കൽപ്പനപോലെ."

"നിന്റെ പത്നിയുടെ കാര്യമോ?"

"അവൾ മക്കളോടൊപ്പം കഴിഞ്ഞോളും. ഞാനിന്നും പഴയ ശങ്കരപ്പനാണ് സ്വാമികളെ. പഴയ ശങ്കരപ്പ."

ശങ്കരപ്പന്റെ പത്നിയെ ഉദ്ദേശിച്ച് അപരംപാര ചോദിച്ചു:

"അമ്മേ, ഇവനെ നമ്മോടൊപ്പം കൊണ്ടുപോകട്ടെ?"

"കൊണ്ടുപൊയ്ക്കൊള്ളൂ സ്വാമികളെ. ഞാൻ തടസം പറഞ്ഞോ?"

അടുത്ത പ്രഭാതത്തിൽ ശങ്കരപ്പനും സ്വാമികളും കുടകിലേക്ക് പുറപ്പെട്ടു. യാത്ര എളുപ്പമായിരുന്നില്ല.

"ശങ്കരപ്പാ നമ്മുടെ ബുദ്ധിയും വീര്യവും ധൈര്യവും എല്ലാം കെട്ടുപോയി. നടക്കാനോ സംസാരിക്കാനോ ശേഷിയില്ലാതായി."

ഇടയ്ക്കിടെ നിന്നുകൊണ്ടാണ് അവർ യാത്ര തുടർന്നത്.

അപരംപാര സ്വാമികളുടെ ദയനീയാവസ്ഥയിൽ ശങ്കരപ്പ മനംനൊന്ത് കരഞ്ഞു. ഇങ്ങനെപോയാൽ അവിടെയെത്താനെത്ര ദിവസം പിടിക്കും? എത്രനാൾ ഈ നില തുടരാനാകും?

പത്താംദിവസം അവർ ശ്രീരംഗപട്ടണത്തെത്തിച്ചേർന്നു.

"സിദ്ദലിംഗനെ തടവിലിട്ടത് ഇവിടെയായിരുന്നില്ലേ? അയാൾ ജീവിച്ചിരിപ്പുണ്ടോ എന്തോ?"

വിശ്രമത്തിനുശേഷം യാത്ര തുടർന്നപ്പോൾ ശങ്കരപ്പ ചോദിച്ചു:

"ഇനി എങ്ങോട്ടാണ്? പെരിയാപട്ടണത്തേക്കോ.... അതോ മൈസൂരേക്കോ?"

"മൈസൂരേക്ക് വേണ്ട. കൃഷ്ണരാജ ഭരിക്കുന്നെന്നല്ലേ കേട്ടത്. വെറുതെ അയാളെ വിഷമിപ്പിക്കുന്നതെന്തിന്? ഒരുകാലത്ത് കൊട്ടാരത്തിലെ ഉദ്യാനത്തിൽവച്ച് അയാളുമായി സംസാരിച്ചിരുന്നു. അതും ഒരർധരാത്രിയിൽ. അന്ന് ബസപ്പാജിയും കൂടെയുണ്ടായിരുന്നു. ഈ വയസുകാലത്ത് പഴയ ആ കാര്യങ്ങളെല്ലാം ഓർമിപ്പിക്കുന്നതെന്തിന്? ഇപ്പോൾ അയാളുമായി ചർച്ചചെയ്യാൻ രാജ്യകാര്യങ്ങളൊന്നും നമ്മുടെ പക്കലില്ലതാനും."

നടക്കുന്നതിനിടയിൽ അപരംപാര പറഞ്ഞു:

"കാഴ്ചയില്ലെങ്കിലും ഈ വഴി ശരിക്ക് മനസിലാകുന്നുണ്ട് ശങ്കരപ്പാ. കുടകിൽനിന്ന് വരുന്ന കാറ്റല്ലേ ഇത്. നോക്കൂ എന്തൊരു സുഗന്ധം."

"വടക്കുഭാഗത്തേക്കു നടന്നാൽ മല്ലികാർജുനന്റെ സന്നിധിയിലെത്തിച്ചേരും."

"അറിയാം അവിടെ ചെന്നിട്ടെന്തുഫലം.? മല്ലികാർജുനനോട് എന്തു പറയാൻ?"

സിദ്ദേശ്വര പർവതംവഴി ആ യാത്ര മുന്നോട്ടുനീങ്ങി.

"സ്വാമികളെ ഇത് കുടകിന്റെ നിലമാണ്."

"ആ.... നിൽക്ക്."

അപരംപാര മെതിയടി ഊരിവച്ചു. ആ നിലത്ത് സാഷ്ടാംഗം പ്രണമിച്ചു. ഒരുപിടി മണ്ണുവാരി ചുംബിച്ചു. ഒരുനുള്ള് തലയിലിട്ടു.

"ഇനി നടക്കാം."

ആ രാത്രി സ്വാമികൾക്ക് പനി പിടിപെട്ടു. ശങ്കരപ്പ ഭയപ്പെട്ടു. അയാൾ പറഞ്ഞു:

"ഒന്നുരണ്ട് ദിവസം വിശ്രമിച്ചിട്ട് യാത്ര തുടർന്നാൽ മതി."

"ഛെ.... ഛെ.....! നമുക്കെന്താ! ഒരുദിവസം പനിച്ചെന്നുവച്ച് ഇത്രയ്ക്കു പേടിയോ? ഉം.... എഴുന്നേൽക്ക് കൈപിടിച്ചോ."

"ഹാലേരിയിലേക്കല്ലേ?"

"പിന്നെവിടേക്ക്?"

"നഞ്ചരാജ പട്ടണത്തിൽ ഇപ്പോഴാരുമില്ല."

"ആരും ഇല്ലെന്ന് പറയരുത്. ശിവാചാര്യ സ്വാമികളുടെ പുണ്യാത്മാവ് അവിടെ ചുറ്റിത്തിരിയുന്നുണ്ടാകും."

"അപ്പങ്കളത്തെ നിലയറിയോ....?"

"അറിയാം... വിശദീകരിക്കണമെന്നില്ല."

പനി വിട്ടില്ല. അതു വകവയ്ക്കാതെ യാത്ര തുടർന്നു.

"മഹാദേവാ..... ഞങ്ങളെ വേഗം ഹാലേരിയിലെത്തിക്കണേ. അവിടെയെത്തിയാൽ സ്വാമികളുടെ രോഗം മാറും." ശങ്കരപ്പ പ്രാർഥിച്ചു.

അഞ്ചുദിവസം കൊണ്ടെത്തുന്ന സ്ഥലത്ത് പത്തുദിവസം വേണ്ടിവന്നു.

ഹാലേരി സമീപിച്ചുകൊണ്ടിരുന്നപ്പോൾ പെട്ടെന്ന് ഒരു മൂങ്ങ മൂളി. സൂര്യാസ്തമയത്തിനുമുമ്പ് മൂങ്ങ മൂളിയത് അശുഭ സൂചകമാണെന്ന് ശങ്കരപ്പന് തോന്നി.

"ശങ്കരപ്പാ...... ഭയപ്പെടാതെ നടന്നോ. പകൽ കണ്ണുകാണാത്ത മൂങ്ങ രാത്രി ലോകത്തെ ഭയപ്പെടുത്തും. ഭ്രാന്തൻ."

"ദൈവമേ എന്റെ സ്വാമികളെ രക്ഷിക്കണേ." ശങ്കരപ്പന്റെ ഹൃദയം വിലപിച്ചു.

ഹാലേരിയിലെത്തിയ ഉടനെ അപരംപാര പറഞ്ഞു:

"ശങ്കരപ്പാ കുളത്തിനടുത്തേക്ക് പോകാം. വെള്ളത്തിൽ ഈ കൈകാലുകൾ ഒന്ന് തണുപ്പിക്കട്ടെ."

കുളത്തിനടുത്തെത്തി. വെള്ളത്തിലിറങ്ങിയ സ്വാമികൾ പറഞ്ഞു:

"ശങ്കരപ്പാ ഒന്ന് കുളിച്ച് അൽപ്പനേരം ധ്യാനത്തിലിരുന്നാലോ?"

"സ്വാമികളേ എന്താ ഇപ്പറയുന്നത്? ചുട്ടുപൊള്ളുന്ന ഈ ശരീരം വെള്ളത്തിൽ മുക്കാനോ? വേണ്ട. സ്വാമികളെ..... വേണ്ട."

"ഭ്രാന്തൻ' കുളിച്ചതുകൊണ്ടൊന്നും പനി വർധിക്കില്ല. എവിടെ, എന്റെ കൈപിടിക്ക്."

കുളികഴിഞ്ഞ് ധ്യാനത്തിലിരുന്നു.

"സ്മരണകൾ മരവിച്ചുപോയി! ജ്ഞാനം ഇല്ലാതായി. മതിഭ്രമം പിടിപെട്ടിരിക്കയാണ്! ഗതിയന്വേഷിക്കുന്നതെങ്ങനെ? അംഗങ്ങളെല്ലാം നഷ്ടപ്പെട്ട് ലിംഗമില്ലാത്തവനായിരിക്കുന്ന ഈ അന്ധന്റെ അവസ്ഥ നീ കാണുന്നില്ലേ. ഗുഹേശ്വരാ....? അംഗങ്ങളെല്ലാം നഷ്ടപ്പെട്ട ഇവൻ ലിംഗത്തിൽ ലയിച്ചിരിക്കയാണ്" ലിംഗത്തിൽ ലയിച്ചിരിക്കയാണ്. ലയിച്ചിരിക്കയാണ്.

ആ ധ്വനി ക്രമേണ നിലച്ചുവന്നു. ഒടുവിൽ ബോധം നഷ്ടപ്പെട്ടു.

ശങ്കരപ്പ പരിഭ്രമത്തോടെ സ്വാമികളെ താങ്ങിപ്പിടിച്ച് കിടത്തി. മുഖത്ത് വെള്ളം തളിച്ചു.

പക്ഷേ, അപരംപാര സ്വാമികൾക്ക് സ്വബോധം തിരിച്ചുകിട്ടിയില്ല. രാത്രി അവസാനിക്കുന്നതുവരെ ശങ്കരപ്പ കാവലിരുന്നു.

ക്രിസ്ത്വാബ്ദം 1870–ാമാണ്ടിലെ ഒരു രാത്രിയായിരുന്നു അത്.

പ്രഭാതത്തിൽ ശങ്കരപ്പ മറ്റുള്ളവരുടെ സഹായത്തോടെ ശവസംസ്കാരത്തിനുള്ള ഏർപ്പാടു ചെയ്തു. കുളക്കരയിൽ ഒരു കുഴിയുണ്ടാക്കപ്പെട്ടു.

അപരംപാര സ്വാമികളുടെ പാർഥിവ ശരീരം കൈയിലെടുത്തപ്പോൾ ശങ്കരപ്പ വിതുമ്മിക്കരഞ്ഞുപോയി.

അമ്പത് വർഷംമുമ്പ് ആ ശരീരം കൈയിലെടുത്തപ്പോൾ ഇതേ ചൂടുണ്ടായിരുന്നു.

ഭ്രാന്തനെപ്പോലെ ശങ്കരപ്പ മുന്നോട്ടു നീങ്ങി. അപരംപാരന്റെ ദേഹം കുഴിയിലിറക്കിവച്ചു.

തന്റെ പഴയ കോട്ടിനുള്ളിൽനിന്ന് ഒരു പൊതി അയാൾ പുറത്തെടുത്തു. സ്വാമികൾ സൂക്ഷിക്കാനേൽപ്പിച്ചിരുന്ന ആ രത്നമാല അയാൾ കുഴിയിലിട്ടു.

നാലുഭാഗത്തുനിന്നും മണ്ണുമൂടി.

തന്റെ പ്രിയപ്പെട്ട സ്വാമികൾ മണ്ണിൽ ലയിച്ചുചേരുന്നത് നിറമിഴികളോടെ ശങ്കരപ്പ നോക്കിനിന്നു.